AF743302

தாகூர்

வீ. பா. கணேசன்

45 ஆண்டுகளுக்கும் மேலாக மொழிபெயர்ப்புப் பணிகளில் ஈடுபட்டு வருபவர். சென்னை அகில இந்திய வானொலி செய்திப் பிரிவில் மூன்று ஆண்டுகளும், மேற்கு வங்க அரசின் தகவல்-பண்பாட்டு விவகாரங்கள் துறையில் 25 ஆண்டுகளும், 'தி இந்து' (ஆங்கிலம்) இணையதளப் பிரிவில் 6 ஆண்டுகளும் பணியாற்றியிருக்கிறார்.

'வரலாறு என்னை விடுதலை செய்யும்', 'சீன வானில் சிவப்பு நட்சத்திரம்', 'இந்திய தொழிலாளிவர்க்க வரலாறு', 'நினைவிற்கு எட்டியவரை' (ஜோதிபாசுவின் சுயசரிதை), சத்யஜித் ரேயின் ஃபெலுடா கதைவரிசையில் 20 கதைகள், பெருமாள் முருகனின் மாதொருபாகன் வழக்குத் தீர்ப்புரை உள்ளிட்ட 70க்கும் மேற்பட்ட மொழிபெயர்ப்புகள் வெளிவந்துள்ளன. வங்க அறிஞர் அப்துல் கரீம் சாகித்ய விஷாரத்-தமிழ்த்தாத்தா உ.வே. சா. ஆகியோரின் ஒப்பீட்டு ஆய்வுரையையும், 'ஆதிவாசிகளின் ஆதர்ச நாயகன் தசரத் தேவ்', 'சத்யஜித் ரேயின் வாழ்வும் வழியும்' ஆகிய நூல்களையும் எழுதியுள்ளார்.

தற்போது தாகூர் வாழ்க்கை மற்றும் பங்களிப்புகள் பற்றிய நூல்களோடு, வங்காள மொழியின் முன்னோடிக் கவிஞரான மைக்கேல் மதுசூதன் தத்தின் வாழ்க்கை வரலாற்றையும் எழுதியுள்ளார். வங்காள மொழி அறிந்தவர்.

தாகூர்

வங்கத்து மீகாமனின் வாழ்க்கைச் சித்திரம்

வீ.பா. கணேசன்

கிழக்கு

தாகூர் : வங்கத்து மீகாமனின் வாழ்க்கைச் சித்திரம்

Tagore : *Vangaththu Meegamanin Vaazhkai Chiththiram*

V.B. Ganesan ©

First Edition: December 2023

336 Pages

Printed in India.

ISBN: 978-93-90958-93-1

Kizhakku - 1355

Kizhakku Pathippagam

177/103, First Floor, Ambal's Building, Lloyds Road,
Royapettah, Chennai - 600 014. Ph: +91-44-4200-9603
Email : support@nhm.in Website : www.nhm.in

kizhakkupathippagam kizhakku_nhm

Author's Email id: vbganesan@gmail.com

Kizhakku Pathippagam is an imprint of New Horizon Media Private Limited

The views and opinions expressed in this book are the author's own and the facts are as reported by the author, and the publishers are not in any way liable for the same.

All rights reserved. No part of this publication may be reproduced, stored in a retrieval system, or transmitted, in any form or by any means, electronic, mechanical, photocopying, recording or otherwise, without the prior permission of the publishers.

(ரவீந்திரரும் பங்கிம் சந்திரரும் அங்கம் வகித்த) ரவிவாசர்
என்ற வங்காள இலக்கிய உலகின் பெருமைமிக்கதொரு
அமைப்பின் நிர்வாகக் குழு உறுப்பினராக இருந்த ஒரே தமிழ்
எழுத்தாளரும், ஆகச்சிறந்த வங்காளி எழுத்துகளைத் தமிழில்
தந்தவரும், தனது 'நஸ்ருல் என்றொரு மானுடன்' என்ற
நூலுக்காக, தமிழில் இலக்கியச் சிந்தனை பரிசையும்,
வங்காளத்தில் (முதல்முறையாக வங்காளம் அல்லாத ஒரு
நூலுக்கு) ரவீந்திர புரஸ்கார் பரிசையும் வென்றெடுத்த ஒரே
தமிழ் எழுத்தாளரும், திருக்குறள் உள்ளிட்டு தமிழின் சிறந்த
எழுத்துகளை வங்காளி இலக்கிய உலகிற்கு அறிமுகம்
செய்தவருமான எனது பெருமதிப்பிற்குரிய நண்பர்
(கல்கத்தா) சு. கிருஷ்ணமூர்த்தி அவர்களுக்கு
இந்நூலைக் காணிக்கையாக்குகிறேன்.

பொருளடக்கம்

என்னுரை

1905ஆம் ஆண்டு வங்கப்பிரிவினையை எதிர்த்த இயக்கத்தின் போது, மக்களைத் தட்டியெழுப்பும் வகையில், வங்காள மண்ணின் பெருமையைப் போற்றி 'என் தங்க வங்கமே! உனை நான் உளமாற நேசிக்கிறேன்' என்று பொருள்படும் ஒரு பாடலை ரவீந்திரநாத் தாகூர் எழுதினார். வங்காள மக்களின் மனதில் ஆழப்பதிந்துபோன இந்தப் பாடலை, பின்னாளில் வங்கதேசம் புதிதாக உருவானபோது, தனது தேசிய கீதமாகவே வரித்துக் கொண்டது. 1911ஆம் ஆண்டில் கல்கத்தாவில் நடைபெற்ற இந்திய தேசிய காங்கிரஸின் அகில இந்திய மாநாட்டின்போது, இந்தியாவின் பன்முகத்தன்மையை வியந்து போற்றி அவர் எழுதிய 'ஜன கண மன அதிநாயக ஜெயஹே!' என்ற பாடலின் முதல் பகுதி மட்டும், இந்தியா விடுதலைபெற்று ஒரு குடியரசாக உருவெடுத்த நேரத்தில், நாட்டின் தேசிய கீதமாக ஏற்றுக் கொள்ளப்பட்டது. அவ்வகையில் தனிச்சிறப்புமிக்க கவிஞராக அவர் திகழ்கிறார்.

இவற்றுக்கு அப்பால், இன்றைய தலைமுறையினரின் கவனத்தைக் கவரும் ஒரே விஷயமாக அவர் உருவாக்கிய சாந்திநிகேதன் மட்டுமே இருக்கிறது. அதுவும் கூட, அங்கு தற்போது ஏற்பட்டு வரும் பல்வேறு சலசலப்புகளின் காரணமாகவே. ஆனால், தாகூர் தன் வாழ்நாளில் முன்னெடுத்த எண்ணற்ற விஷயங்கள் குறித்து அறிமுகம் செய்யும் எழுத்துக்கள் தமிழில் மிகக் குறைவே. தன் காலத்தின் பிரச்சனைகளை எதிர்கொள்ளும் வகையில் அவரது எழுத்துக்களும் செயல்களும் மிகுந்த வீரியம் பெற்றவையாக இருந்தன. அன்றிருந்த சூழலில், ஒவ்வொன்றுக்கும் எதிர்நீச்சல் போட்டே, அவர் தன் கருத்தை உறுதிப்படுத்த வேண்டியிருந்தது.

இந்தியா எதிர்காலத்தில் மேற்கொள்ள வேண்டிய பாதை எத்தகையதாக இருக்கவேண்டும் என்பதை அவர் தெளிவுபடச் சுட்டிக் காட்டினார். இந்தியா தன் எதிர்காலத்தைத் தானே

நிர்ணயிக்க வேண்டும்; நவீன காலத்தை மேற்கொள்வதென்ற பெயரால், அது தன் கடந்த காலத்தை ஒருபோதும் ஒளித்து, மறைத்துவிடக் கூடாது; கீழைத்தேயமும் மேற்குலகும் வழங்கும் மிகச் சிறந்த அம்சங்களை எடுத்துக் கொண்டு, இணக்கம் மிக்க, புதியதொரு கலாசார வடிவத்தினை அது உருவாக்க வேண்டும்; அதற்குக் கடந்தகால வரலாற்றையும் நிகழ்கால வரலாற்றையும் நன்கு உணர்ந்து கொள்ளவேண்டியது அவசியம். இவை அனைத்திற்கும் அடித்தளமாக, அனைவருக்குமான கல்வி, முழுமையான சுயாட்சி பெற்ற கிராம மேம்பாடு ஆகியவை விளங்கவேண்டும் என்றும் அவர் வலியுறுத்தினார்.

அவரது மறைவிற்குப் பிறகு தார்வார் இலக்கியக் கழகம் (இன்றைய கர்நாடக மாநிலத்தில் உள்ளது) பதிப்பித்த அஞ்சலிக் குறிப்பு அவரை மிகப் பொருத்தமான வகையில் அறிமுகம் செய்திருந்தது: 'கவிஞர், பாடலாசிரியர், சிறுகதை ஆசிரியர், நாவலாசிரியர், இலக்கிய விமர்சகர், இசை வல்லுநர், நாடக ஆசிரியர், நடிகர், ஓவியர், கல்வியாளர், தத்துவஞானி, மனிதநேயர், சர்வதேசவாதி, நாட்டுப் பற்றாளர், தீர்க்கதரிசி, வழிகாட்டி என அனைத்து வகையான செயல்பாடுகளையும் வெற்றிகரமாக நிறைவேற்றிய ஒருவராகத் தாகூர் திகழ்ந்தார். பன்முகத் தன்மையிலோ, அல்லது கணக்கிடவொண்ணாத சாதனைகளிலோ, அவருக்குச் சமதையாக, இன்னும் பலப்பல ஆண்டுகளுக்கு நாம் எவரையும் கண்டறிய முடியாது என்பது திண்ணம்.'

வங்காள மொழியின் முன்னோடியான ஓர் எழுத்தாளர் என்பது மட்டுமின்றி, இந்தியாவிற்கு ஒரு முன்னுதாரணமாகத் திகழும் வகையிலான அவரது பன்முகச் செயல்பாடுகள் குறித்த எழுத்துக்களும் பெருமளவிற்கு வங்காள மொழியிலேயே இன்றுவரை நீடித்து வருவதால், பெருமளவிற்கு மக்களால் அறியப்படாதவராகவே அவர் இருந்து வருகிறார். இந்த 'இடைவெளி'யை சற்றே நிரப்பும் முயற்சிதான் இந்த நூல். வாசகர்கள் இதை மேலும் செழுமைப்படுத்தும் வகையில் குறை-நிறைகளை சுட்டிக்காட்டி உதவினால் பெரிதும் மகிழ்வேன். இந்நூலாக்கத்திற்கு பல்வேறு வகையிலும் உதவிய அனைத்து நல் உள்ளங்களுக்கும், இந்த முயற்சியில் என்னை இறங்கத் தூண்டிய நண்பர் மருதனுக்கும் மனமார்ந்த நன்றி.

அன்புடன்

வீ. பா. கணேசன்

அத்தியாயம் 1

அறிமுகவுரை

இந்தி எழுத்தாளரான கீதாஞ்சலிஸ்ரீ எழுதிய 'ரேத் சமாதி' என்ற நாவல் 2022ஆம் ஆண்டுக்கான சர்வதேச புக்கர் விருதைப் பெற்றிருக்கிறது. Tomb of Sand எனும் தலைப்பில் இந்நாவலை ஆங்கிலத்தில் மொழிபெயர்த்திருப்பவர் டெய்ஸி ராக்வெல். ரவீந்திரநாத் தாகூரின் 'கீதாஞ்சலி' நோபல் இலக்கியப் பரிசைப் பெற்று *(1913)* நூறாண்டுகளுக்குப் பிறகு, ஓர் இந்திய மொழி எழுத்தாளருக்குச் சர்வதேச விருது கிடைத்துள்ளது. இதைக் குறிப்பிட்டு எழுதப்பட்ட பல கட்டுரைகளுக்கும் புகழுரை களுக்கும் மத்தியில், 'கீதாஞ்சலியில் இருந்து கீதாஞ்சலிக்கு' என்றொரு குறிப்பை இணையத்தில் காண நேர்ந்தது.

தாகூருக்குக் கிடைத்த பெருமையை 'ஓர் இந்தியருக்குக் கிடைத்த பெருமை'என்று பாரதி தலைமேல் வைத்துக் கொண்டாடியதை யும், கீதாஞ்சலி உட்பட தாகூரின் எழுத்துக்கள் பலவற்றையும் தமிழுக்கு அவர் அறிமுகப்படுத்தியதையும் இத்தருணத்தில் நினைவு கூரமுடியும். அவ்வாறே, தாகூர் உருவாக்கிய சாந்திநிகேதனில் பல ஆண்டுகள் பணிபுரிந்த இந்தி மொழி அறிஞரும் நாவலாசிரியருமான ஹஸாரி பிரசாத் த்விவேதி 'தாகூருக்குக் கிடைத்த நோபல் பரிசுதான் இந்தி மொழியின் சுயமரியாதை எழுச்சி பெறுவதற்குப் பெரிதும் உதவியது'என்று பிறிதொரு தருணத்தில் குறிப்பிட்டிருந்ததையும் இந்த இடத்தில் பொருத்திப் பார்க்கலாம்.

இவ்வாறு அந்நியரால் அடிமைப்படுத்தப்பட்டுக் கிடந்த இந்தியாவின் பெருமையை உலகளவில் எடுத்துரைக்கும் ஒரு நிகழ்வாக தாகூருக்குக் கிடைத்த நோபல் பரிசு இருந்தது. இதன் தாக்கம் வங்காள மொழிக்கு மட்டுமல்லாமல், இந்திய மொழிகள் பலவற்றுக்கும் உத்வேகமூட்டுவதாக இருந்தது. இதைத்தான் நாம் பாரதியின் எழுத்துக்களில் பார்க்கிறோம்.

1970களின் தொடக்கத்தில், சென்னை மாநிலக் கல்லூரியில் தமிழ் இலக்கியம் படித்துக் கொண்டிருந்த நாட்களில், கலாநிதி க. கைலாசபதி எழுதிய 'இரு மகாகவிகள்', தொ.மு.சி. ரகுநாதன் எழுதிய 'கங்கையும் காவிரியும்' ஆகிய நூல்களைப் படிக்கும் வாய்ப்புக் கிடைத்தது. பாரதியின் படைப்பாக்கத் திறனையும் தாகூரின் தனிச்சிறப்பியல்புகளையும் இந்நூல்கள் கவனப்படுத்தின.

எனினும், அந்நாட்களில் பாரதியின் மீதிருந்த ஆதூரமான பற்றால், தாகூரை நான் போதுமான அளவுக்குக் கவனத்தில் கொள்ளவில்லை என்பதே உண்மை. பின்பு 1983இல் மேற்கு வங்க மாநில அரசின் செய்தி மற்றும் பண்பாட்டு விவகாரங்கள் துறையில் உதவி தகவல் அலுவலராகப் பொறுப்பேற்ற பிறகு, சக ஊழியர்களான வங்காளிகளுடன் கலந்துரையாடுவதன்மூலமும், வங்காள மொழியை தட்டுத் தடுமாறிக் கற்றுக் கொள்வதன்மூலமும் கவிகுரு ரவீந்திரநாத் தாகூரை நெருங்கத் தொடங்கினேன்.

அதையொட்டி, 1984இல் தாகூரின் 124வது பிறந்ததின விழாவினை சென்னையில் சிறிய அளவில் நடத்தினேன். சென்னை பல்கலைக்கழகத் தமிழ்ப்பேராசிரியர் ந. சஞ்சீவி, தலைசிறந்த வங்காள எழுத்துகளை தமிழுக்கு அறிமுகம் செய்த சகோதரர்களில் ஒருவரான த.நா. சேனாபதி ஆகிய இருவரையும் விழாவுக்கு அழைத்து வந்தேன்.

த.நா. சேனாபதி, த.நா. குமாரசாமி சகோதரர்கள் இருவருமே தாகூரின் சாந்தி நிகேதனில் பயின்றவர்கள். அவர்களிடமிருந்து தாகூர் பற்றிய பல தகவல்களைப் பெற்றுக்கொண்டேன். தாகூரின் 125வது பிறந்ததின விழா ஏற்பாடுகளை மேற்கு வங்க அரசுத்துறை கல்கத்தாவில் தொடங்கியபோது, தென்னகத் தலைநகரங்களில் அந்தக் கொண்டாட்டப் பணிகளை இணைந்து நடத்தும் வாய்ப்பு எனக்குக் கிடைத்தது.

அதன் ஒரு பகுதியாக, மேற்கு வங்க அரசின் சார்பில் அழைப்பு விடுக்க, அப்போது நெல்லூரில் வசித்து வந்த பெஜவாடா

(விஜயவாடா) கோபால ரெட்டி அவர்களைச் சந்திக்கவும், உரையாடவும் வாய்ப்பு அமைந்தது. தாகூரின் சாந்தி நிகேதனில் பயின்றவர். அன்றைய மதராஸ் மாகாணத்தின் நிதி அமைச்சராகவும், விடுதலைக்குப்பிறகு நேரு அமைச்சரவையில் தகவல் –ஒலிபரப்பு அமைச்சராகவும் பணியாற்றியவர். அவர் மூலம் தாகூர் பற்றிய பல அரிய தகவல்களை என்னால் பெறமுடிந்தது. (இவர் பற்றி இன்னும் சற்றே விரிவாக பிறிதொரு தருணத்தில் சொல்கிறேன்).

•

மகாகவி தாகூர் என்றழைக்கப்படும் ரவீந்திரநாத் தாகூர் (1861-1941) பல்வேறு தனிச் சிறப்புகளை தன்னளவில் கொண்டவர். அவரது கவிதைகள் இந்தியா, வங்க தேசம் ஆகிய நாடுகளின் தேசிய கீதமாக ஏற்றுக்கொள்ளப்பட்டுள்ளது. இலங்கை தேசிய கீதத்தின் முதல் வரிக்கும், அதன் இசை வடிவத்திற்கும் அவரே உந்துதலாக இருந்தார் எனவும் கூறப்படுகிறது.

ஆசிய கண்டத்திலேயே இலக்கியத்திற்கான நோபல் பரிசினை முதலில் பெற்ற இந்தியர்; 8 வயதில் முதல் கவிதை; 16 வயதில் முதல் கவிதைத் தொகுப்பு நூல்; 80 வயதில் இறக்கும்வரை 1,50,000 கவிதை வரிகளை எழுதியிருக்கிறார். இவைபோக, கட்டுரைகள், சிறுகதைகள், நாவல்கள், நாடகங்கள், இசை நாடகங்கள், நாட்டிய நாடகங்கள், உரைகள் என்று அவர் படைப்புகள் மொத்தம் 37 தொகுதிகளில் இதுவரை வெளியாகியுள்ளன.

அவரது தனிச்சிறப்பான பங்களிப்பான ரவீந்திர சங்கீதம் என்றழைக்கப்படும் இசைப் பாடல்கள் மொத்தம் 2,233 ஆகும். கீதா பிதான் (பாடல்களின் பூந்தோட்டம்) என்ற பெயரில் தொகுக்கப் பட்டிருக்கும் இவை அனைத்திற்கும் தாகூரே இசை அமைத்திருந்தார். ரவீந்திர சங்கீதம் ஆறு வகையாகப் பிரிக்கப்பட்டுள்ளது. பூஜா (நிவேதனம்), சுதேசி (தேசபக்தி), பிரேம் (அன்பு), பிரகிருதி (இயற்கை), விசித்திரம் (வியப்பு), சம்பிரதாயம் (பாரம்பரிய வகை) என்பவையே அவை.

தாகூர் பல்வேறு தருணங்களில் இந்தப் பாடல்களைத் தானே பாடியிருக்கிறார். வங்கத்தின் தனிச்சிறப்புமிக்க பாடகர்கள் அனைவரும் தாகூரின் பாடல்களிலிருந்தே தங்கள் பயிற்சியை இன்றும் தொடங்குகிறார்கள். வங்காளிகளின் வீடுகளில் இந்தப் பாடல்களை பாடும் தகுதி பெற்றிராத நபர்களே இல்லை எனலாம்.

தனது 60வது வயதிற்குப் பிறகு எவ்வித முன்பயிற்சியுமின்றி ஓவியம் தீட்டத் தொடங்கிய தாகூர் 2,000க்கும் மேற்பட்ட ஓவியங்களை வரைந்திருக்கிறார். பாரிஸ் உள்ளிட்ட உலகின் பல நகரங்களிலுள்ள கண்காட்சிகளில் அவை இடம் பெற்றிருக்கின்றன; பாராட்டுகளையும் அள்ளிக் குவித்துள்ளன.

இத்தகைய தனிச்சிறப்புமிக்க ஒரு மனிதர் சமூகத்தில் உருவாவதற்கான சூழல் அன்றைய வங்கத்தில் உருவாகியிருந்தது. 18-19ஆம் நூற்றாண்டில் பிரிட்டிஷ் காலனியாட்சியில் ஆங்கிலம் அறிமுகமானபோது, காலனியாட்சியின் தலைமையகமாக இருந்த வங்கத்தில் கணிசமான மக்கள் ஆங்கில அறிவையும், அதன்வழி புதிய சிந்தனைகளையும் பெற்றனர். இதன் விளைவாகவே வங்கத்தில் மறுமலர்ச்சி இயக்கம் தோன்றியது.

இந்த மறுமலர்ச்சி இயக்கத்தில் ராஜா ராம் மோகன் ராய், ஈஸ்வர சந்திர வித்யாசாகர், ஆகியோருடன் இணைந்து செயல்பட்டவர் தாகூரின் தாத்தாவான துவாரகநாத் தாகூர். பின்னர் அவரது மகன் தேவேந்திரநாத் தாகூர் ராஜாராம் மோகன் ராய் தொடங்கிவைத்த , சனாதன இந்து பழக்கங்களை எதிர்க்கும் பிரம்ம சமாஜம் என்ற இயக்கத்தை வழிநடத்திச் சென்றார். அருவமான இறைவன் என்ற கோட்பாட்டினை வலியுறுத்தி, மனிதர்களிடையே நிலவிய பேதத்தை மறுதலித்த இயக்கமாகவும் அது இருந்தது. கல்விக்கு, குறிப்பாகப் பெண் கல்விக்கு, மிகுந்த அழுத்தம் கொடுத்த இயக்கம் அது. இந்த இயக்கத்தின் தேவாலயங்களில் பாடுவதற்கான பாடல்களைத் தொடக்கத்தில் எழுதி வந்த ரவீந்திரநாத் ஒரு கட்டத்தில் அதன் செயலாளராகவும் ஆனார்.

வங்கத்தில் தோன்றிய மறுமலர்ச்சி இயக்கம், வாழ்க்கை குறித்த மதிப்பீடுகளின் மாற்றம், சமூக உணர்வுகளில் ஏற்பட்ட மாற்றங்கள், கலாசாரப் படைப்புத் திறனின் புத்துயிர்ப்பு ஆகியவற்றை வெளிப்படுத்தும் ஓர் இயக்கமாகத் திகழ்ந்தது. இதனால் மனிதம் குறித்த கருத்துக்கள் மேலும் விரிவடைந்தன.

மனிதத்துக்கு விரிந்த அளவில் விளக்கம் தருவதாக, அதைப் பிரதிநிதித்துவம் செய்வதாக, கடந்த காலத்தின் கலாசாரம், அறிவுக்கான அடையாளங்கள் ஆகியவற்றிலிருந்து முற்றிலும் வேறுபட்ட வகையில் புதியதொரு மனிதன் உருவாவதை உறுதிப்படுத்துவதாக, இந்த மறுமலர்ச்சி இயக்கம் அமைந்தது. புதிய மனிதனுக்கு உத்வேகமூட்டி, அவனது படைப்பாக்கத் திறனுக்கு உந்துசக்தியாக விளங்கியதோடு, இலக்கியம், இசை,

ஓவியம், சிற்பம் போன்ற பல்வேறு கலைகளிலும் தலைசிறந்த விற்பன்னர்கள் உருவாவதற்கும் வழிவகுத்தது.

இவ்வாறு புதியதாக உருவெடுத்த அழகியலானது, அன்றைய சமூக அமைப்பின் கட்டமைப்பிலும் உற்பத்தி உறவுகளிலும் ஏற்பட்ட மாற்றங்களைத் தன்னகத்தே உள்ளடக்கியதாகவும் இருந்தது. நவீன உலகம் என்று பெயர் சூட்டப்பட்ட முதலாளித்துவ எழுச்சியை, கடந்த காலத்திலிருந்து நிகழ்காலம்; பழையவற்றி லிருந்து புதியது என்று வேறுபடுத்திப் பார்ப்பதற்கான அறிவார்ந்த அம்சமாகவும் இந்த மறுமலர்ச்சி இயக்கம் அமைந்திருந்தது. (இந்தியாவில் நான்காவது மறுமலர்ச்சிக்கான தேவை என்ற கட்டுரையில் பேரா. கே.என். பணிக்கர்).

ராஜாராம் மோகன் ராயிலிருந்து தொடங்கி, சுவாமி விவேகானந்தர் வழியாக, ரவீந்திரநாத் தாகூர் வரை நீடித்த இந்த மறுமலர்ச்சி இயக்கம், இந்தியாவின் மற்ற பகுதிகளிலும் தாக்கத்தை ஏற்படுத்தின என்பதை வடக்கே சுவாமி தயானந்த சரஸ்வதியின் ஆரிய சமாஜம், மேற்கே எம்.ஜி. ரானடேயின் பிரார்த்தனா சமாஜ், தெற்கே ஆந்திராவில் வீரேசலிங்கத்தின் இயக்கம் ஆகியவை எடுத்துக் காட்டுகின்றன. அன்று சமூகத்தில் தலையெடுத்து வந்த, ஆங்கில அறிவு பெற்ற, சமூகத்தில் உயர்சாதியினராக இருந்த, நடுத்தர வர்க்கத்தினரின் சமூக, இறையியல் தேவைகளை வெளிப்படுத்துவதாக, எப்படி வங்கத்தின் மறுமலர்ச்சி இயக்கம் எழுச்சி பெற்று வந்ததோ, அதைப் போன்றே அதன் தாக்கம் பெற்ற மேற்சொன்ன இயக்கங்களும், சமூகத்தில் உயர்சாதியினராக இருந்தவர்களால் முன்னெடுக்கப்பட்டு, புதிய நடுத்தர வர்க்கத்தின் தேவைகளைப் பிரதிபலித்தன.

இன்றைய தமிழ்நாட்டிலும், கேரளாவிலும், இதன் தாக்கம் சற்றே தாமதமாக எழுந்தது. அதனை முன்னெடுத்தவர்களின் அடையாளமும் சற்றே வித்தியாசமானது. நாட்டின் பிற பகுதிகளில் மறுமலர்ச்சி இயக்கத்தை உயர்சாதியினர் முன்னெடுத்தனர் என்றால், இந்த இரு பகுதிகளிலும் சமூக மாற்றத்திற்கான முன்னெடுப்பை மேற்கொண்டவர்களான நாராயண குரு, அய்யங்காளி, அய்யா வைகுண்டர், அயோத்திதாசர் போன்றவர்கள் சமூகத்தின் தாழ்த்தப்பட்ட படிநிலையில் இருந்தவர்கள். பிற பகுதிகளில் மறுமலர்ச்சியின் நாயகர்கள் முன்னெடுத்ததைப் போன்று, சமூகத்தில் அன்று நிலவிய சாதிய படிநிலையில் சீர்திருத்தங்களை கோருவதாக இல்லாமல், அதை முற்றிலுமாக அகற்ற வேண்டும் என்ற அடிப்படையில் இவர்களின் செயல் பாடுகள் அமைந்திருந்தன என்பது இங்கு குறிப்பிடத்தக்கது.

இத்தகையதொரு புத்தொளி இயக்கத்தின் பிதாமகர்களில் ஒருவரின் குடும்பத்தைச் சேர்ந்த ரவீந்திரநாத் தாகூர் எவ்வாறு வங்காள சமூகத்தின் ஒட்டுமொத்த பிரதிநிதியாக இன்றளவும் நீடித்து வருகிறார் என்பதைக் கண்டறிவதாகவும், அவரது படைப்புத்திறனின் பல்வேறு கூறுகளை எடுத்துக் கூறுவதாகவும் இந்நூல் அமைகிறது.

அத்தியாயம் 2

முன்னத்தி ஏர்கள்

மேதமை என்பது இயல்பாகவே வருவது; உருவாக்கப்படுவதில்லை. என்றாலும் பரம்பரை, பிறந்து வளரும் சூழல் ஆகியவற்றிலிருந்து எவரும் தப்பித்துவிட முடியாது. அவ்வகையில் ரவீந்திரரின் படைப்புத் திறனை, அவரது எண்ணற்ற படைப்புகளைப் பற்றித் தெரிந்துகொள்ள வேண்டுமெனில், அவை அனைத்திற்கும் உரமாக விளங்கிய அவரது முன்னோர்களை, குடும்பப் பின்னணியை தெரிந்துகொள்ள வேண்டியது அவசியம்.

15ஆம் நூற்றாண்டின் முதல் பகுதியில் டெல்லி சுல்தான் ஆட்சி, கான் ஜஹான் அலி என்பவரை வங்காளத்தின் ஜெசூர் பகுதியின் கவர்னராக நியமித்து அனுப்பி வைத்தது. இப்பகுதியில் டெல்லியின் ஆட்சியை நிலைநிறுத்தி விரிவாக்க வேண்டும் என்பதே நோக்கம். அந்தச் சமயத்தில் அப்பகுதியில் வசித்து வந்த ஒரு பிராமண இளைஞன் ஓர் இஸ்லாமியப் பெண்ணின்மீது காதல் வசப்பட்டான். அவளைத் திருமணம் செய்துகொள்ளும் பொருட்டு முஸ்லிமாகவும் மாறினான். முகமது தாஹிர் என்று பெயர் சூட்டிக்கொண்ட அந்த இளைஞன் விரைவில் கவர்னரின் வலது கையாக மாறினான்.

சிறிது காலத்திற்குப் பிறகு இந்த ஆட்சிப் பகுதிக்குள் இருந்த செங்குரியா பர்காணாவின் பொறுப்பு தாஹிரிடம் ஒப்படைக்கப் பட்டது. பொதுவாக மக்களால் பீர் அலி என்று அழைக்கப்பட்டு

வந்த தாஹீரின் ஆட்சிக்கு உட்பட்ட பகுதியில் ராய் சவுதரி என்ற பிராமண ஜமீன்தார் குடும்பமும் இருந்தது. இந்தக் குடும்பத்து உறுப்பினர்கள் பலரும் பீர் அலியின் நிர்வாகத்தில் முக்கிய பதவிகள் வகித்து வந்தனர். இவர்களில் காமதேவ், ஜெயதேவ் என்ற இரு சகோதரர்கள் பீர் அலியின் திவானாகப் பணிபுரிந்து வந்தனர்.

ஒரு நாள் ரம்ஜான் நோன்புக் காலத்தில் பீர் அலி அதிகாரிகள் புடைசூழ வீற்றிருந்தபோது, தோட்டக்காரன், அரண்மனை தோட்டத்தில் விளைந்த பெரியதொரு எலுமிச்சை பழத்தைக் கொண்டு வந்து கொடுத்தான். அதை வாங்கி முகர்ந்த பீர் அலி, 'என்னவொரு நறுமணம்!' என்று வியப்போடு கூறியபோது, அருகிலிருந்த காமதேவ் புனித ரம்ஜான் நோன்பை அவர் மீறி விட்டதாகக் குறிப்பிட்டார். எப்படி என்று பீர் அலி வினவியபோது ஒரு பொருளை நுகர்ந்தாலே அதைப் பாதியளவு உண்டதாக ஆகிவிடும் என்று சாஸ்திரங்கள் கூறுவதாக காமதேவ் பதில் அளித்திருக்கிறார். அப்போது பீர் அலி அதற்குப் பதிலளிக்காமல் விட்டுவிட்டாலும், அவர் மனதில் ஒரு திட்டம் உருவாகத் தொடங்கியது.

சில நாட்களுக்குப் பிறகு பீர் அலி தனது பர்காணாவில் உள்ள அதிகாரிகள் அனைவரையும் விருந்துக்கு அழைத்தார். விருந்துக் கூடத்தில் சாதி வரிசைப்படி பிராமணர்கள் முன்வரிசையில் அமர்ந்திருந்தனர். அவர்களுக்குச் சற்று தள்ளி இதர சாதியினர் அமர்ந்திருந்தனர். கூடத்திற்கு அருகே இருந்த ஓர் அறையில் இவர்கள் உண்பதற்காக வைக்கப்பட்டிருந்த இறைச்சியின் மணம் மெதுவாக வீசத் தொடங்கியபோது, காமதேவ், ஜெயதேவ் உள்ளிட்ட பிராமணர்கள் தங்கள் மேலாடையால் மூக்கைப் பொத்திக் கொண்டனர்.

'என்ன ஆயிற்று உங்களுக்கு?' என்று பீர் அலி கேட்டபோது, 'எங்களுக்குத் தடை செய்யப்பட்ட இறைச்சியின் மணம் வீசுகிறது, பிரபு!' என்று காமதேவ் பதிலளித்தார். 'உங்கள் மூக்கைப் பொத்திக்கொள்வதற்கு முன்பாக அந்த இறைச்சியின் மணத்தை நுகர்ந்து விட்டீர்கள். அதாவது பாதி உண்டுவிட்டதாக அர்த்தம். எனவே இருந்து முழுமையாக உண்டுவிட்டுப் போகலாம்!' என்று பீர் அலி கூறியவுடன், அங்கிருந்த பிராமணர்கள் அடித்துப் பிடித்துக் கூடத்தை விட்டு வெளியேறினர்.

எனினும் காமதேவ், ஜெயதேவ் சகோதரர்கள் மட்டும் வெளியேற முடியாமல் தடுக்கப்பட்டு இறைச்சியை உண்ணுமாறு கட்டாயப்படுத்தப்பட்டனர். இந்த நிகழ்ச்சிக்குப் பின்னர் அவர்கள்

இருவரும் கமாலுதீன் கான் சவுதரி, ஜமாலுதீன் கான் சவுதரி என்ற பெயருடன் மதம் மாறினர். ஜெசூர் நகருக்குப் பத்து மைல் தூரத்தில் இருந்த சிங்கியா கிராமம் அவர்களுக்குப் பரிசாக வழங்கப்பட்டது.

அந்த விருந்தில் பங்கேற்று, இறைச்சியை உண்ணாமல் தப்பி வந்த பிராமணர்களும் சமூகத்தின் தண்டனையிலிருந்து தப்பவில்லை. அவர்கள் அனைவரும் பிராமண சமூகத்திலிருந்து விலக்கி வைக்கப்பட்டனர். மேலும் அவர்களுக்கு 'பீர் அலி பிராமணர்கள்' என்று அடையாளமும் இடப்பட்டது. இதுவே பின்னர் 'பிராலி' பிராமணர்கள் என மருவியது. இவர்களில் ரதிதேவ், சுக்தேவ் என்ற சகோதரர்களின் நிலைதான் பரிதாபத்திற்கு உரியது. சமூக விலக்கத்தால் மன உளைச்சலுக்கு ஆளான ரதிதேவ் தன் சொத்துக்களைத் தம்பி சுக்தேவிடம் ஒப்படைத்துவிட்டு, துறவறம் பூண்டு ஊரை விட்டே வெளியேறினார்.

சுக்தேவிற்கு ஒரு சகோதரியும் திருமண வயதில் ஒரு மகளும் இருந்தனர். இருவருக்கும் வரன் தேடுவது இப்போது பெரும் பிரச்னை ஆனது. எனினும் அருகிலுள்ள குல்னா மாவட்டத்தில் பிதாபோக் கிராமத்தைச் சேர்ந்த பிராமணரும், வேத வித்தகருமான புருஷோத்தம் ஒருநாள் ஆற்றில் குளித்து விட்டு வெளியேறியபோது சுக்தேவ் அவரை வணங்கி ஒரு வரம் கேட்டார். இத்தகைய தருணத்தில், நன்கு கற்றறிந்த பிராமணர்கள் வரம் தர மறுப்பதில்லை என்ற நிலையில், சுக்தேவின் கோரிக்கையை ஏற்று அவரது மகளை புருஷோத்தம் மணந்துகொண்டார். அதே போன்று, சொத்தைக் காட்டி ஒரு பிராமண இளைஞரைக் கவர்ந்து தன் சகோதரிக்கும் சுக்தேவ் திருமணம் செய்து வைத்தார்.

புருஷோத்தமரின் ஐந்தாவது தலைமுறையைச் சேர்ந்த மகேஸ்வர், சுக்தேவ் என்ற சகோதரர்கள் ஜெசூரில் வாழ்ந்து வந்தனர். இவர்களில் மகேஸ்வரின் மகனான பஞ்சணன் குஷாரி என்பவரே தாகூர் குடும்பத்தின் வரலாற்று ரீதியாக அங்கீகரிக்கப்பட்ட முன்னோராக விளங்குகிறார். ஒரு தருணத்தில் பஞ்சணன் குஷாரி, தன் சித்தப்பா சுக்தேவுடன் வீட்டிலிருந்து புறப்பட்டு அன்று ஆதி கங்கை என்றும், இன்று ஹூக்ளி என்றும் அழைக்கப்படும் கங்கையின் கிளைநதியின் ஓரத்தில் இருந்த கோவிந்த்பூர் என்ற கிராமத்தில் வந்து குடியேறினார். இது 17ஆம் நூற்றாண்டின் இறுதியில் நடந்த நிகழ்வு.

அந்த நாட்களில் கோவிந்த்பூர், காளிகாட், சுதனூடி ஆகிய மூன்று ஆற்றங்கரையோர கிராமங்கள்தான் பிரிட்டிஷ், பிரெஞ்ச், டச்சு, போர்ச்சுகீசிய வணிகர்கள் கரையிறங்கி வணிகம் செய்வதற்கான

மையமாக விளங்கின. பிரிட்டிஷ் கிழக்கிந்திய கம்பெனியின் பிரதிநிதியான ஜாப் சர்னாக் 24 ஆகஸ்ட் 1686 அன்று இப்பகுதியில் வந்திறங்கி, தங்களுக்கான சேமிப்புக் கிடங்கைக் கட்டுவதற்கென அன்றைய வங்காள நவாபிடம் இந்த மூன்று கிராமங்களையும் ரூ.13,000க்கு விலைக்கு வாங்கினார். இந்தப் பகுதியே பின்னர் கல்கத்தா என்ற பெருநகரமாகவும், லண்டனுக்கு அடுத்து பிரிட்டிஷ் பேரரசின் இரண்டாவது பெருநகரமாகவும் உருவெடுத்தது. இந்த நிகழ்வே பின்னாளில் உலகின் மிகப் பெரும் பேரரசாக பிரிட்டன் உருவாகவும் வழிவகுத்தது.

இந்த ஆற்றங்கரையோர கிராமங்களில் வசித்தவர்களில் பெரும்பாலோர் மீனவர்கள். வழக்கமான தொழிலான மீன்பிடிப்பது போக, வெளிநாட்டுக் கப்பல்களில் வந்திறங்கும் பொருட்களை இறக்கும் வேலைகளையும் அவர்கள் செய்து வந்தனர். இந்த மீனவர்கள் தங்கள் கிராமத்தை வந்தடைந்த பிராமணர்களான பஞ்சணன் குஷாரி, சுக்தேவ் ஆகியோரை வணங்கும்போது கடவுளுக்கு இணையானவர் என்ற பொருளில் தாக்கூர் (தெய்வாம்சம் பெற்றவர்) என்று அழைத்து வந்தனர். இவ்விருவரும் அங்கிருந்து வெளியேறிச் செல்லும் கப்பல்களுக்குத் தேவையான மளிகைப் பொருட்களை வழங்கி வந்தனர். இந்த வெளிநாட்டவர்களும் தங்கள் காதில் விழுந்த தாக்கூர் என்ற பெயர்தான் இவர்களின் குடும்பப் பெயர் என்று கருதிக் கொண்டு, இவர்களை தாகூர் (Tagore) என்றே அழைக்கத் தொடங்கினர். இவ்வாறு குஷாரி என்ற குடும்பப் பெயர் அப்படியே மறைந்து போய் தாகூர் என்ற பெயர் நிலைத்தது.

பிரிட்டிஷ் கம்பெனி அதிகாரிகளுடன் ஏற்பட்ட நெருக்கத்தைப் பயன்படுத்திக் கொண்டு, பஞ்சணன் தன் மகன்களான ஜெயராம், சந்தோஷ்ராம் ஆகிய இருவருக்கும் கம்பெனியில் நல்ல வேலையை ஏற்படுத்தித் தந்தார். 1707இல் கல்கத்தாவின் முதல் கலெக்டரான ரால்ஃப் செல்டன் இவர்களை வரிவசூலிக்கும் அமீன்களாக நியமித்தார். பஞ்சணனின் வழிகாட்டுதலுடன் இருவரும் நன்றாகவே வருவாய் ஈட்டி, புதிதாக உருவாகி வந்த கல்கத்தா நகரின் மையப்பகுதிகளில் நிலங்களையும் வீடுகளையும் வாங்கிப் போட்டனர். நகரின் மையப் பகுதியில் தோட்டங்கள் நிரம்பிய மாளிகை ஒன்றையும் ஜெயராம் கட்டிக் கொண்டார். (இப்பகுதி தற்போது தர்மதலா என்று அழைக்கப்படுகிறது)

1741-42இல் எந்த நேரத்திலும் மராத்தா படைகள் தாக்கக்கூடும் என்ற அச்சத்தில் இருந்த கிழக்கிந்திய கம்பெனி, வில்லியம்

கோட்டையைச் சுற்றி ஓர் அகழியை உருவாக்கியது. இதற்கு மராத்தா பள்ளம் என்றே பெயர். பின்னாளில் இது மூடப்பட்டு நகரின் சுற்றுவட்டச் சாலையாக மாறியது. தற்போது ஆச்சார்ய ஜகதீஷ் சந்திரபோஸ் சாலை என்று அதற்குப் பெயர்.

இந்த அகழியை கட்டும் பொறுப்பு ஜெயராமிடம் தரப்பட்டது. இதுபோன்ற கம்பெனியின் பல்வேறு வேலைகளின் மூலம் ஜெயராம் கணிசமான பொருளைச் சேர்த்திருந்தார். 1756இல் அன்றைய வங்காள நவாப் சிராஜ் உத் தவ்லா வில்லியம் கோட்டை மீது தாக்குதல் நடத்தியபோது, ஜெயராமின் மாளிகையும் சேதமுற்றது. 1757இல் நடைபெற்ற பிளாசி போருக்குப் பிறகு சிராஜ் உத் தவ்லா தோற்கடிக்கப்பட்டு, அவரது இடத்தில் கிழக்கிந்திய கம்பெனியின் தளபதி ராபர்ட் கிளைவ் நியமித்த மீர் ஜாஃபர், சிராஜ் உத் தவ்லாவின் தாக்குதலால் ஏற்பட்ட இந்த சேதத்திற்கு இழப்பீடாக ஜெயராமிற்கு ரூ. 18,000 வழங்கினார்.

இவ்வாறு கம்பெனி மூலம் பெரும் செல்வத்தைச் சேர்த்திருந்த ஜெயராமுக்கு நான்கு மகன்களும் ஒரு மகளும் இருந்தனர். அவர்களில் ஒருவரான ஆனந்த்ராம் என்பவர்தான் சரளமாக ஆங்கிலம் பேசிய முதல் இந்தியராக இருந்தார். எனினும் தந்தைக்கு முன்பே அவர் இறந்துவிட்டார். கோவிந்த்ராம் என்ற மகன்தான் வில்லியம் கோட்டையைப் புதுப்பிக்கும் வேலையை மேற்கொண்டவர். மீதமிருந்த இரண்டு மகன்களான நீலமணி, தர்ப்பநாராயண் ஆகியோரே ஜொரசங்கோ, பதுரியாகாட் என்று புகழ்பெற்ற தாகூர் குடும்பத்தின் இரண்டு கிளைகளின் முன்னோடிகளாக இருந்தனர்.

இவர்கள் இருவரும் கங்கை கரையோரமாக இருந்த பதுரியாகாட் என்ற பகுதியில் மிகப் பெரும் மாளிகை ஒன்றை உருவாகி 1765வரை ஒன்றாக வசித்து வந்தனர். அந்த ஆண்டில்தான் ராபர்ட் கிளைவ் முகலாயப் பேரரசரிடம் இருந்து வங்காளம், பீகார், ஒரிசா ஆகிய பகுதிகளின் ஆட்சிப் பொறுப்பை பெற்றிருந்தார். இதில் ஒரிசா பகுதியின் சிரேஸ்தாரராக நீலமணி நியமிக்கப்பட்டார். இளையவரான தர்ப்பநாராயண் குடும்ப விஷயங்களை கவனித்துக் கொண்டதோடு, அன்று பிரெஞ்சு கம்பெனியின் ஆளுகையில் இருந்த சந்திரநாகூரின் திவானாகவும் செயல்பட்டு வந்தார். நீலமணி பின்னர் சிட்டகாங் பகுதிக்கும் பொறுப்பு வகித்தார். கல்கத்தாவிற்கு வெளியே இருந்த காலம் முழுவதிலும் தான் சம்பாதித்த செல்வத்தை நீலமணி தொடர்ந்து தம்பிக்கு அனுப்பி வந்தார்.

பல ஆண்டுகளுக்குப் பிறகு நீலமணி வீட்டிற்குத் திரும்பியபோது, அவர் அவ்வப்போது அனுப்பி வைத்த தொகை குறித்து இரு சகோதரர்களுக்கும் இடையே சச்சரவு ஏற்பட்டது. தம்பியின் வாதத்தில் திருப்தியடையாத நீலமணி, தன் மூன்று மகன்களையும் ஒரு மகளையும் அழைத்துக் கொண்டு வீட்டை விட்டு வெளியேறினார். அப்போது அவரது ஒரு கையில், குடும்ப தெய்வ விக்ரகமான லஷ்மி –ஜனார்த்தன் சிலையும், மற்றொரு கையில், அவர் அனுப்பி வைத்த தொகை இதுதான் என்று, தம்பி தர்ப்ப நாராயண் வலியுறுத்திக் கூறித் தந்த ரூ. 1 லட்சம் அடங்கிய ஒரு பையும் இருந்தன.

அத்தியாயம் 3

தொழில்மேதை துவாரகநாத் தாகூர்

நீலமணியின் மனமுடைந்த நிலையைக் கண்டு வருந்திய ஜோராபஹானை சேர்ந்த வைஷ்ணவ் தாஸ் என்ற பணக்கார வியாபாரி ஒரு பிகா நிலத்தை (ஒரு ஏக்கரில் மூன்றில் ஒரு பங்கு) அவருக்குப் பரிசாக வழங்கினார். ஜொரசங்கோ என்றழைக்கப் படும் அந்த இடத்தில், நீலமணி 1784இல் சிறியதொரு வீட்டைக் கட்டிக்கொண்டு குடியேறினார். மீண்டும் கம்பெனி ஊழியத்தை ஏற்றுக்கொண்டு ஒரிசாவிற்குப் பயணமானார்.

இதற்கிடையே மற்றவர்களின் தூற்றலைத் தாங்க முடியாத தர்ப்ப நாராயண் நீலமணிக்கு உண்மையிலேயே சேர வேண்டிய பணத்தைத் தர முன்வந்தார். அதன்பிறகு அந்தக் குடும்பத்தில் மீண்டும் சகஜநிலை திரும்பியது. இந்தப் பணத்தைக் கொண்டு அருகிலுள்ள இடங்களையும் விலைக்கு வாங்கி இன்றுள்ள ஜொரசங்கோ மாளிகையை நீலமணி கட்டினார். இதனருகே புகழ்பெற்ற மீன் சந்தை ஒன்று இருந்ததால் இந்தப் பகுதிக்கு மேச்சுவாபஜார் என்று பெயர். எனினும் பின்னாளில் இப்பகுதி ஜொரசங்கோ என்றே அழைக்கப்படலாயிற்று.

1793இல் இறந்துபோன நீலமணிக்கு ராம்லோசன், ராம் மணி, ராம் வல்லப் என்ற மூன்று மகன்களும் கமலாமணி என்ற மகளும் இருந்தனர். மூத்தவரான ராம் லோசன் தந்தையைப் போன்றே வணிக நுணுக்கங்கள் அறிந்தவராக, மேலும் செல்வத்தை ஈட்டும்

திறன் பெற்றவராக இருந்தார். இவரது அழகான மனைவி அலக்சுந்தரிக்கு ஒரு பெண் குழந்தை பிறந்து இறந்துவிட்டது. அதன் பிறகு அவருக்கு வேறு குழந்தை பிறக்கவில்லை.

இரண்டாவது மகனான ராம் மணி கல்கத்தா போலீஸில் பணிபுரிந்தார். இவரது முதல் மனைவி மேனகா அலக்சுந்தரியின் தங்கையும்கூட. இவருக்கு ராதாநாத், துவாரகநாத் என்று இரு மகன்கள். இரண்டாவது குழந்தை துவாரகநாத் பிறந்தவுடனேயே மேனகா இறந்துவிட, அக்கா அலக் சுந்தரிதான் அவரை எடுத்து வளர்த்து வந்தார். ஐந்து வருடங்களுக்குப் பிறகு ராம் லோசன் இந்தக் குழந்தையை தன் மகனாக முறைப்படி தத்தெடுத்துக் கொண்டார்.

1794ஆம் ஆண்டு பிறந்த துவாரகநாத் மீது ராம்லோசனும் அலக்சுந்தரியும் மிகுந்த அன்பு கொண்டு வளர்த்து வந்தனர். உரிய வயதில் வீட்டிலேயே ஆசிரியரைக் கொண்டு வங்காள மொழியும் வடமொழியும் கற்பிக்கப்பட்டது. அதே போன்று அன்றைய நீதித்துறையில் நடைமுறையில் இருந்த பாரசீக மொழி, அரேபிய மொழிகளையும் மவுல்வி ஒருவர் அவருக்குக் கற்பித்து வந்தார்.

அலக்சுந்தரி தினசரி ஜபம்-பூஜைக்கான மந்திரங்களையும் அவருக்குக் கற்பித்து வந்தார். அதனோடு கூடவே கல்கத்தாவில் இருந்த திரு. ஷெர்பார்ன் என்பவரின் ஆங்கிலப் பள்ளியில் சேர்ந்து படித்தார். அவரது விருப்பத்திற்குரிய மாணவர்களில் ஒருவராக இருந்த துவாரகநாத் பிற்காலத்தில் திரு. ஷெர்பார்னின் வாழ்நாள் முழுவதும் பென்ஷன் தொகையை வழங்கி வந்தார். துவாரகநாத்தின் 13 வயதில் 1807ஆம் ஆண்டு ராமலோசன் உயிர்நீத்தார். அதற்கு முன்பாகவே அவர் கல்கத்தாவில் இருந்த வீடுகள், வங்காள, ஒரிசா மாவட்டங்களில் இருந்த பெருமளவு நிலங்கள் ஆகியவற்றை துவாரகநாத் பெயருக்கு உயில் எழுதி வைத்திருந்தார்.

ராமலோசனின் மறைவிற்குப் பிறகு அலக்சுந்தரியும் துவாரகநாத்தின் மூத்த சகோதரனான ராதாநாத்தும் இந்தச் சொத்துக்களைப் பாதுகாத்து வந்தனர். அப்போது இந்த சொத்துக்களின் ஆண்டு வருமானம் ரூ. 30,000 ஆகும். துவாரகநாத் தனது 16வயதில் 1810ஆம் ஆண்டில் முறையான கல்விக்கு விடை கொடுத்துவிட்டு குடும்பச் சொத்துகளை மேற்பார்வையிடத் தொடங்கினார். 1811ஆம் ஆண்டில் ஜெசூர் பகுதியைச் சேர்ந்த ராம்தனுராய் என்பவரின் 9 வயது மகள் திகம்பரியைத் திருமணம் செய்து கொண்டார்.

1793ஆம் ஆண்டில் கார்ன்வாலிஸ் பிரபு வங்காளத்து நிலவுரிமையில் பெரும் மாற்றத்தை ஏற்படுத்திய நிரந்தரத் தீர்வு (பெர்மனெண்ட் செட்டில்மெண்ட்) என்ற விதியை அறிமுகப்படுத்தினார். இதன்படி ஜமீன் உரிமை பெற்றவர்கள் கிழக்கிந்திய கம்பெனி நிர்ணயித்த வரியைச் செலுத்துவதன் மூலம் குறிப்பிட்ட பகுதியிலுள்ள நிலத்தின் மீது நிரந்தர உரிமையைப் பெறுவர். இதன் விளைவாக மாநிலத்தின் பல்வேறு பகுதிகளிலும் இருந்த ஜமீன்தார்கள், நிலம் தொடர்பான சச்சரவுகளுக்குத் தீர்வு காண கம்பெனி அரசின் விதிமுறைகளைப் பின்பற்ற வேண்டியிருந்தது. பெரும்பாலான நேரங்களில் இவர்கள் பெரும் நஷ்டத்திற்கும் ஆளாக நேரிட்டது.

தனது சொந்த ஜமீன் நிலத்தினை மேற்பார்வையிட்டு வந்த துவாரகநாத், அன்றைய வங்காளத்தில் நிலவிய இந்த நிலையை உணர்ந்து கொண்டு, கல்கத்தாவில் புகழ்பெற்ற வழக்கறிஞராக இருந்த ராபர்ட் கட்லர் ஃபெர்கூசன் என்பவரின் கீழ் பிரிட்டிஷ் சட்டம் மற்றும் நீதிமன்ற செயல்முறைகள் குறித்துப் பயிற்சி எடுத்துக் கொண்டார்.

வெகு விரைவிலேயே அவருக்கிருந்த பாரசீக, அராபிய, ஆங்கில மொழி திறமையின் விளைவாக நிலம் தொடர்பான சச்சரவுகளில் ஜமீன்தார்களுக்கு உரிய ஆலோசனை வழங்குதல், மனு தயாரித்தல், ஆங்கிலத்தில் மொழிபெயர்த்தல் (இதற்கு அவர் ஒரு வரிக்கு இரண்டு ரூபாய் வசூல் செய்து வந்தார்) போன்றவற்றைச் செய்து தருவதன் மூலம் மட்டுமே ஆண்டுக்கு ரூ. 30,000 வரை வருமானம் பெற்று வந்தார் துவாரகநாத்.

ஜெசூர் ராஜா, திரிபுரா மகாராஜா, பர்தமான் ராஜா, ராணி கார்த்தியாயினி என அரசக் குடும்பத்தினர் பலரும் இவரது சேவையை நாடி வந்தனர். இவ்வாறு பல்வேறு வகையில் வருவாய் ஈட்டிய அவர், அன்றிருந்த பணக்காரர்களைப் போலவே பணத்தை வட்டிக்கு விட்டதோடு, நிலங்களில் முதலீடு செய்து, கூடவே பல்வேறு தொழில்களையும் தொடங்கினார். தன் குடும்பத்து நிலங்களை மேற்பார்வை செய்ய ஐரோப்பியர்களை வேலைக்கு அமர்த்திய முதல் இந்தியரும் அவரே.

கப்பல் போக்குவரத்து, நிலக்கரி உற்பத்தி-ஏற்றுமதி, பருத்தி, பட்டு, அபின், இண்டிகோ போன்ற பொருட்களின் ஏற்றுமதி ஆகியவற்றிலும் அவர் தீவிரமாக ஈடுபட்டார். தனது சொந்த கப்பல்களை பழுது பார்ப்பதற்கான ஒரு தொழிற்கூடத்தையும் கல்கத்தாவிற்கு அருகே அவர் உருவாக்கியிருந்தார். பின்னர் மற்ற கம்பெனி கப்பல்களும் பழுதுபார்க்க இங்கு வந்து நின்றன.

பல்வேறு தொழில்களில் ஈடுபட்டு வந்த நிலையில், தனது பணத்தை முறையாக கையாள்வதற்கென, 1828ஆம் ஆண்டில் அவர் யூனியன் வங்கியை உருவாக்கினார். 1795இல் தொடங்கி செயல்பட்டு வந்த பெங்கால் ஹுர்குரு என்ற வங்காள மொழி தினசரி பத்திரிக்கையை 1834ஆம் ஆண்டில் விலைக்கு வாங்கி வெற்றிகரமாக நடத்தினார்.

அதேபோன்று, அன்றைய இந்தியாவிலேயே முதன்முறையாக, வில்லியம் கார் என்ற இண்டிகோ வர்த்தகருடன் கூட்டு சேர்ந்து கார், தாகூர் அண்ட் கம்பெனி என்ற நிறுவனத்தை 1834ஆம் ஆண்டில் தொடங்கி, அதன் மூலமாக ராணிகஞ்சில் இருந்த நிலக்கரிச் சுரங்கத்தை விலைக்கு வாங்கி நடத்தினார். மற்ற ஐரோப்பியர்களுடன் போட்டியிட்டு வென்றதோடு, இவரது ஏகபோகத்தை கிழக்கிந்திய கம்பெனி வெறுத்த போதிலும், வங்காளப் பகுதியின் தொழில் வளர்ச்சிக்கு உதவும் வகையில் பெங்கால் கோல் (நிலக்கரி) கம்பெனியை நிறுவினார்.

இந்திய ரயில்வே வளர்ச்சியில் பங்குபெற அவர் விரும்பினார் என்றாலும், அன்றைய கிழக்கிந்திய ரயில்வே கம்பெனி அவருக்கு இடம் தர மறுத்தது. எனினும் நிலக்கரித் தொழிலில் அவரது ஆட்சி நீண்ட நாட்களுக்குக் கொடிகட்டிப் பறந்தது எனலாம். ஒருவகையில், இந்திய முதலாளித்துவத்தின் முதல் பிரதிநிதியாக துவாரகநாத் தாகூர் விளங்கினார் என்று கூறுவது மிகப் பொருத்தமான ஒன்றாகவே இருக்கும்.

இதே காலப்பகுதியில், வங்காள மறுமலர்ச்சியின் பிதாமகனாகிய ராஜா ராம்மோகன் ராயுடன் இணைந்து, கணவன் இறந்தபிறகு அவரது மனைவியை உயிரோடு எரிக்கும் சதி என்ற அவலமான சமூக நடைமுறைக்கு எதிரான இயக்கத்தை முன்னெடுத்து, அதற்கெதிரான சட்டத்தை பெண்டிங் பிரபுவின் மூலம் நிறைவேற்றினார். குழந்தை விதவைகளுக்கு மறுமணம் செய்து வைக்கும் இயக்கத்தை ஈஸ்வர சந்திர வித்யாசாகர் முன்னெடுத்த போது, அவரோடு தோளோடு தோள் நின்று போராடினார். ராஜாராம்மோகன் ராயின் அனைத்துச் சமூக நடவடிக்கைகளிலும் உற்ற தோழனாய் துவாரகநாத் இருந்தார்.

ஆங்கிலக் கல்வியே இந்தியாவின் முன்னேற்றத்திற்கு ஒரே வழி என்று கருதி வந்த இந்த மூன்று பேரின் முன்முயற்சியில் கல்கத்தாவில் உயர் கல்விக்கென இந்து கல்லூரி (பின்னாளில் கல்கத்தா பல்கலைக்கழகமாக உருப்பெற்றது), கல்கத்தா

மருத்துவக் கல்லூரி ஆகியவை உருவாயின. இதற்கான கணிசமான நிதியையும் துவாரகநாத் வழங்கியிருந்தார்.

மேலும் இரண்டு மருத்துவக் கல்லூரி மாணவர்கள் உயர்படிப்பிற்கான செலவை தாம் ஏற்றுக் கொள்வதாக அவர் அறிவித்தவுடன், கிழக்கிந்திய கம்பெனியும் இரண்டு மாணவர்களுக்கான செலவை ஏற்றுக்கொண்டது.

1842ஆம் ஆண்டில் முதன் முறையாக தனது சொந்தக் கப்பலில் அவர் பிரிட்டனுக்குப் பயணமானபோது இந்த நான்கு மாணவர்களையும் மேல்படிப்பிற்காக அழைத்துச் சென்றார். இந்தப் பயணத்தின்போது பிரிட்டனின் விக்டோரியா மகாராணி, பிரெஞ்சு மன்னர் லூயி பிலிப் ஆகியோரைச் சந்தித்து அவர்களைப் பெரிதும் கவர்ந்தார். லண்டனிலும் பாரிசிலும் அவர் கொடுத்த விருந்துகள் மிகவும் புகழ்பெற்றவை. அன்றைய பத்திரிகைகள் துவாரகநாத் அளித்த விருந்துகள் பற்றி மிக விரிவாக எழுதின. கல்கத்தா பத்திரிக்கைகளிலும் அவை குறித்த செய்திகள் வெளியாயின.

மத ஆச்சாரங்களில் திளைத்திருந்த தாய் அலக்சுந்தரி, மனைவி திகம்பரி ஆகியோரின் கடும் வெறுப்புக்கிடையே, மேலை நாட்டவருடன் நெருங்கிப் பழகுவது, அவர்களுக்கு விருந்து வைப்பது என அன்றைய சமூக நம்பிக்கைகளுக்கு முற்றிலும் மாறுபட்டவராக துவாரகநாத் திகழ்ந்தார். அதே நேரத்தில் 1838ஆம் ஆண்டில் தாய் அலக்சுந்தரி மறைந்தபோது, ரூ. 50,000 வரை அவரது சிராத்தத்திற்கு செலவு செய்த அதே நேரத்தில், அவரது நினைவாக கல்வி உட்பட பல்வேறு சமூக நலச்செயல்களில் ஈடுபட்டு வந்த கல்கத்தா சாரிடபள் சொசைட்டிக்கு ரூ. 1 லட்சம் நன்கொடை வழங்கினார்.

தாயின் மறைவிற்குப் பிறகு, இவரது பொது நல நடவடிக்கைகள் மேலும் அதிகமாயின. மனைவி திகம்பரியின் மூலம் தேவேந்திரநாத், கிரீந்திரநாத், நாகேந்திரநாத் தாகூர் என இவருக்கு மூன்று மகன்கள் பிறந்தனர். ஒரு கட்டத்தில் திகம்பரி இவரது கேளிக்கை விருந்து போன்ற நடவடிக்கைகளை வெறுத்தொதுக்கிய போது, துவாரகநாத் ஜொரசங்கோவில் இருந்து வெளியேறி தனி மாளிகை ஒன்றில் வசிக்கத் தொடங்கினார். அவரது விருந்துக் கொண்டாட்டங்கள் அங்கே தொடர்ந்து நடைபெற்றன. அவரது செல்வச் செழிப்பான தோற்றத்தையும் ஆடை அணிகலன்களையும் கண்ட மேலை நாட்டவர் அவரை 'பிரின்ஸ் துவாரகநாத்' என்றே குறிப்பிட்டு வந்தனர்.

1845ஆம் ஆண்டு மார்ச் 8 அன்று பெண்டிங் என்ற கப்பலில் மீண்டும் பிரிட்டனுக்குப் பயணமான துவாரகநாத் இம்முறையும் எகிப்து, இத்தாலி வழியாக லண்டனுக்குச் சென்று மீண்டும் விக்டோரியா மகாராணியைச் சந்தித்தார். பாரிசில் பிரெஞ்சு மன்னர் லூயி பிலிப்பைச் சந்தித்தார். வழக்கம்போல் விருந்துகளுக்கும் பஞ்சமில்லை. பாரிசில் அவர் அளித்த ஒரு விருந்தில் காஷ்மீர் போர்வைகள் சுவற்றில் அலங்கரிக்கப்பட்டிருந்தன. விருந்து முடிந்தபிறகு அவை ஒவ்வொன்றையும் வந்திருந்த சீமாட்டிகளுக்கு துவாரகநாத் பரிசளித்ததை பாரீஸ் நாளிதழ்கள் மிக விரிவாக விவரித்திருந்தன.

1845 ஜூலை இறுதியில் திடீரென உடல்நலம் சீர்குலைந்த நிலையில் மருத்துவமனையில் அனுமதிக்கப்பட்ட துவாரகநாத் ஆகஸ்ட் முதல் தேதி மாலை 6 மணிக்கு தனது 52 வயதில் லண்டனில் உயிர் நீத்தார். அவரது இறுதி நிகழ்ச்சிக்கு பிரிட்டிஷ் மகாராணி விக்டோரியா தனது பிரதிநிதியை அனுப்பி வைத்து அஞ்சலி செலுத்தினார். அவரது இறுதி உயிலின்படி, அன்றைய அவரது சொத்துகளில் இருந்து வங்காளத்தில் உள்ள பார்வை யிழந்தவர்களுக்கான மருத்துவ சிகிச்சைக்கென ரூ. 1 லட்சம் நன்கொடை வழங்கப்பட்டது.

இவ்வாறு கிழக்கிந்திய கம்பெனி ஆட்சியின் ஊடே, இந்தியர்களின் வணிகத் திறனை நிரூபித்து, மக்களின் கல்வி, சமூக மாற்றம் ஆகியவற்றில் ஈடுபாடு கொண்டவராக, வங்காள மறுமலர்ச்சி இயக்கத்தில் தனித்தன்மையான ஒரு பங்கினை வகித்த துவாரகநாத் தாகூர் இன்று பெரிதும் மறக்கப்பட்டவராக இருக்கிறார் என்பது துயரத்திற்குரியது.

அத்தியாயம் 4

'மகரிஷி' தேவேந்திரநாத் தாகூர்

'**பி**ரின்ஸ்' துவாரகநாத் தாகூருக்கும் திகம்பரிக்கும் முதல் மகனாக செல்வச்செழிப்பு மிக்க குடும்பத்தில் 15 மே 1817 அன்று பிறந்தார் தேவேந்திரநாத் தாகூர். 'கவிகுரு' ரவீந்திரநாத் தாகூரின் தந்தை. தான் வாழ்ந்த காலத்திற்கேற்ப அருஞ்செயல்களைப் புரிந்தவரும்கூட. வங்காள மறுமலர்ச்சியைத் தொடங்கிய ராம் மோகன் ராய், அவரோடு உறுதுணையாக நின்று செயல்பட்ட துவாரகநாத் தாகூர் ஆகியோரின் பிரம்ம சபையை சனாதனிகளின் பல்வேறு தாக்குதல்களுக்கு மத்தியிலும் பிரம்ம சமாஜம் என்ற ஆலமரமாக வளர்வதற்கு அடித்தளம் இட்டவர் அவர்.

1825ஆம் ஆண்டு வரை வீட்டிலேயே வங்காளம், வடமொழி, ஆங்கிலம், பாரசீகம், அரேபிய மொழிகளை கற்றுத் தேர்ந்த தேவேந்திரர், பின்பு ராய் முன்முயற்சியில் உருவான இந்து கல்லூரியில் 1831ஆம் ஆண்டு சேர்ந்து சில ஆண்டுகள் படித்தார். மிகச் சிறு வயதிலிருந்தே பாட்டி அலக்சுந்தரியின் அரவணைப்பில் வளர்ந்த அவர் இறை நம்பிக்கை மிகுந்தவராக, இந்தியாவின் ஆன்மிகச் செழிப்பில் நம்பிக்கை கொண்டவராக இருந்தார்.

தீவிர வணிகரான தந்தையின் வற்புறுத்தலுக்கு இணங்க வங்கிப்பணி, வணிகம் ஆகியவற்றில் ஈடுபட்டு வந்தார். குடும்ப ஜமீன் நிலங்களை மேற்பார்வையிடும் பொறுப்பும், மூத்த மகன் என்ற வகையில் அவரிடமே இருந்தது. எனினும், பாட்டியின்

அடியொற்றி ஆன்மிகத் தேடலிலும் பெரிதும் கவனம் செலுத்தினார் தேவேந்திரர்.

1833இல் ராஜாராம் மோகன்ராய் மறைந்த பிறகு, சனாதன பழக்க வழக்கங்களுக்கு எதிரான நிலைபாட்டினை கொண்டிருந்த அவரது பிரம்ம சபை மெதுவாகத் தேய்ந்து கொண்டிருந்தது. அதை எடுத்து நடத்த எவரும் முன்வரவில்லை. இத்தகையதொரு சூழலில்தான் 1838ஆம் ஆண்டில் பாட்டி அலக்சுந்தரியின் மறைவிற்குப் பிறகு தேவேந்திரரின் சிந்தனை தீவிர ஆன்மிகத்தில் ஈடுபடலாயிற்று. வேதங்கள், இதிகாசங்கள், உபநிடதங்கள் என அவரது ஆய்வு மெதுவாக விரிந்துகொண்டே போனது.

இதுபற்றி ஓர் அறிவார்ந்த விவாதத்தைத் தொடங்கும் நோக்கத்துடன் 1839ஆம் ஆண்டில் தத்துவரஞ்சனி சபா என்ற அமைப்பைத் தனது நண்பர்களுடன் சேர்ந்து உருவாக்கினார். பின்னாளில் இது தத்துவபோதினி சபா என்று பெயர் மாற்றம் பெற்றது. உபநிடதங்களின் சாரத்தை எடுத்துக் கூறுவது, ஆன்மிக ரீதியான விவாதத்தை முன்னெடுத்துச் செல்வது என்பதே இந்தச் சபையின் நோக்கம். தொடங்கிய இரண்டே ஆண்டுகளில் அறிவுசால் பெருமக்கள் 500 பேர் சபையில் உறுப்பினர்களாக இணைந்தனர் என்பதிலிருந்தே இந்தச் சபை அன்றைய சமூகத்தில் எத்தகைய தாக்கத்தை ஏற்படுத்தியது என்பதை உணர முடியும்.

மறுமலர்ச்சி நாயகர்களில் ஒருவரான ஈஸ்வர சந்திர வித்யாசாகர் இந்தச் சபையின் செயலராகச் சில காலம் பணியாற்றினார். வங்காளத்தின் மிகப்பெரிய, செல்வாக்கு மிக்க, கலாசார அமைப்பாக 1854ஆம் ஆண்டு வரை இது செயல்பட்டது. இந்தச் சபையின் சார்பில் ஓர் அச்சகத்தையும் உருவாக்கி, தத்துவபோதினி பத்ரிகா என்ற மாத இதழையும் அவர் வெளியிட்டு வந்தார்.

இந்த இதழ் வங்காள மொழியில் கல்கத்தாவிலிருந்தும், ஆங்கிலம் மற்றும் தமிழில் அன்றைய மதராஸிலிருந்தும், இந்தி மற்றும் உருது மொழியில் அன்றைய ஐக்கிய மாகாணத்தில் இருந்த பரேலியில் இருந்தும் வெளிவந்தது என்பதும் குறிப்பிடத்தக்கது. பிரம்ம சமாஜத்தின் அதிகாரபூர்வ இதழாகவும் அது விளங்கியது.

பிரம்ம சமாஜத்தின் நோக்கங்களுக்கு ஏற்ப, இந்த இதழ் பெண் கல்வி, விதவை மறுமணம் ஆகியவற்றை முன்னிறுத்தியும், பொருட்களின் மீதான அதீத ஈடுபாடு, பலதார மணம் ஆகியவற்றைக் கண்டித்தும் தொடர்ந்து பிரசாரம் செய்து வந்தது. அதே நேரத்தில் பிரம்ம சமாஜத்தின் வாராந்திர வழிபாட்டுக்கான

செயல் திட்டங்களும், கிறித்துவ தேவாலயங்களில் உள்ள வழிபாட்டு முறைகளும் பின்பற்றப்பட்டன.

பிரம்ம சமாஜத்தின் வழிபாட்டுப் பாடல்களை அந்த நேரத்தில் எழுதியவர் சத்யஜித் ரேயின் தாத்தாவான உபேந்திர கிஷோர் ராய் சவுதுரி ஆவார். அவரே பாடல்களுக்கு இசையும் அமைத்தார். அவரது சகோதரர்கள் பலரும் பிரம்ம சமாஜிகளாக உருவெடுத்தனர். பின்னர் சத்யஜித் ரேயின் தந்தையான சுகுமார் ரேயும் பாடல்கள் எழுதும் பணியில் அவரோடு சேர்ந்துகொண்டார் என்பதும் இங்கே குறிப்பிடத்தக்கது.

இந்தப் பாடல்களை இறுதிப்படுத்தும் நிகழ்வுகள் ஜொரசங்கோவில் நடந்தன. ரேயின் தாத்தாவும் தந்தையும் இந்தக் குடும்பத்துடன் மிக நெருங்கிய தொடர்பு கொண்டிருந்தனர். சுகுமார் ரே உடல்நலமின்றி மறையும் வரை, ரவீந்திரர் அவரோடு மிக நெருங்கிய நட்பு கொண்டிருந்தார். அவரது இறுதித் தருணத்தில், அருகில் அமர்ந்து சுகுமார் ரேயின் பாடல்களை ரவீந்திரர் பாடி மகிழ்வித்தார் என்பதே அவர்கள் இருவருக்கும் இடையிலிருந்த நட்பினை சுட்டிக் காட்டுவதாக இருக்கும்.

1848இல் ரிக் வேத சாரத்தை எடுத்துக் கூறும் தொடர் கட்டுரைகளை எழுதத் தொடங்கினார் தேவேந்திரர். இதுவே பின்னர் 1869இல் ‘பிரம்ம தர்மா’ என்ற நூலாக வெளிவந்தது. 1850இல் உபநிடதங்களில் ஒன்றான கடோபநிஷத்தை வங்காளியில் பதிப்பித்தார். தேவேந்திரரின் இத்தகைய முயற்சிகளால் பிரம்ம சமாஜத்தின் செல்வாக்கு நாடு முழுவதும் பரவியது.

இவ்வாறு தீவிரமாகச் செயல்பட்டு வந்த நேரத்தில்தான் வங்காளத்தின் ஞானகுருவான ராமகிருஷ்ண பரமஹம்சர், ‘வேத, உபநிடத நெறிகளை பின்பற்றும் தேவேந்திரர் மகரிஷி ஜனக மகாராஜாவைப் போன்ற பெருமை மிக்கவர்’ என்று குறிப்பிட்டிருந்தார். அதன்பிறகே அவரது பெயரோடு ‘மகரிஷி’ என்ற அடைமொழி சேர்ந்துகொண்டது.

எனினும் 1850களில் கிறித்துவ மத போதனைகளில் ஈடுபாடு கொண்டிருந்த மிகச் சிறந்த பேச்சாளரான கேசவ் சந்திர சென் (இவரது நாவன்மையால் பிரம்ம சமாஜத்தின் புகழ் கணிசமான அளவில் பெருகியது என்பதையும் ஒப்புக்கொள்ள வேண்டும்), நாத்திகரான அக்?ஷய் குமார் தத்தா ஆகியோர் சமாஜின் தீவிரமான வேத நெறி சார்பைக் கண்டித்து பிரசாரம் செய்து வந்தனர். இதன் விளைவாக, தேவேந்திரர் சார்ந்த பிரிவினர் ஆதி பிரம்ம சமாஜிகள்

என்று அழைக்கப்பட்டனர். இதனால் மனமுடைந்த தேவேந்திரர், மன அமைதி தேடி நாட்டின் வடபகுதி எல்லையில் இருந்த சிம்லாவிற்குச் சென்று சில காலம் தங்கியிருந்தார்.

இந்தக் காலப்பகுதியில் இந்தியாவின் பல்வேறு புண்ணியத் தலங்களுக்கும் பயணம் செய்த அவர், இறுதியில் வங்காளத்தின் பிர்பும் மாவட்டத்திற்குச் சென்றபோது, செம்மண் படிந்த ஒரு நிலத்தில் இரண்டு ஏழிலைப் பாலை மரங்கள் ஒன்றோடொன்று நெருங்கி குடைவிரித்திருந்ததைக் கண்டு, அதன் கீழ் சென்று அமர்ந்தபோது மனம் மிகவும் அமைதியானதாக உணர்ந்தார். உடனேயே அந்த மரங்கள் உள்ளிட்டு அருகிலிருந்த நிலத்தை விலை கொடுத்து வாங்கி, ஆசிரமம் போன்ற ஏற்பாட்டை செய்து கொண்டு அங்கேயே சில காலம் தங்கினார். இந்த இடத்திற்கு அமைதியின் இருப்பிடம் என்ற பொருளில் 'சாந்திநிகேதன்' என்று பெயர் வைத்தவரும் அவரே.

இதே இடத்தில்தான் சிறிது காலத்திற்குப் பிறகு அவரது கடைசி மகன் ரவீந்திரநாத் தாகூர் ஒரு குருகுலப் பள்ளியைத் தனது இரு குழந்தைகளுக்காக வேண்டி ஐந்து மாணவர்களுடன் தொடங்கினார். அதுவே பின்னாளில் உலகப் புகழ்பெற்ற பல்கலைக்கழகமாக, கீழைத் தேயத்தின் தனிச்சிறப்புகளை உலகமெங்கும் எடுத்துக் கூறும் ஆவணப் பெட்டமாக உருவெடுத்தது.

பொதுச் சமூகத்தைப் பொறுத்தவரையில் 1851ஆம் ஆண்டில் இந்திய தேசிய காங்கிரஸின் முன்னோடியான பிரிட்டிஷ் இந்தியர்கள் கழகம் என்ற அமைப்பு உருவானபோது அதன் செயலாளராகவும் தேவேந்திரர் செயல்பட்டார். கல்கத்தாவில் பெண்களுக்கான முதல் பள்ளியான பெதூன் கல்லூரியின் நிறுவனர்களில் அவரும் ஒருவர் என்பது மட்டுமல்ல; தன் குடும்பத்துப் பெண்களின் கல்விக்கு ஊக்கம் கொடுப்பவராகவும் அவர் இருந்தார். அவரது பெண்கள் இருவர் பிற்காலத்தில் புகழ்பெற்ற எழுத்தாளர்களாகவும் இருந்தனர். அவரது இரண்டாவது மருமகளான ஞானதநந்தினி கொசுவம் வைத்துப் புடைவை அணியும் பாணியை, முழங்கை வரை ரவிக்கை அணியும் வழக்கத்தை, வங்காளத்தில் அறிமுகப் படுத்தியவர். மற்றொரு மருமகளான காதம்பரி அவரது கணவரின் ஊக்கத்தோடு, ஹூக்ளி நதிக்கரையில் குதிரை சவாரி செய்து அன்றைய சமூகத்தின் முகத்தில் அறைந்தவர்.

1845 ஆகஸ்டில் துவாரகநாத் மறைந்த இரண்டே ஆண்டுகளில், அவர் தொடங்கிய தொழில்கள் ஒவ்வொன்றாகச் சீரழியத்

தொடங்கின. அன்று பரவலாக நிலவிய தொழில் மந்தமும் பொருளாதார தேக்கமும்தான் அதற்குக் காரணம் என்றபோதிலும், இதனால் ஏற்பட்ட கடன் அனைத்தையும் அடைக்க வேண்டிய கடமை தேவேந்திரரின் மீது விழுந்தது.

துவாரகநாத் இறப்பதற்கு முன்பு எழுதிய உயில்படி ஜொரசங்கோ குடும்ப மாளிகை, நிலபுலங்கள் ஆகியவை குடும்பத்தினரின் கைகளிலேயே இருக்க முடியும் என்ற போதிலும், மற்ற சொத்துகளை எல்லாம் விற்று கடன் கொடுத்தவர்களிடம் தேவேந்திரர் ஒப்படைத்ததோடு, மீதமுள்ள கடனைத் திருப்பித் தரும் வரை வீடு மற்றும் நிலங்களின் பத்திரங்களையும் அவர்களிடம் ஒப்படைக்கவும் அவர் முன்வந்தார். அவரது இந்தச் செயல் உறவினர்கள் மட்டுமின்றி, கடன் கொடுத்தவர்களையும் அதிர்ச்சிக்கு உள்ளாக்கியது. எனினும், அவர் 1905ஆம் ஆண்டில் மறையும் வரையில், நிலத்தில் இருந்து வரும் வருவாயில் இருந்து படிப்படியாக தொடர்ந்து செலுத்தி குடும்பத்தின் கடன் முழுவதையும் அடைத்தார் என்பதும் இங்கு குறிப்பிடத்தக்கது.

தாகூர் குடும்பத்தின் பூர்விக நிலமான ஜெசூர் பகுதியில் பிறந்து வளர்ந்த சாரதா தேவியை *(1826-1875)* திருமணம் செய்து கொண்டார் தேவேந்திரர். இவர்கள் இருவருக்கும் மொத்தம் 15 குழந்தைகள் பிறந்தன. கடைசி குழந்தைக்கு முந்தைய குழந்தைதான் ஜொரசங்கோ தாகூர் குடும்பத்தின் பெயரை உலகமெங்கும் எடுத்துச் சென்ற ரவீந்திரநாத் தாகூர் *(1861-1941)*. அவரது பதின் பருவத்தில்தான் தாய் சாரதா தேவி மறைந்தார்.

தாகூர் குடும்ப வழக்கப்படி குழந்தை பிறந்தபிறகு, அதை வளர்த்து ஆளாக்கும் பொறுப்பு முழுவதும் வீட்டு வேலைக்காரர்களிடமே இருந்தது. எனவே தாய்ப்பாசத்தின் ஏக்கத்தை தாகூர் தனது கவிதைகளில் அவ்வப்போது வெளியிட்டிருப்பதைக் காண முடியும். குடும்ப வழக்கப்படி, நாலைந்து வயது வந்ததும் வீட்டிலேயே ஆசிரியரைக் கொண்டு கல்வி கற்பிக்கும் வழக்கம் அவருக்கும் தொடர்ந்தது.

ஆனால் கடைக்குட்டியான ரவீந்திரரைப் பொறுத்தவரையில் அவருக்கு முன் பிறந்த அண்ணன்களும் அக்காக்களும் கல்வியில், கலைகளில் சிறந்தவர்களாக ஏற்கெனவே இருந்தமையால், அவர்களின் திறமைகள் அனைத்தையும் கவனித்து, அவற்றை உள்வாங்கிக் கொள்வதற்கான வாய்ப்பும் அவருக்கு சிறுவயது முதலே வாய்த்தது.

இந்தப் பின்னணியில்தான் 8 வயதில் அவர் கவிதை எழுதத் தொடங்கினார். தன் வயதொத்த குழந்தைகள் யாரும் இல்லாமல் தனித்து நின்ற ரவீந்திரரின் நிலையை உணர்ந்த தேவேந்திரர், ஒரு முறை வட இந்தியாவிற்கு பயணம் சென்றபோது, அவரையும் உடன் அழைத்துச் சென்று வெளியுலகத்தை அறிமுகம் செய்தார். இந்த நேரத்தில்தான் ஒருமுறை ஆங்கிலத்தில் சானெட் என்று அழைக்கப்படும் 14 வரி கவிதை ஒன்றைச் சந்தத்தோடு அவர் பயிற்றுவித்தபோது, ரவீந்திரர் விண்ணையும் மண்ணையும் இணைக்கும் ஒரு வானவில்லை முதல் நாளன்று கண்ட தருணத்தை உள்ளடக்கி, அதே சந்தத்தில் ஒரு பாடலைப் பாடினார். எதுகையும் மோனையும் இயைந்த தாகூரின் இந்தப் பாடல்தான் தேவேந்திரருக்கு அவர் மீது மிகுந்த நம்பிக்கை ஏற்படுவதற்கான காரணமாக அமைந்தது.

இப்போது, ரவீந்திரரின் உடன் பிறந்தவர்களைப் பற்றிய ஒரு சிறு அறிமுகம். தேவேந்திரர் – சாரதா தேவி தம்பதியருக்கு முதன் முதலில் பிறந்த பெண் குழந்தை சில நாட்களிலேயே இறந்து விட்டது. அதன்பிறகு துவிஜேந்தரநாத், சத்யேந்திரநாத், ஹேமேந்திரநாத், பிரேந்திரநாத், ஜோதீந்திரநாத், புண்யேந்திரநாத், பூதேந்திரநாத், சோமேந்திரநாத் ஆகிய சகோதரர்களும், சுவர்ணகுமாரி, சுகுமாரி, சாரதாமணி, வர்ணகுமாரி, சவுதாமினி ஆகிய சகோதரிகளும் ரவீந்திரருக்கு மூத்தவர்களாக இருந்தனர்.

இவர்கள் ஒவ்வொருவருமே தனித்தன்மை கொண்டவர்களாக விளங்கி, வங்காள சமூகத்திற்குப் பெரும் பங்களிப்பு செய்தனர் என்பதோடு, அதன் மாற்றத்திற்கான விதைகளைத் தூவியவர்கள் என்பதும் குறிப்பிடத்தக்கது.

அத்தியாயம் 5

வளர்த்தெடுத்த மூத்தோர்

ரவீந்திரரை அவரது மூத்த சகோதரர்களும் சகோதரிகளும்தான் பல்வேறு வழிகளிலும் செழுமைப்படுத்தினார்கள் என்று ஏற்கெனவே குறிப்பிட்டோம். மகரிஷி தேவேந்திரரின் பிரம்ம சமாஜத்தின் இறைவணக்க முறையைக் கண்டிப்போடு பின்பற்றிய இந்தக் குடும்பம் அந்நிய ஆட்சிக்கு எதிராக அப்போது உருப்பெற்று வந்த எதிர்ப்புணர்வைப் படிப்படியாக உள்வாங்கிக்கொண்டது. பல்வேறு வழிகளிலும் தங்களது திறமைகளைக் கொண்டு மக்களிடையே அதைப் பரவலாகக் கொண்டு செல்வதிலும் வெற்றி பெற்றது.

ரவீந்திரரின் மூத்தோர்கள் ஒவ்வொருவரும் எத்தகைய திறன் பெற்றவர்களாக இருந்தனர் என்பதை அறியும்போதுதான், அவர்கள் எத்தகைய தாக்கத்தை அவர் மீது செலுத்தினர் என்பதை அறிய முடியும். அதற்கான அறிமுகம்தான் இப்பகுதி.

இவர்கள் அனைவருக்கும் மூத்த சகோதரர் துவிஜேந்திரநாத் தாகூர் (1840-1926). படா பாபு (மூத்தவர்) என்று குடும்பத்தில் உள்ள அனைவராலும் அழைக்கப்பட்டு வந்த இவர், கவிஞர், கணித மேதை, தத்துவ ஞானி, ஓவியர் என்பது மட்டுமின்றி, வங்காள மொழிக்கான சுருக்கெழுத்து முறை, இசைக் குறிப்புகளை எழுதுவது ஆகியவற்றையும் முதலில் உருவாக்கியவர்.

வடமொழியிலும் திறமை பெற்ற இவர் தனது 20வது வயதில் காளிதாசரின் மேகதூதம் என்ற காவியத்தை வங்காளி மொழியில்

கவிதையாகவே படைத்தவர். மகரிஷி உருவாக்கிய தத்துவபோதினி பத்ரிகாவின் ஆசிரியராக 25 ஆண்டுகள் செயல்பட்டவர். வங்காளி மொழியின் மீது தீராத பற்று கொண்ட இவர், வங்கிய சாகித்ய பரிஷத், வங்கிய சாகித்ய சம்மேளன் ஆகிய அமைப்புகளின் செயலாளராகவும், தலைவராகவும் பல ஆண்டுகள் பணியாற்றியுள்ளார்.

பிரம்ம சமாஜத்தின் தத்துவத்தை எடுத்துக் கூறும் வகையில் 1863 முதல் 1920 வரை, ஏராளமான நூல்களையும் பிரசுரங்களையும் எழுதிய அவர், ஆதிசங்கரரின் அத்வைத தத்துவத்தை மறுத்து எழுதிய நூல்கள் அன்றைய சூழலில் தனித்துவம் வாய்ந்தவையாக இருந்தன. பிரம்ம சமாஜத்தின் வழிபாட்டுப் பாடல்களை உருவாக்கி, அவற்றுக்கு இசை வடிவம் கொடுத்ததில் முன்னோடியாகத் திகழ்ந்தவர். கணிதத் துறையில் ஜியோமெட்ரி பிரிவில் புதிய கருதுகோள்களை முன்வைத்தவர்.

பிரிட்டிஷ் ஆட்சிக்கு எதிரான கண்ணோட்டத்திற்கு விதை போடும் வகையில் சமூகத்தின் இதர பிரிவினருடன் இணைந்து ‘இந்து மேளா’ என்ற இயக்கத்தை முன்னெடுத்தவர். இதையொட்டி அவர் அந்நாளில் புகழ்பெற்ற பல தேசபக்திப் பாடல்களையும் எழுதினார். மண்ணின் விசுவாசி என்ற புனைபெயரில் பிரிட்டிஷ் ஆட்சிக்கு எதிரான கட்டுரைகளைத் தொடர்ந்து எழுதி வந்தவர்.

பின்னாளில், ரவீந்திரரின் சாந்திநிகேதன் தொடர்பான முயற்சிகள் அனைத்திலும் தன்னை ஈடுபடுத்திக் கொண்டவர். முதல் சந்திப்பிலேயே மகாத்மா காந்தியின் தனித்துவத்தை உணர்ந்த துவிஜேந்திரநாத், ரவீந்திரருக்கு அதை எடுத்துக் கூறியதோடு, தன் வாழ்நாள் முழுவதும் அவரது ஆதரவாளராக இருந்தார். மகரிஷி 1905இல் மறைந்தபிறகு நிரந்தரமாக சாந்திநிகேதனில் தங்கிவிட்ட இவர் ஜனவரி 19, 1926இல் மறைந்தார்.

இவரது மகன்வழி பேரனான சௌம்யேந்திரநாத் தாகூர் இந்திய இடதுசாரி இயக்கத்தின் முன்னோடிகளில் ஒருவர். ஒரு ஜமீன்தார் குடும்பத்தில் பிறந்தபோதிலும், ஜமீன்தாரி முறையை எதிர்த்து வங்காளம், அசாம் ஆகிய பகுதிகளில் விவசாயிகளை அணிதிரட்டியவர். கம்யூனிஸ்ட் அறிக்கையை முதன்முதலில் வங்காளி மொழியில் மொழிபெயர்த்தவர். ஜெர்மனி, பிரான்ஸ், ரஷ்யா ஆகிய நாடுகளில் செயல்பட்டு வந்த அவர், அன்றைய கம்யூனிஸ்ட் அகிலத்துடனும், ஸ்டாலினுடனும் ஆன தனது கருத்து வேறுபாடுகளை ஆணித்தரமாக வெளிப்படுத்தியவரும் ஆவார்.

பிரெஞ்சு, ருஷ்யன், ஜெர்மன், ஆங்கிலம், வங்காளம் ஆகிய மொழிகளில் பல இடதுசாரி தத்துவ நூல்களை எழுதியவர். 1934இல் புரட்சிகர இந்திய கம்யூனிஸ்ட் கட்சியை உருவாக்கி, 1974இல் தான் மறையும்வரை நடத்தி வந்த அவர், வங்கதேச விடுதலைக்கான போராட்டத்திலும் தீவிர பங்காற்றியவர்.

அடுத்த சகோதரரான சத்யேந்திரநாத் தாகூர் (1842-1923) நவீன இந்திய வரலாற்றில் தனியிடம் பெற்றவர். பிரிட்டிஷ் ஆட்சிப் பணியாக அன்றிருந்த ஐ.சி.எஸ். போட்டியில் முதன்முதலில் தேர்ந்தெடுக்கப்பட்ட இந்தியர் என்ற பெருமை பெற்றவர். வங்காளி, வடமொழி, ஆங்கிலம், மராத்தி, இந்துஸ்தானி ஆகிய மொழிகளில் புலமை பெற்ற இவர், ஏனைய சகோதரர்களுக்கு வெகுகாலம் முன்பாகவே பெண் விடுதலை குறித்து தீவிர கவனம் செலுத்தியவர். தாகூர் குடும்பத்தின் மூலமாக சமூகத்தில் பெண்களின் நிலையில் பெரும் மாற்றத்தை ஏற்படுத்தியதில், இவரும் இவரது மனைவி ஞானதநந்தினியும் மிகப்பெரும் பங்களிப்பைச் செலுத்தினர் என்று கூறுவது பொருத்தமாக இருக்கும்.

பிரிட்டிஷ் ஆட்சியில் உயர் அதிகாரியாக அன்றைய பம்பாய் ராஜதானியில் பணிபுரிந்த போதிலும், கல்கத்தாவில் உருவாகியிருந்த இந்து மேளா அமைப்பின் மூலம் நாட்டுப்பற்றை மக்களிடையே பரப்புவதில் கணிசமான பங்கு வகித்தார். இவர் எழுதிய பாடல்கள் மக்களுக்கு எழுச்சியூட்டுவதாக இருந்தன. தன் அண்ணனைப் போலவே வங்கிய சாகித்ய பரிஷத், வங்கிய சாகித்ய சம்மேளன் ஆகிய அமைப்புகளின் தலைவராகவும் செயல்பட்டார்.

பிரம்ம சமாஜத்தின் செயல்பாடுகளில் அன்றைய தலைவரான கேசப் சந்திர சென்னுடன் இணைந்து தீவிரமாக செயல்பட்டவர். பின்னர் அந்த அமைப்பின் ஆச்சார்யராக தேர்ந்தெடுக்கப்பட்டு, தலைவராகவும் செயல்பட்டார். பிரம்ம சமாஜத்தின் வழிபாட்டுப் பாடல்களையும் தொடர்ந்து உருவாக்கி வந்தார். பிரம்ம சமாஜத்தின் தத்துவபோதினி பத்ரிகாவின் ஆசிரியராகவும் சில ஆண்டுகள் செயல்பட்டார்.

திலகரின் பகவத்கீதை உரை, காளிதாசரின் மேகதூதம், துக்காராமின் அபாப்கா ஆகியவற்றை வங்காளியில் மொழிபெயர்த்தார். வங்காளி மொழியில் ஒன்பது நூல்களையும் ஆங்கிலத்தில் மூன்று நூல்களையும் எழுதியுள்ள சத்யேந்திர நாத், வங்காளி சமூகத்தில் பெண் விடுதலைக்கான முதல் கலகக் குரலை முதலில் வீட்டிற்குள்ளேயே எழுப்பி, பின்பு தன் மனைவியின் மூலமாக,

அதை சமூகத்தில் பரவலாகப் பரவச் செய்ததில் தனியிடம் பெற்றவர்.

இந்தத் தம்பதியரே சமூக அவலங்கள், பெண் அடிமைத்தனம், அந்நிய அடிமைத்தனம் ஆகியவற்றுக்கு எதிரான உணர்வுகளை ரவீந்திரரின் மனதில் வேர்விடச் செய்ததில் பெரும்பங்கினை வகித்தனர் எனலாம். அவரது முயற்சிகள் ஒவ்வொன்றையும் இத்தம்பதியினர் உத்வேகமூட்டி வளர்த்தனர். இவர்களின் சுரேந்திரநாத், இந்திராதேவி ஆகிய குழந்தைகள் இருவருமே தாகூரின் மிக நெருங்கிய சகாக்களாகத் திகழ்ந்தவர்கள். அவரது எழுத்துக்களை ஆங்கிலத்தில் மொழிபெயர்த்தவர்களும் கூட. நாட்டின் மேற்குப் பகுதியில் சத்யேந்திரநாத் பணிபுரிந்தபோது தான், பல இடங்களுக்கும் பயணம் செய்து புதிய அனுபவங்களைப் பெறவும், புதிய கவிதைகளை எழுதவும் வாய்ப்பு உருவானது என்று ரவீந்திரர் பல தருணங்களிலும் குறிப்பிட்டுள்ளார்.

அடுத்த சகோதரரான ஹேமேந்திரநாத் தாகூர் (1844-1884) பிரம்ம சமாஜத்தின் அமைப்புச் சட்டம் உருவானபிறகு, இந்தக் குடும்பத்தில் பிறக்கும்போதே பிரம்ம சமாஜியாக உதித்தவர். வயதில் இளையவராக இருந்தபோதிலும், பிரம்ம சமாஜத்தின் மூத்த உறுப்பினர்களுக்கும் மகரிஷிக்குமான தூதராகவும் சிறப்பாகச் செயல்பட்டு வந்தவர். குடும்ப நிலங்களை மேற்பார்வையிடும் பணியை மேற்கொண்டதோடு, குடும்பத்தில் தனக்கு பின்னாலிருந்த குழந்தைகளின் கல்விக்கான பொறுப்பையும் நிர்வகித்து வந்தவர்.

கண்டிப்பிற்குப் பெயர்போனவர் என்ற போதிலும் அவர்களது இசை, நாடகம், எழுத்து ஆகிய திறமைகளை ஊக்குவித்தவர். 'குடும்பத்தின் விஞ்ஞானி' என்று பட்டம்பெற்ற இவர் கல்கத்தா மருத்துவக் கல்லூரியில் பயின்றவர். இயற்பியல், வேதியியல் ஆகியவை குறித்த பல கட்டுரைகளையும் எழுதியவர். ஒலி (ரேடியோ) அலைகள் குறித்தும் ஆராய்ச்சி செய்து வந்தவர்.

யோகாவிலும் உடற்பயிற்சியிலும் மிகுந்த ஈடுபாடு கொண்டிருந்த இவர், மல்யுத்த வீரராக, ஜூடோ, நிஞ்சா போன்ற தற்காப்புக் கலைகளை அறிந்தவராகவும் இருந்தார். மிகுந்த முற்போக்கு எண்ணம் கொண்டவர். வழக்கமாக குடும்பத்துப் பெண்களுக்கு வங்காளத்திலேயே மாப்பிள்ளை பார்த்து திருமணம் செய்விப்பதற்கு மாறாக, தனது பெண்களுக்கு அசாம், உத்திரப் பிரதேசம் போன்ற தொலைதூர பகுதிகளில் இருந்து வரன் தேடி மணம் செய்வித்தவர். தனது பெண்களுக்கு பிரெஞ்சு, ஜெர்மன்

போன்ற ஐரோப்பிய மொழிகள், இசை, நாடகம் ஆகியவற்றிலும் பயிற்சி அளித்தவர்.

தனது சகோதரிகளின் நிதிநிலையை மேம்படுத்தும் வகையில் தனிப்பட்ட அறக்கட்டளைகளை உருவாக்கியவர். குடும்ப நிலங்களில் பணிபுரிந்து வந்த விவசாயிகளிடம் மிகுந்த அன்பு செலுத்தி, அவர்களிடம் நற்பெயரை பெற்றவர். 40 வயதிலேயே இவரது மறைவு என்பது வங்காள அறிவியல் உலகிற்கு மிகப்பெரும் பேரிழப்பாக இருந்தது.

அடுத்த சகோதரரான ஜோதீந்திரநாத் தாகூர் *(1849-1925)* நாடக ஆசிரியர், பாடலாசிரியர், இசை நிபுணர், மொழிபெயர்ப்பாளர், ஓவியர், மிகச் சிறந்த அமைப்பாளர் என பன்முகத் திறன் கொண்டவராவார். மக்களிடையே நாட்டுப்பற்றை வளர்க்க *1867*இல் உருவாக்கப்பட்ட இந்து மேளாவின் தொடக்க நிகழ்வில் 'துவக்கம்' என்ற இவரது பாடல் மிகுந்த கவனத்தை ஈர்த்தது. இது போக, பிரம்மதர்மபோதினி சபா *(1872)*, சரஸ்வத சமாஜ் *(1872)* ஆதி பிரம்ம சமாஜ் சங்கீத் வித்யாலயா *(1875)*, சஞ்சீவன் சபா போன்ற பல அமைப்புகளையும் இவர் உருவாக்கினார்.

நாட்டுப் பற்றை வளர்த்தெடுக்கும் நோக்கத்துடன் பல்வேறு நாடகங்களையும் எழுதி உருவாக்கினார். அதேபோன்று இசை நாடகங்களையும் எழுதி பரவலாக அறிமுகம் செய்தார். இவர் எழுதிய நாடகங்கள் ஜொரசங்கோ இல்லத்தின் பொதுக் கூடத்தில் முதலில் அரங்கேற்றம் செய்யப்பட்டு, பின்னர் கல்கத்தாவின் புகழ்பெற்ற நாடக அரங்குகளில் நடத்தப்பட்டன.

இந்தியாவின் பண்டைய வரலாற்றை எடுத்துக் கூறி, அதன் மூலம் நாட்டுப் பற்றை வளர்ப்பதாக இவரது நாடகங்கள் திகழ்ந்தன. சொந்த நாடகங்கள் மட்டுமின்றி, வடமொழி, பிரெஞ்சு, ஆங்கில நாடகங்களையும் வங்காளியில் மொழிபெயர்த்து வெளியிட்டார். இசை நாடகம் ஒன்றை இவர் உருவாக்கிக் கொண்டிருக்கும்போது, குறிப்பிட்ட ஓரிடத்தில், தேவையான இசைக் கோர்வையோடு இயைந்த ஒரு பாடலை உருவாக்க முடியாமல் இவர் தத்தளித்துக் கொண்டிருந்தபோது, சிறுவனான ரவீந்திரர், நாடகத்தில் அந்தத் தருணத்திற்கு உகந்த வகையில் ஒரு பாடலைச் சந்தத்தோடு உடனடியாக இவர் முன்னால் பாடினார். அந்தப் பாடல் மிகப் பொருத்தமாக இருந்ததோடு, அதற்காகவே ரசிகர்கள் கூட்டம் திரண்டதாகவும் செய்தி உண்டு.

ஜோதீந்திரநாத் பாடலாசிரியராக மட்டுமின்றி, இசை நிபுணராக, இசைக் கருவிகளை வாசிப்பவராகவும் இருந்தார். *1897*இல் இசைக்

குறிப்புகளை பதிவு செய்யும் முறையை கற்க உதவி செய்யும் ஸ்வரலிபி கீதிமாலா என்ற இவரது நூல் வங்காளி மொழியில் மிக முக்கியமான ஒன்றாகும். அன்று மக்களிடையே புகழ்பெற்றிருந்த 168 பாடல்களுக்கான இசைக் குறிப்புகள் இந்நூலில் அடங்கி யிருந்தன. அதில் 68 பாடல்கள் ரவீந்திரர் எழுதியவை என்பது குறிப்பிடத்தக்கது.

பிரம்ம சமாஜத்தில் இசைப் பள்ளி ஒன்றை தொடங்கியதோடு, இசை தொடர்பான இரண்டு இதழ்களையும் நடத்தி வந்தார். பியானோ அல்லது வயலினில் இவர் புதிய இசையை உருவாக்கிக் கொண்டிருக்கும்போது அந்த இசைக்கேற்ப ரவீந்திரரும், அவரது மூத்த சகோதரியான சுவர்ண குமாரியும், அக்ஷய் சவுதரி என்பவரும் புதிய பாடல்களை புனைவது வழக்கம் என்று ரவீந்திரர் தனது நினைவலைகளில் குறிப்பிட்டிருந்தார்.

மனித உருவங்களை வரைவதில் மிகச் சிறந்தவராக இருந்த ஜோதீந்திரநாத், தனது தாத்தா துவாரகநாத் போலவே சணல், இண்டிகோ, கப்பல் போக்குவரத்து ஆகிய தொழில்களில் ஈடுபட்ட போதிலும், தொழில்துறையில் வெற்றி பெற இயலவில்லை. பாடல்கள், இசை, ஓவியம், நாடகம் எனப் பல்வேறு துறைகளிலும் தீவிரமாக செயல்பட்டு, அவை அனைத்திலும் முன்னோடியாகத் திகழ்ந்த ஜோதீந்திரநாத் ராஞ்சியில் 1925ஆம் ஆண்டில் காலமானார்.

அடுத்த சகோதரரான பிரேந்திரநாத் (1845-1915) மனநலம் குன்றியவர். இவரது மகனான பாலேந்திரா சாந்திநிகேதன் உருவாக்கத்தில் குறிப்பிடத்தக்க பங்கு வகித்தவர். எனினும் மிக இளம் வயதிலேயே அவர் உயிர்நீத்தார். ஆறாவது மகனான பூர்ணேந்துநாத் (1851-1859) மிகச் சிறுவயதிலேயே உயிர்நீத்தார்.

அடுத்த சகோதரரான சோமேந்திரநாத் (1859-1925) மிகச் சிறுவயதிலிருந்தே ஆஸ்த்மா நோயினால் பாதிக்கப்பட்டிருந்தார். எனவே திருமணம் செய்து கொள்ளாமல் ஜொரசங்கோவில் ஓர் அறையில் தங்கியிருந்தார். அடுத்த தலைமுறை குழந்தைகளிடம் மிகுந்த அன்புடன் பழகியவர் என்ற பெயரும் பெற்றவர். படுத்தபடியே இவர் எழுப்பும் இசையொலிக்கு ஏற்ப பல பாடல்களை தான் இயற்றியதாகவும், எனினும் அவற்றில் பலவும் பதிவு செய்யப்படாமல் போனது என்றும் ரவீந்திரர் தனது நினைவலைகளில் குறிப்பிட்டிருந்தார்.

ஜொரசங்கோ குடும்பத்தின் இதர பெண்கள் ரவீந்திரரின் வாழ்க்கைப் பயணத்தில் எத்தகைய தாக்கத்தை ஏற்படுத்தினார்கள் என்பதை அடுத்த பத்தியில் காணலாம்.

•

ஜொரசங்கோ குடும்பத்தின் கடைக்குட்டியான ரவீந்திரரின் மூத்த சகோதரர்களைப் போலவே, மூத்த சகோதரிகளும், அவரது அண்ணிகளும் தன்னளவில் தனிச்சிறப்பு வாய்ந்தவர்களாக இருந்தனர். தங்களுக்கேயுரிய வகையில் ரவீந்திரரின்மீது பாதிப்புகளை ஏற்படுத்தியிருந்தனர். இதை, அவர் வாழ்வின் ஒவ்வொரு திருப்பத்திலும் நம்மால் காணமுடியும்.

அந்தக் குடும்பத்தினரின் எழுத்து, இசை, நாட்டியம், நாடகம், ஓவியம் என்று பல்வேறு திறமைகளை வெளிக்கொண்டு வரும் வகையில் ஜோதீந்திரநாத் 1877இல் பாரதி என்ற இதழைத் தொடங்கினார். குடும்பத்தின் மூத்த மகனான துவிஜேந்திரநாத் இந்த இதழுக்கு முதல் ஏழு ஆண்டுகள் ஆசிரியராக இருந்தார். பின்பு மகரிஷியின் நான்காவது மகளான சுவர்ணகுமாரி 11 ஆண்டுகள் ஆசிரியராக இருந்தார். அந்தக் காலப்பகுதியில் இந்த இதழின் உள்ளடக்கம் ரவீந்திரர் உள்ளிட்ட குடும்ப உறுப்பினர்களின் பங்களிப்பில் பரவலாக விரிவடைந்தது.

பின்பு அவரது மகள் ஹிரண்மயி, மகன் ஜ்யோத்ஸ்னா (இவரும் சத்யேந்திரநாத் தாகூரைப் போலவே ஐசிஎஸ் போட்டியில் வெற்றி பெற்று இந்தியாவின் மேற்குப் பகுதியில் பணிபுரிந்தவர்) ஆகியோர் 12 ஆண்டுகள் ஆசிரியராக இருந்து நடத்தினர். அதன் பின்பு ஓராண்டு ரவீந்திரர் அதன் ஆசிரியராக இருந்தார். பின்பு மீண்டும் சுவர்ணகுமாரி 8 ஆண்டுகள் ஆசிரியராக இருந்தார். மீண்டும் ஒன்பது ஆண்டுகால இடைவெளிக்குப் பிறகு அவர் இரண்டு ஆண்டுகள் ஆசிரியராகப் பணிபுரிந்து 50 ஆண்டுகளாக வெளிவந்து கொண்டிருந்த அந்த இதழுக்கு முடிவுரை எழுதினார்.

இந்த இதழ் வெளிவரத் தொடங்கியபோது ரவீந்திரருக்கு 16 வயது. அதன் முதல் இதழில் இருந்தே அவர் கவிதை, பாடல், சிறுகதை, நாடகம், கட்டுரை, பயணக் கட்டுரை என பல்வேறு வடிவங்களில் தொடர்ந்து பங்களிப்பு செய்து வந்தார். இடைவெளியின்றித் தொடர்ந்து எழுதுவதற்கான நிர்ப்பந்தத்தை தனக்குக் கொடுத்ததும், வயதுக்கு மீறிய தனது எழுத்துகளை வெளியிட்டதும் இந்த இதழ்தான் என்று ரவீந்திரர் தனது நினைவலைகளில் கூறியிருப்பார்.

ஜொரசங்கோ இல்லத்தவரின் திறமைகளை மேலும் மேலும் வளர்ப்பதில் பாரதி இதழ் மிகப்பெரும் பங்களிப்பு செய்தது. இல்லத்து மருமகள்களான ஞானதநந்தினி, காதம்பரி ஆகியோரின் பங்களிப்பும் குறிப்பிடத்தக்கது. பின்னாளில் ஞானதநந்தினி சிறுவர்களின் எழுத்துகளை முன்னெடுப்பதற்கெனவே 'பாலக்'

என்ற இதழை வெளியிடத் தொடங்கினார். இதில் அடுத்த தலைமுறையைச் சேர்ந்த குழந்தைகளின் எழுத்துக்கள் மட்டுமின்றி, ரவீந்திரரின் எழுத்துக்களும் இடம்பெற்றன. இது 11 இதழ்கள் மட்டுமே வெளிவந்தன. பின்னர் இந்த இதழ் சுவர்ணகுமாரி ஆசிரியராக செயல்பட்டு வந்த பாரதியுடன் இணைக்கப்பட்டுவிட்டது. இந்தச் சிறுவர் இதழில் ரவீந்திரர் தனது ஹசாரிபாக் சுற்றுலாப் பயணம் பற்றி 'பத்து நாள் விடுமுறை' என்ற தலைப்பிலும் 1878இல் இங்கிலாந்தில் தங்கியிருந்தபோது முதன்முதலில் எதிர்கொண்ட பனிப்பொழிவு பற்றியும் கட்டுரைகளை எழுதியிருந்தார்.

ரவீந்திரரின் மூத்த சகோதரி சவுதாமினி (1847-1920) சாரதா பிரசாத் கங்குலி என்பவரைத் திருமணம் செய்து கொண்டார். வங்காள மொழியிலும் வடமொழியிலும் மிகச் சிறந்த ஆளுமையாகத் திகழ்ந்த இவர், வால்மீகி ராமாயணத்தை அடியொற்றி அற்புத ராமாயணம் என்ற கவிதை நூலை வங்காளி மொழியில் எழுதினார். 19ஆம் நூற்றாண்டிலேயே சீதையின் பார்வையில் ராமாயணத்தை முன்வைத்தவர் என்ற பெருமையும் பெற்றவர். கல்கத்தாவில் பெண்களுக்கென தனியாக உருவாக்கப்பட்ட பெத்தூன் பள்ளியின் முதல் ஆண்டு மாணாக்கர்களில் ஒருவர் என்ற பெருமையும் இவருக்கு உண்டு. இவரைத் தொடர்ந்து மற்ற சகோதரிகளும் பெத்தூன் பள்ளியில் படித்தார்கள்.

மகரிஷியின் இரண்டாவது மகளான சுகுமாரி (1850-1884) பாப்னா மாவட்டத்தில் (இன்று வங்கதேசத்தில் உள்ளது) பருய்பூர் என்ற ஊரின் ஜமீன் பரம்பரையில் வந்த துர்காதாஸ் சவுதரி என்பவரைத் திருமணம் செய்து கொண்டார். இவர் அன்றைய ஆங்கிலேய ஆட்சியில் ஓர் அதிகாரியாக இருந்தவர். இவரது மகன்களில் ஒருவரான ப்ரமத சவுதரி வழக்கறிஞராக இருந்தபோதிலும், வங்காள இலக்கியத்தில் பீர்பால் என்ற புனை பெயருடன் எழுதிய தனிச்சிறப்பு வாய்ந்த எழுத்தாளராகக் கருதப்படுபவர்.

அவர் எழுதிய கவிதைகளும், கதைகளும் புகழ்பெற்றவை. வங்காள மொழியில் வடமொழி கலப்பை எதிர்த்து இயக்கம் நடத்திய முன்னோடி. அவர் நடத்திய சபுஜ் பத்ரா என்ற இதழ் வங்காள இலக்கியத்தை நவீன உலகை நோக்கி நகர்த்தியதில் முக்கியப் பங்கு வகித்தது. இவரது மற்றொரு மகனான டாக்டர் மன்மதநாத் சவுதரி அன்றைய மதராஸ் மாகாணத்தில் இந்திய சர்ஜன் ஜெனரலாக பணியாற்றியவர். இவர் சவுதாமினியின் பேத்தி லீலாதேவியைத் திருமணம் செய்து கொண்டார். இவரது மகள்

தேவிகா ராணி ரோரிச் இந்தியாவில் திரைப்பட ஸ்டூடியோவின் முதல் பெண் அதிபர் என்பது மட்டுமின்றி, இந்தியத் திரைப்பட உலகின் முதல் நடிகை என்ற அடையாளத்தையும் பெற்றவர்.

மகரிஷியின் நான்காவது மகளான சுவர்ணகுமாரி (1855-1932) கவிஞர், நாவலாசிரியர், இசையமைப்பாளர், சமூக சேவகர் என்ற பன்முகத் திறமை கொண்டவர். வங்காள மொழியில் சிறுகதை, நாவல் ஆகிய துறைகளின் முன்னோடியாகத் திகழ்ந்தவர். வங்காள இலக்கியத்தில் பெண்களின் பங்கினைப் பெருமளவிற்கு விரிவுபடுத்தியவர். ஜொரசங்கோ குடும்பத்தின் பாரதி இதழை மிக நீண்ட காலம் ஆசிரியராக இருந்து நடத்தியவர். குறிப்பாக, ரவீந்திரரின் பன்முக எழுத்துக்கு அடித்தளம் இட்டவர்.

இவர் ஜானகிநாத் கோஷால் என்பவரைத் திருமணம் செய்து கொண்டார். நதியா மாவட்டத்தில் பெரும் நிலப்பிரபுத்துவக் குடும்பத்தைச் சேர்ந்த ஜானகிநாத் பிரம்ம சமாஜத்தில் சேர்ந்ததால், குடும்பத்தினர் அவரை விலக்கி வைத்து, சொத்துரிமையையும் பறித்துக் கொண்டனர். எனினும், தனது வணிகத் திறமையால் நிலபுலன்களை வாங்கி ஜமீன்தாராகவும் அவர் உயர்ந்தார்.

இந்தியத் தேசிய காங்கிரஸின் நிறுவனர்களில் ஒருவர். அன்னி பெசண்ட்டின் தியாசாஃபிகல் சொசைட்டி கிளையை வங்காளத்தில் தொடங்கியபோது சுவர்ண குமாரிதான் அதன் தலைவராக இருந்தார். பொது அரசியலில் நேரடியாக ஈடுபட்ட முதல் பெண்மணியாகவும் அவர் இருந்தார். இந்தியப் பொருட்களை முன்னிறுத்தும் நோக்கத்துடன் லக்ஷ்மி பண்டார் என்ற கடையைத் தொடங்கி வெற்றிகரமாக நடத்தினார்.

1896ஆம் ஆண்டில் சக்தி சமிதி என்ற அமைப்பை நிறுவினார். அந்நாட்களில் பெண்களின் உரிமைகளுக்கென உருவான முதல் அமைப்பான இந்தச் சமிதியின் நோக்கம் ஆதரவற்றோர், கணவனை இழந்தோர் ஆகியோரின் வாழ்க்கை நிலையை மாற்றுவதே ஆகும். அவர்களுக்குக் கல்வி வழங்குவதில் இருந்து தொடங்கி, கைத்தொழிலை பயிற்றுவித்து, அதன்மூலம் தங்களை நிலைநிறுத்திக் கொள்ள உதவுவதும் இதன் வழிமுறையாக இருந்தது. இந்தப் பெண்கள் உருவாக்கிய கைவினைப் பொருட்களை விற்பனை செய்வதற்கென, வங்காளத்தின் பல்வேறு நகரங்களில் கண்காட்சிகளை நடத்தி இந்தியப் பொருட்களின் மீது கவனத்தைத் திருப்புவதிலும் இந்த அமைப்பு வெற்றி பெற்றது.

சுவர்ணகுமாரியின் மூத்த மகள் ஹிரண்மயி விதவைகளுக்கான ஆசிரமத்தை நிறுவி, அதை மிகச் சிறப்பாக நடத்தி வந்தார். இரண்டாவது மகளான சரளா தேவி (1872-1945) ஆங்கில இலக்கியத்தில் பட்டம் பெற்று பதக்கமும் பெற்றவர். தொடக்கத்தில் மைசூரில் மகாராஜா பள்ளியில் ஆசிரியையாக ஓராண்டு பணிபுரிந்து, உடல்நிலை பாதிப்பினால் மீண்டும் கல்கத்தா வந்து, இளைஞர்களை ஆங்கிலேய ஆட்சிக்கு எதிராக அணிதிரட்டும் வகையில் உடற்பயிற்சிக் கூடங்களை நடத்தி வந்தார்.

சுவாமி விவேகானந்தர், நிவேதிதா ஆகியோருடன் நெருக்கமாக இருந்த இவர், அன்றைய தீவிரவாத குழுக்களில் ஒன்றான அனுசீலன் சமிதியை வளர்த்தெடுத்தவர்களில் ஒருவர். ஆர்ய சமாஜ குடும்பத்தைச் சேர்ந்த ராம்புஜ் தத் சவுதரி என்பவரைத் திருமணம் செய்து கொண்ட சரளா தேவி, பஞ்சாபுக்கு இடம்பெயர்ந்து லாகூரில் வசித்து வந்தார். இவரது கணவர் காந்திஜி தொடங்கிய ஒத்துழையாமை இயக்கத்தில் பங்கேற்று சிறையில் அடைக்கப் பட்டபோது, காந்திஜி இவருக்கு ஆறுதல் சொல்ல வீட்டிற்கு வந்திருக்கும்போது இவருடைய கவிதையால், இலக்கியத் திறனால் பெரிதும் கவரப்பட்டார். காந்திஜியின் மிக நெருங்கிய நண்பர்களில் ஒருவராக சரளா தேவி இருந்தார். மேலும் இவரது ஒரே மகன் விவேக், காந்திஜியின் பேத்தி ராதாவைத் திருமணம் செய்து கொண்டார் என்பதும் குறிப்பிடத்தக்கது.

மகரிஷியின் இரண்டாவது மகனும் இந்தியாவின் முதல் ஐசிஎஸ் அதிகாரியுமான சத்யேந்திரநாத்தின் மனைவியான ஞானதநந்தினி (1850-1941) நாம் ஏற்கெனவே குறிப்பிட்டதைப் போல, ஜொரசங்கோ குடும்பத்தில் அதுவரை நிலவி வந்த நிலப்பிரபுத்துவ நடைமுறைகளை உடைத்தெறிந்து, பெண்களின் விடுதலைக்கான அடித்தளம் இட்டவர். அந்தர் மஹால் என்று அழைக்கப்படும் உள்ளறைகளில் இருந்த பெண்களை, பெண் குழந்தைகளை புதிய உலகிற்கு அறிமுகம் செய்தவர். கணவரின் விருப்பத்திற்கேற்ப, இரண்டு குழந்தைகளுடன், ஆண் துணையின்றித் தனியாகக் கப்பலில் பயணம் செய்து இங்கிலாந்து சென்று, கிட்டத்தட்ட இரண்டு ஆண்டுகள் அங்கு தனியாக வாழ்ந்து காட்டியவர்.

திருமணம் ஆனபோது எழுதப்படிக்கத் தெரியாமல் இருந்த ஒருவர், கணவரின் ஊக்கத்தால் எவ்வாறு தன்னை மேம்படுத்திக்கொண்டு சமூகத்தில் சம உரிமையை வென்றடைய முடியும் என்பதற்கு 19ஆம் நூற்றாண்டில் மிகச் சிறந்த முன்னுதாரணமாக அவர் இருந்தார். வங்காளி, ஆங்கிலம் ஆகிய மொழிகள் மட்டுமின்றி,

பிரெஞ்சு, குஜராத்தி, மராத்தி மொழிகளையும் கற்றிருந்தார். ஆங்கிலேய நடையுடை பாவனைகளை பின்பற்றுவதில் முன்னோடியாக இருந்தபோதிலும், இந்தியா தன் அடிமைத்தனத்திலிருந்து விடுதலை பெற வேண்டும் என்ற வேட்கை கொண்டவராகவும் இருந்தார்.

வங்காள பெண் உலகில் புதியதொரு பாதையை உருவாக்கியவர் என்று ஞானதநந்தினியைக் குறிப்பிடலாம். வங்காளத்தில் முதலில் நாடகத்தில் நடித்த பெரிய குடும்பத்தைச் சேர்ந்த பெண் என்ற அந்தஸ்து பெற்றவர். ஒரு ஐசிஎஸ் அதிகாரியின் மனைவி என்ற வகையில் கவர்னர் ஜெனரலின் கிறிஸ்துமஸ் விருந்துக்குத் தனியாகச் சென்றவர். ரவீந்திரரைச் சிறு குழந்தையாக கையில் எடுத்து வளர்த்து ஆளாக்கியவர். அவரது வாழ்க்கைத் துணைவியை தேர்ந்தெடுத்ததிலிருந்து தொடங்கி, அனைத்து வகையிலும் அவரது வாழ்க்கையின் அச்சாணியாகத் திகழ்ந்தவர். ரவீந்திரர் மறைவிற்குப் பிறகு தனது 91வது வயதில் உயிர் நீத்தார்.

இவரது மகள் இந்திரா தேவி சவுதுராணி மேலே குறிப்பிட்ட ப்ரமத சவுதரியைத் திருமணம் செய்து கொண்டார். சிறுவயதிலிருந்தே ரவீந்திரரின் மிக நெருங்கிய நட்பைப் பெற்றவராக, அவரது பாடல்களுக்கு இசை வடிவம் தருபவராக இருந்தார். பெண்களின் முன்னேற்றத்திற்கான நடவடிக்கைகளில் சரளா தேவியுடன் இணைந்து செயல்பட்டவர். பின்னாளில், சாந்திநிகேதனில் தங்கி சங்கீத் பவனத்தை உருவாக்கியவர். மிகச் சிறிய காலத்திற்கு விஸ்வபாரதி பல்கலைக்கழகத்தின் துணைவேந்தராகவும் பணியாற்றியவர்.

மகரிஷியின் ஐந்தாவது மகனான ஜோதிந்திரநாத்தின் மனைவியான காதம்பரி தேவி தன்னைவிட இரண்டு வயது குறைந்த சிறுவனான ரவீந்திரரின் சிறுவயது தோழியாக, வழிகாட்டியாக, ஆலோசகராக விளங்கி வந்தார் என்பதோடு, அவரது கவிதைகளின் தரத்தை மேம்படுத்தியதில் வேறு எவரையும்விட தனிப்பங்கு வகித்தார். இந்த உண்மை ஜொரசங்கோ குடும்பத்திலுள்ள அனைவராலும் ஒப்புக்கொள்ளப்பட்டது மட்டுமின்றி, ரவீந்திரர் தனது நூல்களில் பெரும்பாலானவற்றை இவரது நினைவிற்கே அர்ப்பணித்திருந்தார் என்பதிலிருந்தே, அவரது வாழ்வில் காதம்பரி தேவி எத்தகைய தாக்கத்தை ஏற்படுத்தியிருந்தார் என்பதை புரிந்துகொள்ள முடியும்.

பாரதி இதழின் உள்ளடக்கம், அழகியல் ஆகியவற்றில் இவரது பங்களிப்பு குறிப்பிடத்தக்கது. ரவீந்திரர் – காதம்பரி தேவி ஆகிய இருவரைப் பற்றி எத்தனையோ கதைகள் அன்று உலவி

வந்தபோதிலும், வீட்டின் கடைக்குட்டியான ரவீந்திரரின் திறமைகள் படிப்படியாக வெளிவருவதற்கான கிரியா ஊக்கியாக காதம்பரி தேவி இருந்தார் என்பதை எவராலும் மறுக்க முடியாது.

மேற்கூறிய இவர்கள் அனைவரும் ரவீந்திரருக்கு வயதில் மூத்தவர்கள் என்ற வகையில் அவரது முன்னேற்றத்திற்குத் தேவையான அனைத்து உதவிகளையும் ஊக்கத்தையும் தந்தார்கள் எனில், அவரது மனைவி மிருணாளினியோ தாகூரின் கனவான சாந்திநிகேதன் பள்ளியின் தொடக்க கால உருவாக்கத்தில் உடல், பொருள், ஆவி என அனைத்தையும் தந்து உதவியவர். விஸ்வபாரதி பல்கலைக்கழகம் என ஆலமரமாக இன்று வளர்ந்திருக்கும் அந்தப் பள்ளிக்கு வித்திட்டவர். ஒரு குருகுலமாக உருவானபோது முதன்முதலில் அதில் சேர்ந்த ஆறு மாணவர்களின் (அதில் அவரது மகன் ரதீந்திரநாத்தும் அடக்கம்) அனைத்துத் தேவைகளையும் கவனித்துக் கொண்டவர். 1902 நவம்பரில் நோய்வாய்ப்பட்டு மறைந்தார்.

அத்தியாயம் 6

உதித்தெழுந்த கதிரவன்

இதுவரையில் ரவீந்திரரின் குடும்பப் பின்னணி, அவரது முன்னோர்களின் பன்முகத் திறமைகள், தாகூரின் வளர்ச்சியில் அவர்களின் தாக்கம் ஆகியவை குறித்துப் பார்த்தோம். இனி இந்தியாவின் கல்வி, மொழி, கலை, சமூகம், பண்பாடு போன்ற பல்வேறு துறைகளில் அவரது பங்களிப்பின் முக்கியத்துவம் பற்றித் தெரிந்துகொள்ள முயற்சிப்போம்.

1861ஆம் ஆண்டு மே மாதம் 7ஆம் நாளில் மகரிஷி தேவேந்திரநாத் தாகூருக்கும் சாரதா தேவிக்கும் 14வது குழந்தையாக, 8ஆவது மகனாக ரவீந்திரர் பிறந்தபோது, இந்தியா பிரிட்டிஷாரின் காலடியில் நசுங்கிக் கிடந்தது. அவர் பிறப்பதற்கு நான்கு ஆண்டுகளுக்கு முன்புதான் இந்தியாவின் முதல் சுதந்திரப் போர் என்று வரலாற்றில் அழைக்கப்படும் சிப்பாய் எழுச்சி கொடூரமான முறையில் நசுக்கி ஒடுக்கப்பட்டு, இந்தியாவின், குறிப்பாக வடக்கு மற்றும் மேற்கு இந்தியாவின் பல்வேறு சமஸ்தான அரசுகள் கிழக்கிந்திய கம்பெனியின் கிடுக்கிக் பிடிக்குள் கொண்டுவரப் பட்டிருந்தன.

சிப்பாய் எழுச்சி ஒடுக்கப்பட்ட பிறகு, இந்தியாவிற்கு வர்த்தகம் செய்ய வந்து, பின்பு ஆட்சியைப் பிடித்த கிழக்கிந்திய கம்பெனியின் அதிகாரம் பறிக்கப்பட்டது. 1858ஆம் ஆண்டிலேயே பிரிட்டிஷ் அரசின் நேரடி ஆட்சியின்கீழ் கம்பெனி ஆட்சிக்கு

உட்பட்ட இந்தியப் பகுதிகள் கொண்டுவரப்பட்ட போதிலும், 1877ஆம் ஆண்டில்தான் அதிகாரபூர்வமாக பிரிட்டிஷ் மகாராணி விக்டோரியா இந்தியாவின் பேரரசி என அறிவிக்கப்பட்டு, பிரிட்டிஷ் அரச பரம்பரையின் ஓர் ஆட்சிப் பகுதியாக இந்தியா மாறியது.

பல நூற்றாண்டுகளாகவே இந்தியா என்ற கனவைச் சுமந்து திரிந்த ஐரோப்பிய அரச பரம்பரைகளில் ஒன்றான பிரிட்டிஷ் அரசின் இந்தச் சாதனை, அதன் மணிமகுடத்தில் ஒளிவீசும் கோஹினூர் வைரமாக என்றென்றும் திகழும் என்ற நம்பிக்கையும் அன்றைய ஆட்சியாளர்களிடம் இருந்தது.

ஆட்சியாளர்கள் அவ்வாறு நினைப்பது இயல்பான ஒன்றுதான். இதில் குறிப்பிடத்தக்கது என்னவெனில், அன்றைய மக்களில் பலரும்கூட இத்தகைய நம்பிக்கை கொண்டவர்களாக, அதை வரவேற்பவர்களாக இருந்தார்கள் என்பதுதான். இதற்கான காரணமும் புரிந்துகொள்ளக் கூடிய ஒன்றாகத்தான் இருந்தது.

இந்தியத் துணைக்கண்டப் பகுதியில் பரவியிருந்த பல்வேறு ஆட்சிப் பகுதிகளும் ஒன்றையொன்று விழுங்குவதற்காக அன்றாடம் போர்களில் ஈடுபடுவதாக, அந்தச் செலவுகளுக்காகத் தன் ஆட்சிப் பகுதி மக்களை கசக்கிப் பிழிவதாகத்தான் இருந்து வந்தன. இவற்றின் உள்ளார்ந்த பதவிப் போட்டிகள், சதிகள், சூழ்ச்சிகள் ஆகியவற்றைச் சாதகமாகப் பயன்படுத்திக் கொண்டே, கிழக்கிந்திய கம்பெனி தனது ஆட்சிப் பகுதியைப் படிப்படியாக விரிவுபடுத்திக் கொண்டே வந்தது.

ஒன்றையொன்று அடித்து விழுங்கும் மிருகவெறியோடு நாடெங்கும் செயல்பட்டு வந்த இந்த ஆட்சியாளர்களை, எங்கிருந்தோ வந்த வெள்ளைப் பரங்கியர்கள் தங்கள் சூழ்ச்சித்திறனாலும் ஆயுத பலத்தாலும் வீழ்த்தி, நாட்டிற்குள் ஒருவித சமநிலையை கொண்டு வந்திருப்பதைக் கண்டு மக்கள் நிம்மதிப் பெருமூச்சு விட்டார்கள் என்றே சொல்ல வேண்டும். எந்த நேரத்திலும் தாங்கள் விழுங்கப்படலாம் என்ற காட்டு நியதியில் இருந்து தப்பித்த மக்களுக்கு, அந்த இடத்தில் உருவாகிய சுடுகாட்டு அமைதி தங்களுக்குக் கிடைத்த ஒரு வரமாகத்தான் தோன்றியிருக்க வேண்டும்.

தங்களது சுதந்திரத்தை இழந்துவிட்டோம் என்ற உணர்வுகூட இல்லாமல், கலாச்சார ரீதியாகப் பழைய அடிமைத்தனத்தை மனதளவில் ஏற்றுக்கொண்டு, வாழத் தொடங்கிய மக்களில் ஒரு

பிரிவினர் மேற்கத்திய நாகரீகத்தைப் புதிய வாழ்க்கை நெறியாகவும், மற்றொரு பிரிவினர் மனித வாழ்க்கையே ஆண்டவனில் இருந்து ஆள்பவன் வரையில் அடிமைப்பட்டுக் கிடப்பதே என்ற பாரம்பரிய நெறிமுறையைப் பின்பற்றுவோராகவும் இருந்த காலம் அது. இந்த இரு பிரிவினரின் ஊடாட்டமாகவே வங்கத்தில் மறுமலர்ச்சி இயக்கம் எழுச்சி பெற்றது. அதன் தாக்கம் தாகூரின் குடும்பத்திலும் இருந்தது என்பதையே அவரது முன்னோரின் வரலாறு நமக்கு எடுத்துக் கூறுகிறது.

தாகூர் பிறந்து வளர்ந்து, தனது 81வது வயதில் 1941இல் உயிர் நீத்தபோது, இந்தியாவின் இந்தக் கையறுநிலை முற்றிலுமாக மாறியிருந்ததைக் காண முடியும். இந்த மாற்றத்திற்கு அவரது குடும்பமே ஒரு முன்னுதாரணமாகத் திகழ்ந்தது என்றும் கூறலாம். கிழக்கிந்திய கம்பெனியின் வரிவசூல் அதிகாரிகளாக, ஒப்பந்ததாரர்களாக இருந்து பெரும் செல்வம் ஈட்டிய கொள்ளுத்தாத்தா நீலமணியின் காலத்திற்குப் பிறகு, தாகூரின் தாத்தா 'பிரின்ஸ்' துவாரகநாத் வெள்ளைக்காரர்களுக்குச் சமதையாகவும், போட்டியாகவும், பல்வேறு தொழில்களைத் தொடங்கியவராக, இன்னும் சொல்லப்போனால், இந்தியாவின் முதல் தொழிலதிபர் என்று போற்றத்தக்க தகுதியுடையவராகவும் இருந்தார்.

சிந்து சமவெளி நாகரிகம், அசோகரின் கல்வெட்டுகள் என இந்தியாவின் அனைத்து வகையான வளங்களையும் வரலாற்றையும் வெளிக்கொண்டு வருவதில் பெரும்பங்கு வகித்த ஆர்க்கியாலாஜிகல் சர்வே ஆஃப் இந்தியா, ஜூவாலாஜிகல் சர்வே ஆஃப் இந்தியா, பொடானிகல் அண்ட் ஜியாலாஜிகல் சர்வே ஆஃப் இந்தியா, கல்கத்தாவின் இந்தியன் மியூசியம் போன்ற எண்ணற்ற ஆய்வுக் கழகங்களின் ஊற்றுக்கண்ணாக விளங்கிய ஏசியாடிக் சொசைட்டி ஆஃப் பெங்கால் என்ற ஆய்வுக் கழகத்தின் தொடக்கக் கால உறுப்பினர், தாளாளர் என்ற அந்தஸ்தைப் பெற்ற முதல் இந்தியராக, அன்றைய கம்பெனி ஆட்சியில் நவீன அறிவியலை, கல்விக் கூடங்களை உருவாக்குவதில் பெரும்பங்கு வகித்தவராக துவாரகநாத் இருந்தார்.

அவரது தந்தையான மகரிஷி தேவேந்திரநாத் தன் முன்னோர்கள் ஈட்டிய பெரும் செல்வத்தை இழந்தபோதிலும், இருப்பதைக் கொண்டு சிறப்புடன் வாழ்ந்து, அருவமான இறைவனை முன்னிறுத்திய பிரம்ம சமாஜத்தைக் கட்டியெழுப்பி புதியதொரு மனித சமூகத்தை உருவாக்க முயற்சித்தவர்.

இம்மூவருக்கு அடுத்த தலைமுறையினரான ரவீந்திரரின் மூத்த சகோதரர்களான துவிஜேந்திரநாத், சத்யேந்திரநாத், ஹேமேந்திரநாத், ஜோதீந்திரநாத் ஆகியோர், பிரிட்டிஷ் ஆட்சியின் அடிமைத்தளையிலிருந்து நாட்டை விடுவிக்க வேண்டும் என்ற எண்ணத்தோடு, விடுதலைப் போராட்டத்தினை நோக்கி முன்னேறிய இந்திய தேசிய காங்கிரஸ் என்ற அமைப்பிற்கு முன்னோடியான 'இந்து மேளா' என்ற கலாசார-அரசியல் நிகழ்வை 1867ஆம் ஆண்டிலிருந்து ஆண்டுதோறும் கல்கத்தாவில் நடத்திய பெருமைக்கு உரியவர்கள். 1875ஆம் ஆண்டு இந்த விழாவின் தொடக்க நிகழ்விற்கான பாடலை 14வயதே ஆன ரவீந்திரர் எழுதியிருந்தார் என்று பார்த்தோம். தேசபக்தி நிரம்பிய பாடல்கள், நாடகங்கள், ஓவியங்கள் என பல்வேறு வகையில் விடுதலை உணர்வை மக்களிடையே விதைத்தவர்களாக இவர்கள் இருந்தனர்.

இந்த வரிசையில் வந்த ரவீந்திரர் தன்னைச் சுற்றியுள்ள இயற்கையை ரசித்து, போற்றி, ஆராதிக்கும் கலைஞராக, கவிஞராகத்தான் வாழ்க்கையைத் தொடங்கினார். ஒரு கவிஞராக இருந்து, சராசரி மனிதனுக்கும் தெய்வாம்சம் கொண்டவர் என்று கூறப்படுபவருக்கும் இடைப்பட்ட ஒரு நிலையினை எட்டிப்பிடித்தவராக அவர் உயர்ந்தார். தொட்ட அனைத்துமே மேலும் மேலும் செழிப்புறும் வகையில் கூர்ந்த அறிவுத் திறன் பெற்றவராக அவர் உருப்பெற்றார்.

கதிரவனின் பெயரைத் தாங்கிய ரவீந்திரரின் எழுத்துக்கள் அவரது காலத்தின் மீது இதமாகவும் விரிவாகவும் ஒளியைப் பாய்ச்சின; அவர் பிறந்த மண்ணின் மனோநிலையை, நெறிமுறையை விரிவாக்கின; இதுவரை காணாத சிந்தனைப் பரப்பை அவை வெளிச்சமிட்டுக் காட்டின; மேற்குலகச் சிந்தனை, கீழைத்தேய சிந்தனை ஆகியவற்றை இணைக்கும் வானவில்லாகவும் அவை இருந்தன. அவரது மேதமையின் வீச்சு அவரது எழுத்துக்களின் ஊடாக வங்காள மொழிக்கு வளம் சேர்த்தது. அந்த மொழியில் அவர் அறிமுகப்படுத்திய பல்வேறுபட்ட இலக்கிய வடிவங்கள், அவற்றின் அழகு ஆகியவை வியப்பூட்டும் வகையில் விரிந்து பரந்தவை.

பல நூற்றாண்டுக்கால தடைகளிலிருந்து விடுவிக்கும் வகையிலான ஒரு மொழியை, செறிவான, அதேநேரத்தில் நெகிழ்வான ஒரு நடையை, படித்தவனும் பாமரனும் திளைத்து மகிழும்படியான ஓர் இலக்கியத்தை, அவர் வழங்கினார். அவர் கைபடாத இலக்கிய வகையே இல்லை எனலாம்.

கவிதை, இசைப்பாடல், நாடகம், இசை நாடகம், கட்டுரை, சிறுகதை, நாவல், வசன கவிதை, ஓவியம், டூடில் என்று அழைக்கப்படும் கிறுக்கோவியங்கள் (சினிமாவையும் கூட அவர் விட்டு வைக்கவில்லை; 1932இல் நாதிர் பூஜா என்ற அவரது இசை நாடகத்தை அவரே இயக்குநராக இருந்து திரைப்படமாக உருவாக்கினார்) என அனைத்து வகையான கலை வடிவங்களையும் கைக்கொண்டு, வங்காளி சமூகத்தின் உயிர்ப்பைத் தட்டி எழுப்பிய முதல் கலைஞர் அவரே. தாய் மொழியில் எழுதியபோதிலும், மேற்கத்திய வகை அல்லது கீழைத்தேய வகை, புராதனம் அல்லது நவீனம் என்று எந்த அடிப்படையில் சோதித்தாலும், தனித்து நிற்கும்படியான செழுமையான இலக்கியத்தைப் படைத்த ஒரு சிலரில் அவரும் ஒருவர்.

அவரது கவிதைகளைப் பற்றி, கட்டுரைகளைப் பற்றி, கற்றறிந்த அறிஞர்கள் புளகாங்கிதத்தோடு பக்கம் பக்கமாக எழுதிக் கொண்டிருக்கும் அதே வேளையில், வங்காளத்தின் தொலைதூர கிராமத்தில் வசிக்கும் ஒரு மீனவனோ, விவசாயியோ, கைவினை கலைஞனோ அல்லது கல்கத்தாவில் நெருக்கமான சந்துக்களில் வசிக்கும் ஒரு கூலித் தொழிலாளியோ மிகுந்த உற்சாகத்தோடும் உத்வேகத்தோடும் அவரது பாடலை உரத்துப் பாடுவதையும் நம்மால் காண முடியும்.

இதுகுறித்த ஒரு சம்பவத்தை இங்கே குறிப்பிடுவது பொருத்தமாக இருக்கும். பின்னாளில் இந்திய அரசின் செயலாளராக ஆன எட்வின் மாண்டேகு பிரிட்டிஷ் அதிகாரி என்ற வகையில் இந்தியாவில் ஒரு முறை பயணம் செய்து கொண்டிருந்தபோது ஓர் இரவில் காட்டுப்பகுதியின் ஊடாகப் பயணம் செய்ய நேர்ந்தது. அங்கு வெட்டவெளியான ஒரு இடத்தில் சிலர் நெருப்பைச் சுற்றி வட்டமாக அமர்ந்து பாடிக் கொண்டிருந்ததைப் பார்த்துவிட்டு, தானும் குதிரையிலிருந்து இறங்கி அமர்ந்து கொண்டு, அவர்கள் பாடும் பாடல்களை கேட்டவாறு இருந்தார்.

சற்று நேரத்திற்குப் பின் ஏழ்மைத் தோற்றத்தோடு கூடிய ஒரு சிறுவனும் அங்கு வந்து கூட்டத்தில் சேர்ந்து கொண்டான். தன் முறை வந்தபோது அந்தச் சிறுவன் பாடிய பாடலும் அதன் இசையும் அவரை மயக்கியது. ‘யார் எழுதிய பாடல் இது’ என்று கேட்டபோது, ‘எனக்குத் தெரியாது. எங்கு பார்த்தாலும் இந்தப் பாடலை பாடிக் கொண்டிருந்தார்கள். கேட்க நன்றாக இருந்ததால் நானும் பாடக் கற்றுக் கொண்டேன்’ என்று அந்தச் சிறுவன் கூறியிருக்கிறான்.

வேறொரு தருணத்தில் அதே பாடலை அவர் கேட்டவுடன், இதை எழுதியவர் யார் என்று கேட்டிருக்கிறார். அப்போதுதான் ரவீந்திரநாத் தாகூர் என்ற பெயரை முதன்முதலாக தான் அறிந்து கொண்டதாக மாண்டேகு குறிப்பிட்டிருந்தார். அதுவும் தாகூர் நோபல் பரிசு பெறுவதற்குப் பல ஆண்டுகளுக்கு முன்பாக நடைபெற்ற சம்பவம் இது.

இப்போதும் வங்காளத்தில் இந்த அனுபவத்தைப் பெற முடியும். ஒவ்வொரு பருவத்தின்போதும், இயற்கையின் ஒவ்வொரு அம்சத்தைப் பார்க்கும்போதும், மனித மனத்தில் ஒவ்வொரு மாற்றத்தின்போதும், அதை வெளிப்படுத்தும் வகையில் பாடுவதற்கும் நினைவுகூர்வதற்கும் அவரது பாடல்கள் எண்ணற்றவை உள்ளன.

அரங்கினுள்ளே இசை நிகழ்ச்சிகளில் பாடப்படுவதைப் போலவே மதச் சடங்குகளை நடத்த மக்கள் கூடியிருக்கும் தருணங்களிலும் அவரது பாடல்கள் ஒலிக்கின்றன. அன்றைய தேசபக்தர்கள் தூக்குக்கயிறை முத்தமிட்ட தருணத்தில் தாகூரின் பாடல் வரிகளே அவர்களது உதடுகளில் இருந்து வெளிப்பட்டன. அதைப் போலவே தங்கள் உணர்வுகளை வெளிப்படுத்த காதலர்களும் அவரது கவிதைகளை ஆயுதமாக்கிக் கொள்கின்றனர்.

இதில் மிக முக்கியமானது என்னவெனில், தாகூர் தனது எழுத்துகளின்மூலம் இந்தியாவின் கலாசார, அறிவுசார் வளர்ச்சிக்கான பெரும் ஊக்கத்தை வழங்கினார். தாய்மொழியின் மீதான நம்பிக்கையை அவர் செல்லும் இடங்களில் எல்லாம் விதைத்தார். நவீன காலத்தில் இந்திய மொழிகளில் உருவான மறுமலர்ச்சிக்கு அவரே ஆதர்சமாகவும் முன் உதாரணமாகவும் திகழ்ந்தார்.

அவரது பங்களிப்பில் மிகவும் குறிப்பிடத்தக்கதாக அமைவது என்னவெனில், தங்களது சொந்தப் பாரம்பரியம் குறித்து பெருமைகொள்ள மக்களுக்குக் கற்பித்த அதேநேரத்தில், அதே பாரம்பரியம் முன்வைக்கும் கட்டுத்தளைகளை எல்லாம் உடைத்தெறிவதற்கான துணிவையும் அவர் தானே முன் உதாரணமாக இருந்து மக்களுக்கு ஊட்டினார். நேதாஜிக்கு மட்டுமின்றி இந்திரா காந்திக்கும் மிகவும் பிடித்த பாடலான 'ஏக்லா சலோ ரே! (தனியாக நடைபோடு!) என்ற அவரது பாடல் இதற்கு மிகச் சிறப்பான உதாரணம் ஆகும்.

அத்தியாயம் 7

இளம் கவிஞர்

இலக்கியம், பல்வேறு கலைப் படைப்புகள் எனத் தொட்ட அனைத்திலும் உச்சத்தை எட்டிப் பிடித்த ரவீந்திரநாத் தாகூர், இந்தியக் கலாசார மறுமலர்ச்சியில் முன்னோடியானதொரு பங்கினை வகித்தவரும் கூட. அதன் காரணமாகவே, மகாத்மா காந்தியோடு இணைந்த வகையில், நவீன இந்தியாவின் சிற்பி என்றும் அவர் அங்கீகாரம் பெற்றவர் ஆகிறார்.

விடுதலை பெற்ற இந்தியாவின் முதல் பிரதமரான ஜவாஹர்லால் நேரு 'கண்டறிந்த இந்தியா' (Discovery of India) என்ற தனது புகழ்பெற்ற நூலில் இவ்வாறு குறிப்பிட்டிருந்தார்:

'20 ஆம் நூற்றாண்டின் முதல் பகுதியின் தனித்தன்மை மிக்க மனிதர்களாக, சந்தேகத்திற்கு இடமின்றி காந்தியும் தாகூரும் திகழ்கின்றனர். அதிலும் குறிப்பாக, வருங்காலத் தலைமுறையினரின் மனங்களின் மீது மாபெரும் செல்வாக்கு செலுத்தியவராக தாகூர் திகழ்கிறார். அவர் வங்காள மொழியில் எழுதி வந்தபோதிலும், இந்தியாவின் நவீன மொழிகள் அனைத்துமே அவரது எழுத்துகளால் ஓரளவிற்குப் புடம் போட்டு எடுக்கப்பட்டன. வேறு எந்த இந்தியரையும் விட கிழக்கு- மேற்கு நாடுகளின் சிறப்பியல்புகளுக்கு இடையே ஓர் இணக்கத்தை ஏற்படுத்தியதிலும், இந்திய தேசியத்தின் அடித்தளங்களை விரிவுபடுத்துவதிலும் அவரது உதவி மிகப் பெரியதாகும்.'

தாகூர் படைப்புத் தொழிலில் ஈடுபட்ட அறுபதுக்கும் மேற்பட்ட ஆண்டுகள் அவரது தனிப்பட்ட வளர்ச்சி மற்றும் பன்முகத் தன்மையை எடுத்துக் காட்டுவதாக இருந்தது. 19ஆம் நூற்றாண்டின் இறுதிப் பகுதி மற்றும் 20ஆம் நூற்றாண்டின் முதல் பகுதிகளில் இந்தியாவின் கலை, கலாசாரம், அரசியல் ஆகியவற்றில் ஏற்பட்ட தலைகீழ் மாற்றங்களைப் பிரதிபலிப்பதாகவும் அமைந்திருந்தது.

தனது நினைவலைகளிலும் அவர் இதைப் பற்றிக் குறிப்பிட்டு இருந்தார்: 'மூன்று இயக்கங்கள் சங்கமிக்கும் தருணத்தில்தான் நான் பிறந்து, வளர்ந்தேன். இந்த மூன்று இயக்கங்களுமே புரட்சிகரமான மாற்றங்களைக் கொண்டு வந்தவை. இதில் முதலாவது, ராஜா ராம்மோகன் ராய் தொடங்கிய மத சீர்திருத்த இயக்கம் (அருவமற்ற ஓர் இறைவன் என்ற கருத்தை உபநிடதங்களின் மூலம் முன் வைத்த பிரம்ம சமாஜம்); இரண்டாவது, தன் மாயாஜால எழுத்துக்களின் மூலம் நீண்ட கால உறக்கத்தில் இருந்த வங்காள இலக்கியத்தைத் தட்டி எழுப்பி, அந்த மொழியின் மீது பூட்டப்பட்டிருந்த பாரம்பரியமான விலங்குகளை எல்லாம் உடைத்து நொறுக்கி, பங்கிம் சந்திரர் முன்னெடுத்த இலக்கியப் புரட்சி; மூன்றாவதாக, மேற்கத்திய உலகால் இந்தியாவின் மீது திணிக்கப்பட்ட அரசியல்-கலாச்சார மேலாதிக்கத்தைக் கண்டித்து உருவெடுத்த இந்திய தேசிய இயக்கம்.'

தாகூர் குடும்பத்தைச் சேர்ந்த பலரும் இந்த மூன்று இயக்கங்களிலுமே தீவிரமாகப் பங்கெடுத்தவர்கள். அவ்வகையில் தாகூரின் பணியும் கூட இந்த மும்முனைப் புரட்சியின் விளைவைப் பிரதிபலிக்கும் ஒன்றாகவே இருந்தது.

இலக்கியத்தின் அனைத்து வடிவங்களையும் கையாண்டவராக இருந்தபோதிலும், தனது உயிரோட்டமான கவிதைகளாலும் இசைப் பாடல்களாலும் உலகையே திரும்பிப் பார்க்க வைத்தவர் ரவீந்திரர்.

முதல் கவிதையை எழுதியபோது அவருக்கு வயது எட்டு. அவரைக் கவிதை எழுதத் தூண்டிய அண்ணன் மகன் அவரைவிட எட்டு வயதே மூத்தவர். 'கவிதை எழுதுவது மிகவும் எளிது; வார்த்தைகளின் கோர்வைதான் அது' என்று உற்சாகமூட்டி அவரை எழுத வைத்தார். இந்த அனுபவம் அவருக்குப் புதியதொரு ஊக்கத்தைத் தந்தது.

இதற்கெனவே ஒரு நோட்டுப் புத்தகத்தை வாங்கி, அவ்வப்போது தன் மனதில் தோன்றியதை எல்லாம் பதிவு செய்யத் தொடங்கினார். அவரது வார்த்தைகளிலேயே சொல்வதென்றால், 'புதிதாக கொம்பு

முளைத்திருக்கும் ஒரு மான், அதன் வலிமையைச் சோதிக்க, கண்ணில் பட்ட மரங்களை எல்லாம் அந்தக் கொம்பால் குத்திப் பார்ப்பது போல நானும் என் கவிதையும் இருந்தோம்.'

வீட்டில் இருந்த பெரியவர்களுக்கோ இதைக் கண்டு மிகவும் பெருமை. வீட்டிற்கு வருவோரிடம் எல்லாம் சிறுவன் ரவீந்திரரை ஓர் இளம் கவிஞர் என்று அறிமுகம் செய்து வைப்பார்கள். அவரும் வந்திருப்போரின் முன்னால் தன் கவிதைகளில் ஒன்றை வாசிப்பார். அதிலொன்று:

'தடாகத்தில் பூத்திருந்த தாமரையைப் பறிக்க நீந்தினேன்;
எனது கையின் ஒவ்வொரு அசைவிற்கும்
அது விலகிக்கொண்டே சென்றது.
என்னால் அதைப் பறிக்கவே முடியவில்லை.'

இவ்வாறு அந்தப் பிள்ளைப் பருவத்தில் எழுதிய கவிதைகள் அடங்கிய நோட்டுப் புத்தகம் பின்னர் காணாமல் போனது.

வசதியான வீட்டுப் பிள்ளை என்ற போதிலும், அந்த வீட்டின் அன்றாட நடைமுறைகள் கொஞ்சம் வித்தியாசமாகவே இருந்தன. அதிகாலை வெளிச்சம் வருவதற்கு முன்பாகவே தூக்கத்திலிருந்து எழுப்பப்படும் அவருக்கு 'ஒற்றைக் கண்' ஆசிரியர் ஒருவர் மல்யுத்தப் பயிற்சியைத் தொடங்குவார்.

அது முடிந்து உடலில் உள்ள தூசியை எல்லாம் தட்டி விடும் நேரத்தில், மருத்துவக் கல்லூரி மாணவர் ஒருவர் வந்து, அறையில் தொங்கவிடப்பட்டிருக்கும் எலும்புக் கூட்டில் உள்ள ஒவ்வொரு எலும்பின் மருத்துவப் பெயரையும், கரடு முரடான வார்த்தைகளைக் கொண்ட லத்தீன் மொழியில் மனதில் பதியுமாறு திரும்பத் திரும்ப சொல்லுமாறு செய்வார்.

காலை ஏழு மணிக்கு கணித ஆசிரியர் வந்து சிலேட் பலகையில் கணிதம், அல்ஜீப்ரா, ஜாமெட்ரி ஆகியவற்றைப் போட வைப்பார். சில நாட்களில் ஒரு சில செய்முறைகளோடு இயற்கை அறிவியல் அறிமுகம் செய்யப்படும். அதைத் தொடர்ந்து வங்காளி, வடமொழி பாடங்கள் இருக்கும். காலை ஒன்பதரை மணிக்கு, ரவீந்திரரின் வார்த்தைகளில், 'உப்பு சப்பில்லாத' அரிசிச் சோறு, பருப்பு, மீன் குழம்புடன் காலை உணவை முடித்து பத்து மணிக்கு பள்ளியை நோக்கிப் பயணம்.

மாலை நான்கரை மணிக்கு வீட்டிற்குத் திரும்பும்போது உடற்பயிற்சி ஆசிரியர் காத்திருப்பார். அவரைத் தொடர்ந்து ஓவிய ஆசிரியர். இரவு கவியும் நேரத்தில் ஆங்கில ஆசிரியர் வந்து

எண்ணெய் விளக்கு வெளிச்சத்தில் பாடம் நடத்தும்போது, ரவீந்திரர் தூங்கித் தூங்கி விழுவது வழக்கம்.

இதற்கிடையே இசை வகுப்புகளும் உண்டு என்றாலும், அது குறிப்பிட்ட கால அட்டவணையில் நடப்பதில்லை. அந்த வீட்டில் ஒவ்வொருவருமே ஏதாவது ஒரு வகையில் பாடகர்களாக, கருவிகளை இசைப்பவர்களாக என இசையோடு தொடர்பு உடையவர்களாகவே இருந்தனர். ரவீந்திரருக்கு நல்ல குரல் வளம் இருந்ததோடு, அது எத்தகைய இசை வடிவமாக இருந்த போதிலும், காதால் கேட்பதை மீண்டும் உயிர்ப்பிக்கும் திறமையும் இருந்தது.

அவரது மூத்த அண்ணனின் மகள் பிரதீபாவிற்கு மிகச் சிறந்த இசைக் கலைஞர்களைக் கொண்டு ப்யிற்சி கொடுக்கும்போது, ரவீந்திரருக்கு இசை நுணுக்கங்களை அவர் புரிய வைப்பது வழக்கமாக இருந்தது. காதால் கேட்பதை அப்படியே கிரகித்துக் கொள்ளும் திறன் படைத்த அவருக்கு இசையை முறையாகக் கற்றுக் கொள்ளும் பொறுமை இருக்கவில்லை.

இருந்தும் கூட, 2,000க்கும் மேற்பட்ட தன் பாடல்களுக்கு அவர் இசை வடிவம் தந்தார். அதுவும் இந்துஸ்தானி, கர்நாடக இசை, நாட்டுப்புற இசை, பவுல் என்று அழைக்கப்பட்ட மக்களிடையே நல்லிணக்கத்தை பரப்பிய இசை என பல்வேறு இசை வடிவங்களை உள்வாங்கி, புதிய இசைப்பாடல்களை உருவாக்கி ரவீந்திர சங்கீதம் என்றதொரு அறிவுப் பெட்டகத்தையும் அவர் படைத்தார்.

அவ்வகையில் ரவீந்திரரின் குடும்பத்தைச் சேர்ந்த பலரும் கலைஞர்களாக, கவிஞர்களாக, இசை விற்பன்னர்களாக இருந்ததால், அவரது குடும்பச் சூழலில் படைப்பூக்கம் என்பது மிக இயற்கையான ஒன்றாக இருந்தது.

இந்தப் பின்னணியில், மகரிஷி தேவேந்திரநாத் வழக்கமான தன் இமாலயப் பயணத்தின்போது 12 வயது ரவீந்திரரை முதன்முறையாகத் தன்னுடன் அழைத்துச் சென்றார். இந்தப் பயணம்தான் அவரை முற்றிலுமாக உருமாற்றியது. ‘அதுவரை என்னைப் பிணைத்திருந்த கடுமையான நடைமுறைகள் என்ற விலங்குகள் இந்தப் பயணத்தின்போதுதான் தெறித்து விழுந்தன’ என்று அவர் தன் நினைவலைகளில் குறிப்பிடுகிறார்.

இந்தப் பயணத்தின் முதல் நிறுத்தம் போல்பூர். கல்கத்தா என்ற மாபெரும் நகரத்திலேயே பிறந்து வளர்ந்த ரவீந்திரருக்கு,

கிராமப்புற வங்காளத்தின் அறிமுகம் முதன்முதலாக இங்குதான் கிடைத்தது. பரந்த நிலப்பரப்பும், அதைத் தொட்டுவிட எத்தனிக்கும் தொடுவானமும் என மனதில் ஆழப்பதிந்த இந்தக் கிராமப்புற இயற்கை அழகு பின்னாளில் அவரது கவிதைகள் பலவற்றிலும் வெளிப்பட்டது மட்டுமின்றி, சாந்திநிகேதன் என்ற மாபெரும் கல்விப் புலம் அங்கு உருப்பெறவும் காரணமாக அமைந்தது. இந்தப் பயணம் திரிவேணி சங்கமம், அமிர்தசரஸ் பொற்கோவில் என தொடர்ந்து இமயமலை அடிவாரத்தில் உள்ள டல்ஹவ்சியில் முடிவடைந்தது.

இந்தப் பயணத்தின்போது தேவேந்திரநாத் தனது மகனின் கல்விக்குப் பொறுப்பேற்றுக் கொண்டார். வடமொழி, வங்காள, ஆங்கில இலக்கியங்களின் செறிவு மிக்க பகுதிகளையும், தன் வாழ்க்கையின் மையக் கருவாகத் திகழ்ந்த உபநிடதப் பாடல்களையும் அவருக்கு அறிமுகம் செய்தார்.

இரவு நேரங்களில் வானத்து விண்மீன்களை சுட்டிக் காட்டி, வானியலையும் அவருக்குப் போதித்தார். இதனோடு கூடவே, பயணத்தின்போது கண்ட இயற்கைச் சூழல் அவருக்குள் விடுதலை உணர்வை ஊட்டின. தந்தையுடனான இந்தப் பயணம் முடிவடைந்தபோது, ‘கன்னங்கரேல் என்றிருக்கும் ஒரு வாத்துக் குஞ்சு என்பதில் இருந்து, அனைவரும் கண்டு வியக்கும் ஓர் அன்னப் பறவையாக’ அவர் உருமாற்றம் பெற்றிருந்தார்.

அதிகாலையில் எழுந்து குளிர்ந்த நீரில் குளிப்பதில் தொடங்கி, பின்னிரவு நேரத்தில் வானத்து விண்மீன்களின் பயணத்தைத் தொடர்வது வரை, இந்தப் பயணத்தில் தான் பெற்ற பயிற்சிகள் வாழ்நாள் முழுவதும் தொடர்ந்தன என்று ரவீந்திரர் தனது நினைவலைகளில் குறிப்பிட்டுள்ளார்.

நான்கு வெவ்வேறு வகையான பள்ளிகளில் சேர்ந்து படித்த போதிலும், இறுதியில் அன்றைய பள்ளிக் கல்வியை வெறுத்து தனது 14 வயதில் வெளியேறிய ரவீந்திரருக்கோ புதியதோர் உலகம் காத்திருந்தது. ஒரு புறம் இயற்கையை வர்ணித்த கவிதைகள், மறுபுறம் அருவமான இறையை இறைந்து போற்றும் பிரம்ம சமாஜப் பாடல்கள் என கவிதைகள், இசைப் பாடல்களாய் அவரது படைப்பாற்றல் விரிவடையத் தொடங்கியது.

ரவீந்திரர் பள்ளிப் படிப்பை நிறுத்திக் கொள்வதற்கு சற்று முன்பாக 1875 மார்ச் 8 அன்று அவரது அன்னை சாரதா தேவி உயிர் நீத்தார். வாழ்க்கையில் அவர் எதிர்கொண்ட முதல் இறப்பு இது. குடும்பத்தின் கடைக்குட்டியான அவரை மூத்த சகோதரர்களில்

ஒருவரான ஜோதீந்திரநாத்தும் அவரது இளம் மனைவி காதம்பரியும் அரவணைத்துக் கொண்டனர்.

ரவீந்திரர் பெரிதும் போற்றிய கவிஞரான பிகாரிலால் சக்ரவர்த்தியின் கவிதைகளின் ரசிகையான காதம்பரி, இந்த இருவரின் கவிதைகளையும் ஒப்பிட்டுப் பேசியபடியே ரவீந்திரரின் எழுத்துகள் மேலும் கூர்மை ஆவதற்கு ஒரு கிரியா ஊக்கியாகத் திகழ்ந்தார். அந்நாட்களில் காதம்பரியின் அங்கீகாரத்தைப் பெறுவதே அவரது இலக்காக இருந்தது.

மறுபுறத்தில் ஜோதீந்திரநாத் தன் படைப்பு முயற்சிகள் அனைத்திலும் ரவீந்திரரை இணைத்துக் கொண்டார். பியானோவில் அவர் இசைக்கும் குறிப்புகளுக்கு ஏற்ப பாடல்கள் எழுதுவதில் இருந்து தொடங்கி, நாடகத்தின் எந்த இடத்தில் பாடல் தேவைப்படும் என்பதைச் சுட்டிக்காட்டி, அதற்கான பாடலை எழுதுவது வரை அண்ணனுக்கு உதவி செய்தபடியே படைப்புத் திறனில் மேலும் மேலும் உயர்ந்து கொண்டே வந்தார் ரவீந்திரர்.

அந்தப் பதின்பருவ வயதில் அண்ணி காதம்பரி அவருக்குத் தேவையான உணர்வுபூர்வமான உந்துதலையும் அன்பு நிரம்பிய நேசத்தையும் வழங்கினார் எனில், அண்ணன் ஜோதீந்திரநாத் மேலெழுந்து வந்த அவரது திறமைக்கு வழியமைத்து, அது மேலும் வளர்வதற்கான ஓர் ஒழுங்குமுறையை வடிவமைத்த வராகத் திகழ்ந்தார் எனலாம்.

அத்தியாயம் 8

‘அழியாத கையெழுத்து’

ரவீந்திரர் எழுதிய, எட்டு பகுதிகளைக் கொண்ட, 1,600 வரிகளுக்கு மேலான, ‘காட்டுப் பூ’ என்ற நீண்ட கவிதை முதன்முதலாக ஞாநங்கூர் என்ற இலக்கிய இதழில் வெளியானது. அப்போது அவருக்கு வயது பதினான்கு. இமயமலை அடிவாரத்தில் மனித வாடையின்றி வளர்ந்த கமலா என்ற பெண்ணின் அன்பையும், வாழ்க்கையை இழந்து நின்ற அவளது சோக முடிவையும் கூறும் கவிதை இது.

பின்பு இதே இதழில் கவிதையின் பல்வேறு வடிவங்கள் பற்றிய கருத்துகளை முன்வைத்த இலக்கிய விமர்சனக் கட்டுரை ஒன்றையும் அவர் எழுதினார். முறையான பள்ளிக் கல்வியைப் பெறாத ஒருவரின் கட்டுரை என்ற வகையில் இலக்கிய உலகில் தனித்த கவனத்தையும் அது பெற்றது.

ஜோராசங்கோ குடும்பம் பல்வேறு பூக்களில் இருந்து தேனைச் சேகரிக்கும் தேனீக்கள் நிரம்பிய ஒரு தேன்கூடு என்றே கூறலாம். கவிஞர்கள், அறிஞர்கள், இசை வல்லுனர்கள், தத்துவ ஞானிகள், கலைஞர்கள், சமூக சீர்திருத்தவாதிகள், ஜீனியஸ் என்று அழைக்கப்படும் அதீத அறிவு படைத்தவர்கள், அதே நேரத்தில் கிறுக்குப் பிடித்தவர்கள் என அனைத்து வகையானவர்களும் அந்தக் குடும்பத்தில் இருந்தனர். இவர்களோடு சேர்ந்து கொள்ள, வெளியில் இருந்தும் அவர்களைப் போன்ற பலர் வந்தனர்.

1877 இல் ஜோதீந்தரநாத் தனது மூத்த அண்ணன் துவிஜேந்திரநாத்தை ஆசிரியராகக் கொண்டு பாரதி என்ற ஓர் இலக்கிய இதழைத் தொடங்கினார். ஜோராசங்கோ குடும்பத்தைச் சேர்ந்த துவிஜேந்திரநாத், ஹேமேந்திரநாத், சத்யேந்திரநாத், ஜோதீந்திரநாத் உள்ளிட்டு குடும்பத்தில் உள்ள பலரும் பங்களிப்பு செய்த இந்த இதழில், கடைக்குட்டியான ரவீந்திரருக்கும் இடம் கிடைத்தது. அதிலிருந்து ரவீந்திரரின் எழுத்துக்கள் பல்வேறு வடிவங்களில் அந்த இதழில் வெள்ளப் பிரவாகமென வெளிவரத் தொடங்கின.

அவரது முதல் சிறுகதையான பிச்சைக்காரி, கருணா என்ற முற்றுப் பெறாத ஒரு நாவல், ருத்ர சந்தா என்ற வரலாற்று நாடகம், கவியின் கதை என்ற நீண்ட கவிதை போன்ற எழுத்துகள் மட்டுமின்றி மேற்கத்திய இலக்கியம் குறித்த கட்டுரைகள், பயணங்கள் குறித்த கடிதங்கள், மொழிபெயர்ப்புகள் என எண்ணற்ற வகையிலான படைப்புகள் ரவீந்திரரின் பேனாவில் இருந்து வெளிப்பட்டு இந்த இதழில் வெளியாயின.

இந்தக் காலப்பகுதியில், வடமொழி இலக்கியம், மத்திய கால வைணவ பக்தி இலக்கியங்கள், மேற்கத்திய இலக்கியம் ஆகியவை அவரது எழுத்துகளின் ஆதர்சமாக விளங்கின. இந்த வைணவ பக்தி இலக்கியத்தின் தனித்தன்மையான சொற்கோர்வையும் சந்தங்களும் அவரைப் பெரிதும் கவர்ந்து இழுத்தன. அதே போன்ற நடையில் பல பாடல்களை எழுதிய ரவீந்திரர் அவற்றை பானு சின்ஹாவின் பாடல்கள் என்ற பெயரில் பாரதி இதழில் வெளியிட்டார்.

மத்திய கால வழக்கப்படி, இந்தப் பாடல்களின் கடைசி வரியில் அதை எழுதிய பாடலாசிரியரின் பெயரும் இருக்கும். இந்தக் கவிதைத் தொகுப்பை அறிமுகம் செய்து எழுதிய முன்னுரையில் 15 ஆம் நூற்றாண்டைச் சேர்ந்த பானு சின்ஹா என்பவரின் இந்தக் கவிதையை பிரம்ம சமாஜத்தின் நூலகத்தில் தான் கண்டெடுத்ததாக ரவீந்திரர் கூறியிருந்தார்.

உண்மையில் ரவி என்பது சூரியனைக் குறிப்பது போலவே பானு என்பதும் சூரியனையே குறிக்கும். 16 வயதில் இந்தப் புனைபெயரில் அவர் எழுதிய இந்தப் பாடல்கள் இலக்கிய உலகில் அன்று பெரும் சலசலப்பை ஏற்படுத்தின. இலக்கிய உலகில் பலரும் அவர் கூறியதை உண்மை என்றே நம்பிவிட்டனர்.

எடின்பர்க், செயிண்ட் பீட்டர்ஸ்பர்க், லீப்ஸிக் ஆகிய பல்கலைக்கழகங்களில் பயின்று, அப்போது ஜெர்மனியில் பணிபுரிந்து வந்த நிஷிகாந்த சாட்டர்ஜி என்ற அறிஞர் இந்தப்

பாடல்களால் பெரிதும் கவரப்பட்டு, ஜெர்மன் மொழியில் தான் எழுதிய நூலில் வெகுவாகப் பாராட்டி எழுதியிருந்தார்.

ரவீந்திரர் இத்தகைய திறமை பெற்றவராக இருந்த போதிலும், அவரது தந்தை மகரிஷிக்கும் வீட்டில் இருந்த மூத்தவர்களுக்கும் இவர் இப்படி நேரத்தை வீணடிப்பதை விட மதிப்பிற்குரிய ஒரு தொழிலை மேற்கொள்ள வேண்டும் என்பதே விருப்பமாக இருந்தது. முதல் இந்திய ஐசிஎஸ் அதிகாரி ஆன அவரது அண்ணன் சத்யேந்திரநாத் தான் லண்டன் செல்ல இருப்பதாகவும், அங்கு உரிய பயிற்சிக்கு ஏற்பாடு செய்து, ஐசிஎஸ் அதிகாரியாகவோ, அல்லது அன்றைய நாட்களில் மிகுந்த மதிப்பிற்குரிய தொழிலான பாரிஸ்டர் தேர்வுக்கோ, ரவீந்திரரைத் தயார்ப்படுத்தலாம் என ஆலோசனை கூறி, அதற்கு முன்பாக தான் மாஜிஸ்ட்ரேட்டாகப் பணிபுரிந்து வந்த அகமதாபாத் நகருக்கு அவரை அழைத்துச் சென்றார்.

ஷாகிபாத் என்ற பகுதியில் இளவரசர் குர்ரமால் (பின்னாளில் பேரரசர் ஷாஜகான்) 17 ஆம் நூற்றாண்டில் கட்டப்பட்ட பங்களாதான் அப்போது மாவட்ட ஜட்ஜின் குடியிருப்பாக இருந்தது. இதன் முதல் மாடியில் இருந்து சபர்மதி ஆற்றைக் காண முடியும். (இப்போது இந்தக் கட்டடம் நினைவுச் சின்னமாகப் பாதுகாக்கப்பட்டு வருகிறது). ரவீந்திரரின் நான்கு மாத வாழ்க்கை இங்கு கழிந்தது. அப்போது அண்ணனின் நூலகத்தில் இருந்த ஆங்கில, வடமொழி நூல்களை ஆழ்ந்து கற்றதோடு, தான் படித்த ஆங்கில, ஐரோப்பிய மொழிகளின் இலக்கியம் குறித்து பாரதி இதழுக்கு தொடர்ந்து கட்டுரைகளையும் அவர் அனுப்பி வந்தார்.

வாழ்க்கை என்பது இலக்கியத்தை விடப் பெரியது; அதை ஒரு குறிக்கோளுடன் முன் நகர்த்த வேண்டும் என்ற தந்தையின், மூத்தோரின் கருத்துப்படி, தன்னையொத்த மனிதர்களிடையே தானும் ஒரு மனிதனாக ஆக வேண்டும் என்ற உந்துதல் அவரைப் பற்றியிருந்தது. அப்போது எழுதிய ஒரு கவிதையில் இந்தக் கருத்தையே அவர் வெளிப்படுத்தினார். 'காலத்தின் பக்கங்களில் என் அழியாத கையெழுத்தை விட்டுச் செல்ல' தனக்கு ஊக்கம் தர வேண்டுமென தன் வாழ்க்கையின் தேவதையை (ஜீவன் தேவதா) அவர் வேண்டினார்.

இந்தக் காலப்பகுதியில்தான் அவர் தன் பாடல்களுக்கு இசை அமைக்கவும் தொடங்கினார். வார்த்தைகள் இசைக்கோர்வை யோடு அவரிடமிருந்து வெளிப்பட்டன. இலக்கிய நயத்தோடும் இசை நயத்தோடும் கூடிய பாடல்களை அவர் உருவாக்கினார். சில நேரங்களில் வார்த்தைகள் முதலிலும், பின்பு இசை என்பதாகவும்,

வேறு சில நேரங்களில் இசை முதலிலும், அதற்கான வார்த்தைகள் பிறகு என்பதாகவும் இந்தப் பாடல்கள் அமைந்திருந்தன.

இங்கிலாந்திற்குப் புறப்படும் முன்பாக ஆங்கிலத்தைச் சரளமாகப் பேசக் கற்றுக் கொள்ளவும், ஆண்- பெண் பேதமின்றி, அனைவருடனும் கலந்து பழகுவதற்கான பயிற்சியைப் பெற, அவரது அண்ணன் பம்பாயில் இருந்த தன் மராத்தி நண்பரும் மருத்துவருமான ஆத்மாராம் பாண்டுரங்க துர்க்குட் இடம் அவரை அனுப்பி வைத்தார்.

ரவீந்திரருக்கு 'கற்பிக்கும்' பொறுப்பு அவரைவிடச் சற்றே மூத்தவரான அனா என்ற அன்னபூர்ணாவின் மீது விழுந்தது. ஆசிரியருக்கும் மாணவருக்கும் இடையே என்றும் நினைவை விட்டு நீங்காத நல்லதொரு உறவு உருவானது. தன் 80 வயதில் ரவீந்திரர் பின்வருமாறு எழுதியிருந்தார். 'தனித்துவமான ஒரு பெயரை தனக்கு வைக்க வேண்டும் என்று அவள் கேட்டாள். நான் சொன்ன பெயர் அவளுக்கு மிகவும் பிடித்துப் போனது. அவளது பெயரையும் இணைத்து இசைக் கோர்வையுடன் கூடிய ஒரு பாடலையும் பைரவி ராகத்தில் நான் இயற்றினேன். அதைக் கேட்டவுடன், 'கவிஞரே! நான் மரணப் படுக்கையில் இருந்தாலும் உன் கவிதை என்னை உயிர்ப்பிக்கும்.' என்று அவள் சொன்னாள்.'

நளினி என்ற அந்தப் பெயரை தன் பிற்கால கவிதைகள் பலவற்றிலும் அவர் பயன்படுத்தி வந்தார். சிறிது காலத்திற்குப் பின்பு ஒரு ஸ்காட்லாந்து இளைஞரை மணந்த அனா, இளம் வயதிலேயே உயிர் நீத்தார்.

தன் நடு வயதில் எழுதிய வாழ்க்கைக் குறிப்பில் ரவீந்திரர் இவ்வாறு குறிப்பிட்டிருந்தார்: 'ஒரு சில ஆண்டுகளில் இந்தப் பகுதிக்கு முற்றிலும் அறிமுகமில்லாத பறவைகள் கல்கத்தாவிற்கு வந்து எங்கள் வீட்டு ஆலமரத்தில் கூடுகளைக் கட்டும். அவற்றின் இறகுகளின் சலசலப்பில் எழும் இசையை நான் கற்றுக் கொள்வதற்கு முன்பாகவே அவை மீண்டும் அங்கிருந்து பறந்து போய்விடும். இருந்தாலும் தொலைதூரக் காடுகளில் இருந்த தங்கள் வீடுகளில் இருந்து முற்றிலும் வித்தியாசமான, அழகான இசையை அவை தம்மோடு எடுத்து வந்தன.

'அப்படித்தான் நம் வாழ்க்கைப் பயணத்தில், நாம் எதிர்பாராத திசையில் இருந்து ஏதாவது ஒரு தேவதை குறுக்கே வந்து, நம் மனதின் குரலைப் பேசி, நம் இதயத்தின் எல்லையை மேலும் விரிவாக்கும். நாம் அழைக்காமலே வந்த அந்த தேவதையை நாம்

அழைக்கும்போது அவள் இருக்க மாட்டாள். என்றாலும், அவள் போகும்போது, நம் வாழ்க்கையின் எல்லா நேரங்களையும் செறிவூட்டும் வகையில், பூக்களால் அலங்கரித்த ஓர் ஊஞ்சலை நம் மனதில் விட்டுவிட்டுச் சென்றிருப்பாள்.'

நான்கு மாதங்களுக்குப் பிறகு, அண்ணன் சத்யேந்திரநாத் உடன் ரவீந்திரர் தன் முதல் வெளிநாட்டுப் பயணத்திற்காக எஸ்.எஸ். பூனா என்ற கப்பலில் ஏறினார். கெய்ரோ, பாரிஸ் வழியாக இந்தக் கடல் பயணம் இருந்தது. வழிநெடுகக் கண்ட காட்சிகளை எல்லாம் கடிதங்களாகத் தன் உறவினர்களுக்கு அவர் அனுப்பினார். அவை பாரதி இதழிலும் வெளிவந்தன. இவர்களுக்கு முன்பே தன் இரு குழந்தைகளுடன் இங்கிலாந்தில் உள்ள ப்ரைட்டன் என்ற நகரில் வசித்து வந்த அவரது அண்ணி ஞானதநந்தினியிடம் இருவரும் சென்று சேர்ந்தனர்.

சுரேன் (ஆறு வயது), இந்திரா (ஐந்து வயது) என்ற இந்தக் குழந்தைகள் இருவரும் தங்கள் அழகான சித்தப்பாவிடம் ஒட்டிக் கொண்டனர். இவர்கள் இருவருமே ரவீந்திரரின் மிக நெருக்கமான உறவுகளாக அவரது வாழ்நாள் முழுவதும் நீடித்தனர். அதிலும் குறிப்பாக, இந்திரா ரவீந்திர சங்கீத்தை முறைப்படி தொகுப்பதில் பெரும் பங்கு வகித்தவர். சுரேன் அவரது எழுத்துக்களை ஆங்கிலத்தில் மொழிபெயர்ப்பதில் முன் நின்றார்.

சிறிது காலம் வீட்டில் இருந்தபடியே பொதுப் பள்ளிக்குச் சென்று ரவீந்திரர் படித்து வந்தார். அப்போது, காலையில் பள்ளி நேரம் போக குழந்தைகளுடன் பொழுதைக் கழித்த அவர், மாலை நேரங்களில் அண்ணனின் ஆங்கிலேய நண்பர்கள் வந்து வீட்டில் சூழும்போது அவர்களது நடத்தையைப் புரிந்து கொள்வதில் நேரத்தைச் செலவழித்தார். இக்காலப்பகுதியில் அவரது உணர்வுகள் அனைத்துமே கடித வடிவில் பாரதி இதழில் வெளியாயின.

பின்னர் நண்பர் ஒருவரது ஆலோசனையின் பேரில் ரவீந்திரர் லண்டன் அழைத்துச் செல்லப்பட்டு, அங்கு ஒரு விடுதியில் அவர் தங்கிப் படிக்க ஏற்பாடு செய்யப்பட்டது. அங்கு வழக்கறிஞர் தொழிலுக்கு அவரைத் தயார் செய்யும் வகையில் ஒரு பயிற்றுனர் மூலம் லத்தீன் மொழியைக் கற்றுத் தர ஏற்பாடானது. எனினும் அந்தப் பயிற்றுனர் தன் ஆய்வு குறித்தே பெரிதும் சிந்தித்து வந்தமையால் அந்த ஏற்பாடும் நின்று போனது. இடையில் சில காலம் அண்ணன் குடும்பத்துடன் தங்கியிருந்து மீண்டும் லண்டன் வந்த அவருக்கு டாக்டர் ஸ்காட் என்பவரின் குடும்பத்தில் தங்கிப் படிக்க ஏற்பாடானது.

டாக்டர் தம்பதியினரைத் தவிர, இரண்டு மகன்கள், நான்கு மகள்கள், மூன்று பணியாளர்கள் கொண்ட அந்தக் குடும்பச் சூழல் அவருக்கு அந்நிய மண்ணில் ஒரு சொர்க்கமாகவே தோன்றியது. தாயின் அன்பை நேரடியாகப் பெறும் வாய்ப்பில்லாத அவருக்கு இந்த ஏற்பாடு உண்மையிலேயே மிகவும் பிடித்த ஒன்றாக இருந்தது.

இத்தருணத்தில் இங்கிலாந்தில் பெண்களின் சுதந்திரமான நிலையை மிகவும் விதந்து அவர் அனுப்பிய கடிதங்கள் வழக்கம்போல பாரதியில் வெளியாயின. எனினும் அறியாப் பருவத்தினரான ரவீந்திரரை இத்தகைய சூழலில் விட்டு வைக்க வீட்டுப் பெரியவர்கள், குறிப்பாக அவரது தந்தை, விரும்பவில்லை. அண்ணன் சத்யேந்திரநாத் திரும்பி வரும்போது ரவீந்திரரையும் கூட அழைத்து வருமாறு அவருக்கு உத்தரவு போனது.

எனினும், ரவீந்திரர் இதற்காக வருந்தவில்லை. உண்மையில் தனது படைப்பூக்கத் திறனுக்கு ஜொரசங்கோ சூழல்தான் மிகப் பொருத்தமானது என்று அவர் நம்பினார். திருமதி ஸ்காட், அவரது குழந்தைகளின் கண்ணீருக்கு இடையே ரவீந்திரர் இந்தியாவிற்குத் திரும்பினார்.

அத்தியாயம் 9

‘இதயமெனும் பெரும் காடு’

வெளிநாட்டில், குறிப்பாக பிரிட்டனில், பதினேழு மாதங்களைக் கழித்துவிட்டு, 1880 பிப்ரவரியில் ரவீந்திரர் தன் அண்ணன் சத்யேந்திரநாத், அவரது குடும்பத்தினருடன் இந்தியாவிற்குத் திரும்பினார். அதுவும் முன்பு திட்டமிட்டிருந்தபடி எவ்வித படிப்பையும் முடிக்காமலே வெறுங்கையுடன் திரும்பினார்.

அவர் லண்டனில் இருந்தபோது எழுதத் தொடங்கி, முற்றுப் பெறாமல் இருந்த பாக்னா ஹ்ருதய் (உடைந்துபோன உள்ளம்) என்ற நீண்ட பாடல்களால் ஆன நாடகம் மட்டுமே அப்போது கையில் இருந்தது. 4,000க்கும் மேற்பட்ட வரிகளைக் கொண்ட பாடல்களின் தொகுப்பாக, 37 காட்சிகளைக் கொண்ட இந்த நாடகம், நேசித்தவளின் அன்பை உதாசீனப்படுத்திய ஒருவரின் கதையாக, இறுதியில் உண்மையான நேசத்தைத் தேடி அவர் திரும்பி வரும்போது அவள் தன் வாழ்க்கையின் இறுதித் தருணத்தில் இருப்பதைக் காண நேரிடுவதாக அமைந்திருந்தது.

வங்காள கவிதை உலகில் புதுமை படைத்த இந்த நாடகம் பாரதியில் வெளியாகி அவருக்குப் பெரும் புகழைப் பெற்றுத் தந்தது. அதில் தன் மனதைப் பறிகொடுத்த திரிபுரா மகாராஜா தன் முதலமைச்சரை நேரில் கல்கத்தாவிற்கு அனுப்பி தன் பாராட்டுதல்களை ரவீந்திரருக்குத் தெரிவித்தார். பின்னாளில் தனது எந்தத் தொகுப்பிலும் இந்த நாடகத்தை ரவீந்திரர் சேர்க்கவில்லை.

எனினும் அவரது மறைவிற்குப் பிறகு வெளியான ரச்சனாவளி தொகுப்பில் இந்த நாடகம் இடம் பெற்றது.

இந்த நாடகத்தை 'திருமதி ஹேசுசுசுசுசு' விற்கு சமர்ப்பணம் செய்வதாகக் கூறி அவர் எழுதியிருந்த கவிதை, கடவுள் மீதான அதீத பக்தியை வெளிப்படுத்துவதாகவும் பொருள் கொள்ளப்பட்டது. அவ்வகையில், ஒரு சில திருத்தங்களுடன் தாகூரின் பிரம்ம சங்கீதம் என்ற பக்திப் பாடல்களில் ஒன்றாக இந்தக் கவிதை பிரம்மா சமாஜிகளால் தொடர்ந்து பாடப்பட்டது வந்தது.

பிறவி எனும் இந்தப் பெருங்கடலில்
நான் மீண்டும் வழிதவறாது காக்கும் துருவ நட்சத்திரம் நீ!
நான் போகுமிடமெலாம் நீ ஒளி வீசிக் கொண்டிருப்பாயாக!
உந்தன் ஒளியே என் கண்களுக்கு இதமூட்டுகிறது.
இருளடைந்த கோவிலில் வீற்றிருக்கும் தேவியைப் போல்
என் உள்ளத்தில் நீ இருக்கிறாய். நான் வழி தவறினாலும்,
உந்தன் முகம் என்னை மீண்டும் நல்வழிப்படுத்தும்.
உடைந்துபோன இந்த உள்ளத்தை உன் காலடியில்
சமர்ப்பிக்கிறேன்.
அதன் ரத்தக்கறை, உன் கால்களுக்கு
செங்குழம்புப் பூச்சாகத் திகழட்டும்!

இவ்வாறு சமர்ப்பணம் செய்யப்பட்ட 'திருமதி ஹே______' என்பது அந்தக் குடும்பத்தினரால் ஹேகேட் என்ற கிரேக்க தேவதையின் பெயரால் செல்லமாக அழைக்கப்பட்டு வந்த அவரது அண்ணி காதம்பரியே ஆகும். சிறுவயது முதல் அவர் தன்னிடம் காட்டி வந்த அன்பை, பரிவை, நேசத்தை ரவீந்திரர் தன் வாழ்நாள் முழுவதிலும் மற்றவர்களிடம் தேடிக்கொண்டே இருந்தார் என்பதையும், இங்கு குறிப்பிட்டே ஆக வேண்டும்.

தொடர்ந்து 1881இல் வால்மீகி பிரதிபா (வால்மீகியின் அறிவுக் கூர்மை) என்ற தன் முதல் இசை நாடகத்தை ரவீந்திரர் உருவாக்கினார். வால்மீகி எவ்வாறு ஒரு பெருங்கவிஞராக மாறினார் என்பதை இந்த நாடகத்தில் வழக்கத்திற்கு மாறான வகையில் அவர் காட்டியிருந்தார். கொள்ளைக் கூட்டத் தலைவனான வால்மீகியின் கூட்டத்தினர் காளிக்குப் பலியிடப் பிடித்து வைத்திருந்த ஒரு சிறுமியின் அபயக் குரல் கேட்டு அங்கு வந்து அவளை மீட்கிறார்.

பின்பு தன் கொள்ளைக் கூட்டத்தையே கலைத்துவிட்டு, அந்தச் சிறுமியுடன் காட்டிலிருந்து வெளியேறும்போது, சரஸ்வதியே

அவர் முன் தோன்றி, அவரிடம் மனிதத் தன்மையை தட்டியெழுப்பவே தான் சிறுமியாக உருவெடுத்து வந்ததாகக் கூறி, அவருக்குப் பாடல் புனையும் ஆற்றலையும் அளித்துவிட்டுக் கூறுகிறார்.

'உனது கல் நெஞ்சத்தையும் கரையச் செய்த இரக்கம் என்ற இசை கோடிக்கணக்கான இதயங்களை மென்மையாக்கி சீர்திருத்தும் மனிதத் தன்மை என்ற இசையாக உன் குரலில் இருந்து வெளிப்படட்டும். தேசம் தேசமாக உனது குரல் எதிரொலித்துக் கொண்டே இருக்கும். எண்ணற்ற கவிஞர்களும் உனது பாடல்களை எதிரொலித்துக் கொண்டே இருப்பார்கள்!'

மனிதருள் புதைந்து கிடக்கும் 'மனிதத் தன்மை'யை தட்டி எழுப்புவது என்பதே வாழ்வின் மகத்துவம் என்ற உண்மையை ரவீந்திரர் தன் பாடல்களில் மீண்டும் மீண்டும் சுட்டிக் காட்டிக் கொண்டே இருந்தார். இந்த நாடகத்தில் அவரே வால்மீகியாக நடித்ததோடு, அவருக்கு இசை நுணுக்கங்களை அறிமுகப்படுத்திய அவரது மூத்த அண்ணன் மகள் பிரதீபா இதில் சிறுமியாக நடித்திருந்தார். இந்த நாடகத்தில் இடம்பெற்ற பாடல்கள் அன்று இந்தியாவில் நிலவிய இசை வரம்புகளை மீறிய ஒன்றாக அமைந்திருந்தன.

இலக்கியத்தில் கலகம் செய்ததைப் போலவே, இசையிலும் புதியதொரு பார்வையை முன்னிறுத்தும் முதல் முயற்சியாக, மேலடுக்கில் வீற்றிருந்த இசையை மக்களின் இசையாக மாற்றுவதாக, இந்த நாடகம் அமைந்திருந்தது. மேலும் இசையையும் வார்த்தைகளையும் எளிதில் பிரித்து விட முடியாத வகையிலும் அதன் பாடல்கள் இருந்தன.

இதைத் தொடர்ந்து ராமாயண கதை ஒன்றை அடிப்படையாகக் கொண்ட கல் மிர்கயா (துயரமிக்க வேட்டை) என்ற நாடகத்தையும் அவர் எழுதினார். இதில் தசரதனால் கொல்லப்படும் குருட்டு துறவியாக அவர் நடித்தார். இவை அனைத்துமே ஜொரசங்கோ வீட்டில் உருவாக்கப்பட்டிருந்த திறந்தவெளி மேடையில்தான் முதலில் அரங்கேறின.

அண்ணன் ஜோதீந்திர நாத்தும் அண்ணி காதம்பரியும் ஒரு நீண்ட பயணத்தை மேற்கொண்டபோது, ஜொரசங்கோவில் அவர்களது மூன்றாவது மாடி குடியிருப்பில் ரவீந்திரர் தனித்து விடப்பட்டார். கல்வித் தகுதி எதையும் பெறாமல், வெளிநாட்டிலிருந்து வெறும் கையுடன் திரும்பி வந்தது குறித்து வீட்டிலிருந்த பலரும், அவர்

திறமைசாலி என்று தெரிந்த போதிலும், சற்றே மதிப்புக் குறைவாகத்தான் பார்த்தனர்.

அண்ணனின் ஊக்கமும், அண்ணியின் பரிவும் இன்றித் தனிமையில் இருந்த அவருக்குள் ஒருவித கழிவிரக்கம் உருவானது. பேனாவையும் காகிதத்தையும் ஒதுக்கி விட்டு, ஒரு சிலேட்டில் அழித்து அழித்து எழுதத் தொடங்கினார். அப்போது அவர் எழுதிய கவிதைகள் சந்தியா சங்கீத் (மாலை நேரப் பாடல்கள்) என்ற தலைப்பில் வெளியாயின.

தனிமையும் கழிவிரக்கமும் புறக்கணிப்பும் எனப் பல்வேறு உணர்வுகளையும் மனதிற்குள் தேக்கிய, துயரம் நிரம்பிய இந்தப் பாடல்களின் தலைப்புகளே அவரது அன்றைய மனநிலையை வெளிப்படுத்துவதாக இருந்தன. 'ஒரு விண்மீனின் தற்கொலை', 'நம்பிக்கையற்ற நம்பிக்கை', 'மகிழ்ச்சியின் ஓலம்', 'துயரத்திற்கு ஓர் அழைப்பு', தாங்கவொண்ணாத அன்பு'. துயரத்தின் சுவையில் தோய்த்து எழுதப்பட்ட இந்தப் பாடல்கள் வங்காள இலக்கியத்திற்கு புதியதோர் ஒளியைப் பாய்ச்சின.

புதியதொரு தென்றலாக வீசிய அந்தப் பாடல்கள் ரவீந்திரரின் அறிவுக்கூர்மையை, அவரது வார்த்தைகளின் வீரியத்தை எடுத்துக் கூறுவதாகவும் அமைந்து வங்காள இலக்கிய உலகில் பெரும் சலசலப்பை ஏற்படுத்தின. எந்த அளவிற்கு என்றால், புகழ் பெற்ற அரசு அதிகாரியும், தேசியவாதியும், இலக்கியவாதியுமான ரமேஷ் சந்திர தத்தாவின் மகளின் திருமணத்திற்கு வந்திருந்த புகழ் பெற்ற எழுத்தாளர் பங்கிம் சந்திர சாட்டர்ஜிக்கு மாலை அணிவித்து வரவேற்க அவர் முற்பட்டபோது, சாட்டர்ஜி அந்த மாலையை வாங்கி அதே நேரத்தில் அங்கு வந்திருந்த ரவீந்திரருக்கு அணிவித்துவிட்டு சொன்னார்: 'இந்த மரியாதை இவருக்குத்தான் ரமேஷ். இவரின் சந்தியா சங்கீத்தைப் படித்து விட்டாயா?'

உதாரணத்திற்கு,

> 'எந்தப் பருவமானாலும் அதே பழைய ராகம்தான்.
> வாழ்க்கை என்ற நாடகத்தில் ஆயிரமாயிரம் ராகங்கள்
> ஏன் அதில் ஒன்றை மட்டும் பிடித்துக் கொண்டிருக்கிறாய்?
> பாட வேறு ஒன்றும் இல்லையெனில் அமைதியாய் இரு!'

இதே காலப்பகுதியில் 'இசையும் உணர்வும்' என்ற தலைப்பில் கல்கத்தாவில் உரை நிகழ்த்திய அவரேதான் சீனாவில் அபினை வலிந்து திணிக்கும் பிரிட்டிஷ் ஆட்சியைக் கண்டித்து 'சீனாவில் மரணப் பயணம்' என்ற கட்டுரையையும் எழுதினார். நாட்டின்

எல்லைகளைக் கடந்து எங்கெல்லாம் மனித குலத்தின் மீது தீங்கு விளைவிக்கப்படுகிறதோ, அதை எதிர்த்து குரல் கொடுப்பவராகவும் அவர் இருந்தார். தீவிரமான தன்னுணர்வு, அதே நேரத்தில் ஒரு மனிதனாக தன்னைச் சுற்றியுள்ள உலகத்தைப் பற்றிய கவலை என்பது சிறு பருவத்திலிருந்து இறுதிக் காலம் வரையில் அவரது அடிப்படைத் தன்மையாக நீடித்தது.

அண்ணன் ஜோதீந்திர நாத்தும் அண்ணி காதம்பரியும் ஜோராசங்கோவில் இருந்து கல்கத்தாவின் மையப் பகுதியில் சடர் தெருவில் வந்து குடியேறியபோது, அங்குதான் ஒரு நாள் ரவீந்திரருக்கு புத்தொளி பிறந்தது. இந்தத் தருணம் பற்றி, தனது நினைவலைகளிலும், 1930ஆம் ஆண்டில் ஆக்ஸ்போர்ட் பல்கலைக்கழகத்தில் அவர் வழங்கிய ஹேப்பர்ட் சொற்பொழிவிலும் விரிவாகக் குறிப்பிட்டு இருந்தார்.

'என் கண்களுக்கு முன்னாலிருந்த திரை திடீரென விலகியதை உணர்ந்தேன். கண்ணுக்குப் புலப்படாத அந்தத் திரை விலகியதும், உலகமே சூரிய ஒளியில் குளித்திருப்பதை, எல்லா பக்கங்களிலும் அழகின், மகிழ்ச்சியின் அலைகள் பெருகிக் கொண்டே போவதை கண்டேன். என் முன்னால் இருந்த எல்லா பொருட்களில் இருந்தும், அனைவரிடமிருந்தும் வெளிப்பட்ட ஒளிச் சிதறலும் அதன் முக்கியத்துவமும் என் மனதில் ஆழமாகப் பதிந்து போனது.'

இந்த நிகழ்விற்குப் பிறகு தன் அருகாமையில் கைகோர்த்துச் செல்லும் தம்பதிகள், குழந்தையோடு விளையாடும் ஒரு தாய், மற்றொரு பசுவை உரசிக் கொண்டே செல்லும் ஒரு பசு, நாவால் தன் உடலை சுத்தமாக்கிக் கொள்ளும் அதன் அசைவுகள் என சாதாரணமாக அன்றாட வாழ்வில் நாம் காணும் காட்சிகள் இதுவரை கண்டிராத வகையில் அவருக்கு முக்கியத்துவம் பெற்றதாக மாறின. இந்தத் தருணத்தில் 'நிழல்கள் ஒன்றை ஒன்று துரத்துகின்ற, உண்மையின் கதிர்கள் உள்நுழைய முடியாத ஒரு பருவத்தினைதான் கடந்து வந்திருப்பதை' உணர்ந்ததாகவும் அவர் குறிப்பிட்டார்.

'இதயமெனும் பெரும் காடு அங்கே
அதன் அனைத்துப் பக்கங்களிலுமோ
முடிவேயற்ற புதிர்ப் பாதைகள்
இங்குதான் நான் வழிதவறிப் போனேன்'

அவரது எழுத்தின் திசையையே மாற்றிய இந்த அனுபவத்திற்குப் பிறகு அவர் எழுதியதுதான் அருவியின் விழிப்பு என்ற புகழ் பெற்ற

நீண்ட பாடல் ஆகும். அவரே கூறியதுபோல, 'இந்தக் கவிதை ஒரு நீர்வீழ்ச்சியைப் போல வந்து விழுந்து, அதன் போக்கிலேயே போய்க் கொண்டிருந்தது.'

இமயமலையில் இருளில் மூழ்கி உறைந்துபோன ஒரு குகையாக அவரது இதயம் அதுவரை இருந்தது எனில், திடீரென மேலெழுந்த சூரியனின் ஒளிக்கதிர்கள் அந்த இருளை விரட்டியடித்து, அந்தப் பனிப்பாறையை உருக்கிய பொழுதில், அதிலிருந்து விடுதலையான நீர் துள்ளிக் குதித்து வெளியேறி, பாறைகளில் மோதி ஒலியெழுப்பி, எதிர்ப்பட்ட ஒவ்வொரு தடைக்கல்லின் மீதும் புதியதொரு இசையை எழுப்பிக்கொண்டே போனது என்று சித்தரிப்பதும் கூட மிகப் பொருத்தமானதாகவே இருக்கும்.

இந்தக் களியாட்டத்தில் புதியதொரு உலகைத் தரிசித்த ரவீந்திரரின் கையிலிருந்து புத்தம் புதிய கவிதைகள் வந்து விழுந்துகொண்டே இருந்தன. இத்தருணத்தில் வெளிப்பட்ட கவிதைகளின் தொகுப்பே பிரபாத் சங்கீத் (அதிகாலையின் பாடல்கள்) என்ற பெயரில் பின்னர் வெளியானது. இந்தப் பாடல்கள், சொற்கள், சந்தங்கள், அணியலங்காரம் என அனைத்து வகையிலும் அதுவரையில் அவர் எழுதியிருந்த கவிதைகளில் இருந்து பெரிதும் முன்னேற்றம் அடைந்த பாடல்களாக விளங்கின.

அவரது முந்தைய படைப்பான மாலை நேரப் பாடல்கள் பதின்பருவ தன்னுணர்வும் கழிவிரக்கமும் நிரம்பியதாக இருந்தது எனில், இந்தத் தொகுப்பு தன்னம்பிக்கை நிரம்பியதோர் இளைஞனின் குரலாக ஒலித்தது. மேலும் வங்காள இலக்கியம் இதுவரை கண்டிராத மொழியையும் சந்தத்தையும் தன்னுள் அடக்கியதாக, அந்த மொழிக்கு புதியதொரு பாதையைச் சமைப்பதாகவும் இந்தத் தொகுப்பு அமைந்திருந்தது.

அத்தியாயம் 10

புதியதொரு வாழ்க்கையை நோக்கி...

இதுவரையிலும் பல்வேறு இடங்களிலும் பரவிக் கிடந்த குடும்ப நிலங்களை மேற்பார்வை செய்து வந்த ஜோதீந்திரநாத் விதவிதமான வணிக முயற்சிகளில் தீவிரமாக ஈடுபடத் தொடங்கிய நிலையில், தன் இளைய மகன் ரவீந்திரரிடம் அந்தப் பொறுப்பை ஒப்படைப்பது என்று மகரிஷி முடிவு செய்தார். அதற்கு முன்பாக அவருக்குத் திருமணம் செய்வது என்று தீர்மானித்து, அந்தப் பொறுப்பை தன் மருமகள்களான சத்யேந்திரநாத் மனைவி ஞானதநந்தினி, ஜோதீந்திரநாத் மனைவி காதம்பரி ஆகியோரிடம் ஒப்படைத்தார்.

பிராலி பிராமணக் குடும்பத்தில் இருந்தே பெண் பார்க்க வேண்டிய நிலையில், (பொதுவாக அன்றைய பிராமணர்கள் இவர்களுடன் சம்மந்தம் வைத்துக் கொள்வதில்லை. ஒப்பீட்டளவில் இவர்களைத் தரம் தாழ்ந்தவர்களாகவே கருதுவார்கள்) பிராலி பிரிவினர் அதிகம் வசிக்கும் ஜெசூர் பகுதியில் இவர்கள் இருவரும் பெண் தேடச் சென்றனர்.

ஞானதநந்தினியும் இந்தப் பகுதியைச் சேர்ந்தவர்தான். தாகூர் குடும்ப நிலத்தில் ஊழியம் செய்து வந்த பேணிமாதவ் ராய்சவுதரி என்பவரின் 10 வயது மகள் பவதாரிணியை (பின்னாளில் ரவீந்திரர் அவரது பெயரை, தனக்கு மிகவும் பிடித்த நளினி என்ற பெயர் வரும் வகையில், மிருணாளினி என்று மாற்றி வைத்தார்) இவர்கள்

நிச்சயம் செய்துவர, 1882 டிசம்பர் 9 அன்று ஜோராசங்கோ இல்லத்திலேயே ரவீந்திரரின் திருமணம் நடைபெற்றது. அந்த நாளின் இனிமையை மறக்கடிக்கும் வகையில் அன்று இரவே அவரது மூத்த சகோதரி சவுதாமினியின் கணவர் உயிர் நீத்தார் என்ற செய்தி வந்து சேர்ந்தது.

நான்கே மாதங்களில் ரவீந்திரருக்கு மேலும் ஒரு பேரிடி காத்திருந்தது. 1884 ஏப்ரல் 19 அன்று ஜோதீந்திரநாத் மனைவியும், ரவீந்திரருக்குக் கிட்டத்தட்ட 16 ஆண்டுகள் தாயாக, நண்பராக, அவரது எழுத்துக்களுக்கான வழிகாட்டியாக என எல்லாமுமாக இருந்த அண்ணி காதம்பரி தேவி தற்கொலை செய்து கொண்டார். இந்தப் பேரிடியை தாங்காமல் அவர் திகைத்துப் போய் நின்றிருந்த ஒரு சில வாரங்களுக்கு உள்ளாகவே மூன்றாவது அண்ணனும், குடும்பத்தில் மருத்துவ அறிவியல் அறிஞரும், கல்விப் புலத்தில் அவரது வழிகாட்டியும் ஆன ஹேமேந்திரநாத் மரணமடைந்தார்.

இந்தத் திடீர் இழப்புகள் ரவீந்திரர் மீது ஆழமான தாக்கத்தைச் செலுத்தின. அவை, அவரை உடைத்து நொறுக்கிவிடாமல், மேலும் வலுவோடு முதிர்ச்சி அடையச் செய்தன. நிராசையையோ மனக்கசப்பையோ ஏற்படுத்தவில்லை. விதிக்கு எதிராகக் குரலெழுப்பச் செய்யவில்லை. மாறாக, வாழ்க்கை மீதும் மரணத்தின் பொருள் குறித்தும் ஆழ்ந்த புரிதலை அவரிடம் ஏற்படுத்தியது. அவரது வார்த்தைகளிலேயே பார்க்கலாம்.

'இதுவரை சிக்கெனப் பிடித்திருந்ததை நான் விட்டுவிட வேண்டியதாயிற்று. எனது சொந்த இழப்பைப் பற்றி மட்டுமே எண்ணிக் கொண்டிருந்த வரையில் நான் வருத்தத்தோடு இருந்தேன். மாறாக, இந்த மரணத்தின் மூலம் விடுதலை அடைந்தவர்களின் கண்ணோட்டத்தில் இருந்து இந்த இழப்பைப் பார்த்தபோது, மிகப் பெரும் நிம்மதி என் மனதில் வந்து கவிந்தது. இந்த விலகல் உணர்வு எனக்குள் வளரத் தொடங்கியபோது, கண்ணீரில் மூழ்கியிருந்த என் கண்களுக்கு முன்னால் இயற்கையின் அழகு மேலும் ஆழமான முக்கியத்துவம் பெற்றதாகத் தென்பட்டது. மரணம் என்ற அகன்ற திரையில் தீட்டப்பட்டிருந்த வாழ்க்கைச் சித்திரத்தை நான் கண்டபோது, அது உண்மையிலேயே மிக அழகானதாகத் தோன்றியது.'

ரவீந்திரரின் குடும்பம் ஏற்கனவே பாரதி என்ற இதழை நடத்தி வந்தது. அதனோடு கூடவே சத்யேந்திரநாத் மனைவி ஞானதநந்தினியின் முன்முயற்சியில் பாலக் என்ற சிறுவயதினருக்கான இதழ் தொடங்கியது. வழக்கம் போலவே,

நர்சரி பாடல்கள், கவிதைகள், கதைகள், நாடகங்கள், நாவல்கள் எனப் பல்வேறு வடிவங்களில் அதன் பக்கங்களை இட்டு நிரப்ப வேண்டிய பொறுப்பும் ரவீந்திரர் மீது விழுந்தது. பின்னாட்களில் சிறுவயதினருக்கு, பதின்பருவத்தினருக்கு என மிகச் சிறந்த, அழகான படைப்புகளை அவர் உருவாக்குவதற்கான அடியுரமாக இந்த முயற்சி அமைந்தது.

இதற்கிடையே மகரிஷி அவரை ஆதி பிரம்ம சமாஜத்தின் செயலாளராக நியமித்தார். இதில் கூட்டு வழிபாட்டிற்கான பாடல்களை அவர் எழுதியதோடு, ராஜாராம் மோகன் ராய் பற்றியும், பிரம்ம சமாஜத்தின் குறிக்கோள்கள் பற்றியும் பல கட்டுரைகளை அவர் எழுதினார். இதையொட்டி, அத்தருணத்தில் பாரம்பரியமான இந்து மதத்தின் பெருமைகளைப் பல்வேறு வகையிலும் பறைசாற்றி வந்த புகழ்பெற்ற எழுத்தாளர் பங்கிம் சந்திர சாட்டர்ஜியுடன் கருத்துப் போர் ஒன்றையும் அவர் நடத்த வேண்டியிருந்தது.

ஒவ்வொரு தலைமுறையினரிடமுமே முன்னேற்றம் குறித்து ஒருவிதமான பிரமை நிலவுவது வழக்கம். அதிலும் குறிப்பாக, அறிவார்ந்த உலகமானது மேலும் முன்னே செல்ல வேண்டும் என்றும், இப்போது இருப்பதையே போற்றிப் பாதுகாக்க வேண்டும் என்றும் இரு விதமாகப் பிளவுபட்டே வந்துள்ளது.

1880களில் இந்தப் பிளவு மிகவும் கூர்மையாக இருந்தது. பகுத்தறிவிற்கும் அறிவியலுக்கும் அழுத்தம் தரும் மேற்கத்திய கல்வி என்பது புதுமையான ஒன்றாகவும், சமூகத்தில் அதுவரையில் நிலவி வந்த பாரம்பரிய வகைப்பட்ட அறிவு மற்றும் வாழ்க்கை முறையில் இருந்து முற்றிலும் மாறுபட்டதாகவும் இருந்தது. இந்தப் புதிய கல்வியால் கவரப்பட்டவர்கள் பழைய முறையில் உள்ள அனைத்தையுமே தவறெனக் குற்றம் கூறினர். இந்தப் புதிய கல்வியைக் கண்டு அஞ்சியவர்களோ பாரம்பரிய வழிகளின் பாதுகாப்பிலேயே இருப்பதில் தீவிரமாக இருந்தனர். இந்த இரு பிரிவினரின் வாதங்களிலுமே அடிப்படை இருந்தது.

இதை வெளிப்படுத்தும் விதமாக, ரவீந்திரர் ஒரு தாத்தாவிற்கும் அவரது பேரனுக்கும் இடையிலான கடிதங்கள் மூலம் இந்த இரு தரப்பினரின் வாதங்களை அழகாக முன்வைத்தார். 'கங்கையாறு வெடித்துக் கிளம்பும் இமயமலைத் தொடர் எவ்வளவுதான் தூய்மையானதாக, அழகானதாக இருந்த போதிலும், அது தன் பாதையை மாற்றிக் கொண்டு, மீண்டும் புறப்பட்ட இடத்திற்கே திரும்பிச் செல்ல முடியாது; தூசியும் அழுக்குகளும் நிரம்பிய

சமவெளிப் பகுதிகளின் ஊடாக கடலில் சென்று கலப்பதுதான் அதன் இலக்காக, விதியாக இருக்கிறது' என்று பேரன் எழுத, அதற்குப் பதிலடியாக, 'ஓடிக் கொண்டே இருக்கும் நதியில் தட்டுத் தடுமாறிச் செல்லும் மரத் துண்டல்ல மனித வாழ்க்கை; மாறாக, சுழன்றடித்து, ஆர்ப்பரித்து வெள்ளமென ஓடும் நதி நீருக்கு மத்தியில் தனது மகத்தான பாரம்பரியத்தை உயர்த்திப் பிடிக்கும் ஒரு பாறையைப் போன்றது மனித வாழ்க்கை.' அன்றைய அறிவுலகில் நிலவிவந்த வாதப் பிரதிவாதங்களை வலுவோடும் அழகுணர் வோடும் முன்வைத்த ரவீந்திரரின் கட்டுரைகள் ஒவ்வொரு தலைமுறையும் நடத்தி வந்த போராட்டத்தை எடுத்துக் கூறின.

மிகப்பெரும் படைப்பாளிகள் ஒழுங்குமுறை அற்றவர்களாக, திடீர் திடீரென எழுச்சி கொள்பவர்களாக, பெரும்பாலும் பொறுப்பற்றவர்களாக இருப்பார்கள் என்ற, பொதுவாக மக்கள் மத்தியில் நிலவும் சித்திரத்திற்கு முற்றிலும் மாறான வகையில், ரவீந்திரர் பெருமளவிற்கு சுயக் கட்டுப்பாடு மிக்கவராக இருந்தார். தொடக்க காலத்தில் அவர் பெற்ற பயிற்சியும், அவரது தந்தையின் முன் உதாரணமான வாழ்க்கையும் அவரிடத்தில் ஆழமாக வேரூன்றி இருந்தது. அதனோடு கூடவே, தனது அதீதமான உணர்வு நிலைகளைக் கண்டு சிரிக்கும்படியான நகைச்சுவை உணர்வும் அவரிடம் மிகுந்திருந்தது. இத்தகைய தனித்திறமையே அவரைப் பல்வேறு தளங்களிலும் சிறப்பாகச் செயல்படுவதற்கான உந்துசக்தியாக விளங்கியது.

1890 ஆகஸ்டில் ரவீந்திரர் இரண்டாவது முறையாகத் தன் நண்பரும் பாரிஸ்டருமான லோகேன் பாலித், அண்ணன் சத்யேந்திரநாத் ஆகியோருடன் ஐரோப்பியப் பயணம் மேற்கொண்டு, இத்தாலி, பிரான்ஸ் வழியாக பிரிட்டன் சென்றார். எனினும் இரண்டு மாதங்களுக்குள் இந்தியா திரும்ப வேண்டும் என்ற உந்துதலில் தனியாகவே அக்டோபர் இறுதியில் கல்கத்தா வந்தடைந்தார். இங்கிலாந்தில் இருந்து திரும்பிய உடனேயே கடந்த மூன்று ஆண்டுகளாக அவர் எழுதிய கவிதைகளின் தொகுப்பு மானசி (மனதைப் பற்றி) என்ற பெயரில் வெளியானது. இந்தக் கவிதைகள், இதுவரையில் இருந்தவற்றுக்கு முற்றிலும் மாறான வகையில், அவரது முதிர்ச்சியை வெளிப்படுத்தியதோடு, வங்காள இலக்கிய உலகில் அவரது பெயரை ஆழமாக நிலைநிறுத்துவதாகவும் இருந்தது.

இலக்கிய உலகில் தனக்கென ஓரிடத்தை அவர் பெற்றிருந்தபோதிலும், ரவீந்திரர் தன் குடும்பத்திற்கான

கடமையை மேற்கொள்ள வேண்டும் என்பதில் அவரது தந்தை மகரிஷி தேவேந்திரநாத் பிடிவாதமாக இருந்தார். இந்த முறை அவரால் தன் தந்தையின் உத்தரவைத் தட்டிக்கழிக்க முடியவில்லை.

பிரிட்டிஷ் சாம்ராஜ்யத்தின் இரண்டாவது பெருநகரம் என்ற பெருமையை பெற்றிருந்த கல்கத்தாவிலேயே பிறந்து வளர்ந்த ரவீந்திரர், பெரும்பாலும் நாட்டின் இதர நகரங்களுக்குத்தான் பயணம் செய்திருந்தார். தந்தையுடன் ஒரு முறை சாந்திநிகேதனுக்கும், அண்ணன் ஜோதீந்திரநாத் உடன் சிலமுறை குடும்ப நிலங்கள் இருந்த பகுதிகளுக்கும் சென்று வந்ததைத் தவிர, அடிப்படையில் ஒரு நகரவாசியாக, கிராமப்புற வாழ்க்கையைப் பற்றி ஏதும் அறியாதவராகவே ரவீந்திரர் அதுவரை இருந்தார்.

அவ்வகையில் இந்தப் பொறுப்பு அவரது கண்ணோட்டத்தையும் வாழ்க்கைப் போக்கையும் முற்றிலுமாக மாற்றியது எனலாம். இந்தப் புதிய வாழ்க்கை தனக்கு வழங்கிய அனுபவம் தன்னிகரற்றது என்றும் அதற்காக தன் தந்தைக்கு நன்றி பாராட்டுவதாகவும் அவர் தனது நினைவலைகளில் குறிப்பிட்டிருந்தார்.

குடும்ப நிலங்கள் இருந்த வங்காளத்தின் வடகிழக்குப் பகுதி மற்றும் ஒரிசா -இவற்றில் பெரும்பகுதி நிலங்கள் இன்று வங்க தேசம் என்று அழைக்கப்படும் பகுதியில் இருந்தன – பகுதிகளுக்கு அண்ணன் ஜோதீந்திரநாத் உடன் போய் அறிமுகம் ஆகியிருந்த நிலையில், பத்மா நதி (இது இன்றைய பீகார் – வங்காள எல்லையில் கங்கை நதி இரண்டாகப் பிரிவதில் ஒரு பிரிவு ஆகும். இன்றைய வங்க தேசத்தின் வழியாக ஓடி வங்கக் கடலில் கலப்பது. மற்றொரு பிரிவு பாகீரதி, ஹூக்ளி எனப் பல்வேறு பெயர்களில் கல்கத்தாவை கடந்து ஓடி, கங்காசாகர் என்ற பகுதிக்கு அருகே வங்கக் கடலில் கலக்கிறது) ஊடாக ரவீந்திரர் ஒரு படகு வீட்டை (இதன் பெயரும் பத்மா தான்) தயார் செய்து கொண்டு, அதில் பயணம் செய்தபடியே குடும்ப நிலங்களையும் குத்தகைதாரர்களையும் மேற்பார்வையிடத் தொடங்கினார்.

இந்தக் காலத்தில்தான், வங்காளத்தின் கிராமப்புறங்களில் ஆண்டின் பல்வேறு பருவங்களிலும் அவர் கழித்த வாழ்க்கை, இயற்கையுடனான அவரது நெருக்கத்தை மேலும் விரிவாக்கி வலுப்படுத்தியது. பத்மா நதி மற்றும் அதன் கிளை ஆறுகளின் வழியாக அவர் மேற்கொண்ட பயணங்கள் இந்தப் பகுதிகளின் அழகையும் இயற்கைச் செல்வத்தையும் தனது கவிதைகளிலும் இன்னபிற எழுத்துக்களிலும் செறிவாகச் சித்தரிக்க உதவின.

இவை அனைத்திற்கும் மேலாக ஒரு ஜமீன்தாராக அவர் நெருக்கமாகச் சென்று எதிர்கொண்ட கிராமப்புற வாழ்க்கை அவருக்குப் புதியதொரு தரிசனத்தை வழங்கியது. எழுத்தறிவற்ற கிராமப்புற ஏழை மக்கள், அவர்களது சலிப்பூட்டும் அன்றாட வேலைகள், வறட்சி, பஞ்சம் போன்ற இயற்கையின் திடீர் தாக்குதல்களுக்கு எதிரான அவர்களது தொடர்ச்சியான போராட்டம், நிலவுடைமையாளர்களின் அலட்சியப் போக்கு, மனிதத் தன்மையற்ற அவர்களின் அணுகுமுறை, அதற்குச் சற்றும் குறையாத வகையில் சமூகத்தில் நிலவிவந்த மடமை, கூடுதலாக, அந்நிய ஆட்சியின் சுமைகள் என அங்கு நிலவிய சூழல் அவர்களது வாழ்க்கையின் விடிவுக்கான வழியை மறித்து நின்ற சமூக - பொருளாதார நிலைமைகளை அவர் மேலும் ஆழமாகப் புரிந்து கொள்ள உதவின.

இந்தப் புரிதல்தான் இந்தியாவில் பெரும்பான்மை மக்கள் வசிக்கும் கிராமப்புறங்களின் மேம்பாட்டிற்கு என்ன செய்ய வேண்டும் என்பது குறித்து அவரை ஆழமாக சிந்திக்க வைத்தது. இந்த வறிய நிலைக்கான தீர்வு கல்வி மற்றும் கிராமப்புற சுயச் சார்பு மட்டுமே என்ற எண்ணமும் அவரிடத்தில் தீவிரமாக எழுந்தது. பின்னாட்களில் அவர் மேற்கொண்ட செயல்பாடுகளுக்கு இந்தக் காலத்தில் அவர் பெற்ற அனுபவமும் தெளிவுமே காரணமாக இருந்தன.

இந்தக் காலத்தில்தான் அவரது குடும்ப இதழான பாரதிக்குப் பதிலாக சாதனா என்ற இலக்கிய இதழை அண்ணன் மகன் சுதீந்திரநாத் ஆசிரியராக இருந்து நடத்தத் தொடங்கினார். வழக்கம்போலவே இந்த இதழின் பக்கங்களை நிரப்பும் கடமையும் ரவீந்திரரின் மீது விழுந்தது.

அதுவரையில் இயற்கை அழகு, பதின்பருவ உணர்வுகள், பிரம்ம சமாஜத்தின் தாக்கத்தால் உபநிடதக் கருத்துகளை முன்னெடுக்கும் ஆன்மிகப் பாடல்கள் என்று போய்க் கொண்டிருந்த அவரது எழுத்துகள், அவை கவிதை, கட்டுரை, சிறுகதை, நாவல், இலக்கிய விமர்சனம் என எந்த வடிவத்தில் இருந்தாலும், நாடும், சமூகமும் எதிர்கொண்டு வந்த பிரச்னைகளை, அவற்றின் ஒவ்வொரு அம்சத்தையும் உள்ளடக்கியதாக வெளிப்படத் தொடங்கின.

அத்தியாயம் 11

கடவுளின் பெரிய குழந்தைகள்

பத்மா நதியில் பயணம் செய்தபடி தான் சந்தித்த குத்தகை விவசாயிகளின் மீது பேரன்பு செலுத்தினார் ரவீந்திரர். அண்ணன் மகள் இந்திரா தேவிக்கு அவர் எழுதிய கடிதங்களில் இந்த விவசாயிகள் குறித்த பல்வேறு உணர்வுகளை அவர் தொடர்ந்து வெளிப்படுத்தி வந்தார்.

> 'கடவுளின் நாதியற்ற குழந்தைகளான நமது குத்தகைதாரர்களைக் காணும்போதெல்லாம் என்னிடத்தில் பேரன்பு சுரக்கிறது. அவர்களுக்குத் தேவையெல்லாம் ஒரு வேளை உணவு மட்டும்தான். ஆனால் பூமி வறண்டு போகும்போதெல்லாம் அவர்களால் முடிந்தது அழுவது மட்டுமே. எப்படியாவது அவர்களின் பசி போக்கப்பட்டு விட்டால், மற்ற அனைத்தையும் அவர்கள் மறந்து விடுகிறார்கள். இந்த உலகத்தில் துயரம் என்ற ஒன்று இருந்தே ஆக வேண்டுமானால், அவ்வாறே இருந்துவிட்டுப் போகட்டும். என்றாலும், அதனோடு கூடவே, முடிவே இல்லாத முயற்சியோடு, என்றும் அகலாத நம்பிக்கையை வளர்த்தெடுத்து, மனிதரிடையே சிறந்த குணத்தைத் தூண்டிவிடும்படியான ஏதாவதொரு வழி அல்லது ஏற்பாடு இருக்க வேண்டும்.'

11 மே *1893* அன்று எழுதிய மற்றொரு கடிதத்தில் ரவீந்திரர் இவ்வாறு கூறியிருந்தார். 'இந்த அப்பாவி விவசாயிகள் சிலர் மரியாதை

நிமித்தம் என்னை அடிக்கடி பார்க்க வருவதுண்டு. அவர்களைச் சந்திக்கும்போதெல்லாம் நான் மகிழ்ச்சி அடைகிறேன். அவர்களின் வணக்கத்திற்கு உரியவனாக நான் இருக்கிறேனா என்று எனக்குத் தெரியவில்லை.

> 'அவர்களின் எளிமையும் ஆழமான அன்பும், அவர்களை என்னைவிடப் பெரியவர்களாக ஆக்கி விடுகின்றன. குழந்தைகளிடம் எனக்கிருக்கும் அன்பைப் போலத்தான் அவர்கள் மீதும் அன்பு செலுத்துகிறேன். ஒரே ஒரு வித்தியாசம்தான். அவர்கள் கொஞ்சம் அதிகமாகவே சிறுவர்களாக இருக்கின்றனர். குழந்தைகள் வளர்ந்து விடுவார்கள். ஆனால் இந்த வயதான குழந்தைகளோ எப்போதுமே வளர்வதில்லை. உள்ளார்ந்த உணர்வு மட்டும் அனைத்து மனிதர்களின் மனங்களையும் இணைக்க முடியுமானால், அவர்களின் நலன் குறித்த எனது ஆழமான கவலை நிச்சயமாக அவர்களைச் சென்றடைந்து ஏதாவது ஒரு வகையில் நன்மை பயக்கும்.'

இந்த 'பெரிய, கடவுளின் குழந்தை'களுக்குத் தன்னால் முடிந்த வரையில் உதவியது மட்டுமின்றி, அவர்களைச் சுயச்சார்புடைய மனிதர்களாக வளர்த்தெடுக்கவும் அவர் முயற்சித்தார். மகாத்மா காந்தி இந்தியாவிற்கு வந்து பொது வாழ்வில் இறங்குவதற்கு இருபது ஆண்டுகளுக்கு முன்பாகவே, நாடு விடுதலை பெற்றபிறகு வந்த அரசு இந்தப் பணியை மேற்கொள்ள முன்வருவதற்கு அரை நூற்றாண்டுக்கு முன்பாகவே, ரவீந்திரர் கிராமப்புற சமூக மேம்பாட்டிற்கான தனது முதல் பரிசோதனைகளைத் தொடங்கியிருந்தார்.

கிராமப்புற சமூக மேம்பாட்டிற்கான அவரது திட்டம் சுய உதவி, மனத் தெளிவு என்ற இரண்டு குறிக்கோள்களின் அடிப்படையில் ஆனது. அவரது குடும்ப நிலங்களில் பணிபுரிந்து வந்த விவசாயிகளிடையேதான் அவர் தனது முதல் பரிசோதனையை மேற்கொண்டார். அதற்குப் பல ஆண்டுகளுக்குப் பிறகு, கல்வி தொடர்பான தனது பரிசோதனையை சாந்திநிகேதனில் மேற்கொண்டு வந்த அதே நேரத்தில், அந்தக் கல்வி வளாகத்திற்கு அருகிலேயே கிராமப்புற மேம்பாட்டிற்கான பெருமளவிலான பரிசோதனைகளை மேற்கொள்வதற்கு என ஸ்ரீநிகேதன் என்ற விவசாயத் தொழில்நுட்பக் கல்விக்கான மையத்தையும் அவர் நிறுவினார்.

வங்காளி மக்களிடையே முன்னோடியான ஓர் அறிவுஜீவியாக அவர் விளங்கிய போதிலும், ஒரு கவிஞராக இல்லாமல், ஒரு

மனிதனாக, 1890 முதல் 1940 வரையிலான அரை நூற்றாண்டு காலப்பகுதியில் அவரது முக்கியக் கவலையெல்லாம் இந்திய விவசாயிகளைப் பற்றியதாகவே இருந்தது. முதலில் தனது குடும்ப நிலங்கள் இருந்த பகுதியிலும், பின்னர் ஸ்ரீநிகேதனிலும் விவசாயிகள் தங்களுக்கென்று சொந்தமாக கல்விக் கூடங்களையும், மருத்துவ மனைகளையும், சாலைகளையும், குடிநீர் தொட்டி களையும், கூட்டுறவு அமைப்புகளையும், வங்கிகளையும், ஒரு வகையிலான சுயாட்சி அமைப்பையும் உருவாக்கிக் கொள்வதற்கு அவர் உதவினார்.

1913 ஆம் ஆண்டில் நோபல் பரிசுக்காக அவருக்குக் கிடைத்த பரிசுத் தொகையையும்கூட அவர் சாந்திநிகேதனுக்கு ஒப்பளித்தது மட்டுமின்றி, போடிசாரில் ஏற்கெனவே அவர் ஏற்படுத்தி இருந்த விவசாயக் கூட்டுறவு வங்கியில்தான் அந்தத் தொகையை அவர் முதலீடு செய்தார். இதன் மூலம் ஒரே கல்லில் இரண்டு மாங்காய் அடித்தார். அந்தக் கூட்டுறவு வங்கியில் இருந்து குறைந்த வட்டியில் விவசாயிகளுக்குக் கடன் வசதி கிடைக்கும் அதே நேரத்தில் சாந்திநிகேதன் பள்ளிக்கு ஆண்டுதோறும் ஒரு குறிப்பிட்ட தொகை வட்டியாகக் கிடைக்கும் ஏற்பாடுதான் அது.

அதுமட்டுமல்ல; அன்றும் இன்றும் இந்திய மேட்டுக்குடி வர்க்கத்தினர் செய்து வந்ததை/வருவதைப் போல தன் பிள்ளைகளை ஆக்ஸ்போர்ட் அல்லது கேம்ப்ரிட்ஜ் பல்கலைக் கழகத்திற்குப் படிக்க அனுப்பவில்லை. மாறாக, 1906ஆம் ஆண்டிலேயே, அன்று உலகின் பெரும்பான்மையோரின் நம்பிக்கையைப் பெற்றிராத அமெரிக்காவில் உள்ள இலினொய் பல்கலைக்கழகத்தில் விவசாய அறிவியலில் பயிற்சிபெற தன் மகன் ரதீந்திரநாத் மட்டுமின்றி, மூன்றாவது மருமகன் நாகேந்திரநாத் கங்குலி, தன் நெருங்கிய நண்பரின் மகனான சந்தோஷ் சந்திர மஜூம்தார் ஆகியோரையும் விவசாயத் தொழில்நுட்பங்களைக் கற்றுக்கொள்ள அமெரிக்காவிற்கு அனுப்பி வைத்தார்.

ரவீந்திரரைப் பொறுத்தவரையில் இந்திய மக்களில் 90 சதவீதத்தினர் நிலத்தை நம்பியே வாழ்ந்து வரும் நிலையில், வேறெந்த வகையான வளர்ச்சியையும் விட விவசாய மேம்பாட்டிற்குத் தேவையான அறிவியல் தொழில்நுட்பமே நம் நாட்டிற்கு அதிகம் தேவைப்படுகிறது. ஆக்ஸ்போர்ட்டில் இருந்து சிறந்த 'நாகரீக மனிதனாக' மாற கற்றுக் கொள்வதை விட, இலினொயில் இருந்து

சிறந்த விவசாயியாக மாறுவதற்குத்தான் இந்தியர்கள் முன்வர வேண்டும் என்றுதான் அவர் கருதினார்.

பின்னாளில் கிராமப்புற மேம்பாட்டின் அவசியம் பற்றி அவர் இவ்வாறு கூறியிருந்தார்: 'பிரச்சனைகளில் சிக்குண்டு மூச்சுத் திணறி வரும் கிராமப்புற வாழ்க்கையில் மகிழ்ச்சியின் வெள்ளப் பெருக்கைக் கொண்டுவர முயற்சிப்பதுதான் நமது நோக்கமாகும். இதற்கு அறிஞர்களும், கவிஞர்களும், இசை விற்பன்னர்களும், கலைஞர்களும், அறிவியல் நிபுணர்களும் இதில் இணைந்து செயல்பட வேண்டும்.'

ரவீந்திரரின் இந்த முயற்சியில் அவரோடு தோளோடு தோள் நின்று செயல்பட்டவர் லியனார்ட் எல்மிர்ஸ்ட் ஆவார். பிரிட்டனின் யார்க்ஷையரைச் சேர்ந்த இவர் கேம்பிரிட்ஜ் பல்கலைக்கழகத்தில் வரலாறு படித்துவிட்டு, 1915 ஆம் ஆண்டில் இந்தியா வந்தபோது, இங்குள்ள விவசாயிகளின் பரிதாப நிலையைக் கண்டு வருந்தி, இந்திய விவசாயத்திற்கே தன்னை ஒப்பளிக்க வேண்டும் என்று முடிவெடுத்தார்.

அந்த நேரத்தில், அலகாபாத் நகரில் கிறித்துவ போதகரும் விவசாய நிபுணருமான சாமுவேல் ஹிக்கின்பாட்டம் என்பவரைச் சந்தித்தார். அவர்தான் எல்மிர்ஸ்டை விவசாய அறிவியலில் பயிற்சி பெற்று இந்தியா திரும்புமாறு அறிவுறுத்தினார். அதன்படியே அமெரிக்காவில் இருந்த கார்னெல் பல்கலைக்கழகத்தில் பயிற்சி பெற்று வந்தார்.

1921 ஆம் ஆண்டு ரவீந்திரர் அமெரிக்காவிற்குச் சென்றபோது எல்மிர்ஸ்டைச் சந்தித்துப் பேசினார். இந்த முதல் சந்திப்பின் போதே 'கிராமப்புற மக்களின் பொருளாதாரத்தை, அவர்களது சமூக சமநிலையை, அவர்களது படைப்புக் கலைகளைப் புத்துயிர் பெறச் செய்யும்படியான கருவிகளோடும் கருத்துகளோடும்' இந்தியாவிற்கு உடனடியாக வருமாறு அவருக்கு வேண்டுகோள் விடுத்தார் ரவீந்திரர்.

இந்தச் சந்திப்பு குறித்து எல்மிர்ஸ்ட் பின்னாளில் எழுதிய ஒரு கட்டுரையில் இவ்வாறு கூறியிருந்தார்:

> 'நேற்றைக்கு முன் தினம் நான் கார்னெல் பல்கலைக்கழகத்தில் இருந்தபோது எனக்கு ஒரு தந்தி வந்தது. அதில் 'நியூயார்க் நகரில் என்னை வந்து சந்திக்கவும் – ரவீந்திரநாத் தாகூர்' என்று மட்டுமே இருந்தது. முதல் உலகப்போர் முடிந்த பிறகு விவசாயம் பற்றிப் படிப்பதற்காக நான் அங்கு சென்றிருந்தேன். அப்போது நான் இரண்டாம் ஆண்டில் படித்துக் கொண்டிருந்தேன். எனது

செலவுகளுக்காக முதல் ஆண்டு மாணவர்களுக்கு ஆங்கிலம் கற்றுக் கொடுக்க நான் முயற்சித்துக் கொண்டிருந்தேன். படிப்பை முடித்தபிறகு இந்தியாவிற்கு திரும்ப வேண்டும் என்பதுதான் என் இலக்காக இருந்தது.

'இந்திய விவசாயம், கிராமப்புற வாழ்க்கை ஆகியவற்றில் நிலவி வரும் பல்வேறு பிரச்சனைகளில் ஒரு சில அம்சங்களை நான் நேரடியாக உணர்ந்து, அதுபற்றி ஆய்வு செய்து கொண்டிருந்தேன். அந்த நாட்டிற்குத் திரும்பி வேலை செய்யவேண்டும் என்று நான் விரும்பினேன். எனினும் பிரிட்டிஷ் ஆட்சியின் ஒரு சேவகனாகவோ அல்லது ஒரு மத போதகராகவோ அங்கு செல்ல நான் விரும்பவில்லை. மாறாக, ஓர் இந்தியரோடு, முடிந்தால் தாகூர் போன்ற ஒரு நபரோடு இணைந்து இந்திய கிராமம் ஒன்றில் பணிபுரியவேண்டும் என்றுதான் நான் விரும்பினேன். அந்த நேரத்தில் இத்தகைய புகழ்பெற்ற ஒருவரின் கவனத்தை எப்படி என் பக்கம் ஈர்க்க முடியும் என்றுதான் எனக்குத் தெரியவில்லை.

'ஆங்கிலத்தில் வந்திருந்த அவரது எழுத்துகள் என்னைப் பெரிதும் கவர்ந்திருந்தது. ஆறு ஆண்டுகளுக்கு முன்பு கேம்ப்ரிட்ஜ் பல்கலைக்கழகத்தில் வரலாற்றில் பட்டம் பெற்று முடித்த தருணத்தில் முதன்முதலாக கீதாஞ்சலியைப் படித்தபோது அது என் மனதில் ஏற்படுத்தியிருந்த தாக்கம் என்னைவிட்டு அகலவேயில்லை.

'கார்னெல் பல்கலைக்கழகத்தில் இறுதித் தேர்வுகளை எழுதி முடித்தபிறகு, நான் அங்கு வரவேண்டும் என்று இப்போதும் நீங்கள் விரும்புகிறீர்களா?' என்று கேட்டு ரவீந்திரருக்கு கடிதம் எழுதினேன்.

'இந்திய விவசாயத்தில் பயன்படுத்தக்கூடிய ஒரு சில தொழில்நுட்பங்களில் நான் நன்கு பயிற்சி பெற்றிருந்தேன். படிப்பு முடிந்து யார்க்ஷையருக்குத் திரும்பிச் சென்றபோது நான் மீண்டும் இந்தியாவிற்குத் திரும்பிச் செல்வதை வீட்டில் உள்ளவர்கள் ஏற்றுக்கொள்ளவில்லை. அந்த நேரத்தில்தான் ஆண்ட்ரூ (தாகூர்–காந்தியின் நெருங்கிய நண்பர்- தீனபந்து என்று அழைக்கப்பட்டவர்) 'நிதி ஏதும் இல்லை. இப்போது வரவேண்டாம்' என்று தந்தி அனுப்பியிருந்தார்.

'எனினும் சாந்திநிகேதனில் தன்னார்வ ஆசிரியராக அப்போது பணிபுரிந்து, விடுமுறையில் வந்திருந்த பியர்சனின் உதவியால்,

தாகூருக்கும் எனக்கும் நண்பராக இருந்த ஓர் அமெரிக்கர் மிகுந்த தாராள மனத்துடன் அனுப்பியிருந்த டாலர்கள் கையில் கிடைத்ததும் 'நிதி கிடைத்துள்ளது. நான் வரலாமா?' என்று கேட்டு தந்தி அனுப்பினேன். 'மிக்க மகிழ்ச்சி. நீங்கள் வரலாம்- ரவீந்தரநாத் தாகூர்' என்று பதில் வந்தது. நானும் பியர்சனும் ஒரு ஜப்பானியக் கப்பலில் ஒன்றாகப் பயணித்து இந்தியா வந்தோம். அதன்பிறகு, அவரோடு நெருங்கிப் பழகிய தருணங்கள் மூலம் அவரது சிறப்புகளை மேலும் அதிகமாக அறிந்து கொண்டபோது, அவர் மீதான எனது மரியாதையும் அன்பும் மேலும் அதிகரித்தன.'

அந்த வகையில் 1921 நவம்பரில் சாந்தினிகேதனில் அவர் வந்திறங்கியதும், அப்போதுதான் அமெரிக்காவில் படிப்பை முடித்துவிட்டு தாயகம் திரும்பியிருந்த தாகூரின் மகன் ரதீந்திரநாத், சந்தோஷ் சந்திர மஜூம்தார், காளி மோகன் கோஷ், கவ்ர் கோபால் கோஷ், சந்தோஷ் மித்ரா ஆகியோரை நிறுவனர்களாகக் கொண்டு கிராமப்புற மறுகட்டமைப்பிற்கான நிலையம் உருவானது.

1921 டிசம்பர் 23 அன்று இதுவரை தனியொரு கல்வி நிறுவனமாக இருந்த சாந்தினிகேதன் ஒரு பொது நிறுவனமாக மாற்றப்பட்டு விஸ்வபாரதி என்ற பெயர் பெற்றது. அதைத் தொடர்ந்து 1922 பிப்ரவரி 6 ஆம் நாள் இந்தப் புதிய நிலையம், ஸ்ரீநிகேதன் (செல்வத்தின் இருப்பிடம்) என்ற பெயரில் எல்மிர்ஸ்டை இயக்குனராகக் கொண்டு செயல்படத் தொடங்கியது. கிராமப்புறங்களில் மாறுபட்டதொரு வாழ்க்கையை முன்னெடுக்கும் நோக்கத்துடன் இந்த ஸ்ரீநிகேதன் உருவாக்கப்பட்டது.

தனது குடும்ப நிலத்தில் பணிபுரிந்து வந்த விவசாயிகளுக்கு நிவாரணம் தர வேண்டும் என்று தொடக்கத்தில் விரும்பிய ரவீந்திரரின் கண்ணோட்டம் இப்போது மேலும் பரந்து விரிந்து, விரிவான தொலைநோக்கு, முதிர்ச்சியான அணுகுமுறை ஆகிய வற்றுடன் ஸ்ரீநிகேதனில் இருந்து செயல்படத் தொடங்கியது. உதாரணமாக, போடிசாரில் இருந்த குடும்ப நிலத்தின் குத்தகைதாரர்களை ஒன்றிணைத்து ஹிடாய்ஷி சபா என்றதொரு மக்கள் நலக் குழு ஒன்றையும் அவர் உருவாக்கினார்.

60 முதல் 70 ஆயிரம் மக்கள் வசிக்கும் சுமார் 125 கிராமங்களை இது உள்ளடக்கியிருந்தது. தாகூர் குடும்பம் வழங்கிய நிதியுதவியோடு கூடவே இந்தச் சபா தன் பங்கிற்கு நிதி திரட்டி, பள்ளிகளையும், மருத்துவமனைகளையும், பொது நலனுக்கான இதர

மையங்களையும் உருவாக்கிப் பராமரித்ததோடு, தன்னளவில் சுயாட்சியை நிலைநிறுத்தி வந்தது. இவ்வாறு மக்களின் கூட்டுறவு அடிப்படையிலான முயற்சிகளே பெரும்பான்மையோரின் வாழ்வு மேன்மைக்கும் வளத்திற்கும் அடிப்படை என்பதை அவர் நடைமுறையில் நிரூபித்தார்.

ஸ்ரீநிகேதனில் கிராமப்புற மேம்பாடு என்பது விவசாயக் கல்வி, சுகாதாரம், சமூக விழிப்புணர்வு ஆகியவற்றை உள்ளடக்கியதாக இருந்தது. ரசாயன உரங்களில் இருந்து இயற்கை உரத்திற்கு மாறிச் செல்லும் சோதனைகள் மேற்கொள்ளப்பட்டன. மலேரியா நோயை ஒழிப்பதில் தீவிரம் காட்டப்பட்டது. 1923 ஆம் ஆண்டு ஒரு சிறு மருத்துவ நிலையம் தொடங்கப்பட்டது. 1932 ஆம் ஆண்டிலிருந்து கூட்டுறவு சுகாதார அமைப்புகள் நிறுவப்பட்டன.

இந்தச் செயல்பாடுகள் ஸ்ரீநிகேதனோடு நின்றுவிடவில்லை. தன்னார்வத் தொண்டர்கள் மூலம் அருகாமையில் உள்ள கிராமங்களுக்கும் எடுத்துச் செல்லப்பட்டது. 1930களில் இவ்வாறு 19 குழுக்கள் செயல்பட்டு வந்தன. 1926க்கும் 1928க்கும் இடைப்பட்ட காலத்தில் இயற்கையைப் பாதுகாப்பதன் அவசியம் குறித்து ரவீந்திரர் எழுதிய பாடல்கள் வனவாணி (காட்டின் செய்தி) என்ற பெயரில் வெளியாயின.

நிலத்தை எவ்வாறு சிறப்பாகப் பயன்படுத்துவது என்ற பிரச்சனை மட்டுமின்றி, ஆண்டின் பெரும்பகுதியான நாட்களில் வேலையின்றி இருக்கும் மக்களை, அதுவும் இந்தியா போன்ற மக்கள்தொகை அதிகமாக உள்ள ஒரு நாட்டில், அவர்களது சோம்பேறித்தனத்தை அகற்றி, எவ்வாறு முழுமையாகப் பயன்படுத்திக் கொள்வது என்ற பிரச்சனையும் நிலவியது. நெல் போன்ற முக்கிய பயிரோடு கூடவே, துணைப் பயிர்களைப் பயிர் செய்ய அவர்கள் ஊக்குவிக்கப்பட்டனர். மேலும் கைத்தொழில்கள், கைவினைப் பொருட்கள் உற்பத்தி ஆகியவற்றிலும் அவர்களை ஈடுபடுத்தியதன் மூலம் விவசாயிகளுக்குக் கூடுதல் வருமானத்தையும் ஸ்ரீநிகேதன் உருவாக்கியது.

அத்தியாயம் 12

‘படித்துறை பேசுகிறது’

குடும்ப நிலங்களை மேற்பார்வையிட வந்து, அங்கிருந்த விவசாயிகளின் நிலையைக் கண்டு மனம் கலங்கி, அவர்களின் மேம்பாட்டிற்காக சிந்திக்கவும் முயற்சியை மேற்கொள்ளவும் தொடங்கியிருந்த ரவீந்திரர், அவர்களது அன்றாட வாழ்வில் எதிர்கொண்ட பல்வேறு சம்பவங்களையும் தனது எழுத்துகளில் பல வடிவங்களில் வெளியிடத் தொடங்கினார். அதில் அவர் தேர்ந்தெடுத்த சிறுகதை என்ற வடிவமானது வங்காள இலக்கிய உலகில் புதியதொரு திருப்புமுனையை ஏற்படுத்தியது.

*1884*ஆம் ஆண்டில் அவரது அண்ணன் ஜோதீந்திரநாத் சரோஜினி என்ற பெயர் கொண்ட படகுப் போக்குவரத்தை தொடங்கி நடத்தியபோது, ரவீந்திரர் ஒருமுறை அவருடன் பயணம் செய்தார். மக்கள் படகில் ஏறி இறங்க உதவும் வகையில் ஆங்காங்கே இருக்கும் படித்துறைகள் அவரைப் பெரிதும் கவர்ந்தன. இந்தப் பயணம் பற்றி பாரதியில் அவர் எழுதிய கட்டுரையில் இந்தப் படித்துறைகள் அவர் மனதில் எவ்வளவு ஆழமாகப் படிந்து போயின என்பதைக் காண முடியும்.

> ‘இந்தச் சிதிலமடைந்த, பழைய படித்துறைகள்தான் எவ்வளவு அழகாக இருக்கின்றன! மனிதர்கள்தான் இவற்றை உருவாக்கினார்கள் என்பதே மறந்துவிடும்போல் இருக்கிறது. ஆற்றங்கரை ஓரமாக இருக்கும் மரங்களையும் கொடிகளையும்

போலவே இவையும் கூட கங்கை நதிக் கரையின் ஒரு பகுதியாகத்தான் தோன்றுகிறது... வலுவான, வெண்மையான, தூய்மையான ஒன்றாக இருந்த அதன் கட்டமைப்பை உடைத்தெறிந்து, சிதைந்துபோன, அசுத்தமான ஒரு தோற்றத்தை அந்த இடத்தில் இயற்கை நிறுவியிருந்தது.

‘குளிக்கவும், தண்ணீர் எடுக்கவும் இங்கே வரும் சிறுவர்-சிறுமியரோடு இந்தப் படித்துறைக்கு தனிப்பட்டதோர் உறவு இருப்பதாகவே எனக்குத் தோன்றுகிறது. அம்மா அல்லது அத்தையைப் போல அந்தப் படித்துறையும் பேரக் குழந்தைகளைப் போல அந்தக் குழந்தைகளும் எனக்குத் தோன்றினார்கள்.’

மனிதர்களுடனான இந்த உயிரோட்டமான உறவை அடிநாதமாகக் கொண்டுதான் அதே பாரதி இதழில் படித்துறை பேசுகிறது என்ற சிறுகதையை 1884ஆம் ஆண்டில் ரவீந்திரர் எழுதினார். இந்த உறவுதான் மனிதர்களின் இயக்கத்திற்கும் மாற்றத்திற்குமான நிரந்தர சாட்சியாக திகழ்கிறது என்றும் அவர் கருதினார். இந்த வகையில் மனிதர்களின் கதைகளின் சேமிப்புக் கிடங்காகவும் அவை திகழ்கின்றன என்று முன்வைத்து, ஒரு படித்துறையே ஓர் இளம் விதவையின் கதையை கூறுவதாக இந்தக் கதை அமைந்திருந்தது.

‘நான் ஒரு கதையை சொல்லத் தொடங்கும்போது, மற்றொரு கதை வந்து அதை நீரோட்டத்தில் தள்ளிவிட்டு விடுகிறது. இவ்வாறு என்னருகே கதைகள் வந்து வந்து போகின்றன. என்னால் அவற்றைப் பிடித்து வைத்துக் கொள்ள முடிவதில்லை. கற்றாழை இலைகளால் செய்யப்பட்ட சின்னச் சின்ன படகுகள் ஆற்றின் கரையோரத்தில் சுழன்றபடியும், மீண்டும் மீண்டும் தலைகீழாகக் கவிழ்ந்தபடியும் இருப்பதைப் போல ஒரு கதை இன்று என் படிக்கட்டில் வந்து நிற்கிறது. அது எந்த நேரத்திலும் தண்ணீருக்குள் மூழ்கி விடவும் கூடும்.

‘வசீகரமான ஒரு சிறுமி தினமும் ஆற்றுக்கு வருவது வழக்கம். அவள் எவ்வளவு இனிமையானவள் என்றால், அவளது நிழல் நீரில் விழும்போது, அந்த நிழலை அப்படியே என் கைகளுக்குள் பிடித்து வைத்துக் கொள்ளத் தோன்றும். அந்தப் படிகளில் அவள் மிக் மெதுவாக கால்களை வைத்து இறங்கும்போது, படிகளின் மீது படிந்திருக்கும் பாசி மிகுந்த மகிழ்ச்சியோடு துள்ளுவதைப் போல எனக்குத் தோன்றும்.

‘அவளது தோழிகள் பல்வேறு செல்லப் பெயரிட்டு அவளை அழைத்தாலும், அவள் பெயர் குசும் என்று எனக்குத் தெரிந்தது. அங்கேயே பிறந்து வளர்ந்தவளைப் போல மிகுந்த நேசத்துடன் அவள் தண்ணீரில் விளையாடிக் கொண்டிருப்பாள். ஒரு கட்டத்தில் அவள் ஆற்றுக்கு வருவது நின்று போனது. அவளுக்குத் திருமணமாகி, வேறொரு கிராமத்தில் கணவனுடன் வசிக்கப் போய் விட்டாள் என்று அவளது தோழிகளின் பேச்சில் இருந்து தெரிந்தது.

‘நாட்கள் ஓடின. திடீரென்று ஒரு நாள் அந்தப் படிக்கட்டுகள் பழைய மகிழ்ச்சி பொங்கும் அதிர்வை உணர்ந்தன. அது குசுமின் கால்களிலிருந்து மட்டுமே வெளிப்படக் கூடியது. என்றாலும் அவள் படிக்கட்டில் அடியெடுத்து வைத்தபோது, அந்தப் பழைய இன்னிசை போன்ற சலசலப்பு இருக்கவில்லை. அவள் ஒரு விதவையாகத் தன் கிராமத்திற்கு திரும்பியிருந்தாள். பல வருடங்கள் கடந்து போயின. இதற்கிடையே, மழைக் காலத்தில் பொங்கித் ததும்பும் கங்கையைப் போல அவள் ஓர் இளம் அழகியாக உருவெடுத்திருந்தாள்.

‘ஒரு நாள் அந்தக் கிராமத்திற்கு நெடிதுயர்ந்த, அழகான சந்நியாசி ஒருவர் வந்து படித்துறைக்கு அருகே இருந்த சிவன் கோவிலில் வந்து தங்கினார். அவர் கூறும் இறைமொழிகளைக் கேட்க, கிராமத்து ஆண்களும் பெண்களும் அணிதிரண்டு வந்தனர். குசும் அவர்களில் ஒருத்தி அல்ல. ஒரு நாள் சூரிய கிரகணம் வந்தது. அன்று தொலைதூர கிராமங்களில் இருந்தெல்லாம் மக்கள் புனித கங்கையில் குளிக்க ஒன்று திரண்டனர்.

‘அவர்களில் குசும் திருமணம் செய்து கொண்டு சில மாதங்களைக் கழித்த கிராமத்தைச் சேர்ந்த சில பெண்களும் இருந்தனர். அவர்களில் ஒருத்தி அந்த சந்நியாசியைப் பார்த்துவிட்டு ‘இவர் குசுமின் கணவரைப் போலவே இருக்கிறார்’ என்று சொன்னாள். அதற்கு மற்றொருத்தி ‘இருந்தாலும் அவன்தான் இறந்து போய்விட்டானே! அவன் எப்படித் திரும்ப வரமுடியும்?’ என்று கேட்டாள். மூன்றாவதாக ஒரு பெண் ‘அவனுக்கு இவ்வளவு நீளமான தாடியும் இருந்ததில்லை!’ என்று சொன்னதும் விஷயத்தை அத்தோடு முடித்துக் கொண்டு அந்தப் பெண்கள் தங்கள் கிராமத்திற்குத் திரும்பிப் போனார்கள்.

‘ஒரு நாள் மாலையில் – அன்று முழு நிலவு நாள் – குசும் ஆற்றங்கரைக்கு வந்து படிக்கட்டுகளில் அமர்ந்திருந்தாள். அங்கே வேறு யாரும் இல்லை. சற்று நேரத்திற்குப் பிறகு சந்நியாசி கோயிலை விட்டு வெளியே வந்து படித்துறையை நோக்கி நடக்கத் தொடங்கினார். அப்போதுதான் படிக்கட்டு ஒன்றில் ஒரு பெண் தன்னந்தனியாக அமர்ந்திருப்பதைப் பார்த்தார். சற்றே தயங்கிவிட்டு மீண்டும் கோயிலுக்குத் திரும்ப அவர் எண்ணியபோது, குசும் தலையை உயர்த்தினாள்.

‘முழு நிலவு பிரகாசித்துக் கொண்டிருந்த அந்தத் தருணத்தில் அவர்கள் ஒருவரை ஒருவர் பார்த்துக் கொண்டனர். பின்பு குசும் தன்னை நிதானப்படுத்திக் கொண்டு, தலை முக்காட்டை கீழிறக்கியபடியே சந்நியாசியை தலை குனிந்து வணங்கினாள். ‘உன் பெயர் என்ன?’ என்று கேட்டார் சந்நியாசி. குசும் தன் பெயரை சொன்னாள்.

‘இந்த சம்பவத்திற்குப் பிறகு குசும் ஒவ்வொரு நாள் மாலையும் கோயிலுக்கு பூக்களை எடுத்துக் கொண்டு வந்து கொடுத்து விட்டு, சந்நியாசியின் இறைமொழிகளை மிகுந்த ஆர்வத்தோடு கேட்டுவிட்டுப் போவது வழக்கமாயிற்று. திடீரென்று குசும் மீண்டும் காணாமல் போனாள். நீண்ட நாட்கள் அவள் ஆற்றங்கரைப் பக்கமே வரவில்லை.

‘ஒரு நாள் சந்நியாசி ஆளனுப்பி அவளை வரச் சொன்னார். தலையைத் தொங்கப் போட்டுக் கொண்டு, கண்கள் தரையை பார்த்தபடி இருக்க அவள் வந்து நின்றாள். ‘நீண்ட நாட்களாக ஏன் வரவில்லை?’ என்று சந்நியாசி அவளைக் கோபித்துக் கொண்டபோது, ‘வேண்டுமென்றேதான் நான் வரவில்லை. எனக்குள் தோன்றும் பொல்லாத எண்ணங்களை நினைத்து மிகுந்த அவமானமாக இருக்கிறது. உங்கள் அருகில் அமர்ந்திருக்கும் தகுதி எனக்கில்லை’ என்று அவள் பதிலளித்தாள்.

‘சந்நியாசி அவளை மேலும் துருவிக் கேட்டபோது, ‘உங்களுடன் உறவு கொள்வதுபோல் எனக்குக் கனவு வருகிறது. என் கணவனைத் தவிர உங்களையும் என் காதலனாக எண்ணாமல் இருக்க முடியவில்லை’ என்று அவள் பதிலளித்ததும் சந்நியாசி திகைத்து நின்றுவிட்டார். பின்பு சுதாரித்துக் கொண்டு, இத்தகைய நினைப்பை விட்டுவிடுமாறு அவளை வேண்டிக் கொண்டு, அந்த கிராமத்தை விட்டே அவர்

சென்று விட்டார். அதன் பிறகு ஊரில் யாருக்குமே அவரைப் பற்றி தகவல் தெரியவில்லை.

'இப்போது குசும் மெதுவாக கரைபுரண்டு ஓடும் ஆற்றுநீரைப் பார்த்துக் கொண்டே படித்துறையில் இறங்குகிறாள். குழந்தைப் பருவத்தில் இருந்தே இந்த ஆற்றை அவள் நேசித்து வந்திருக்கிறாள். நெருக்கடி மிக்க இந்த நேரத்தில் இந்த ஆறு அவளை தன் கைகளில் எடுத்துக் கொள்ளாவிட்டால் வேறு யார் அவள் உதவிக்கு வருவார்கள்? 'சளக்' என்று சத்தம் கேட்டது. அதன் பிறகு ஒன்றுமேயில்லை.'

கதை இவ்வாறு முடிந்திருந்தது.

1884 ஆம் ஆண்டு பாரதி யில் இந்தச் சிறுகதை வெளியாவதற்கு முன்பு, 1873இல் வங்க தர்ஷன் இதழில் பூர்ண சந்திர சாட்டர்ஜீ என்பவர் மதுமதி என்ற கதையை அறிமுகம் செய்தார். அவரது சகோதரர் பங்கிம் சாட்டர்ஜீயும் தன் பங்கிற்கு ஜுகலாங்குரியா (1874), ராதா ராணி (1875) ஆகிய கதைகளை எழுதியிருந்தார். ரவீந்திரரின் மூத்த சகோதரியான சுவர்ணகுமாரியும் ரவீந்திரருக்கு வெகு முன்பாகவே நாவல்களையும் சிறுகதைகளையும் பதிப்பித்திருந்தார்.

எனினும், இந்தியாவில், நவீன சிறுகதை வடிவத்தில் தொடர்ந்து பரிசோதனைகளை மேற்கொண்டு அதை ஓர் இலக்கிய வடிவமாக நிலைநிறுத்திய ரவீந்திரரின் முதல் சிறுகதையான 'படித்துறை பேசுகிறது' என்பதில் இருந்துதான் அந்த வரலாறு தொடங்குகிறது என்று இந்தப் புதிய இலக்கிய வடிவத்தின் வரலாற்றை எழுதியோர் வலியுறுத்துகின்றனர்.

இதைத் தொடர்ந்து 1891 முதல் ஹிடாபாடி என்ற இலக்கிய இதழில் அவர் தொடர்ந்து சிறுகதைகளை எழுதி வந்தார். 1901ஆம் ஆண்டில் சாந்தி நிகேதனில் அவர் தனது பள்ளியை தொடங்கும்வரை வங்காள கிராமப் புறங்களில் தங்கியிருந்த காலத்தில் மொத்தம் 59 சிறுகதைகளை எழுதியிருந்தார். பின்னாளில் நாவல் வடிவத்தை நோக்கி அவர் திரும்பிய பிறகும்கூட, சிறுகதை வடிவத்தை அவர் கைவிட்டுவிடவில்லை. 1941 ஆகஸ்ட் மாதம் அவர் மறைவதற்கு இரண்டு மாதங்களுக்கு முன்பு கூட 'ஒரு முஸ்லிம் பெண்ணின் கதை' என்ற கதைக்கான வடிவமைப்பை இறுதிப்படுத்தியிருந்தார்.

ரவீந்திரரின் கதைகள் அனைத்திலுமே பெண்கள், குறிப்பாக இளம் சிறுமிகளும், சிறு குழந்தைகளும் கதாசிரியரின் மேன்மையையும்

கருணையையும் மொத்தமாகக் கைப்பற்றியிருந்தனர். அவர்களின் பல்வேறுபட்ட உணர்வுகளைப் பிரதிபலிப்பதாகவும் அவரது கதைகள் இருந்தன.

குறிப்பாக, 'போஸ்ட் மாஸ்டர்' என்ற கதையில் வரும் ரத்தன் என்ற சிறுமியின் உணர்வுகளை ரவீந்திரர் சித்தரித்ததைப் போலவே, திரைப்பட மேதை சத்யஜித் ரே மிகச் சிறப்பாக வெளிக்கொண்டு வந்திருப்பார். இதுபோன்று ஏராளமான கதைகளைப் பற்றி சொல்லிக் கொண்டே போகலாம்.

அவரது கடிதங்கள் ஒன்றில் அவர் இவ்வாறு குறிப்பிட்டிருந்தார்: 'சிறுகதைகளை எழுதுவதைத் தவிர, வேறு எதையும் நான் செய்யாமல் இருந்தாலும், நான் மகிழ்ச்சி அடைவதோடு ஒரு சில வாசகர்களையும் மகிழ்ச்சி அடையச் செய்யவும் முடியும். இந்த மகிழ்ச்சியின் முக்கிய காரணம் எனது பாத்திரங்கள் என்னோடு சேர்ந்து பயணம் செய்வதுதான். மழைக் காலத்தில் என் அறையில் நான் அடைந்து கிடக்கும்போதும் அவர்கள் என்னோடு இருக்கிறார்கள். வசந்த காலத்தில் பத்மா நதிக் கரையில் நான் நடந்து செல்லும்போதும் அவர்கள் என்னோடு நடந்து வருகின்றனர். இன்று அதிகாலையில் இருந்தே கிரிபாலா என்ற சிறுமி எனது கற்பனை உலகத்திற்குள் நுழைந்துவிட்டாள்.'

பல்வேறு வகையான குடும்பச் சூழ்நிலைகளில் வாழும் சிறுமிகளையும், இளம் பெண்களையும் பார்த்து, ஒரு குறிப்பிட்ட சூழலில் அவர்கள் எப்படி நடந்து கொள்வார்கள் என்பதைத் தன் கற்பனையில் இருத்தி அவர் புனைந்த கதைகள் வங்காள பெண்களின் மனதை அவர் எவ்வளவு ஆழமாக உணர்ந்திருந்தார் என்பதை எடுத்துக் கூறின. இந்தக் கதைகளுக்கு பெண்கள் மத்தியில் இருந்து எழுந்த பிரதிபலிப்புகள் அவரது ஊகம் மிகச் சரியானதே என்பதை உறுதி செய்தது.

சமீபத்தில், தமிழ்ச் சிறுகதை வரலாறு குறித்து எழுத்தாளர் தமிழ்ச்செல்வன் எழுதிய நூல் வெளியீட்டு விழாவில் பேசிய எழுத்தாளர் எஸ். ராமகிருஷ்ணன் தமிழின் முதல் சிறுகதை என்று கூறப்படும் வ. வே. சு. அய்யரின் 'குளத்தங்கரை அரசமரம்' என்ற சிறுகதை, தாகூரின் சிறுகதை ஒன்றில் இருந்து தாக்கம் பெற்ற ஒன்றுதான் என்று குறிப்பிட்டதையும் இங்கு நினைவு கூரலாம். தமிழ் மட்டுமின்றி இந்திய மொழிகள் பலவற்றிலும் இத்தகைய தாக்கத்தை அவர் ஏற்படுத்தியிருந்தார் என்பதே உண்மையாகும்.

அத்தியாயம் 13

இழப்பும் விடுதலையும்

ரவீந்திரரின் முதுமைக் காலத்தில் அவரிடம் ஒரு கேள்வி கேட்டனர்: 'உங்களின் மிகச் சிறந்த குணம் எது?' இக்கேள்விக்கு, 'நிச்சயமற்ற தன்மை' என்று அவர் பதிலளித்தார். மீண்டும் 'உங்களின் மிகப் பெரும் பலவீனம் எது?' என்று கேட்டபோது 'அதே குணம்தான்!' என்றார்.

எந்தவொரு நேரத்திலும், தான் சொல்வதிலும், செய்வதிலும் உளப்பூர்வமாக இருக்கும் அவர் அடுத்த நாளில் என்ன செய்வார் என்று எவராலும் கணிக்கவியலாது. தன் அறிவுக் கூர்மையையே பெரிதும் நம்பியிருந்த அவர், எவரும் அறியாத பாதைகளில் பயணிக்கவும், தன் 'வாழ்க்கை தேவதை'யின் அழைப்பிற்கு இணங்க தன் முந்தைய சாதனைகளையும் உறுதிமொழிகளையும் தூக்கி எறிந்து விட்டுப் போகவும் தயங்கியதில்லை.

தேசிய விடுதலை என்ற உணர்வை நசுக்கும் நோக்குடன் 1898இல் பிரிட்டிஷ் காலனி ஆட்சி தேசவிரோத சட்டத்தை நிறைவேற்றி, மாபெரும் அறிஞரும் விடுதலைப் போராட்ட வீரருமான திலகரை அந்தச் சட்டத்தின் கீழ் கைது செய்து சிறையில் அடைத்தபோது, கல்கத்தாவில் இந்த மசோதா சட்டம் ஆவதற்கு ஒரு நாளுக்கு முன்பாக நடைபெற்ற கண்டனக் கூட்டத்தில் 'நெறிக்கப்படும் குரல்வளை' என்ற தலைப்பில் ஒரு கட்டுரையை படித்தார் ரவீந்திரர்.

பின்பு திலகரின் விடுதலைக்கான நிதி திரட்டலிலும் தீவிரமாக ஈடுபட்டார். சிறிது காலத்திற்குப் பிறகு கல்கத்தா நகரில் 'ப்ளேக்' நோய் பரவத் தொடங்கியபோது சுவாமி விவேகானந்தரின் சீடரான சகோதரி நிவேதிதாவுடன் இணைந்து நிவாரண, மருத்துவ முகாம்களையும் அவர் நடத்தினார்.

இந்தக் காலப் பகுதியில் வெளியான கதா – காஹினி என்ற இரண்டு தொகுதிகளும் இந்தியாவின் செறிவான இலக்கியங்களில் இருந்த வீரச் செயல்கள், வரலாற்று நிகழ்வுகள், ராஜபுத்திரர்கள், சீக்கியர்கள் ஆகியோரின் வரலாற்றில் தென்பட்ட வீரம், தியாகம் ஆகிய இந்தியாவின் அறநெறி வழிப்பட்ட, ஆன்மீக வழிப்பட்ட பாரம்பரியங்களை மக்களுக்கு மீண்டும் நினைவூட்டுவதாக இருந்தன.

எனினும், இந்த எழுத்துக்கள் அரசியல் அல்லது கலாசார ரீதியாக எவ்வித வெறியுணர்ச்சியையும் தூண்டுவதாக இருக்கவில்லை. உண்மை, எளிமை, அனைவரையும் நேசிக்கும் அன்பு போன்ற கருத்துகளை வலியுறுத்துவதாகவே அவை இருந்தன. நாட்டுப் பற்றைத் தீவிரமாக வெளிப்படுத்திய அவரது எழுத்துகள், எவ்வகையிலும் தாய்நாட்டின் பெருமை குறித்து வெறித்தனம் மிக்கதாக இருக்கவில்லை.

எனவேதான், அவரது மறைவிற்குப் பிறகு எண்ணற்ற புகழ் மாலைகள் சூட்டப்பட்ட போதிலும், அவர் உயிரோடு இருந்த காலத்தில், அரசியல் களத்தில், ரவீந்திரரின் கருத்துக்கள் மக்களிடையே பரவலான ஆதரவைப் பெற்றிருக்கவில்லை.

1900 டிசம்பர் 31 அன்று மாலை எழுதிய ஒரு கவிதையில் அவர் இவ்வாறு சித்தரித்து இருந்தார்:

'ரத்தச் சிவப்பான மேகங்களுக்கிடையே,
வெறுப்பெனும் சூறாவளிக்கிடையே
இந்த நூற்றாண்டின் ஆதவன் மறைந்து போனான்.
நாடுகளின் சுயமோகம் எனும் அப்பட்டமான வெறி,
பேராசை எனும் போதையோடு,
பழிக்குப் பழி என்ற வெறிக் கூச்சலோடு
வாள்களைச் சுழற்றியபடி நாட்டியமாடிக் கொண்டிருக்கிறது
கவிஞர்கள் கூட்டமோ
பயமுறுத்தும் வகையில் கூச்சலிட்டுக் கொண்டிருக்கின்றது
வீசி எறியப்பட்ட வசவுகள் சுடுகாட்டில்
ஒன்றோடொன்று சண்டையிட்டுக் கொண்டிருக்கின்றன!'

இருபதாம் நூற்றாண்டின் அடிநாதமான சாபம் தேசியவாதத்தை அடிப்படையாகக் கொண்ட ஏகாதிபத்தியம்தான் என்று ரவீந்திரர் கருதினார். இதை ஒரு கட்டுரையில் அவர் மேலும் விரிவாக விளக்கியிருந்தார்: 'அதிகரித்துக் கொண்டே போகும் ராணுவ வாதத்தின் ரத்தப் பெருக்கால் ஐரோப்பாவின் கன்னங்கள் வீங்கிக்கொண்டே போகின்றன. இந்தச் சிவப்பு நல்ல உடல்நலத்தையா குறிக்கிறது? இல்லை. வீங்கிக் கொண்டே போகும் உடலைப் போல, தேசியவாதம் அதன் இதயத்தை, அடிநாதத்தை, மத ரீதியான குறிக்கோள்களை ஊடுருவியுள்ள ஒரு நோயாக இருக்கிறது என்பதை நாம் அன்றாடம் பார்த்துக் கொண்டுதானே இருக்கிறோம்?'

20ஆம் நூற்றாண்டின் முதல் ஆண்டில் கருத்தோட்ட ரீதியாக நெருக்கடியை எதிர்கொண்ட அதே நேரத்தில், மிக மோசமான பொருளாதார நெருக்கடியையும் அவர் எதிர்கொள்ள வேண்டியிருந்தது. நண்பரும் பின்னாளில் உலகப் புகழ்பெற்ற அறிவியல் நிபுணருமான ஜகதீஷ் சந்திர போஸ் இங்கிலாந்தில் தாவரங்கள் மீதான ஆராய்ச்சியை மேற்கொள்வதற்கான நிதியைத் திரட்டுவதில் அவர் ஈடுபட்டு வந்தார். அதே நேரத்தில், அந்த ஆண்டின் இறுதியில் சாந்திநிகேதனில் ஒரு பள்ளியைத் தொடங்கும் தனது திட்டத்திற்கான நிதியையும் அவர் தீவிரமாகச் சேகரிக்க வேண்டியிருந்தது.

இந்தப் பின்னணியில்தான் 14 வயதே ஆன தன் மூத்த மகள் மாதுரிலதாவுக்கும் (பெலி), 12 வயது கூட நிறைவடையாத இரண்டாவது மகள் ரேணுகாவுக்கும் (ராணி) ஒரு மாத இடைவெளியில் திருமணம் நடத்தினார். சுயமாக நிதி திரட்ட முடியாத நிலையில் இத்திருமணங்களுக்குத் தன் தந்தையின் உதவியை அவர் நாட வேண்டியிருந்தது. மூத்த மகளை மணம் செய்து கொண்ட சரத் குமார் சக்ரவர்த்தி பீகாரின் முசாபர்பூரில் வசித்து வந்த ஒரு வழக்கறிஞர் எனில், இளைய மகளை மணம் செய்து கொண்ட சத்யேன் பட்டாச்சார்யா ஒரு ஹோமியோபதி மருத்துவர் ஆவார். திருமணச் செலவுகள் போக, இந்த இருவருக்குமே அவர் கணிசமான வரதட்சிணை தர வேண்டியிருந்தது.

1901 ஆம் ஆண்டு டிசம்பர் 22 அன்று ஐந்து மாணவர்கள், ஐந்து ஆசிரியர்களோடு ரவீந்திரர் தனது பள்ளியை சாந்திநிகேதனில் தொடங்கினார்.

பண்டைக்கால குருகுலப் பள்ளியைப் போன்றே இந்தப் பள்ளிக்கும் அவர் முதலில் பிரம்மச்சரிய ஆசிரமம் என்றுதான் பெயர்

சூட்டினார். இந்த உறைவிடப் பள்ளியில் மாணவர்களுக்குக் கட்டணம் ஏதுமில்லை. ரவீந்திரரின் மூத்த மகனான ரத்தீந்திரநாத் இந்த ஐந்து மாணவர்களில் ஒருவர். மற்ற மாணவர்கள் தங்கியிருந்த அதே அறையிலேயே அவரும் தங்கினார்.

ஐந்து ஆசிரியர்களில் மூவர் கிறித்தவர்கள். அதில் இருவர் ரோமன் கத்தோலிக்கப் பிரிவைச் சேர்ந்தவர். மூன்றாவது கிறித்தவர்தான் ஆங்கில ஆசிரியர். பண்டைய அம்சத்தை உள்வாங்கி, நவீன கல்வியை வழங்குவதற்கான ரவீந்திரரின் இந்த முயற்சியைப் பழம்பெருமை பேசுவோர், புதுமை நாடுவோர் என இரு பிரிவினருமே தொடக்கத்தில் ஏற்கத் தயாராக இல்லை என்பதுதான் இதில் சோகமான அம்சமாகும்.

இந்தப் பள்ளியை ஒரு கவிஞனிடம் உதித்த திடீர் ஆசை என்று கருதிவிடலாகாது. அவரது வாழ்க்கை முழுவதும் தொடர்ந்து முயற்சித்த படைப்பூக்கங்களின் புதியதொரு வடிவமாக, அவரது தவமாக, அவரின் ஆயுட்காலம் வரை நீடித்த ஒரே பெருங் காவியமாக அது இருந்தது. இதன் செலவுகளுக்காக பூரியில் இருந்த தனது வீட்டை, சொந்த நூலகத்தை, மனைவியின் நகைகளை என, தனக்கும், தன் குடும்பத்திற்கும் சொந்தமான அனைத்தையும் விற்றார். தான் எழுதிய நூல்களில் இருந்து பெற்று வந்த காப்புரிமைத் தொகையை மொத்தமாகப் பெறுவதற்காக, அவற்றின் காப்புரிமைகளையே விற்றார். மொத்தத்தில், அந்தப் பள்ளி அவர் இயற்றி வந்த பெரும் தவம் என்றே கூறிவிடலாம்.

பள்ளியை தொடங்கிவிட்டு, அதை நடத்தும்படி ஆசிரியர்களிடம் அவர் விட்டுவிடவில்லை. பள்ளியின் அனைத்து நடவடிக்கை களிலும் பங்கேற்றதோடு, தானும் குழந்தைகளுக்குக் கற்பித்தார். தொடக்க நிலை அறிமுக நூல்கள், பாடப் புத்தகங்கள் வங்காள மொழியில் இல்லாத நிலையில், அவற்றை தானே எழுதியதோடு, மற்ற ஆசிரியர்களையும் அவ்வாறே எழுத ஊக்கப்படுத்தினார். குழந்தைகளின் படிப்படியான வளர்ச்சியை மனதில் கொண்டு, அவர் எழுதிய பல பாடப் புத்தகங்களும் அறிமுக நூல்களும், வங்காளத்தின் இதர பள்ளிகளிலும் பின்னாளில் அறிமுகமாயின.

மாணவர்களுக்கும் ஆசிரியர்களுக்கும் சமைத்துப் போட்டு, இரு சிறு குழந்தைகளை வைத்துக் கொண்டு நாளெல்லாம் போராடிக் கொண்டிருந்த மிருணாளினி தேவி கடும் நோய்ப்படுக்கையில் வீழ்ந்தார். உரிய நேரத்தில் மருத்துவ வசதியின்றி வாடிய அவரை, நோய் முற்றிய நிலையில் கல்கத்தாவிற்கு அழைத்துச் சென்று,

சிகிச்சை அளித்தும் பலனின்றி 1902 ஆம் ஆண்டு நவம்பர் 23 அன்று அவர் உயிர் நீத்தார்.

எல்லையற்ற பக்தியுடன் இருபது ஆண்டுகள் ரவீந்திரரைக் கவனித்து வந்த மிருணாளினி, இடைப்பட்ட காலத்தில் ஐந்து குழந்தைகளைப் பெற்றெடுத்தார். திருமணத்தின்போது எழுத்துக் கூட்டிப் படிக்க மட்டுமே தெரிந்திருந்த அவர், ரவீந்திரரின் ஊக்கத்தினால் வங்காள மொழியில் மட்டுமின்றி, ஆங்கிலம், வடமொழி ஆகியவற்றிலும் திறமை பெற்றவராக இருந்தார். கணவர் தந்த ஊக்கத்தால் ராமாயண வடமொழிப் பாடல்களை வங்காள மொழியில் சுருக்கமாக மொழிபெயர்த்தார். ரவீந்திரரின் 'ராஜா- ராணி' நாடகத்திலும் மிக இயல்பாக நடித்து பாராட்டு பெற்றார்.

இவ்வாறு படிப்படியான முன்னேற்றத்தின் மூலம் புகழ்பெற்ற கவிஞரான தன் கணவரின் இதயத்தை அவர் வென்றெடுத்தார். கல்கத்தாவில் சிகிச்சைக்கு அழைத்துச் செல்லப்பட்டபோது, அவருக்குப் பணிவிடை செய்ய தொழில்முறை செவிலியை அமர்த்திக் கொள்ள மறுத்த ரவீந்திரர், அந்த இரண்டு மாத காலத்திலும் தானே அருகில் இருந்து அவரைக் கவனித்துக் கொண்டார். அந்நாட்களில் மின்விசிறி எல்லாம் புழக்கத்தில் இல்லை. ரவீந்திரர் அவரது அருகில் அமர்ந்து கைவிசிறியால் தொடர்ந்து மெதுவாக வீசிக் கொண்டே இருந்ததைப் பலரும் பல்வேறு தருணங்களில் பதிவு செய்துள்ளனர். மனைவியைப் பற்றிய தன் உணர்வுகளையும் அவர் கவிதையிலேயே வடித்தார்:

> 'அவளது இருண்ட இரவுகள் இப்போது விடியலைக் காண்கின்றன.
> அவளை உங்கள் கைகளில் ஏந்திக் கொண்டீர்
> அதற்காக என் நன்றியையும், அவளுக்கான பரிசுகளையும்
> நான் உங்களிடம் சமர்ப்பிக்கின்றேன்.'

இந்தத் தருணத்தில் இருந்து ரவீந்திரரின் வாழ்க்கை பல புதிய சவால்களை எதிர்கொள்ள வேண்டிய ஒன்றாக மாறியது.

ஒரு சில மாதங்களிலேயே திருமணமாகியிருந்த அவரது இரண்டாவது மகள் ரேணுகாவின் உடல்நிலை மிக மோசமானது. அவரை மலைப்பகுதிக்கு அழைத்துச் செல்வது நல்லது என்று மருத்துவர்கள் கூறினர். மூன்றாவது மகள் மீராவையும் இளைய மகன் சமீந்திரநாத்தையும் அண்ணி ஞானதநந்தினியின் பொறுப்பில் விட்டுவிட்டு, ரவீந்திரர் ரேணுகாவை அல்மோராவிற்கு அழைத்துச் சென்றார். அங்கு மகளுக்குத் தேவையான மருந்துகளை புகட்டுவது

மட்டுமின்றி, அவளுக்கு உற்சாகம் ஊட்டும் வகையில் பாடல்களைப் பாடிக் காட்டுவது என தன் கவலைகளை எல்லாம் மறைத்துக் கொண்டு பணிவிடை செய்தார்.

இருந்தபோதிலும் மிருணாளினி தேவி மறைந்த ஒன்பது மாதங்களுக்குப் பிறகு 1903 செப்டெம்பரில் ரேணுகா உயிர்நீத்தார். அவரது இழப்பை ரவீந்திரர் ஆழமாக உணர்ந்த போதிலும், தன் துயரத்தை வெளிக்காட்டிக் கொள்ளாமல், அவர் இணை ஆசிரியராக இருந்து நடத்தி வந்த வங்க தர்ஷன் இதழின் பக்கங்களை தன் எழுத்துக்களால் நிரப்பிக் கொண்டே இருந்தார்.

ரேணுகா இறந்த நான்கு மாதங்களில் ரவீந்திரர் மற்றொரு துயரத்தை எதிர்கொள்ள நேர்ந்தது. சிறந்த கவிஞரான சதீஸ் ராய் என்ற இளைஞர் பள்ளியில் வேலைக்குச் சேர்ந்திருந்தார். அவரது துடிப்பான நடவடிக்கைகள் வெகு விரைவிலேயே அவரை ரவீந்திரருக்கு மிக நெருக்கமான ஒரு நண்பராக்கியது. ரவீந்திரரின் வலது கையாக திகழப் போகிறார் என்று அனைவராலும் எதிர்பார்க்கப்பட்ட அந்த இளைஞர் சின்னம்மை நோய் வந்து திடீரென இறந்து போனார்.

இந்த மறைவின் அதிர்ச்சியோடு கூடவே, பள்ளியில் உள்ள மற்றவர்களை இந்த நோய் தொற்றி விடக் கூடாது என்பதற்காக, பள்ளியை ஷெலிடாவிற்கு இடமாற்றம் செய்ய வேண்டியதாயிற்று. இந்தக் கூடுதல் செலவோடு, பள்ளியை நடத்திச் செல்வதற்கான செலவுகளுக்காக ரவீந்திரர் தனது தொகுப்பு நூல்களின் சிறப்புப் பதிப்பை வெளியிடும் உரிமையை ஹிடால்பாதி பதிப்பகத்திற்கு வெறும் ரூ. 2,000க்குக் கொடுக்க வேண்டியதாயிற்று.

மிக விரைவிலேயே மற்றொரு பேரிடி அவருக்குக் காத்திருந்தது. அவரது தந்தை மகரிஷி தேவேந்திரநாத் தாகூர் தன் 88வது வயதில் 1905 ஜனவரி 19 அன்று காலமானார். இந்த மறைவு ரவீந்திரரின் வாழ்க்கையைத் தலைகீழாகப் புரட்டிப் போட்டது எனலாம்.

இந்திய வரலாற்றில் 19 ஆம் நூற்றாண்டில் தோன்றிய மத, கலாசார மறுமலர்ச்சி நாயகர்களில் ஒருவரான மகரிஷியின் காலத்திற்குப் பிறகு, மக்களிடையே அரசியல் ரீதியான விழிப்புணர்வுக்கு வழிகாட்டும் அறிஞர்களும் நீதிமான்களும் களத்தில் வெளிவரத் தொடங்கினர். அவர்களில் குறிப்பிடத் தக்கவர்கள் மிகப் பெரும் கனவுகளை சுமந்தபடி பொதுவாழ்வு எனும் களத்திற்கு வந்த காந்தியும் தாகூரும் ஆவர்.

அத்தியாயம் 14

வங்கப் பிரிவினையும் தேசியமும்

தன் ஆட்சிக் காலத்தின் கடைசி ஆண்டான 1905இல் கர்சன் பிரபு வங்காளப் பிரிவினையை அறிவித்தார். இதன் மூலம் இந்துக்கள், முஸ்லீம்கள் என்ற இந்தியாவின் இரண்டு பெரும் பிரிவினரிடையே அவர் ஏற்படுத்திய பிளவு, 42 ஆண்டுகளுக்குப் பிறகு நாட்டைத் துண்டாடியதோடு, அத்தருணத்தில் இந்திய வரலாறு இதுவரை கண்டிராத வன்முறையையும் பயங்கரவாதத்தையும் எதிர்கொள்ளச் செய்தது.

பிரிட்டிஷ் ஆட்சியாளர்களின் பிளவுவாத சதிகள் பற்றி ஏற்கெனவே பலமுறை தன் எழுத்துகளின் மூலம் எச்சரித்திருந்த ரவீந்திரர் உடனடியாகக் களத்தில் இறங்கி, பொறி பறக்கும் உரைகளை நிகழ்த்தியதோடு, மக்களிடையே நாட்டுப்பற்றைத் தட்டியெழுப்பும் பல பாடல்களை எழுதி, வங்காளப் பிரிவினைக்கு எதிராக நடைபெற்ற பிரம்மாண்டமான பேரணிகளுக்குத் தலைமை தாங்கி நடத்தினார். அத்தருணத்தில் அவர் எழுதிய பாடல்களில் ஒன்றுதான் 'அமார் சோனார் பங்க்ளா' (என் தங்க வங்கமே!) இது, பின்னாளில் வங்க தேசம் உருவானபிறகு, அந்த நாட்டின் தேசிய கீதமாக ஏற்றுக் கொள்ளப்பட்டது.

இந்தத் தருணத்தில் அவர் எழுதிய பாடல்கள் எளிய வங்காள மொழியில், நாட்டுப்புற இசையில் அமைந்திருந்ததால், மிக நீண்ட அரசியல் உரைகளை விட மிக எளிதாக மக்கள் மனதில் பதியும்படி

அமைந்து, மக்களிடையே மிகப்பெரும் வரவேற்பைப் பெற்றன. உணர்வுகளைத் தூண்டாமல், வெறியூட்டும் தன்மை ஏதுமின்றி இருந்த அந்தப் பாடல்கள் விடுதலைப் போராட்டக் காலம் முழுவதிலும் மக்களால் தொடர்ந்து பாடப்பட்டு வந்தன. உதாரணமாக,

‘என் நாட்டின் மண்ணும் நீரும் காற்றும் கனியும்
என்றும் இனிமையாக இருக்கட்டும் இறைவனே!
என் நாட்டின் இல்லங்களும் கடைகளும் வனங்களும் வயல்களும்
என்றும் நிரம்பியிருக்கட்டும் இறைவனே!
என் நாட்டு மக்களின் உறுதிமொழிகளும் நம்பிக்கையும் சொல்லும்
செயலும்
என்றும் உண்மையானதாக இருக்கட்டும் இறைவனே!
என் நாட்டு புதல்வர், புதல்விகளின் வாழ்க்கையும் இதயமும்
என்றும் ஒன்றாய் இருக்கட்டும் இறைவனே!’

அதைப் போன்றே மகாத்மா காந்திக்கும் நேதாஜி சுபாஷ் சந்திர போஸுக்கும் மிகவும் பிடித்தமான கீழ்கண்ட பாடல் இன்றளவும் தனித்துவம் மிக்கதாகத் திகழ்கிறது:

‘உன் அறைகூவலுக்கு யாரும் செவிசாய்க்காது
அச்சமுற்று ஓடிப் போனாலும்,
சுவரைப் பார்த்தபடி அச்சத்தோடு
நடுங்கிக் கொண்டிருந்த போதிலும்
அதிர்ஷ்டமற்றவரே கவலை வேண்டாம்!
உன் இதயத்தை மேலும் விரித்துக் கொண்டு
தனியாகவே குரலெழுப்பு!
இருளடைந்த காட்டைக்
கடக்க வேண்டிய தருணத்தில்
உன்னைக் கைவிட்டுவிட்டு
அவர்கள் காணாமல் போனாலும்
அதிர்ஷ்டமற்றவரே கவலை வேண்டாம்!
முட்கள் நிரம்பிய அந்தப் பாதையில்
உறுதியாக நடைபோடு! தனியாக நடைபோடு!
சுழல்காற்று சுழன்றடிக்கும் இரவில் தீபமேற்றி வழிகாட்ட
யாரும் முன்வரவில்லையெனில்
அதிர்ஷ்டமற்றவரே கவலை வேண்டாம்!
துன்பம் தன் தீபத்தை உன் இதயத்தில் ஏற்றட்டும்!
அதுவே உனக்கு வழிகாட்டட்டும்!’

(ஏக்லா சலோ ரே என்ற பாடல்)

மிகுந்த தன்னெழுச்சியோடு ஜொரசங்கோவில் இருந்து கால்நடையாக முஸ்லீம் மீனவர்கள் அதிகமாக வசித்து வந்த கித்தர்பூர் வரை பாடல்களைப் பாடியபடி முன்னேறிய ஊர்வலத்திற்கு தலைமை தாங்கியது மட்டுமல்லாமல், இந்து-முஸ்லீம் சகோதர உணர்வை உறுதிப்படுத்தும் வகையில், அவர்களுக்கு 'ராக்கி'(நட்புக் கயிறு)கட்டி விடுதலை இயக்கத்தை நோக்கி அவர்களை கவர்ந்திழுத்தார் ரவீந்திரர்.

எனினும், இந்த அணிதிரட்டல் தவிர்க்கமுடியாத வகையில் வன்முறையில் இறங்கத் தொடங்கியபோது, மிகுந்த வருத்தத்துடன் அவர் களத்திலிருந்து விலகிக் கொண்டார். தன் பாடல்களால் ஆயிரக்கணக்கானோரைக் கவர்ந்து இழுத்துவிட்டு, இப்போது போராட்டத்தை விட்டு விலகிச் சென்றுவிட்டதாக அவர் கடுமையாக விமர்சிக்கப்பட்டார். போராட்டக் களத்திலிருந்து அவர் விலகியது தேச விடுதலை இயக்கத்திற்கு இழப்பாகக் கூட இருந்திருக்கலாம்; ஆனால் சாந்திநிகேதனும் வங்காள இலக்கியமும் அதனால் பயன் பெற்றன என்றே சொல்ல வேண்டும்.

இத்தருணத்தில் சமூக, அரசியல் பிரச்சனைகள் குறித்தும், கல்வி, இலக்கிய விமர்சனம், நாட்டுப்புற இலக்கியம், வார்த்தைகள்-ஒலிகள் குறித்த ஆய்வு என எண்ணற்ற வகையில் அவர் கட்டுரைகளை எழுதிக் குவித்தார். மேலும் கேலி-கிண்டல் நிரம்பிய பல பதிவுகளையும் எழுதினார். இவை அனைத்தும் பின்னர் தொகுக்கப்பட்டு கேயா என்ற பெயரில் தனி நூலாக வெளியானது. சமீபகாலத்தில் அவர் எதிர்கொள்ள வேண்டியிருந்த துயரங்களும் அதிருப்திகளும் அவரது துணிவை மேலும் வலுப்படுத்தின. பின்னாளில் அவர் ஏற்றுக் கொள்ள வேண்டியிருந்த மாற்றத்திற்குத் தன்னை தயார்ப்படுத்திக் கொள்ளவும் இவை ஒருவகையில் உதவின.

1907 நவம்பரில் குடும்ப வாழ்க்கையின் மிகப்பெரும் சோகம் அவரைத் தாக்கியது. பலவகையிலும் தந்தையைப் போன்ற குணத்தையும் திறமைகளையும் கொண்டிருந்த ரவீந்திரரின் இளைய மகன் சமீந்திரா தன் 13 ஆம் வயதில் காலரா நோயினால் திடீரென காலமானார். மூத்த மகள் பெலா பீகாரில் வசித்து வர, மூத்த மகன் ரதீந்திரநாத் அதற்கு முந்தைய ஆண்டுதான் விவசாய அறிவியல் தொழில்நுட்ப படிப்பிற்காக அமெரிக்கா சென்றிருக்க, மூன்றாவது மகள் மீராவிற்கு ஒரு சில மாதங்களுக்கு முன்புதான் திருமணம் ஆகியிருக்க, ரவீந்திரர் இப்போது யாருமற்ற தனிமரமாக நின்ற

நிலையில், குடும்ப நிலங்கள் அதிகமிருக்கும் ஷெலிடாவில் சில காலம் தங்கியிருந்தார்.

மக்களின் விருப்பு-வெறுப்புகளுக்கு எல்லாம் அப்பாற்பட்டவராக அவர் இருந்ததால், மக்கள் அவரை விரும்பவில்லை. தன் காலத்தையும் தாண்டிய வகையில், அத்தியாவசியமான சிந்தனைகளைக் கொண்டவராக அவர் திகழ்ந்தார். அவரது இலக்கிய மேதமையைக் கூட அவர்கள் அரைகுறை மனதோடுதான் ஏற்றுக்கொண்டு பாராட்டினர். இத்தகைய வெளியுலகச் சூழலோடு கூடவே, உள்ளார்ந்த துயரங்களும் அவரைத் தனித்து நிற்க வைத்தன. முற்றிலும் தன் சொந்த திறனையும், ஆதாரங்களையும் மட்டுமே நம்பியபடிதான் அவர் தன் மனதிற்குகந்த பரம்பொருளுடன் உரையாடினார். இந்த உரையாடல்களே பின்னாளில் கீதாஞ்சலி (1910) என்ற கவிதைத் தொகுப்பாக உருவெடுத்து அவருக்கு உலகம் முழுவதிலுமிருந்து புகழைக் கொண்டு வந்து சேர்த்தது.

மற்ற எல்லாத் துறவிகளையும் ஞானிகளையும் போலவே, அவரது ஆன்மீகத் தேடல் என்பது அவர் ஆழ்ந்து அனுபவித்து வந்த துயரம், தனிமை ஆகியவற்றில் இருந்தே பிறந்தது. அவர் பெற்ற உள்ளொளியின் தனிச்சிறப்பு மிக்க அம்சம் என்னவெனில், துறவிகளையும் ஞானிகளையும் போலன்றி, அவர் பெற்ற இந்த அனுபவங்கள் இந்த உலகையும், இந்த வாழ்க்கையையும் மேலும் மேலும் அதிகமாக அவரை நேசிக்கச் செய்தது.

மக்கள் அவரது கருத்துக்களைப் புரிந்து கொள்ளத் தவறியபோதிலும், ரவீந்திரர் தன் நாட்டையும் அதன் மரபுகளையும் ஆழமாக நேசித்தவர். அதே நேரத்தில் பாரம்பரியமான மதிப்பீடுகள் என்ற பெயரில் திணிக்கப்படும் கருத்துகளை வெறுத்தவர். இந்தப் பழமை–புதுமை என்ற இரண்டையுமே அவர் எவ்வாறு மதிப்பீடு செய்தார் என்பதற்கான சாட்சிதான் அவர் எழுதிய கோரா என்ற நாவலாகும்.

ரவீந்திரரின் பேத்தி நந்திதாவின் (மூன்றாவது மகளான மீராவின் மகள்) கணவரும், சாகித்ய அகாதெமியின் முதல் செயலாளரும், சாந்திநிகேதன் பல்கலைக்கழகத்திற்கு அளப்பரிய பல செயல்களைச் செய்தவரும், மிகச் சிறந்த இலக்கிய, வரலாற்று ஆசிரியருமான கிருஷ்ணா கிருபளானி (இவர் பிறப்பால் பஞ்சாபி) இந்த நாவல் குறித்துப் பின்வருமாறு குறிப்பிடுகிறார்.

> ‘கோரா வெறும் நாவல் மட்டுமல்ல; மாறிக் கொண்டிருந்த இந்திய வரலாற்றின் மிக முக்கியமான, அறிவார்ந்த காலத்தில்

எழுதப்பட்ட ஓர் இந்தியக் காவியம். ருஷ்ய மொழிக்கு டால்ஸ்டாயின் 'போரும் அமைதியும்' நாவல் எந்த அளவிற்கு முக்கியம் ஆனதோ, அந்த அளவிற்கு கோரா நாவல் வங்காள மொழியின் புனைவுலகிற்கு முக்கியமானதாகும்.

> 'இந்த நாவலின் கதை நிகழ்ந்த காலப்பகுதியில் (இந்தியாவின் முதல் சுதந்திரப் போரான கிழக்கிந்தியக் கம்பெனி சிப்பாய்களின் எழுச்சிக்குப் பிந்தைய காலம்) அப்போதிருந்த அறிவுஜீவிகளைப் பற்றி, அவர்களது விருப்பங்கள், பலவீனங்கள் பற்றி, மெதுவாக மீண்டும் தலையெடுக்க முயற்சித்து வந்த இந்து மதவாதத்தில் தன் வேர்களை நாட்டியிருந்த இந்திய தேசியவாதத்தின் குணாம்சம் பற்றி, பின்பு அது மெதுவாக பரந்து விரிந்த மனித நேயத்தை நோக்கி தன் கரங்களை நீட்டுவது பற்றி என அக்காலத்தின் சிறப்பியல்புகளை துல்லியமாக எடுத்துரைக்கும் நாவலாக அமைந்திருந்தது.'

நந்தினி பட்டாச்சார்யா என்ற ஆங்கில பேராசிரியர் 'கோரா – எ கிரிடிக்கல் கம்பானியன்' என்ற தலைப்பில் 330 பக்கங்களுக்கு மேற்பட்ட ஒரு நூலில் இந்த நாவலின் தனிச்சிறப்பை விதந்தோதியிருந்தார். இந்த நாவலைத் தமிழில் மொழி பெயர்த்துள்ள கே. செல்லப்பன் அவர்களுக்கு சாகித்ய அகாதெமியின் 2021ஆம் ஆண்டிற்கான மொழிபெயர்ப்பு விருது வழங்கப்பட்டது என்பதையும் இங்கு குறிப்பிட வேண்டும்.

ரவீந்திரர் எழுதிய மொத்தம் 12 நாவல்களிலேயே இந்த நாவல்தான் மிகப் பெரியதாகும். ராமானந்த சாட்டர்ஜி என்பவரை ஆசிரியராகக் கொண்டு வெளிவந்த ப்ரபாசி என்ற இதழில் 1907 ஆகஸ்ட் முதல் 1910 பிப்ரவரி வரை இந்த நாவல் தொடராக வெளிவந்தது. ஆசிரியரிடம் தான் முன்பணமாகப் பெற்றிருந்த ரூ.300-ஐ மனதில் இருத்திக் கொண்டிருந்த ரவீந்திரர் இத்தொடருக்கான பங்களிப்பை ஒரு முறைகூடத் தவறவிட்டதில்லை. அவர் பெரிதும் நேசித்த இளைய மகன் சமீந்திராவின் மரணத்தின்போதுகூட இந்தத் தொடர் நிற்கவில்லை என்பதையும் இங்கு சுட்டிக்காட்ட வேண்டும்.

1910 பிப்ரவரியில் தனியொரு நூலாக வெளியானபோதும், தொடரில் வெளியான பல பகுதிகள் அதில் நீக்கப்பட்டிருந்தன. 1928ஆம் ஆண்டில் விஸ்வபாரதி இந்த நாவலை மீண்டும் பதிப்பித்தபோது, நீக்கப்பட்ட பகுதிகளில் சில சேர்க்கப்பட்டன. 1941ஆம் ஆண்டில் வெளியான ரவீந்திர ரச்சனாவளி என்ற

தொகுப்பில் விடுபட்ட பகுதிகளில் மேலும் சிலவும் இந்த வெளியீட்டில் சேர்க்கப்பட்டு, அதுவே இன்றுவரை அதிகார பூர்வமான பதிப்பாகக் கருதப்படுகிறது.

1904ஆம் ஆண்டில் அயர்லாந்து நாட்டைச் சேர்ந்தவரும், சுவாமி விவேகானந்தரின் சீடருமான சகோதரி நிவேதிதா ரவீந்திரரின் விருந்தினராக அவரது ஷெலிடா எஸ்டேட்டிற்குச் சென்றிருந்தார். வேறொரு மதத்திலிருந்து புதிதாக மதம் மாறியவர்கள், எவ்வாறு அந்தப் புதிய மதம் குறித்து தீவிரமான உணர்வுடன் இருப்பார்களோ, அதைப் போன்றே அவரும் ரவீந்திரருடன் உரையாடிக் கொண்டிருக்கையில், இந்து மதத்தின் பழமையான தத்துவங்களின் சிறப்பியல்புகளைப் பற்றித் தீவிரமாகப் பேசிக் கொண்டிருந்தார்.

அப்போது ஒரு மாலை நேரத்தில், 'பத்மா' படகு வீட்டில் அமர்ந்தபடி அவர்கள் பயணித்துக் கொண்டிருந்தபோது, 'ஏதாவது ஒரு கதை சொல்லுங்கள்' என்று நிவேதிதா கேட்க, ஏற்கெனவே தன் மனதில் அசைபோட்டுக் கொண்டிருந்த இந்தக் கதையை ரவீந்திரர் விவரித்தார்.

இறுதியில் கோரா தன் உண்மையான பெற்றோர் இந்தியரல்ல; அயர்லாந்து நாட்டைச் சேர்ந்த ஐரோப்பியர்கள் என்பதைத் தெரிந்து கொண்டதும், அவனை அதுவரை நேசித்து வந்த பிரம்மசமாஜி பெண்ணான சுசரிதா அவனை நிராகரிக்கிறாள் என்று ரவீந்திரர் கதையை முடித்ததும், சகோதரி நிவேதிதா கதையின் முடிவை ஏற்றுக் கொள்ள மறுத்துவிட்டார். 'அவர்கள் இருவரையும் சேர்த்து வைக்காமலிருப்பது மிகப்பெரிய சோகம். நீங்கள் இந்துப் பெண்களுக்கு நியாயமாக நடந்துகொள்ளவில்லை. நிஜ வாழ்க்கையில் நடக்க இயலாத ஒன்றை இலக்கியத்திலாவது நீங்கள் நடத்திக் காட்டக் கூடாதா? அவர்களை ஒன்று சேருங்கள்! அவர்கள் ஒன்றுசேரத்தான் வேண்டும்!' என்று வற்புறுத்தியபிறகே, தான் இந்தக் கதையின் முடிவை மாற்றியதாக 1922இல் பியர்சன் என்ற நண்பருக்கு எழுதிய கடிதத்தில் ரவீந்திரர் குறிப்பிட்டிருந்தார்.

இந்த நாவலை வங்காளத்தின் முதல் அரசியல் நாவல் எனவும் இலக்கிய விமர்சகர்கள் குறிப்பிடுவதுண்டு. அன்றைய பிரிட்டிஷ் ஆட்சியாளர்கள் குறித்து மக்களிடையே நிலவிய ஆதரவு-எதிர்ப்பு என்ற இருவேறு போக்கினை அது சித்தரித்தது. அதே நேரத்தில், பழமைவாத இந்து சமூகத்திற்கு எதிராக, அருவமானதோர் இறைவனை முன்வைத்து, பிரம்ம சமாஜம் எழுந்து வந்த

நிலையில், இந்த இருதரப்பிலுமே மேற்சொன்ன ஆதரவு-எதிர்ப்பு நிலை நிலவிவந்ததை, மிக நுணுக்கமாக அது சித்தரித்தது.

அதே போன்று, பெண்களிலும் கூட முற்போக்கு எண்ணங்கொண்ட, சாதி-மத வேறுபாடு காட்டாத இந்துப் பெண்கள், இன்னமும் பழமைவாதப் பிடிப்புள்ள பிரம்ம சமாஜப் பெண்கள் என அன்று நிலவிய சமூக வேறுபாடுகளை மிக ஆழமாக அது சித்தரித்தது.

1857ஆம் ஆண்டு வெடித்தெழுந்த சிப்பாய் கலகத்தின்போது கொல்லப்பட்ட அயர்லாந்தைச் சேர்ந்த ஒரு தம்பதியின் மகன்தான் கோரா. கருணை மிகுந்த ஒரு பிராமணப் பெண் அந்தக் குழந்தையை எடுத்துத் தன்குழந்தையைப் போலவே வளர்க்கிறாள். அழகும் தீவிரமும் ஆர்வமும் மிக்கவனாக வளரும் கோரா இந்துப் பழமைவாதத்தை, அதன் சாதீய அடுக்குகளை தீவிரமாக நம்புவனாக, தீண்டாமையைக் கடைப்பிடிப்பவனாக, அதை நியாயப்படுத்தி வாதாடுபவனாக இருக்கிறான். கடவுளால் ஆசிர்வதிக்கப்பட்ட ஒரே இறை தத்துவம் இந்து மதத் தத்துவமே என்ற கருத்தை வலியுறுத்த முற்படுகையில், தன் நெருங்கிய நண்பனையும் பிரிகிறான். தான் மிகவும் நேசிக்கும் பெண்ணையும் அதற்காகக் கைவிடத் தயாராகிறான்.

அந்தத் தருணத்தில்தான், தன் பிறப்பு குறித்த உண்மை அவனுக்குத் தெரியவருகிறது. இதுவரையில் தான் ஆழமாக நம்பி வந்த இந்து தர்மப்படி பார்க்கையில், தான் ஒரு மிலேச்சனாக, தீண்டத்தகாதவர் களை விட மோசமான ஒருவனாக, மாறியிருப்பதை அவன் உணர்கிறான். அதுவரை தான் தீவிரமாக முன்னெடுத்துவந்த பழமையான இந்து சமூகத்தில் தனக்கு இடமில்லாத நிலையை அவன் எதிர்கொள்கிறான். இந்த நிலைதான் மதத்தின் உண்மையான பொருளை அவனுக்குப் புரியவைக்கிறது.

இந்தியாவில் பிறந்த ஓர் இந்தியனாக தன்னை உணர்ந்த வகையில், அவன் சொல்கிறான்: ‘இன்றுதான் நான் உண்மையிலேயே விடுதலை பெற்றேன். உண்மையிலேயே ஒரு இந்தியனாக ஆனேன். எனக்குள் இந்து-முஸ்லீம்-கிறித்துவ மதங்கள் குறித்த பகையுணர்வு ஏதுமில்லை. இந்தியாவிலுள்ள ஒவ்வொரு சாதியும் என் சாதியே. அவர்களின் உணவுதான் என் உணவும்’ என்று கூறி புதிய இந்தியாவை நோக்கிய போராட்டத்தில் இறங்க, தன் காதலியோடு கரம் கோர்த்துச் செல்வதாக அந்தக் கதை முடிகிறது.

அத்தியாயம் 15

நோபல் பரிசை நோக்கி...

‘யாருடைய அழைப்பின் பேரில், எப்போதிலிருந்து
இந்த மனித வெள்ளம் கடலை நோக்கி வந்து
கலந்ததென யாருக்கும் தெரியாது
ஆரியர், ஆரியல்லாதார், திராவிடர், சீனர்
சிந்தியர், ஹன், பத்தான், முகலாயர் என
அனைவரும் கலந்து, இணைந்து, ஒருடலாய் ஆயினர்
இப்போது, அதன் கதவுகள் மேற்குலகை நோக்கி....
கையில் பரிசுடன் அவர்களை அழைக்க
அவர்களும் வந்தனர்; கொடுத்தனர்; எடுத்தனர்;
சந்தித்தனர்; ஒன்றாய்த் திரண்டனர்
இந்தியா என்ற மாபெரும் மனிதக் கடலின்
கரையிலிருந்து யாரையுமே திருப்பியனுப்பலாகாது...’

கோரா நாவல் எழுதிய (1910) காலத்தில் எழுதிய இந்தக் கவிதையை மேம்படுத்தி 1912இல் கல்கத்தாவில் இந்திய வரலாற்றின் பாதை என்ற தலைப்பில் ரவீந்திரர் உரை நிகழ்த்தினார். அதே ஆண்டில், அதே உணர்வுடன், அவர் (காங்கிரஸ் மாநாட்டிற்கென) எழுதிய கவிதையே இன்று இந்தியாவின் தேசிய கீதமாகத் திகழ்கிறது.

வாழ்க்கையில் அவர் எதிர்கொண்ட துயரங்கள், இழப்புகள், மறுதலிப்புகள், நடத்திய போராட்டங்கள், சந்தித்த அவமானங்கள் அனைத்தும் நிரம்பிய வகையில் அவர் எழுதிய கவிதைகள் கீதாஞ்சலி என்ற தலைப்பில் 1910 இறுதியில் வெளியாயின.

(இவற்றைப் பாடல்களாகப் பாடுகையில் அவை மேலும் இனிமை மிக்கவையாகத் திகழ்கின்றன).

வங்கத்தின் அறிவுலகினர் ஒன்றுசேர்ந்து 1912 ஜனவரி 28 அன்று ரவீந்திரரின் 50வது ஆண்டு நிறைவை கல்கத்தா டவுன் ஹாலில் வெகு சிறப்பாகக் கொண்டாடினர். 'இந்த வரவேற்பும் வாழ்த்துகளும் இதுவரை கண்டிராதவை; இந்தியாவில் முதன் முறையாக ஓர் இலக்கியவாதிக்கு இத்தகைய பாராட்டு நிகழ்வு நடைபெற்றது' என மாடர்ன் ரிவ்யூ குறிப்பிட்டிருந்தது.

வங்காளிகளின் பாராட்டு மழையில் நனைந்து கொண்டிருந்த அதே நேரத்தில், சாந்திநிகேதன் பள்ளியில் பிள்ளைகளைச் சேர்த்திருந்த பெற்றோரில் ஒரு பகுதியினர் தங்கள் குழந்தைகளைப் பள்ளியிலிருந்து விடுவித்துக் கொண்டனர். இதற்குப் பின்னே பிரிட்டிஷ் அரசு அனுப்பியிருந்த ஒரு ரகசிய சுற்றறிக்கை இருந்தது. 'அரசு ஊழியர்களின் பிள்ளைகள் படிப்பதற்கு முற்றிலும் தகுதியற்ற பள்ளி அது' என்று அந்த அறிக்கை குறிப்பிட்டிருந்தது.

எனினும் பிரிட்டிஷ் அரசு மட்டுமே மேற்குலகின் பிரதிநிதியல்ல என்பதை மக்களுக்கு எடுத்துக் கூறுவதைப் போல, அமெரிக்க வழக்கறிஞரான மைரோன் பெல்ப்ஸ் என்பவர் அன்றைய நாளிதழ்கள் பலவற்றிலும் அந்தப் பள்ளியைப் புகழ்ந்து எழுதியதோடு, மிகுந்த மனிதத்தன்மையோடு அங்கு கல்வி வழங்கப்படுகிறது என்பதையும் விரிவாக விளக்கியிருந்தார்.

அதே ஆண்டு மார்ச் 19 அன்று ரவீந்திரர் கல்கத்தாவிலிருந்து இங்கிலாந்துக்குப் பயணம் மேற்கொள்ள ஏற்பாடாகியிருந்தது. எனினும், அதற்கு முதல்நாள் இரவு திடீரென அவரது உடல்நலம் கெட்ட நிலையில், மருத்துவர்கள் அவர் பயணிக்க தடை விதித்தனர். அவரது உடைமைகள் ஏற்கெனவே கப்பலில் ஏற்றப்பட்டிருந்தன.

கல்கத்தாவிலிருந்து கிளம்பிய கப்பல் அடுத்து நங்கூரமிட்டு நின்ற மதராஸ் துறைமுகத்தில் அவரது உடைமைகள் கீழிறக்கப்பட்டு, மீண்டும் கல்கத்தாவிற்கு அனுப்பி வைக்கப்பட்டன. திடீரென்று இந்தப் பயணம் ரத்தானது குறித்து சற்றே அதிருப்தியுற்ற போதிலும், உடல்நிலையை சீரமைக்க, அவருக்கு மிகவும் பிடித்தமான பத்மா நதிக்கரையில் இருந்த ஷெலிடா எஸ்டேட் சென்று ஓய்வெடுக்கத் தொடங்கினார் ரவீந்திரர். இங்குதான் அவர் முதன்முறையாக கீதாஞ்சலி கவிதைகளை ஆங்கிலத்தில் மொழிபெயர்க்கத் தொடங்கினார்.

இது எல்லாமே 1910 ஜனவரியில் லண்டனில் இருந்த ராயல் சொசைட்டி ஆஃப் ஆர்ட்ஸ் என்ற அமைப்பில் இருந்துதான் தொடங்கியது. இந்திய நுண்கலைகளின் சிறப்பை உலகத்திற்கு முன்னால் விளக்கிக் கூறும் பணியை அப்போதுதான் தொடங்கியிருந்த கலைவிமர்சகரான ஆனந்த குமாரசுவாமி, அன்றைய ஓவியக் கலைஞர்களான ரொதென்ஸ்டைனையும் வேறு சிலரையும் கழகத்திற்கு அழைத்திருந்தார். கல்கத்தாவில் இருந்த அரசு கலைப் பள்ளியின் முதல்வராக இருந்து அப்போதுதான் ஓய்வுபெற்றுத் தாய்நாட்டிற்குத் திரும்பியிருந்த எர்னெஸ்ட் பி. ஹாவெல்லுக்குஅவர்கள் உறுதுணையாக நிற்கவேண்டும் என்பதே அவரது வேண்டுகோள். ஏனெனில் இந்தியாவில் கலைக்கான கல்வி குறித்து அரசு உருவாக்கியிருந்த கொள்கை அறிக்கை இந்தியாவில் கைவினைத் திறன் மட்டுமே இருக்கிறதே தவிர, நுண்கலைகளுக்கான பாரம்பரியம் ஏதுமில்லை என்ற கருத்தை இந்திய இளைஞர்களிடையே உருவாக்குவதையே நோக்கமாகக் கொண்டிருந்தது. இந்தக் கருத்தாக்கத்தை ஹாவெல் கடுமையாக எதிர்த்துப் பேசி வந்தார். இது வேறெந்தக் கல்வியையும் தேர்ந்தெடுக்கமுடியாத, சராசரி மாணவர்கள் மட்டுமே இறுதியில் கலைக்கல்வியை நோக்கித் திரும்ப வேண்டிய நிலையை உருவாக்கி விடும் என்றும் அவர் வாதிட்டார்.

இந்தக் கல்விக் குழுவின் தலைவராக இருந்த சர். ஜார்ஜ் பேர்ட்வுட்-ஐப் பொறுத்தவரையில் இந்தியாவில் நுண்கலை என்று ஏதுமில்லை; அன்றாடப் பயன்பாட்டுக்கான கலைதான் உள்ளது என்ற கருத்தைக் கொண்டவராக இருந்ததோடு, ஒருமுறை புத்தரின் சிலையைப் பற்றிக் கூறுகையில், ‘ஆன்மீகத்தின் அடையாளமாகக் கூறப்படும் புத்தரின் சிலையில் ஆன்மீகம் எதுவுமில்லை; அது உருண்டு திரண்ட கொழுப்பினை வேகவைத்துச் செய்தது போலத்தான் அது தோற்றமளிக்கிறது’ என்று குறிப்பிட்டிருந்தார். புத்தரின் மீதான இந்த அவதூறின் விளைவாகவே இந்தியா சொசைட்டி என்றதோர் அமைப்பு லண்டனில் உருவானது.

ஹாவெல்லுக்கு ஆதரவாகவும், பேர்ட்வுட்-க்கு எதிராகவும் களமிறங்கிய ரொதென்ஸ்டைன் ‘கீழைத்தேய கருத்துக்களின் மதிப்பினை மேற்கத்திய கலைஞர்கள் உணர்ந்திருந்தால் மேற்கத்திய கலையானது முற்றிலும் மாறுபட்ட தோற்றத்தைக் கொண்டதாக இருந்திருக்கும்’ என்று குறிப்பிட்டு இந்தியா சொசைட்டியை உருவாக்க முனைந்தார். இந்திய நுண்கலைகள், இந்திய இலக்கியம், இந்திய இசை ஆகியவற்றின் சிறப்புகளை

ஆங்கிலேயர்களுக்கு அறிமுகப்படுத்துவதே இந்த அமைப்பின் நோக்கமாக இருந்தது.

வெகுவிரைவிலேயே இங்கிலாந்தில் பிரான்ஸ் நாட்டில் 19ஆம் நூற்றாண்டில் வெளிப்பட்ட ஒளிவண்ணக் காட்சிப் பதிவு வாத முறைக்குப் பின்பு முகிழ்த்த ஓவிய முறையை பரவலாக்கிய ரோஜர் ஃப்ரை, இந்திய ஆட்சிப் பணி அதிகாரிகளுக்கு வங்காள மொழியை கற்றுத்தந்து வந்த ட்ரம்மாண்ட் ஆண்டர்சன் ஆகியோருடன், மிகச் சிறந்த இசை விமர்சகரும், வட இந்திய செவ்வியல் இசையை அறிமுகப்படுத்திய த ம்யூசிக் ஆஃப் இந்துஸ்தான் என்ற நூலை எழுதியவருமான ஆர்தர் ஹென்ரி ஃபாக்ஸ் ஸ்ட்ராங்வேஸ் இந்த அமைப்பின் செயலாளராகச் செயல்பட்டார்.

இதில் இணைந்த மற்றொருவர் லண்டன் நகர மருத்துவர் வில்மோட் ஹெரிங்காம் -இன் மனைவியும் சுவரோவியக் கலைஞருமான கிறிஸ்டினா ஹெரிங்காம் ஆவார். இவர் 1906 டிசம்பரில் இந்திய ராணுவத்தில் பணிபுரிந்துவந்த தன் மகனைக் காண கணவருடன் இந்தியாவிற்குச் சென்றிருந்தபோது அன்றைய ஹைதராபாத் மாநிலத்தில் இருந்த அஜந்தா குகைகளில் இருந்த புத்தரின் வாழ்க்கையை சித்தரிக்கும் அஜந்தா ஓவியங்களைக் காண முடிந்தது. இந்த ஓவியங்களின் தனிச்சிறப்பு பற்றி யாரும் அறிந்திராத நேரமது. மேலும் அந்தக் குகைப் பகுதிகளுக்குச் சென்றுவருவதும் மிகவும் கடினமானதொரு முயற்சியாகவே இருந்தது. திருமதி. கிறிஸ்டினா ஹெரிங்காம் நகலெடுத்த அஜந்தா ஓவியங்கள்தான் இன்றளவும் நம்மிடையே உள்ள பெருமளவிற்கு சிதைவுறாத ஓவியங்களை எடுத்துக் காட்டுபவையாக உள்ளன.

மீண்டும் 1909ஆம் ஆண்டு குளிர்காலத்தில் திருமதி ஹெரிங்காம் அஜந்தாவிற்குச் செல்ல திட்டமிட்டார். இம்முறை ஹைதராபாத் நிஜாம் அவருக்கு ஊழியர்களையும் காவல்துறையின் பாதுகாப்பையும் வழங்கினார். இதன் மூலம் தனது உதவி யாளர்களைக் கொண்டு அந்தச் சுவரோவியங்களை அவர் நகலெடுக்கத் தொடங்கினார். 1910ஆம் ஆண்டு குளிர்காலத்தில் திருமதி ஹெரிங்காம் அவரது உதவியாளர்களுடன் இந்தியாவிற்கு மீண்டும் புறப்பட்டபோது, ரொதென்ஸ்டைனும் அவர்களுடன் இணைந்து கொண்டார்.

இத்தருணத்தில் இந்தியாவின் பல பகுதிகளுக்கும் (குறிப்பாக வட இந்தியா) சென்று சாதாரண மனிதர்களை அவர் கோட்டோவியமாகத் தீட்டத் தொடங்கினார். பொதுவாக ஆங்கிலேய ஓவியர்கள் மகாராஜாக்களை ஓவியமாகத் தீட்டவே

இந்தியாவிற்கு வருவார்கள் என்று நினைத்துக் கொண்டிருந்த மக்களுக்கு இது மாபெரும் அதிசயமாகத் தெரிந்தது. அதன்பின்பு ஹாவெல் மற்றும் ஆனந்த குமாரசுவாமியின் அறிமுகத்தோடு கல்கத்தாவில் இருந்த ஓவியர் சகோதரர்களான காகேந்திரநாத் தாகூர், அபனீந்திரநாத் தாகூர் ஆகியோரை அவர் ஜொரசங்கோவில் சந்தித்தார். அத்தருணத்தில்தான் அவர்களது சித்தப்பாவான ரவீந்திரநாத் தாகூரை சந்தித்து, அவரை கோட்டோவியமாக வரைந்து அவரது அறிமுகத்தையும் பெற்றார். அப்போதும்கூட வங்காள இலக்கிய உலகில் அவர் மிகப்பெரும் எழுத்தாளர் என்பதோ, அந்த மொழியை நவீனப்படுத்தியதில் அவர் பெரும்பங்கு வகித்தவர் என்பதோ ரொதென்ஸ்டைனுக்குத் தெரியாது. இதுபற்றி பின்னர் ரொதென்ஸ்டைன் நினைவுகூர்ந்தார்.

> ‘ஒவ்வொருமுறை நான் ஜொரசங்கோ சென்றபோதும் அவர்களின் சித்தப்பா என்னை மிகவும் கவர்ந்தார். மிக அழகான, உயரமான, அந்த உயரத்திற்கேற்ற செழுமையான உருவம் கொண்டிருந்த அவர், வெள்ளை வேட்டி, வெள்ளை ஜிப்பா அணிந்து நாங்கள் பேசுவதை அமைதியாகக் கேட்டுக் கொண்டிருப்பார். அவரது தோற்றத்தால் கவரப்பட்ட நான், ‘உங்களை ஓவியமாக வரையலாமா?’ என்று கேட்டேன். அவரது உடலழகிற்கு ஈடான வகையில் அவரிடம் தென்பட்ட உள்ளொளியை எனது பென்சிலின் மூலம் வெளிக்கொண்டுவர நான் விரும்பினேன். அவரது காலத்திலேயே மிகவும் குறிப்பிடத்தக்க ஒரு நபராக அவர் வெளிப்படுவார் என்பதற்கான அறிகுறி ஏதும் அப்போது எனக்குத் தென்பட வில்லை.’

இந்தத் தருணத்தில்தான் அவர்கள் இருவருக்கும் இடையே மிக நெருங்கிய நட்பு உருவானது. ரொதென்ஸ்டைன் இங்கிலாந்துக்குத் திரும்பிச் செல்வதற்கு முன்பு எழுதிய கடிதத்தில் இவ்வாறு குறிப்பிட்டிருந்தார்: ‘உங்களை நான் எப்போதும் மிகுந்த மரியாதையுடனும் அன்புடனும் நினைத்துக் கொண்டிருப்பேன். உங்களின் கவிதை அல்லது கதைகள் ஏதாகிலும் ஆங்கிலத்தில் மொழிபெயர்க்கப்பட்டு வெளியிடப்படுமானால், என்னைச் சற்றே நினைவு வைத்துக் கொண்டு அனுப்பி வைத்தால் நான் மிகுந்த நன்றியுள்ளவனாக இருப்பேன்.’

ரொதென்ஸ்டைன் லண்டன் திரும்பிய பிறகு, மாடர்ன் ரிவ்யூவில் வெளியாகியிருந்த ரவீந்திரரின் சிறுகதை ஒன்றின் ஆங்கில மொழிபெயர்ப்பைப் படிக்க நேர்ந்தது. அந்தச் சிறுகதை அவரை

மிகவும் கவர்ந்தது. இதேபோன்ற அவரது கதைகளின் ஆங்கில மொழிபெயர்ப்பு வேறு ஏதுமுள்ளதா என்று வினவியதோடு, ரவீந்திரர் எப்போது லண்டன் வந்தாலும் தான் அவரைக் கவனித்துக் கொள்ளத் தயாராக இருப்பதாகவும் தெரிவித்து, கல்கத்தாவில் இருந்த தன் நண்பர்களான அபனீந்திரநாத்-காகேந்திரநாத் சகோதரர்களுக்கு அவர் கடிதம் எழுதினார்.

அதற்குப் பதிலாக, சாந்திநிகேதன் பள்ளியில் அப்போது பணிபுரிந்து வந்த அஜித் சக்ரவர்த்தி என்பவர் ஆங்கிலத்தில் மொழிபெயர்த்த ரவீந்திரரின் ஒரு சில கவிதைகள் அடங்கிய ஒரு சிறு நோட்டுப் புத்தகம் அவருக்கு வந்து சேர்ந்தது. 'ஓரளவிற்கு சுமாரான மொழிபெயர்ப்பாக இருந்தாலும், அந்தக் கவிதைகள் பெரிதும் ஆன்மிகத் தன்மை கொண்டவையாக இருந்த நிலையில், நான் முன்பு படித்த சிறுகதையைவிட என்னைப் பெரிதும் கவர்ந்தவையாக இருந்தன' என்று அவர் குறிப்பிட்டிருந்தார்.

அந்த நேரத்தில் அவரைச் சந்திக்க வந்திருந்த கூச்பிகார் அரசப் பரம்பரையைச் சேர்ந்த பிரமதலால் சென், அவர் தன்னோடு அழைத்து வந்திருந்த டாக்டர் பிரஜேந்திரநாத் சீல் (தத்துவ ஞானியும் பேரறிவு மிக்கவருமான அவர் மற்றவர்களிடம் குழந்தையைப் போல் பழகுபவர்; விஸ்வபாரதி பல்கலைக் கழகமாக உருப்பெற்றபோது அதன் முதல் துணைவேந்தராக இருந்தவர்; பின்னாளில் மைசூர் பல்கலைக்கழகத்தின் துணை வேந்தராகவும் இருந்தவர்) ஆகியோருடன் இதுபற்றி விவாதித்தார். ரொதென்ஸ்டைனின் ஆலோசனைப்படி லண்டன் வருமாறு கோரி இருவருமே ரவீந்திரருக்குக் கடிதம் எழுதினர்.

1912இல் ரவீந்திரர் மேற்கொண்ட இந்தப் பயணத்தின்போது அவரது மகன் ரதீந்திரநாத், மருமகள் ப்ரதிமா ஆகியோரும் உடனிருந்தனர். லண்டன் துறைமுகத்தில் இறங்கி, அங்கிருந்து ரயில் மூலம் சேரிங் கிராஸ் நிலையம் சென்று, அங்கிருந்து மெட்ரோ மூலம் ப்ளூம்ஸ்பரிக்குச் சென்றனர். இந்த மெட்ரோ பயணத்தின்போது, ரவீந்திரரின் கீதாஞ்சலி கவிதைத் தொகுப்பின் வங்காள மூலம் மற்றும் ஆங்கில மொழி பெயர்ப்பின் கையெழுத்துப் பிரதிகள் அடங்கிய கைப்பெட்டியை வண்டியிலேயே தவற விட்டுவிட்டு வந்தது மறுநாள் காலைதான் அவர்களுக்குத் தெரிய வந்தது.

ப்ளூம்ஸ்பரி மெட்ரோ ரயில் நிலையத்தில் அதைத் தேடி அலைந்த ரதீந்திரநாத், அங்கிருந்த தொலைந்து போன பொருட்களுக்கான அலுவலகத்தில் அதைக் கண்டுபிடித்து பின்னர் பெற்றுக் கொண்டு வந்தார்.

கையெழுத்துப் பிரதியை பெற்றுக்கொண்ட ரொதென்ஸ்டைன் அதைப் படித்துவிட்டு, இங்கிலாந்தின் அன்றைய முன்னணிக் கவிஞரான டபிள்யூ.பி. ஈட்ஸிடம் கொடுத்தார். அவரும் தான் போகுமிடமெல்லாம் அந்தப் பிரதியை எடுத்துச் சென்று படித்தார். மீண்டும் மீண்டும் படித்தார். 'என் வாழ்நாள் முழுவதும் கனவு கண்ட ஓர் உலகத்தினை நான் அதில் கண்டேன். மிக உயரிய கலாசாரத்திலிருந்து வெளிப்பட்டதாக அது தோன்றியபோதிலும், புல்லையும் பூண்டையும் போல அனைவருக்கும் பொது வானதொரு மண்ணிலிருந்தே உருப்பெற்றிருந்தது' என பின்னர் ஈட்ஸ் கூறியிருந்தார்.

ஈட்ஸின் இந்த உற்சாகமான வரவேற்பினைக் கண்டு மகிழ்ந்த ரொதென்ஸ்டைன், நெருக்கமான நண்பர்களை தன் இல்லத்திற்கு அழைத்தார். அங்கு, கவிஞர் ஈட்ஸ் மிகுந்த உற்சாகத்தோடு ரவீந்திரரின் கவிதைகளைப் படித்துக் காட்டினார். எஸ்ரா பவுண்ட், மே சின்க்ளர், எர்னெஸ்ட் ரைஸ்; அலைஸ் மேனெல், ஹென்றி நெவின்சன், சார்லஸ் ட்ரெவெல்யன் போன்ற அன்றைய ஆங்கில இலக்கிய உலகின் பெருமக்கள் பலரும் இந்த நிகழ்வில் பங்கேற்றனர்.

பின்னாளில் தனக்கும் மகாத்மா காந்திக்கும் உற்ற நண்பராக உருவெடுக்கவிருந்த சார்லஸ் ஃப்ரீயர் ஆண்ட்ரூஸ் (சி.எஃப். ஆண்ட்ரூஸ் – பின்னாளில் தீனபந்து எனவும் அழைக்கப்பட்டவர்) என்பவரை இந்த நிகழ்வின்போதுதான் ரவீந்திரர் முதன்முறையாகச் சந்தித்தார்.

இங்கிலாந்தில் அவர் தங்கியிருந்த நான்கு மாத காலத்தில் ஆங்கில அறிவுலகின் ஜாம்பவான்களான பெர்னார்ட் ஷா, எச்.ஜி. வெல்ஸ், பெர்ட்ரண்ட் ரஸ்ஸல், ஸ்டர்ஜ் மூர், டபிள்யூ.எச். ஹட்சன் போன்றோரைச் சந்தித்து உரையாடினார்.

1912 அக்டோபரில் அவர் அமெரிக்காவிற்குப் பயணம் செய்தார். ஹார்வார்ட் உள்ளிட்ட பல்வேறு பல்கலைக்கழகங்களிலும் அவர் ஆற்றிய உரைகள் பின்னர் 1913இல் சாதனா என்ற தலைப்பில் தனி நூலாக வெளியானது. ரொதென்ஸ்டைனின் முன்முயற்சியில் 1912 நவம்பரில் கீதாஞ்சலியின் ஆங்கிலத் தொகுப்பை லண்டனில் உள்ள இந்தியா சொசைட்டி சிறப்பு வெளியீடாகக் கொண்டு வந்தது. மொத்தம் 750 பிரதிகள் மட்டுமே அச்சிடப்பட்டது. பிரிட்டிஷ் இதழ்கள் இந்தக் கவிதைத் தொகுப்பினைப் பெரிதும் பாராட்டி எழுதின.

டைம்ஸ் லிட்ரரி சப்ளிமெண்ட் இதழ் அப்போது இவ்வாறு எழுதியிருந்தது: 'அவரது (ரவீந்திரர்) கவிதைகளை படிக்கும்போது நமது சமகாலத்திய டேவிட்டின் உபதேசங்களைக் கேட்பது போல் தோன்றியது. இந்தக் கவிதைகள் கூறும் தத்துவம் தங்களுக்கானதல்ல என்று கூறி, அதன் தாக்கத்திற்கு உட்பட ஒரு சிலர் மறுக்கவும் கூடும். மிக அருமையான, அதே நேரத்தில் நமக்கு அந்நியமானதாக, இது தோன்றுமானால், அதை வெறுத்து ஒதுக்குவதற்கு முன்பாக நம்மை நாமே ஒரு கேள்வியைக் கேட்டுக் கொள்ள வேண்டும்: 'நமது தத்துவம்தான் என்ன?' நமது சிந்தனையில் சஞ்சலம் மிக்கவர்களாக நாம் இருக்கிறோம். ஆனால் கவிஞர்கள் தங்கள் கவிதைகளில் சித்தரிக்கும் வகையில் நம்மிடம் எதுவுமில்லை.'

அமெரிக்காவில் அவரைச் சந்தித்த சக வங்காளியான வசந்த குமார் ராய் என்பவர் உங்கள் எழுத்துக்களை மேலும் அதிகமான அளவில் ஆங்கிலத்தில் மொழிபெயர்த்து வெளியிட வேண்டும் என்று ரவீந்திரரை கேட்டுக் கொண்டதோடு, 'அப்படிச் செய்தால், உங்கள் எழுத்துகள் நன்கு பிரபலமாகும். இப்போது இல்லாவிட்டாலும், பின்னொரு நாளில் உங்கள் கவிதைக்காக நீங்கள் நோபல் பரிசைக் கூடப் பெற முடியும். இதுவரை இந்தியாவிலோ, ஆசியாவிலோ உள்ள எவரும் அந்தப் பரிசை வென்றதில்லை' என்று குறிப்பிட்டபோது, 'ஆசியர்கள் கூட அந்தப் பரிசுக்குப் போட்டி போடமுடியுமா?' என்று ரவீந்திரர் அப்பாவித்தனமாக அவரிடம் கேட்டிருக்கிறார்.

அந்த நேரத்தில்தான் எஸ்ரா பவுண்ட்டின் வற்புறுத்தலுக்கு இணங்க சிகாகோ நகரிலிருந்து வெளிவரும் பொயட்ரி (கவிதை) என்ற இதழின் ஆசிரியரான ஹேரியட் மன்றோ ரவீந்திரரின் ஆறு கவிதைகளை ஆங்கிலத்தில் தனது இதழில் வெளியிட்டார். அமெரிக்காவில் ரவீந்திரரின் எழுத்துகளை அச்சில் வெளியிட்ட முதல் இதழ் அதுவே ஆகும். சிகாகோ ட்ரிப்யூன் நாளிதழ் தனது தலையங்கத்தில் இந்தக் கவிதைகளை சுட்டிக்காட்டிப் பாராட்டியிருந்தது.

அதே ஆண்டில் லண்டனில் இருந்து செயல்படும் மேக்மில்லன் பதிப்பகம் கீதாஞ்சலியின் ஆங்கிலப் பதிப்பை வணிக ரீதியாக வெளியிடத் தீர்மானித்தது. அதற்கு முன்பு வெளியான இந்தியா சொசைட்டியின் பதிப்பு குறைந்த எண்ணிக்கையில் தனிப்பட்ட வெளியீடாக இருந்தது. இந்த முடிவை சார்லஸ் விப்ளி என்ற நூல் விமர்சகர் வரவேற்ற அதே நேரத்தில், 'தாகூரின் புகழைப்

பயன்படுத்திக் கொள்ளும் விதமாக கண்மண் தெரியாமல் அவரது எழுத்துகள் அனைத்தையும் பதிப்பிக்க முயற்சிக்க வேண்டாம். இறைத் தன்மை மிகுந்த, மிகவும் நளினமான இந்த எழுத்தை அதிகமான அளவில் மக்களிடையே கொண்டு செல்வது 'கலாபூர்வமான ஒரு தவறாக ஆகிவிடும்'. ஒருவகையில் பார்த்தால் பாதி நிரம்பிய கோப்பையே முழுமையாக நிரம்பிய கோப்பையை விட சிறப்பானதாக, திருப்தியளிப்பதாக இருக்கும்' என்று அவர் குறிப்பிட்டிருந்தார்.

மாக்மில்லன் பதிப்பகம் மார்ச் 1913இல் கீதாஞ்சலியின் முதல் பதிப்பை வணிக ரீதியாக வெளியிட்டது. 1913 நவம்பர் 13 அன்று நோபல் பரிசுக் கமிட்டி இலக்கியத்திற்கான பிரிவில் ரவீந்திரருக்கு அந்த ஆண்டின் பரிசை வழங்கவிருப்பதாக அறிவித்தது. நோபல் பரிசு குறித்த இந்த அறிவிப்பு வெளிவருவதற்கு முன்பாக மாக்மில்லன் பதிப்பகம் இடைப்பட்ட ஒன்பது மாத காலத்தில் கீதாஞ்சலியைப் பத்து முறை மறுபதிப்பு செய்தது என்பதிலிருந்தே அன்றைய ஆங்கில இலக்கிய உலகில் கீதாஞ்சலியும் தாகூரும் எத்தகைய தாக்கத்தை ஏற்படுத்தியிருந்தனர் என்பதை நன்கு உணர முடியும்.

ரவீந்திரர் நோபல் பரிசைப் பெறுவதற்கு முன்பாகவே கூறப்பட்ட சார்லஸ் விப்ளியின் அறிவார்ந்த ஆலோசனைக்கு ரவீந்திரரோ மேக்மில்லன் பதிப்பகமோ செவி சாய்க்கவில்லை. அவர் நோபல் பரிசு பெற்ற பிறகு, அவரது எழுத்துகள் பலவும் அவசரகதியில் ஆங்கிலத்தில் மொழிபெயர்க்கப்பட்டு சந்தையில் வந்து குவிந்தன. ரவீந்திரரின் ஆழமான கருத்துக்களின் சாரத்தை, சிறப்பாகவும் கவனமாகவும் வெளியிடத் தவறியதன் விளைவாக, வெகு விரைவிலேயே அவை மேற்குலகினருக்கு திகட்டத் தொடங்கி விட்டன.

மேலும், கீழைத்தேய மெய்யியல் சார்ந்த, இறைத்தன்மை மிக்க ஒரு தூதர் என்ற தோற்றம் கீதாஞ்சலியின் மூலம் ஆங்கில வாசகர்கள் மனதில் ஆழப் பதிந்து போயிருந்தது. இந்நிலையில் கீதாஞ்சலியைத் தொடர்ந்து வெளியான த கார்ட்னர், த க்ரெசெண்ட் மூன், சித்ரா, க்ளிம்ப்சஸ் ஆஃப் பெங்கால் போன்ற நூல்களில், மேற்குலகினரின் மனதில் பதிந்திருந்த இறைத்தூதர் போன்ற அவரது பிம்பம், இப்போது கண்களுக்குத் தென்படாமல் போனதால், இந்த முயற்சி, ஏற்கெனவே சார்லஸ் விப்ளி கணித்ததைப் போலவே, தோல்வியில் முடிந்தது எனலாம்.

அத்தியாயம் 16

நோபல் பரிசும் தாக்கமும்

1912ஆம் ஆண்டு ஜூன் மாதத்தில் உடலளவில் மிகவும் நலிந்தவராக, தனக்கு எத்தகைய வரவேற்பு கிடைக்கும் என்ற நிச்சயம் ஏதுமில்லாதவராக லண்டனில் வந்திறங்கிய ரவீந்திரர், 1913 செப்டெம்பரில் இந்தியாவிற்குத் திரும்பக் கப்பலேறினார்.

இந்த இடைப்பட்ட காலத்தில் ஆங்கில அறிவுலகினரின் கவனத்தைத் தன்பக்கம் திருப்புவதில் அவர் வெற்றி பெற்றிருந்தார். மேலும் இங்கிலாந்து, அமெரிக்கா ஆகிய இரு நாடுகளிலும் இருந்த புகழ்பெற்ற பல்கலைக்கழகங்கள் பலவற்றிலும் கீழைத்தேய வாழ்க்கைத் தத்துவத்தை, அதன் நாகரீக வரலாற்றை வலுவாக எடுத்துக்கூறும் ஒரு பேச்சாளராகவும் அவர் உருவெடுத்தார்.

1913 ஜூலையில் லண்டனில் அவர் மேற்கொண்ட அறுவை சிகிச்சைக்குப் பிறகு அவரது உடல்நலம் பெருமளவிற்குச் சீரடைந்தது. இவ்வகையில், புகழோடும், நல்ல உடல்நலத்தோடும் அவர் இந்தியாவிற்குத் திரும்பினார்.

எட்டு வயதில் எழுதத் தொடங்கிய அவர், வங்காள இலக்கிய உலகில் படிப்படியாகவே தன் தகுதியை நிலைநிறுத்திக் கொண்டு வந்தார். தொடக்கத்தில் கவிதைகள், பின்பு சிறுகதைகள், நாவல்கள், நாடகங்கள் என அவர் கால்வைத்த பகுதிகள் அனைத்திலும் தன் முத்திரையைப் பதித்து வந்தார். அவரது எழுத்துக்களை தொடர்ந்து படித்து வந்த வாசகர்களும் கூட,

வெகுவிரைவிலேயே அவரது அறிவுக் கூர்மையின் பல்வேறு வீச்சுக்களை நன்கு உணரவும் பாராட்டவும் தலைப்பட்டனர்.

எனினும் இந்தப் படைப்புகள் அனைத்தையுமே பல்வேறு குடும்ப, சமூக நெருக்கடிகளுக்கும், துயரங்களுக்கும் இடையேதான் அவர் உருவாக்கினார் என்பதையும் இங்கு சுட்டிக்காட்ட வேண்டியது அவசியமாகும்.

தாகூர் என்ற புகழ்பெற்றதொரு குடும்பப் பின்னணியில் இருந்து வெளிப்பட்ட ஓர் எழுத்தாளர் என்ற வகையில், பல்வேறு முரண்பாடுகளையும் மனக்கசப்புகளையும் மனதிற்குள் இருத்தியபடி, அன்றைய வங்காள சமூகத்தில் தனக்கென ஓரிடத்தைப் பெற அவர் கடுமையாகப் போராட வேண்டியிருந்தது. அவரைச் சீண்டிய, புறக்கணித்த, எள்ளிநகையாடிய பெருமகன்களோ ஏராளம். இவை அனைத்தையும் கடந்து, தொடர்ந்து எழுதி, நூல்களை வெளியிட்டு, தன் வாசகர்களை அவர் வியப்பில் ஆழ்த்தி வந்தார் என்பதுதான் அவரது தனித்தன்மையாக இருந்தது.

இதற்கு முற்றிலும் மாறான ஒரு நிலையை மேற்குலகில் ரவீந்திரர் எதிர்கொண்டார். ஆங்கில இலக்கிய உலகிற்குள் அவரின் நுழைவு ஒரு புயலாக இருந்தது. அந்த மொழியின் வாசகர்கள் இதுவரை தாங்கள் கண்டறியாத புதியதோர் அனுபவத்தை அவரது எழுத்திலிருந்து பெற்றனர்.

முதன்முதலாக ஆங்கிலத்தில் வெளியான கீதாஞ்சலி, இந்தியப் பாரம்பரியம், உபநிடதங்கள், இந்தியாவின் கலாசார வரலாறு ஆகியவை பற்றி ஏதுமறியாத மக்களிடையே புதியதொரு வெளிச்சத்தைப் பாய்ச்சியது. அந்த மொழியின் புகழ்பெற்ற கவிஞர்கள் மட்டுமின்றி, இன்னபிற துறைகளை சேர்ந்த அறிஞர் பெருமக்களின் மீதும் அந்த எழுத்து மிகப்பெரும் தாக்கத்தை ஏற்படுத்தியது.

ரவீந்திரரின் நண்பரான ரொதென்ஸ்டைன்தான் லண்டனில் இருந்த இந்தியா சொசைட்டியை அணுகி அவர்களின் உறுப்பினர் களிடையே பிரத்தியேகமாக வழங்குவதற்கென இந்த கவிதைத் தொகுப்பை வெளியிடுமாறு கேட்டுக் கொண்டார். அதன்படி ரவீந்திரரின் கவிதைத் தொகுப்பு முதன்முறையாக ஆங்கிலத்தில் கீதாஞ்சலி என்ற தலைப்பில் வெறும் 750 பிரதிகளுடன் தனிப்பட்ட சுற்றுக்கான வகையில் வெளியானது. அதன்பிறகு மேக்மில்லன் பதிப்பகத்தையும் கீதாஞ்சலியை வெளியிடுமாறு ரொதென்ஸ்டைன் கேட்டுக் கொண்டார்.

புகழ்பெற்ற பதிப்பகம் ஒன்று ஆங்கில இலக்கிய உலகில் முன்பின் தெரியாத ஓர் எழுத்தாளரின், அதுவும் ஒரு கவிதைத் தொகுப்பை வெளியிட, தானாக முன்வராது. ரொதென்ஸ்டைனின் தொடர்ச்சியான நெருக்கடிதான் ரவீந்திரர் நோபல் பரிசைப் பெறுவதற்கு முன்பாகவே மேக்மில்லன் பதிப்பகம் கீதாஞ்சலியினை வெளியிடக் காரணமாக இருந்தது.

அதைப்போலவே, கீதாஞ்சலியின் பரவலான புகழுக்கு ஆங்கில கவிஞர் ஈட்ஸ் அந்தக் கவிதைகளை பெருமளவிற்குத் திருத்தி அமைத்ததே காரணமாக இருந்தது என பிரிட்டனிலும் இந்தியாவிலும் இருந்த பலரும் தொடர்ந்து கருத்துக்களை வெளியிட்டு வந்தனர். ரொதென்ஸ்டைன் இதனை வலுவாக மறுத்து எழுதியிருந்தார்:

> 'தாகூரின் ஆங்கிலத்தை ஈட்ஸ் திருத்தி எழுதியதன் விளைவாகவே கீதாஞ்சலி பரவலான புகழைப் பெற்றது என இந்தியாவில் கூறப்பட்டு வருவதாக அறிந்தேன். இக்கருத்து எவ்வளவு தவறானது என்பதை என்னால் மிக எளிதாக நிரூபித்துவிட முடியும். வங்காளியிலும் ஆங்கிலத்திலும் ஆன கீதாஞ்சலியின் கையெழுத்துப் பிரதி என்னிடம்தான் உள்ளது.
>
> அதில் அங்குமிங்குமாக ஒரு சில லேசான மாற்றங்களை மட்டுமே செய்யவேண்டியிருக்கும் என ஈட்ஸ் கருத்துத் தெரிவித்திருந்தார். அவ்வகையில் இந்த நூல் தாகூரின் கையெழுத்துப் பிரதியில் இருந்ததைப் போலவே, ஈட்ஸ் தெரிவித்த ஒரு சில மாற்றங்களுடன் அச்சிடப்பட்டது.'

1913 நவம்பர் *13* அன்று கீதாஞ்சலி கவிதைத் தொகுப்பிற்காக இலக்கியத்திற்கான நோபல் பரிசு ரவீந்திரருக்கு வழங்கப்படுகிறது என்ற செய்தி வந்தபோது, அவர் சாந்தி நிகேதனில் இருந்தார். தங்கள் குருதேவிற்குக் கிடைத்துள்ள பெருமையைக் கண்டு பள்ளி மாணவர்கள் மகிழ்ச்சியில் துள்ளிக் குதித்தனர்.

ரவீந்திரரும் நிச்சயமாக மகிழ்ச்சி அடைந்திருக்கத்தான் வேண்டும். தன் தாய்நாட்டை நேசிப்பவர் என்ற வகையில், உலக இலக்கிய அரங்கில் இதன் மூலம் இந்தியாவிற்குக் கிடைத்துள்ள பெருமையும் அதன் ஒரு பகுதியாக இருந்திருக்கக் கூடும். இந்தச் செய்தி கிடைத்த ஐந்து நாட்களுக்குப் பிறகு, ரவீந்திரர் மேற்குலகிற்குத் தன்னை அறிமுகம் செய்து வைத்த நண்பரான ரொதென்ஸ்டைனுக்கு இவ்வாறு கடிதம் எழுதியிருந்தார்:

'நோபல் பரிசின் மூலம் எனக்களிக்கப்பட்ட மிகப்பெரும் மரியாதை குறித்த செய்தியை பெற்ற அதே கணத்தில் எனது இதயம் அன்போடும் நன்றியோடும் உங்களை நோக்கித்தான் திரும்பியது. என் நண்பர்கள் அனைவரிலுமே இந்தச் செய்தியை அறிந்து அதிகமான மகிழ்ச்சியை அடைந்தவர் நீங்களாகத்தான் இருக்கும். நமக்கு மிகவும் நெருக்கமானவர்களுக்கு இது பெரும் கொண்டாட்டமாகத்தான் இருக்கும். அதேநேரத்தில் எனக்கு இது மிகப்பெரும் சோதனைக் காலமாகவே இருக்கும்.

'மக்களின் ஆர்வம் என்ற சூறாவளி எனக்குள் மிகுந்த அச்சத்தை ஏற்படுத்தியுள்ளது. கடந்த ஓரிரு நாட்களாக கடிதங்களும் தந்திகளும் வந்து குவிந்த வண்ணமாக உள்ளன. இவர்களில் பெரும்பாலோர் என்னோடு நட்புணர்வோடு பழகியவர்கள் அல்ல; இவர்களில் பலரும் என் எழுத்துக்களில் ஓரே ஒரு வரியைக் கூடப் படித்தவர்கள் அல்ல; இத்தகையோர்தான் இப்போது பேரானந்தத்தோடு குரலெழுப்பி வருகின்றனர். உண்மையில் இவர்கள் எனக்குக் கிடைத்த பெருமைக்குத்தான் மேலும் பெருமை சேர்க்க முயற்சிக்கிறார்களே தவிர, எனக்கல்ல.'

இலக்கியப் பிரிவில் அந்த ஆண்டிற்கான (1913) நோபல் பரிசுக்காக அவர் தேர்ந்தெடுக்கப்பட்டுள்ளதைத் தெரிவித்து ஸ்வீடிஷ் அகாதெமியில் இருந்து தந்தி வந்தது. இந்த நற்செய்திக்கு நன்றி தெரிவிக்கும் முகமாக ரவீந்திரர் ஸ்வீடிஷ் அகாதெமிக்கு அனுப்பி வைத்த பதில் தந்தியில் கீதாஞ்சலி நூலில் இடம்பெற்றிருந்த 63வது பாடலின் சில வரிகளை அவர் மேற்கோள் காட்டியிருந்தார்:

'எனக்கு முன்பின் அறிமுகமில்லாத நண்பர்களுக்கு
என்னை அறிமுகம் செய்து வைத்திருக்கிறீர்;
எனக்குச் சொந்தமில்லாத இல்லங்களில்
எனக்கு இருக்கை அளித்திருக்கிறீர்;
தொலைதூரத்தை எனக்கு நெருக்கமாகவும்
முன்பின் அறிமுகமில்லாதவரை
எனக்கு ஒரு சகோதரனாகவும் ஆக்கியிருக்கிறீர்'

என்று அவர் பரம்பொருளை நோக்கி வடித்த கீதாஞ்சலியில் இடம் பெற்றிருந்த கவிதை அப்படியே அகாதெமிக்கும் பொருந்துவதாக இருந்தது எனலாம்.

அதேநேரத்தில் வங்காள மொழிக்கும் இலக்கியத்திற்கும் தான் இதுவரை ஆற்றி வந்துள்ள சேவைகளை அரைமனதோடு

பாராட்டுவதற்குக் கூட, தன் நாட்டு மக்களில் பெரும்பாலோருக்கு வெளிநாட்டில் கிடைத்த அங்கீகாரம் தேவைப்படுகிறது என்பதை நினைக்கையில் அவர் மனம் மிகவும் கலக்கமுற்றது.

இத்தகையதொரு பின்னணியில்தான் கல்கத்தாவின் புகழ்பெற்ற பெருமக்கள் 500 பேர் அடங்கிய குழு ஒன்று ரவீந்திரருக்கு நேரில் பாராட்டுக்களை தெரிவிக்கும் நோக்கத்துடன் ஒரு சிறப்பு ரயிலில் நவம்பர் 23ஆம் நாள் போல்பூர் வந்து இறங்கினர். இத்தகவலறிந்து அவர்களை உபசரிக்க மிகப்பெரும் விருந்துக்கும் சாந்திநிகேதனில் ஏற்பாடு செய்யப்பட்டது.

வந்தவர்கள் பல்வேறு வகையில் அவரை பாராட்டி முடித்தபிறகு, அதற்குப் பதிலளிக்கும் விதமாக ரவீந்திரர் பேசுகையில், 'உங்களின் பாராட்டுக்களில் உண்மையே இல்லாதபோது, அதை ஏற்றுக் கொள்ள என் மனம் இடம் கொடுக்கவில்லை' எனக் கூறியதும், வந்திருந்த பிரமுகர்கள் மிகுந்த கோபத்துடன் அங்கிருந்து வெளியேறி, போல்பூர் ரயில் நிலையத்திற்கு விரைந்தனர். மிகுந்த அதிர்ச்சிக்குள்ளான சாந்திநிகேதன் ஊழியர்கள் அவர்களுக்காக தயார் செய்திருந்த இனிப்பு-கார வகைகளை கூடைகளில் எடுத்துக் கொண்டு ரயில் நிலையம் சென்று அவர்களை சமாதானப்படுத்தி அவற்றை ஏற்றுக் கொள்ளுமாறு வேண்டினர். அவர்களில் சிலர் ரவீந்திரரின் நலம்விரும்பிகளாக இருந்ததால், நிலைமையை சமாளித்து, அந்தக் கூடைகளை வண்டியில் ஏற்றிக் கொண்டனர்.

எனினும், அடுத்தநாள் காலையில் கல்கத்தா பத்திரிகைகள் ரவீந்திரரின் 'திமிரை', 'இறுமாப்பை' கண்டித்து, திட்டித் தீர்த்தன. அதற்கு நேர்மாறான வகையில், விடுதலைப் போராட்டத் தளபதிகளில் ஒருவரான விபின் சந்திர பால், தன் இந்து ரிவ்யூ நாளிதழில் 'இத்தகையதொரு சூழ்நிலையில் ரவீந்திரரின் நிலையையும் உணர்வையும் ஒத்த எவருமே தன் மனக் கசப்புகளை மறைத்துவைக்க முடியாது. கல்கத்தா பிரமுகர்களின் பாராட்டு களுக்கு அவர் அளித்த பதில் நாகரீகமற்றதோ, பொருத்தமற்றதோ அல்ல' என்று ரவீந்திரருக்கு ஆதரவாகக் குரல் கொடுத்தார்.

நோபல் பரிசைப் போன்ற உலகப் புகழ்பெற்ற பரிசு ஓர் ஆசியருக்கு வழங்கப்படுகிறது என்ற செய்தியே எல்லா இடங்களிலும் அதிர்ச்சி கலந்த வியப்பினை ஏற்படுத்தியது. இந்த அறிவிப்பு ஒரு தனிமனிதருக்குக் கொடுக்கப்பட்ட அங்கீகாரம் என்பதை விட, இதுவரை மேற்கத்திய உலகால் ஒதுக்கி வைக்கப்பட்டிருந்த, புறக்கணிக்கப்பட்ட ஒரு பகுதியான ஆசியாவிற்குக் கிடைத்த ஓர்

அங்கீகாரமாகவும், அந்தப் பகுதியின் புத்துயிர்ப்பை எடுத்துக் கூறுவதாகவும் விளங்கியது.

ஆசியாவின் 'உள்ளம்' உயிர்ப்புடன் செயல்பட்டு வருகிறது என்பதை, அருங்காட்சியகத்தில் வைக்கும் வகையில் கண்ணைக் கவரும்படியான ஒரு பொருளாக இல்லாமல், உயிரோட்டத்தோடு கூடிய ஒன்றாக அதனைக் கருத வேண்டும் என்பதை மேற்கத்திய அறிவுலகத்தின் ஆழ்மனதிற்குள் பதியச் செய்த முதல் நபர் ரவீந்திரரே ஆவார்.

ப்ரெஞ்சு எழுத்தாளரும் இலக்கிய விமர்சகருமான ழீன் குகனென் பின்னாளில் ஒரு கட்டுரையில் இவ்வாறு குறிப்பிட்டிருந்தார்: 'தன் நாட்டில் புகழ்பெற்ற ஒருவர் கடந்த சில ஆண்டுகளுக்கு முன்பு வரையில் ஐரோப்பா கண்டம் முழுவதாலுமே கிட்டத்தட்ட புறக்கணிக்கப்பட்டார் என்பதே மனித இயல்பில் உள்ள போதாமையை நிரூபிக்கிறது. இந்தக் கருத்தோட்டங்கள் நமது கருத்தோட்டங்களிலிருந்து முற்றிலும் மாறுபட்டவை என்பதை அறியும்போதுதான், நமது ஐரோப்பிய கருத்தோட்டங்களின் சார்புத் தன்மையைப் பற்றி நாம் உணர்கிறோம். நமது கருத்தோட்டங்களி லிருந்து முற்றிலும் மாறுபட்ட கருத்தோட்டங்களை ஏற்றுக்கொண்டு, பல லட்சக்கணக்கானோர் இந்த உலகின் வேறொரு பகுதியில் வாழ்ந்து வருகின்றனர் என்பதையே போதுமான அளவிற்கு நாம் புரிந்துகொள்ளவில்லை.'

ஐஸ்லாந்தைச் சேர்ந்த இலக்கியவாதியும் 1955ஆம் ஆண்டில் இலக்கியத்திற்கான நோபல் பரிசைப் பெற்றவருமான ஹல்தோஸ் லாஸ்னெஸ் தாகூரின் நூற்றாண்டை ஒட்டி சாகித்ய அகாதெமி வெளியிட்ட சிறப்புமலரில் ரவீந்திரரின் தனித்துவமிக்க எழுத்தை கீழ்கண்டவாறு பாராட்டியிருந்தார்:

> 'தாகூரின் கவித்துவமிக்க வசன கவிதை நடையை ஸ்காண்டிநேவிய நாடுகள் பலவும் பயன்படுத்த முயன்றன. என் இளமைக் காலத்தில் நானும்கூட இந்த வடிவத்தில் எழுத முயற்சித்து, தோல்வி அடைந்திருக்கிறேன். கீதாஞ்சலியின் உள்ளடக்கத்திற்கு அதன் வடிவம் என்பது இரண்டாம் பட்சம்தான். எனவேதான் மேற்குலகில் இருந்த தாகூரின் சீடர்கள் பலரும் இதில் தோல்வியுற நேர்ந்தது.
>
> 'எவ்வளவு பொறாமைப்படத்தக்க ஒரு கடவுளாக தாகூரின் கடவுள் இருக்கிறார்? 'நேசமிக்க நண்பன்; ஆசைக்குரியவன்; அன்றலர்ந்த தாமரையைப் போன்றவன்; ஆற்றில் மிதந்து

செல்லும் படகில் அமர்ந்தபடி குழலூதிக் கொண்டிருப்பவன்; முன்பின் அறியாதவன்' என அவருக்குத்தான் எத்தனை எத்தனை தோற்றங்கள்?

'தாகூர் சித்தரிக்கும் கடவுளைப் போன்ற ஒருவரை மத்திய தரைக்கடல் பகுதியைச் சேர்ந்த யூதர்களின் விவிலிய வழிக் கவிதைகளில் வேண்டுமானால் உங்களால் காண முடியும். சீனாவைச் சேர்ந்த லாவோ சி-யின் தாவோ டே சிங்-இல் அவ்வப்போது அவரைப் பார்க்க முடியும். ஆனால் ஐரோப்பாவிலோ, கிறித்துவின் நகல் என்ற நூலை எழுதிய மத்தியக்கால துறவிகள் காற்றோட்டமில்லாத, இயற்கையின் நறுமணம் வீசாத குறுகிய அறைகளிலும் பிரசங்க மேடை களிலும் கடவுளின் அதிசயங்களைப் பற்றியே சிந்தித்துக் கொண்டிருந்தனர்.

'இன்றைய மேற்குலகில் நமது கடவுளானவர் உலகத்தின் மிகப் பெரும் நிறுவனத்தில் ஓர் இயக்குநராக அல்லது சிறுபிள்ளை களின் கற்பனையான விளையாட்டுத் தோழனாகத்தான் இருக்கிறார். அபாயத்தை சந்திக்கும்போதும் மரணத்தை எதிர்கொள்ளும்போதும்தான் அவரை நோக்கி நாம் கதறுகிறோம். இதனால்தான் தாகூரின் இறையியல் மிக்க யதார்த்த உணர்வு மேற்குலகம் வியந்து பார்க்கச் செய்யும் கீழைத்தேய அதிசயமாக மிக நீண்ட காலத்திற்கு நீடித்திருக்கும்.'

இவ்வாறு ரவீந்திரரின் பெருமைகளை மேற்குலகம் விதந்து போற்றுவதற்கு வழியமைத்து, இலக்கியத்திற்கான நோபல் பரிசு அவருக்குக் கிடைப்பதற்குக் காரணமாக இருந்தவர் ஆங்கில கவிஞரான தாமஸ் ஸ்டர்ஜ் மூர் ஆவார். கவிஞர் யீட்ஸுடன் இணைந்து இலக்கியக் கழகம் ஒன்றை நடத்தி வந்த அவர், கீதாஞ்சலி ஆங்கிலத்தில் வெளியாவதற்கு முன்பே ரவீந்திரரை சந்தித்து உரையாடி, அவரது கவிதைகளின் வலிமையை உணர்ந்தவராக இருந்தார். ராயல் சொசைட்டியின் ஓர் உறுப்பினர் ஆன அவர், இலக்கியத்திற்கான நோபல் பரிசினை தாகூருக்கு வழங்க வேண்டும் என ஸ்வீடிஷ் அகாதெமிக்குப் பரிந்துரை செய்தார்.

இதற்கான தேர்வுக்குழுவின் தலைவராக இருந்த ஹரால்ட் ஜார்னே என்பவருக்கு அதில் பெருமளவு விருப்பமில்லாமல்தான் இருந்தது. கருத்தைக் கவரும் தாகூரின் எழுத்துக்களில் அவரது சொந்த எழுத்து எவ்வளவு இருக்கும்? இந்திய இலக்கியத்தின் செவ்வியல் பாரம்பரியத்தைச் சேர்ந்த கருத்துக்கள் அதில் எவ்வளவு இருக்கும்? என்பதைக் கணிக்க முடியாது என்றும் அவர் கருதினார்.

அதுவும்போக, வெள்ளையர் அல்லாத ஒருவருக்கு என்று வரும்போது, இந்தத் தயக்கம் சற்று கூடுதலாகவே இருந்திருக்கும்.

என்றாலும், ஸ்வீடிஷ் அகாதெமிக்குள் தாகூருக்கு ஆதரவாகப் பேசுபவர்களின் எண்ணிக்கை போகப்போக அதிகரித்துக் கொண்டே இருந்தது. அவர்களில் ஒருவர் பெர் ஹால்ஸ்ட்ராம். தாகூரின்மீது ஏற்பட்ட வியப்பு அவரை ஆழமான ஆய்வினை மேற்கொள்ள வைத்து, அது குறித்த பல குறிப்புகளையும் எழுதி, குழு உறுப்பினர்களிடையே உரையாடலை தூண்ட வைத்தது. இதன் விளைவாக, மூன்றாண்டுகளுக்குப் பிறகு இலக்கியத்திற்காக அதே நோபல் பரிசை பெறவிருந்த ஸ்வீடிஷ் கவிஞரும் நாவலாசிரியரும் அன்றைய ஆண்டின் அகாதெமி தேர்வுக் குழு உறுப்பினருமான வெர்னர் வான் ஹைடென்ஸ்டாம் கீதாஞ்சலி குறித்த ஓர் ஆய்வுக் கட்டுரையை குழுவின் முன்வைத்தார்.

தாகூர் ஆங்கிலத்தில் வழங்கியிருந்த கீதாஞ்சலியை அவர் படித்தது மட்டுமின்றி, ஸ்வீடிஷ்-நார்வேஜியன் மொழியில் செய்யப்பட்ட மொழிபெயர்ப்பு (அது போதுமான அளவிற்கு சிறப்பாக இல்லை என்ற போதிலும்) ஒன்றையும் படித்துவிட்டு, அவர் கீழ்கண்டவாறு தன் கருத்தை பதிவு செய்திருந்தார்:

> ‘இந்தக் கவிதைகளை நான் படித்தபோது அவை என்னை பெரிதும் பாதித்தன. கடந்த 20 ஆண்டுகளுக்கும் மேலான காலத்தில் இவற்றுக்குச் சமதையான, இசைவான ஓர் எழுத்தைப் படித்ததாக எனக்கு நினைவில்லை. அவை பல மணிநேரங்களுக்கு எனக்கு மகிழ்ச்சியூட்டிக் கொண்டே இருந்தன. புத்தம்புதிய, தெள்ளிய நீரூற்றிலிருந்து கைகளால் ஏந்திக் குடிக்கும் நீரின் சுவையை ஒத்ததாக அது இருந்தது.
>
> அவரது ஒவ்வொரு சிந்தனையிலும், உணர்விலும், ஆழமாக வேரூன்றியிருந்த தீவிரமான, அன்புமிகுந்த பக்தி, உளத் தூய்மை, மிக உயர்ந்த, இயற்கையான, எளிமை நிரம்பிய அவரது எழுத்துநடை ஆகிய இவை அனைத்தும் சேர்ந்து, மிக ஆழமான, மிக மிக அரிதான இயற்கையழகை முழுமையாக வெளிப்படுத்தியிருந்தன.
>
> சச்சரவிற்குரிய, அவமதிப்பிற்குரிய எதுவும் அவரது எழுத்தில் இல்லை.
>
> வீணான, உலக நடப்பினையே பெரிதெனக் கருதுகின்ற, சிறுபிள்ளைத்தனமான எதுவும் அவரது எழுத்தில் இல்லை.

நோபல் பரிசைப் பெறுவதற்குத் தகுதியுள்ள ஒரு கவிஞர் உண்டென்றால், அது இவர்தான்.... உண்மையிலேயே மகத்தான ஆகிருதியுள்ள, மிகப் பொருத்தமான ஒருவரை நாம் இறுதியில் கண்டெடுத்துள்ளோம்.

இவரை நாம் விட்டுவிடக் கூடாது. முதன்முறையாக – வரவிருக்கும் நீண்ட காலத்திற்கு இதுவே கடைசியாகவும் கூட இருக்கட்டும் – பத்திரிக்கைகளில் எல்லாம் வெளியாகி, புகழை குவிப்பதற்கு முன்பாக, முன்பின் அறிமுகமில்லாதபோதிலும் மகத்தான ஒரு பெயரை நாம் கண்டெடுத்துள்ளோம் என்று உலகம் நம்மை பாராட்டட்டும். இந்தப் பாராட்டினை நாம் பெற வேண்டுமென்றால், இன்னொரு ஆண்டிற்காக நாம் காத்திருக்காமல், இந்த வாய்ப்பைத் தவறவிடாமல், தாமதமின்றிச் செயல்பட வேண்டும்.'

ஆங்கிலேய இசை விற்பன்னரும், இசை விமர்சகரும், இதழாசிரியரும், மொழிபெயர்ப்பாளருமான ஏ.எச். ஃபாக்ஸ் ஸ்ட்ராங்வேஸ் (இந்திய இசையில் ஆர்வம் கொண்டவர்; பின்னாளில் ரவீந்திர சங்கீத்-ஐ உலகின் விரிவான கவனத்திற்குக் கொண்டு சென்றவர்) ஆக்ஸ்ஃபோர்ட் அல்லது கேம்ப்ரிட்ஜ் பல்கலைக்கழகம் ரவீந்திரருக்கு கவுரவ பட்டம் ஒன்றை வழங்க வேண்டும் என்று முன்னதாகவே கோரிக்கை வைத்திருந்தார்.

இந்தப் பல்கலைக்கழகங்கள் இதுபற்றி யோசித்து, இந்தியாவில் வைஸ்ராயாக இருந்த கர்சான் பிரபுவை கலந்து ஆலோசித்தபோது, அவர் 'தாகூரை விட 'தனித்துவம் மிக்க' பலர் இந்தியாவில் இருக்கின்றனர்' என்று கூறிவிட, அந்த முயற்சி கைவிடப்பட்டது. (வங்காளப் பிரிவினையின்போது எழுந்த ரவீந்திரரின் உரத்த குரலை கர்சான் பிரபு மறந்துவிடவில்லை என்பது இதிலிருந்து நன்றாகவே தெரிய வருகிறது.)

இந்த முயற்சி குறித்து தன் நினைவலைகளில் சுட்டிக் காட்டிய ரொதென்ஸ்டைன் இவ்வாறு குறிப்பிட்டிருந்தார்.

'(கர்சன் பிரபு குறிப்பிட்ட 'தனித்துவம் மிக்க') அவர்கள் எல்லாம் யாரென்றுதான் நான் தேடிக் கொண்டிருக்கிறேன். ரவீந்திரரின் இலக்கியப் பங்களிப்பை வலுவாக அங்கீகரித்த முதல் நாடு இங்கிலாந்து அல்ல; வேறொரு நாடுதான் அதைச் செய்தது என்பதை நினைக்கும்போது எனக்கு மிகுந்த வருத்தமாக இருந்தது.'

இதைச் சரிசெய்யும் விதமாக பிரிட்டிஷ் அரசு 1915இல் அவருக்கு க்னைட்ஹுட் என்றழைக்கப்படும் மாவீரர் பட்டத்தை வழங்கியபோதிலும், 1919 ஏப்ரலில் நடைபெற்ற ஜாலியன்வாலா பாக் படுகொலையைத் தொடர்ந்து, ரவீந்திரர் இந்தப் பட்டத்தையும் துறந்தார் என்பதும் இங்கு நினைவுகூரத் தக்கது.

நோபல் பரிசைத் தொடர்ந்து ரவீந்திரர் ஓர் உலகக் குடிமகனாகப் பரிணமித்தார். உலகின் எந்தவொரு பகுதியிலும் நிகழும் அநியாயமோ அல்லது துயரமோ, அவருக்குப் பெரும் வேதனையை ஏற்படுத்துவதாக இருந்தன. அவற்றுக்கு எதிராக அவர் குரல்கொடுக்கவும் செய்தார். இந்த உணர்வோடுதான், உலகின் மிகப்பெரும் நாடுகளாகத் திகழ்ந்த பிரிட்டன், அமெரிக்கா மட்டுமின்றி, ஆசியாவின் வலுவான நாடுகளாகத் திகழ்ந்த சீனா, ஜப்பான் போன்ற நாடுகளின் தவறுகளையும் சற்றும் தயக்கமின்றி அவர் கண்டித்து வந்தார்.

இத்தருணத்திலிருந்து ரவீந்திரரின் வாழ்க்கைப் பயணம் முற்றிலும் புதியதொரு திசையில் தொடர்ந்தது. இந்தப் புகழும் வெளிச்சமும் அவரை மேலும் புடம்போட்டு எடுக்கும் வாய்ப்புகளை தொடர்ந்து உருவாக்கிக் கொண்டேயிருந்தது.

அத்தியாயம் 17

எழுத்தும் இயக்கமும்

நோபல் பரிசு பற்றிய செய்தி வருவதற்கு முன்பாகவே அன்றைய வைஸ்ராய் ஹார்டிங் பிரபு ரவீந்திரருக்கு கல்கத்தா பல்கலைக்கழகம் சிறப்புப் பட்டம் ஒன்றை வழங்கவேண்டும் என 1913 அக்டோபரில் உத்தரவு பிறப்பித்தார்.

ஆட்சியின் உயர்மட்டத்தில் இருந்தவர்கள் அவரது அருமையை உணர்ந்திருந்த போதிலும், கீழ்மட்டங்களில் இருந்தவர்கள் அதற்குப் பல்வேறு தடைகளை உருவாக்கினர். இவற்றுக்கு மத்தியில்தான் 1913 டிசம்பர் 26 அன்று கல்கத்தா பல்கலைக்கழகம் ரவீந்திரருக்கும் புகழ்பெற்ற ஃப்ரெஞ்சு அறிஞரான சில்வெய்ன் லெவிக்கும் சிறப்புப் பட்டத்தை (டி.லிட்) வழங்கியது. (லெவி, பின்னர் சாந்திநிகேதனில் வருகைதரு பேராசிரியராகவும் பணிபுரிந்தார்).

கல்கத்தா பல்கலைக்கழக 'அறிஞர்'களால் இதை ஜீரணிக்க முடியவில்லை என்றே சொல்ல வேண்டும். 1914ஆம் ஆண்டின் மெட்ரிகுலேஷன் தேர்வில் வங்காள மொழிக்காக கல்கத்தா பல்கலைக்கழகம் தயாரித்திருந்த கேள்வித்தாளில் ரவீந்திரரின் எழுத்தில் ஒரு சிறுபகுதியை முன்வைத்து 'இந்தப் பகுதியை 'தூய்மையான, அழகான வார்த்தைகளில் வங்காள மொழியில் திருத்தி எழுதவும்' என்றதொரு கேள்வியை உருவாக்கி ரவீந்திரரின் எழுத்தைச் சிறுமைப்படுத்த முயன்றது.

எனினும், இந்த ஆண்டில் (1913) அவரது ஒரே ஒரு படைப்பாக்க நூல்கூட வரவில்லை. அமெரிக்கப் பல்கலைக்கழகங்களில் இந்தியப் பண்பாடு குறித்து அவர் ஆற்றிய உரைகள் 'சாதனா' என்ற தலைப்பில் 1913இல் வெளிவந்தது. அதுபோக, த கார்ட்னர், த க்ரெசெண்ட் மூன், சித்ரா போன்ற அவர் எழுதிய நூல்களின் ஆங்கில மொழிபெயர்ப்புகளும் அப்போது வெளிவந்தன.

இக்காலப்பகுதியில் அவர் எழுதிய கவிதைகள் கீதிமால்யா, கீதாலி என்ற தலைப்பில் இரு தொகுப்புகளாக 1914இல் வெளிவந்தன. இந்த இருநூல்களுமே கீதாஞ்சலியின் தொடர்ச்சி என்றே கூறத்தக்க வகையில் இருந்தன. மேற்குலகம் அவரது எழுத்தை அங்கீகரித்துப் போற்றியதானது, ஓர் உத்வேகத்தை அவருக்குள் ஏற்படுத்தியது என்பதையும் இவை எடுத்துரைக்கின்றன. உள்நாட்டில் அவர் எதிர்கொண்ட வெறுப்பு நிரம்பிய புறக்கணிப்பிற்கு இந்த அங்கீகாரம் ஒரு மருந்தாகத் திகழ்ந்தது.

இதே காலப்பகுதியில் அண்ணி ஞானதநந்தினியின் முயற்சியில் தொடங்கப்பட்ட சிறுவர் இதழான பாலகாவில் அவர் தொடர்ந்து எழுதி வந்தார். அவரது அண்ணன் மகள் இந்திராவின் கணவரும் வங்காளி இலக்கிய உலகில் புதிய வகையிலான எழுத்து நடைக்கான போராட்டத்தை முன்னெடுத்தவரும், பீர்பால் என்ற புனைபெயரில் புகழ்பெற்றவருமான பிரமத சவுதுரி நடத்தி வந்த இலக்கிய இதழான சபுஜ் பத்ராவில் (பசும் இலைகள்) இலக்கிய ரீதியான பரிசோதனை முயற்சிகளையும் ரவீந்திரர் தொடர்ந்து மேற்கொண்டு வந்தார். இலக்கிய உலகில் அவரது போராட்டத்தின் ஆடுகளமாக சபுஜ் பத்ரா விளங்கியது. கவிதைகள், சிறுகதைகள், நாவல்கள், கட்டுரைகள், இலக்கிய விவாதங்கள் என அவர் இந்த இதழ்களை இட்டு நிரப்பிக் கொண்டேயிருந்தார்.

இந்தக் காலப்பகுதியில் அவர் எழுதிய கதைகள் தரத்திலும் உள்ளடக்கத்திலும் 1890களில் பத்மா நதிக்கரையில் படகுவீட்டில் வசித்தபடி எழுதிய கதைகளிலிருந்து முற்றிலும் மாறுபட்டவை யாக இருந்தன. ஒளியும் நிழலும் வண்ணங்களும் ஒன்றுகலந்த பின்னணியில், பத்மா நதிக்கரையில் வெளிப்பட்ட, மெல்லிய அன்பும் முரணும் நிரம்பிய வாழ்க்கையை தரிசித்தபடி, அவர் வெளிக்கொண்டு வந்த கதைகள் அவரது அன்பிற்குரிய சிறந்த கதைகளாக அவருக்குத் தோன்றியதோடு, அந்தக் கதைகளை மீண்டும் படித்தபோது தன் வாழ்க்கையிலிருந்து கரைந்துபோன, மீண்டும் வர வாய்ப்பில்லாத ஓர் அழகை எண்ணியும் அவர் ஏங்கினார்.

பத்மா நதிக்கரையோரத்தில் கடந்துபோன தன் வாழ்க்கையை நினைவுகூர்ந்து 1932இல் ரவீந்திரர் இவ்வாறு கூறியிருந்தார்:

> 'வங்காள கிராமப்புறங்களில் இயற்கையை நான் நேருக்கு நேராக சந்தித்தபோது, என்னுடைய நாட்கள் மகிழ்ச்சியால் நிரம்பி வழிந்தன. அன்று நான் அடைந்த மகிழ்ச்சிதான் எளிமையான, ஆரவாரமற்ற கதைகளின் மூலம் வெளிப்பட்டன. இப்போது நான் கிராமப்புற வங்காளத்தின் அன்பான விருந்தோம்பலில் இருந்து வெகுதூரம் வந்துவிட்டேன். விளைவாக மோட்டார் காரில் பயணம் செய்யும் என் பேனாவிற்கு, தென்றலோடு தென்றலாய் நிழல்கவிந்த பாதையில் உருவான இலக்கியம் எப்போதுமே தென்படாமல் போனதாகி விட்டது.'

> எனினும், இந்த இருவேறுபட்ட வாழ்க்கையிலிருந்துதான் இரண்டு வகையான கதைகளை அவர் அறுவடை செய்தார். அவற்றின் உள்ளடக்கம், கதை மாந்தர்களின் சித்திரம், அவர் களின் மனிதம், கதையை சித்தரிக்கும் விதம் ஆகியவற்றில் வங்காளி இலக்கியத்திற்கு மிகப்பெரும் பங்களிப்பைச் செய்தவையாகவும் அவை விளங்கின. ஓர் இலக்கிய விமர்சகரின் வார்த்தைகளில் சொல்வதென்றால், 'அவரது பழைய கதைகள், புத்தம்புதிதாக கனிந்த ஒரு பழத்தின் நறு மணத்தை வெளிப்படுத்தியது எனில், அவரது புதிய கதைகள், நன்கு பதப்படுத்தப்பட்ட, பசியைத் தூண்டும்படியான பாலாடைக்கட்டியின் நறுமணத்தைப் பரப்புவதாக இருந்தன.'

இந்தத் தருணத்தில்தான், 1915-16இல் பாலகா சிறுவர் இதழில் தொடராக வெளியான கரே பாய்ரே (வீடும் உலகமும்) என்ற நாவல் 1916இல் வெளியானது. அதே ஆண்டில் சபுஜ் பத்ரா இதழில் சதுர் ரங்கா (நால் வண்ணம்) என்ற வடிவமைப்பில் புதுமையை அறிமுகம் செய்த நாவல் வெளியானது.

கர்சான் பிரபுவின் வங்காளப் பிரிவினையைத் தொடர்ந்து இந்து-முஸ்லீம் பகுதிகளாக வங்காளம் பிரிந்த நிலையில் உருவான குழப்ப நிலையை கரே பாய்ரே நாவல் சித்தரித்தது. அதே நேரத்தில், வெளிநாட்டுப் பொருட்களை புறக்கணிக்க வேண்டுமென தேசியவாத இயக்கம் குரலெழுப்பி வந்தது. ஜமீன்தாரான நிகில் இதுபற்றியெல்லாம் கவலைப்படாமல், தன் அழகான மனைவி விமலாவுடன் வாழ்ந்து வருகிறான். அவனது நண்பனும் புரட்சிக்காரனுமான சந்தீப் அங்கு வரும்வரை எல்லாமே அமைதியாகத்தான் இருக்கிறது.

அமைதியை விரும்பும் நிகிலுக்கு நேர் எதிரானவனாக இருக்கும் சந்தீப், வெகுவிரைவிலேயே அப்பாவியான விமலாவைக் கவர்கிறான். என்ன நடக்கிறது என்பதை உணரும் நிகில் (சிறுவயதிலேயே திருமணம் செய்தவள் என்ற வகையில், உலக நடப்பை உணராதவள் என்ற வகையில்) அவளது உணர்வைப் புரிந்து கொண்டு, அவள் விரும்பியபடி வாழ்க்கையை அமைத்துக் கொள்ளலாம் என்று விமலாவிடம் கூறுகிறான். தன்னை உண்மையிலேயே விரும்புவது தன் கணவன் நிகில்தான் என்பதை விரைவிலேயே உணர்கிறாள் விமலா. வீட்டிற்குள் மட்டுமல்ல; வெளியிலும் கூட அவள் விரும்பியபடி வாழ்ந்து கொள்ளலாம் என்று கூறுகிறான் நிகில்.

ரவீந்திரரின் அண்ணன் மகனான சுரேந்திரநாத் இந்த நாவலை (ஓரளவிற்குச் சுமாராக) ஆங்கிலத்தில் மொழிபெயர்த்திருந்தார். எனினும், அதுவே ரொதென்ஸ்டைன், ஈட்ஸ் போன்ற பலராலும் பாராட்டப்பட்டது. ஜெர்மனியில் அனைவருக்கும் நன்கு அறிமுகமான தாகூரின் எழுத்துகளில் ஒன்றாக இந்த நாவல் திகழ்ந்தது. ஐன்ஸ்டைன், ஹெர்மன் ஹெஸே, ப்ரெக்ட் போன்றோரும் இந்த நாவலை விதந்து போற்றினர்.

எனினும், வங்காளத்தில் இந்த நாவல் வெளியானபோது கடும் எதிர்ப்பைச் சந்திக்க நேரிட்டது. வெளியாகி இரண்டாண்டு களுக்குப் பிறகும்கூட, தன் கதையை நியாயப்படுத்தி ரவீந்திரர் வாதாட வேண்டியிருந்தது. இந்த முப்பரிமாண உளவியலை கிட்டத்தட்ட 70 ஆண்டுகளுக்குப் பிறகு திரைப்பட மேதையான சத்யஜித் ரே மிகச் சிறப்பான வகையில் படமாக்கி, ரவீந்திரரின் ஃஎழுத்து வன்மையை ஓர் அழியா ஓவியமாக மாற்றியிருந்தார்.

1915 மார்ச் இறுதியில் வங்காளத்தின் முதல் கவர்னரான கார்மைக்கேல் பிரபு சாந்திநிகேதனுக்கு வருகை தந்தார். ஜூன் மாதம் ரவீந்திரருக்கு பிரிட்டிஷ் அரசரின் மாவீரர் (க்னைட்ஹுட்) பட்டம் வழங்கப்பட்டது. எனினும் 1919 ஏப்ரலில் பஞ்சாப் ஜாலியன் வாலாபாக்கில் ஜெனரல் டயரின் படுகொலை வெறியாட்டத்தைக் கண்டித்து ரவீந்திரர் இந்தப் பட்டத்தைத் துறந்தார்.

முதல் உலகப்போர் நடைபெற்றுக் கொண்டிருந்த நேரத்திலேயே 1916 மே 3 அன்று ரவீந்திரர் தன் வெளிநாட்டுச் சுற்றுப்பயணத்தைத் தொடங்கினார். ரங்கூன், ஹாங்காங் வழியாக மே 29அன்று ஜப்பானின் கோபே நகரத்தில் இறங்கினார். தன் பயணத்தினூடே மக்களைக் கண்ணுற்ற பிறகு அவர் இவ்வாறு குறிப்பிட்டிருந்தார்: ‘இந்த நாட்டு மக்களின் இதயம் அருவியைப் போல

ஆர்ப்பரிப்பதாக இல்லாமல், ஓர் ஏரியைப் போல மவுனமாக இருக்கிறது.'

உலகப் புகழ்பெற்ற கவிஞரிடம் தங்கள் கைவிசிறி அல்லது ஆட்டோகிராஃப் புத்தகத்தை நீட்டி ஏதாவது எழுதுங்கள் என்று இளம் ரசிகைகள் வேண்டிக் கொண்டபோது அவர் எழுதிக் கொடுத்த சிறுசிறு வாசகங்கள் பின்னாளில் தொகுக்கப்பட்டு ஸ்ட்ரே பேர்ட்ஸ், லக்கான் என்ற தலைப்பில் தனிநூல்களாக வெளியாயின.

அவற்றில் சில, அவரது வங்காளி கவிதைகளின் ஆங்கில ஆக்கமாகவும், வேறு சில நேரடியாகவே அவர் ஆங்கிலத்தில் எழுதியதாகவும் இருந்தன. இவற்றில் சில, கருத்தைக் கவர்வதாக திகழ்ந்தன:

'நாம் முன்பின் அறிமுகமில்லாதவர்கள் என்றுதான் ஒரு காலத்தில் நாம் கனவு கண்டு கொண்டிருந்தோம். விழித்துப் பார்க்கையில் நாம் ஒருவருக்கொருவர் நெருக்கமாயிருப்பதைக் கண்டோம்.'

> 'நீ சிரித்தாய்; ஏதோ ஒன்றைப் பேசினாய்; இதற்காகவே நான் இத்தனை நாட்களாய் காத்துக் கொண்டிருந்தேன்.'
>
> 'சிறந்ததை என்னால் தேர்ந்தெடுக்க முடியாது; ஏனெனில் சிறந்ததுதான் என்னைத் தேர்வு செய்திருக்கிறது.'
>
> 'மனிதன் மீது இன்னமும் நம்பிக்கையைக் கைவிட்டு விடவில்லை என்ற கடவுளின் செய்தியோடுதான் ஒவ்வொரு குழந்தையும் இந்த உலகிற்குள் வருகிறது.'
>
> 'நல்லதைச் செய்வதிலேயே காலத்தைக் கழிப்பவனுக்கு நல்லவனாய் தோற்றமளிக்க நேரம் கிடைப்பதில்லை.'
>
> 'நீங்கள் போற்றி வணங்கும் சிலை தூள் தூளாயிற்று. உங்கள் சிலையை விட கடவுளின் தூசி மகத்துவம் மிக்கது என்பதை நிரூபிக்க...'

நாட்டின் எல்லையை விரிவாக்கிக் கொள்ளும் நோக்குடன் ராணுவ தயாரிப்புகளில் அப்போது ஈடுபட்டு வந்த ஜப்பானுக்கு அவர் சொன்னார்: 'மற்ற இனங்களின்மீது நீங்கள் சுமத்தும் துயரமும் துன்பமும் மீண்டும் உங்களை வந்தடையாது என்றோ, உங்கள் வீட்டைச் சுற்றி நீங்கள் விதைத்துள்ள பகைமை எல்லா நேரத்திலும் உங்களைப் பாதுகாக்கும் சுவராக இருக்கும் என்றோ ஒரு கணமும் நினைக்காதீர்கள்.'

பிரிட்டனிடம் அடிமைப்பட்டுக் கிடக்கும் ஒரு நாட்டைச் சேர்ந்த ஒருவர் சுதந்திரம் என்றால் என்னவென்று சுதந்திரமானதொரு நாட்டு மக்களுக்குப் போதிக்க நினைப்பதா? என்று ஜப்பானின் ஆளும் வர்க்கத்தினர் முகம் சுளித்தனர். என்றாலும், ஜப்பானின் அறிவுஜீவிகள் அவர் துணிவோடு இதை எடுத்துக் கூறியதற்காக என்றும் ரவீந்திரர் மீது பெருமதிப்பு கொண்டவர்களாக இருந்தனர்.

1916 செப்டெம்பர் 18 அன்று ரவீந்திரர் அமெரிக்காவின் சியாட்டில் நகரில் வந்திறங்கினார். அதற்கு முன்பாக, கனடாவின் வான்கூவர் நகருக்கு வருகை தருமாறு அவருக்கு அழைப்பு விடுக்கப்பட்ட போது அதை அவர் ஏற்க மறுத்தார். 1914ஆம் ஆண்டில் கனடாவில் சென்று குடியேறும் திட்டத்துடன் புரட்சிகர சிந்தனை கொண்டவர்கள் பெரும் எண்ணிக்கையில் (இவர்களில் பெரும் பாலோர் பஞ்சாபியர்கள்; சீக்கியர்கள்) கோம கட்டா மாரு என்ற ஜப்பானிய கப்பலை வாடகைக்கு அமர்த்திக் கொண்டு சென்றபோது, பிரிட்டிஷ் அரசின் வற்புறுத்தலால் அவர்களை கனடா அரசு தரையிறங்க விடாமல் தடுத்து, மீண்டும் இந்தியாவிற்குத் திருப்பி அனுப்பியது.

இந்தியாவில் வந்திறங்கியவர்களுக்கு அன்றைய பிரிட்டிஷ் அரசு கடுமையான தண்டனைகளை வழங்கியது. இந்தச் சம்பவம் அன்று இந்தியாவில் விடுதலை உணர்வு கொண்டிருந்தோர் மத்தியில் பெரும் மனக்கசப்பை ஏற்படுத்தியிருந்தது. ரவீந்திரரும் மனதளவில் அவ்வாறு பாதிக்கப்பட்டிருந்த நிலையில்தான், கனடாவின் அழைப்பை இப்போது புறக்கணித்தார். அவரது இந்தச் செயல் பிரிட்டிஷ், கனடா, அமெரிக்கப் பத்திரிகைகளில் கடுமையான விமர்சனங்களை தூண்டி விட்டது.

அமெரிக்காவின் மேற்குக் கடற்கரை பகுதியில் பல்வேறு நிகழ்ச்சிகளில் பங்கேற்ற ரவீந்திரர், உலகம் முழுவதையுமே தன் வீடாகக் கருதுகின்ற மனிதனை முன்னிறுத்தியும், தன் நாட்டு நலனை மட்டுமே பெரிதெனக் கருதும் தேசியவாதம் என்ற கருத்தை எதிர்த்தும் தொடர்ந்து பேசி வந்தார். எனினும், அந்தப் பகுதிகளில் வசித்து வந்த சீக்கியர்களுக்கு இந்தக் கருத்து உகந்ததாக இருக்க வில்லை. பிரிட்டிஷ் இந்திய ஆட்சியாளர்களுக்கு ஆதரவாக, இந்தியத் தேசியத்தைக் கண்டித்தே அவர் பேசுகிறார் என்ற கருத்தே அவர்களிடையே மேலோங்கியிருந்தது. அதற்கு முந்தைய ஆண்டில் பிரிட்டிஷ் அரசர் ரவீந்திரருக்கு மாவீரர் பட்டத்தை வழங்கியதும் அவர்களின் சந்தேகத்தை மேலும் அதிகரித்தது.

அவர்களில் ஒருவர் 'எக்சாமினர்' என்ற நாளிதழுக்கு எழுதிய கடிதத்தில் இவ்வாறு குறிப்பிட்டிருந்தார்: 'இந்தியாவின் இதயம் பிரிட்டிஷாருக்கு எதிரான புரட்சிகர இயக்கத்துடன் துடித்துக் கொண்டிருக்கிறது. ஆனால் நூறாண்டுகளுக்கு முன்னால் ஜெர்மனியின் விடுதலைக்கான யுத்தத்தின்போது ஜெர்மன் கவிஞரான கதே அதிலிருந்து விலகி நின்றதைப் போலவே, திரு. தாகூரும் இந்த இயக்கத்திலிருந்து விலகியே நிற்கிறார்.'

இந்தப் பின்னணியில்தான் ரவீந்திரரைக் கொலை செய்வதற்கான சதித்திட்டம் தீட்டப்பட்டது. அவர் தங்கியிருந்த ஓட்டலின் வரவேற்பறையில் இந்தச் சதித் திட்டத்தில் ஈடுபட்டிருந்த இருவருக்கு இடையே உருவான கருத்து வேறுபாடு கைகலப்பில் முடிந்து, ஓட்டல் காவலர்கள் மூலம் சதித்திட்டம் வெளிப்பட்டது. அதற்கடுத்த நாள் அவர் சாண்ட்டா பார்பராவிற்குப் புறப்பட்ட போது, அவருக்கு காவல்துறையின் பாதுகாப்பு அளிக்கப்பட்டது. எனினும் 1918இல் இந்தச் சம்பவம் இந்தியாவில் அவருக்குப் பெரும் பிரச்சனையை உருவாக்கியது.

மறுபுறத்திலோ, அவர் எழுதி மாக்மில்லன் பதிப்பகம் வெளியிடுவதாக இருந்த 'தேசியவாதம்' என்ற நூலை, அன்றைய அமெரிக்க அதிபர் உட்ரோ வில்சனுக்கு அர்ப்பணிக்க ரவீந்திரர் விரும்பினார். எனினும், 'பிரிட்டிஷ் ஆட்சிக்கு எதிரான நடவடிக்கைகளில் அவர் ஈடுபட்டு வருவதால்' அத்தகைய கோரிக்கைக்கு செவிசாய்க்க வேண்டாம் என அமெரிக்காவிற்கான பிரிட்டிஷ் தூதர் அமெரிக்க அதிபருக்கு ஆலோசனை கூறியதால், ரவீந்திரரின் கோரிக்கையை ஏற்றுக் கொள்ள இயலாது என அமெரிக்க அதிபரின் செயலகம் மாக்மில்லன் பதிப்பகத்தாரிடம் தெரிவித்து விட்டது.

அதேநேரத்தில் அமெரிக்காவில் இருந்துகொண்டு இந்திய விடுதலையை முன்னெடுக்கும் செயல்களில் ஈடுபட்டு வந்த கத்தார் கட்சியுடன் ரவீந்திரர் ரகசிய உறவு வைத்திருக்கிறார் என்றும், அமெரிக்காவிலுள்ள ஜெர்மனி நாட்டு ஏஜெண்டுகளை சந்திக்கவே அவர் அங்கு சென்றிருக்கிறார் என்றும், பிரிட்டிஷ் உளவுப் பிரிவினர் அரசாங்கத்திற்கு தகவல் தெரிவித்துள்ளதாக, அன்றைய வங்காள கவர்னரின் நேர்முகச் செயலாளர் கவுர்லே ஓராண்டிற்குப் பிறகு தன்னிடம் கூறியதாக (தீனபந்து) ஆண்ட்ரூஸ் தெரிவித்தார். அமெரிக்க மக்களிடையே ரவீந்திரர் நற்பெயரை பெற்றுவிடாமல் தடுக்கும் வகையில் பிரிட்டிஷ் உளவுத்துறை ரகசியமாகச் செயல் பட்டிருக்கவும் வாய்ப்புண்டு.

இத்தகையதொரு தருணத்தில்தான் 1916 அக்டோபர் 11 அன்று தன் மகன் ரதீந்திரநாத்திற்கு எழுதிய கடிதத்தில் ரவீந்திரர் இவ்வாறு குறிப்பிட்டிருந்தார்:

'இந்தியாவிற்கும் உலகத்திற்கும் இடையிலான ஒரு தொடர்புக் கண்ணியாக சாந்திநிகேதனை உருவாக்க வேண்டும் என்றே நான் கருதி வருகிறேன். மனிதம் பற்றிய ஆய்விற்கான உலகளாவிய மையம் ஒன்றை நான் அங்கே உருவாக்க வேண்டும்... சிறுபிள்ளைத்தனமான தேசியவாதத்தின் நாட்கள் எண்ணப் பட்டு வருகின்றன. உலகிலுள்ள அனைவரையும் ஒன்று சேர்ப்பதற்கான முதல் அடிவைப்பு போல்பூர் மண்ணில் இருந்து தொடங்கட்டும். நாடு, புவியியல் ஆகியவற்றின் எல்லை களுக்கு அப்பாலுள்ள ஒன்றாக அந்த இடத்தை நான் உருவாக்க விரும்புகிறேன்.'

ரவீந்திரரின் எழுத்துகளைக் கொண்ட பத்து தொகுதிகளை அலசி ஆராய்ந்து 1916 டிசம்பர் 10 அன்று நியூயார்க் டைம்ஸ் வெளியிட்ட ஒரு விமர்சனக் கட்டுரை இவ்வாறு நிறைவு பெற்றிருந்தது:

'உலகத்தின் மகத்தான மதச்சார்பற்ற நபர் என்பதாக இல்லாவிடினும், நமது கவனத்திற்கும் போற்றுதலுக்கும் இன்று மிகவும் தகுதியான நபர்களில் ஒருவராக அவர் விளங்குகிறார். மனிதனும், சக மனிதனும், ஒரு நாடும் மற்றொரு நாடும், ஒரு கருத்தும் மாற்றுக் கருத்தும் துரதிர்ஷ்டமான வகையில் பிளவுபட்டு நிற்கும் நிலையில், மனிதனின் இருப்பை நிறைவு செய்வதென்பது அதிகாரத்தினால் அல்லாமல், முழுமையான புரிதலில்தான் அடங்கியிருக்கிறது என்பதை நமக்கு எடுத்துச் சொல்ல அவர் முன்வந்திருக்கிறார்.'

ஐரோப்பாவில் அப்போது நடைபெற்றுக் கொண்டிருந்த (உலகப்) போரில் அமெரிக்காவும் இணையவிருப்பதை முன்கூட்டியே உணர்ந்த நிலையில், தேசியவாதத்திற்கு எதிரான தன் செய்தியை பெரும்பாலான அமெரிக்க மக்கள் ஏற்றுக்கொள்ளத் தயாராக இருக்க மாட்டார்கள் என்பது புரிந்திருந்த நிலையில், 1917 ஜனவரி இறுதியில் ரவீந்திரர் அமெரிக்காவை விட்டுப் புறப்பட்டு, ஜப்பானில் ஒரு மாதம் தங்கியிருந்துவிட்டு, அந்த ஆண்டு மார்ச் மாதம் வங்காளத்தை வந்தடைந்தார். இதையடுத்த இரண்டாண்டு களுக்கு, வேறுவழியின்றி, அவர் இந்திய அரசியலில் பல்வேறு வகைகளில் தலையிட நேர்ந்தது.

அத்தியாயம் 18

அதிர்ச்சியும் துயரமும்

1917ஆம் ஆண்டு மார்ச் மாதத்தில் ரவீந்திரர் வங்கத்திற்குத் திரும்பிவந்த நேரத்தில், நாட்டின் நலனைப் பொறுத்தவரையில், இந்தியாவில் இருந்த பிரிட்டிஷ் ஆட்சி 'அதிர்ஷ்டவசமான ஒன்று' என்ற சிந்தனை உடையவர்களில் ஒருவராகத்தான் இருந்தார். மூன்று ஆண்டுகளுக்குப் பிறகு, அவர் மீண்டும் வெளிநாட்டுப் பயணத்தை மேற்கொண்ட தருணத்தில், இந்தச் சிந்தனை முற்றிலுமாக தாகூரைவிட்டு நீங்கியிருந்தது.

அதே ஆண்டு ஜூன் மாதத்தில் தியோசாஃபிகல் சொசைட்டியின் தலைவரும், 'ஹோம்ரூல்' இயக்க நிறுவனருமான அன்னி பெசண்ட்டை வீட்டுச் சிறையில் வைக்க பிரிட்டிஷ் அரசு ஆணை பிறப்பித்தது. இந்த ஆணையைக் கண்டித்து கிளர்ந்தெழுவதற்குப் பதிலாக, அன்று வங்கத்தில் இருந்த அரசியல்வாதிகள், அரசின் அச்சுறுத்தலைக் கண்டு அமைதியாகிப் போயினர். இத்தகைய சூழலில்தான், 1905ஆம் ஆண்டின் வங்கப் பிரிவினைக்குப் பிறகு முதல் முறையாக, ரவீந்திரர் பொதுக் களத்தில் இறங்கினார்.

அன்னி பெசண்ட்டின் கொள்கைகளைத் தனிப்பட்ட முறையில் அவர் ஆதரிக்காதவராக இருந்தபோதிலும், அரசின் அடக்கு முறையைக் கண்டித்து 'வலுவானவர்கள் வலிமையற்றவர்களின் வலிமைமிக்க எதிரிகளாக இருப்பதைப் போலவே, வலிமையற்றவர்களும் வலுவானவர்களின் வலிமைமிக்க

எதிரிகளே' என்ற அவரது உத்வேகமிக்க குரல் மக்களைத் தட்டியெழுப்பியது.

எனினும், நாட்டின் அரசியல் சூழல் கைவிட்டுப் போய்க் கொண்டேயிருந்தது. போதுமான வடிகால்கள் இல்லாத நிலையில், செயலில் இறங்கத் துடிக்கும் இளைஞர்கள், மெதுவாகத் தீவிரவாத நடவடிக்கைகளை நோக்கிக் கவரப்பட்டுத் தலைமறைவாக போகத் தொடங்கினர். போரில் அமெரிக்காவின் தலையீட்டைத் தொடர்ந்து, ஐரோப்பாவில் பிரிட்டனின் கை ஓங்கிக் கொண்டிருந்த நிலையில், பிரிட்டிஷ் அரசு தீவிரவாதிகளுக்கு எதிராகக் கடும் நடவடிக்கைகளில் இறங்கியது. இதன்வழி வன்முறை மேலும் அதிக வன்முறையை, வெறுப்பு மேலும் அதிகமான வெறுப்பை உருவாக்கியது.

அமெரிக்காவில் இருந்த பிரிட்டிஷ் உளவுத் துறை தலைவர் சர் வில்லியம் வைஸ்மேனின் தூண்டுதலில் நியூயார்க் நகரில் இந்திய விடுதலைக்காகப் பல்வேறு வகையில் செயல்பட்டு வந்த இந்தியர்கள் மீது அமெரிக்கக் காவல்துறை சோதனை நடத்தி, பல ஆவணங்களைக் கைப்பற்றியது. ஜெர்மனியின் பண உதவியுடன் இந்தியாவில் புரட்சியைத் தூண்டி விடுவதற்கான அவர்களின் சதியில் ரவீந்திரரையும் இந்த ஆவணங்கள் இழுத்துவிட்டன. அமெரிக்காவில் இருந்தபோது ஜெர்மனி நாட்டு அதிகாரிகளை அவர் சந்தித்ததாகவும், அவர்களிடமிருந்து பணத்தைப் பெற்றுக் கொண்டதாகவும் கூறப்பட்டது.

இந்தப் பின்னணியில்தான் 1917ஆம் ஆண்டில் இந்தச் சதிகாரர்கள் கைது செய்யப்பட்டு, நவம்பர் முதல் 1918 ஏப்ரல் 23 வரை சான் ஃப்ரான்சிஸ்கோவில் விசாரணை நடத்தப்பட்டது. பல்வேறு நாடுகளைச் சேர்ந்த 124 பேர் இந்தச் சதிவழக்கில் குற்றம் சாட்டப்பட்டனர். அவர்களில் சான் ஃப்ரான்சிஸ்கோவில் இருந்த ஜெர்மனியின் தலைமைத் தூதுவர், அவரது தூதரக அதிகாரிகள் உள்ளிட்ட 35 பேர் விசாரிக்கப்பட்டனர். அமெரிக்காவில் இருந்த ஜெர்மனியின் முன்னாள் தூதர் பெர்ன்ஸ்டார்ஃப் பிரபுவும் இவ்வாறு குற்றம் சாட்டப்பட்டோர் பட்டியலில் இருந்தார்.

முன்னணி சதிகாரர்களுக்கு தண்டனை விதிக்கப்பட்ட வழக்கின் இறுதி நாளன்று இந்தியாவைச் சேர்ந்த முக்கிய சதிகாரரான ராம் சந்திரா, சக இந்தியர் ஒருவரால் நீதிமன்றத்திலேயே சுட்டுக் கொல்லப்பட்டபோது, அமெரிக்க நீதிமன்றக் காவலர் அந்தக் கொலையாளியைச் சுட்டுக் கொன்றார். (ரவீந்திரரின் அமெரிக்கப் பயணத்தின்போது அவரைக் கொல்வதற்கான திட்டம்

தீட்டியவர்களில் முக்கியமானவர் இந்த ராம் சந்திரா என்று அப்போது கூறப்பட்டபோதிலும், 1916இல் அவர் அதை மறுத்திருந்தார்).

வழக்கு விசாரணையின்போது நீதிமன்றத்தில் சமர்ப்பிக்கப்பட்ட ஒரு கடிதத்தில், வாஷிங்டனில் உள்ள இந்தியர் ஒருவர், 'நமது ஆலோசனையின் பேரில்தான்' ரவீந்திரர் அமெரிக்காவிற்கு வந்தார் என்றும், இந்தச் சதித்திட்டத்திற்கு ஆதரவு திரட்டவே அவர் ஜப்பான் பிரதமர் ஒகுமா பிரபுவைச் சந்தித்தார் என்றும் பொருள்படும் வகையில் எழுதியிருந்தார். அதைப் போலவே, மற்றொரு தருணத்தில், நியூயார்க்கில் வசித்த இந்தியர் ஒருவர் சான் ஃப்ரான்சிஸ்கோவில் உள்ள மற்றொருவருக்கு அனுப்பிய தந்தி ரவீந்திரரின் அமெரிக்க சொற்பொழிவுகளை இந்தியப் புரட்சியாளர்கள் ஏற்றுக் கொண்டதற்கான ஆதாரமாக எடுத்துக் கூறப்பட்டது. (ரவீந்திரரை கொல்வதற்கான அவர்களின் முயற்சி பற்றி வழக்கின்போது எதுவும் கூறப்படவில்லை). குற்றம் சாட்டப்பட்டவர்களின் சார்பாக வாதாடிய வழக்கறிஞர், 'இந்த வழக்கில் ரவீந்திரர் குற்றம் சாட்டப்பட்டவர் அல்ல' என்று கூறியபோது, அரசு வழக்கறிஞர் வருத்தம் தோய்ந்த முகபாவத்துடன், 'இல்லைதான். எங்களுக்கிருந்த அவசரத்தில் அவரைக் கவனிக்காமல் விட்டுவிட்டோம்!' என்று அப்போது பதிலளித்திருந்தார்.

1918 மே மாத தொடக்கத்தில்தான் இந்த வழக்கு பற்றிய தகவல் ரவீந்திரரை எட்டியது. அதேநேரத்தில் காசநோயால் நீண்ட நாட்களாக அவதிப்பட்டு வந்த அவரது மூத்த மகள் பெலா என்ற மாதுரிலதா மே 16 அன்று கல்கத்தாவில் இருந்த தன் கணவரின் இல்லத்தில் உயிர்நீத்தார். 1912ஆம் ஆண்டில் ரவீந்திரர் இங்கிலாந்து சென்றதிலிருந்து, அதையடுத்த ஐந்து ஆண்டுகளுக்கு மேலாக, தந்தையும் மகளும் சந்திக்கவேயில்லை. மகள் உயிருக்குப் போராடிக் கொண்டிருந்த இறுதி நாட்களில்தான் ரவீந்திரர் மகளைச் சந்தித்து அவரது உடல்நிலையைப் பேணிக் கொண்டிருந்தார். எனினும் மகள் உயிர்நீத்த அன்று, இறந்துபோன மகளை நேருக்கு நேராகப் பார்க்க இயலாத நிலையில், ரவீந்திரர் சாந்திநிகேதனுக்குச் சென்று விட்டார்.

செல்லமாக வளர்த்த மூத்த மகள் பெலாவிற்கும் ரவீந்திரருக்கும் இடையே நிலவிய இந்த மவுன யுத்தத்திற்கு, மூன்றாவது மகளான மீராவின் கணவரான நாகேந்திரநாத் கங்குலி, அந்தக் குடும்பத்தில் நிகழ்த்தி வந்த எண்ணற்ற அத்துமீறல்களுக்குப் பிறகும் கூட,

ரவீந்திரர் அவருக்கு அளவுகடந்த ஆதரவைத் தொடர்ந்து வழங்கி வந்ததை ஏற்க முடியாமல், பெலாவும் அவரது வழக்கறிஞர் கணவரும் ரவீந்திரர் மீது கொண்டிருந்த மனக்கசப்பே முக்கியக் காரணம் ஆகும்.

இந்தத் தனிப்பட்ட துயரமும் நெருக்கடியும் சேர்ந்து கொண்டு சான் ஃப்ரான்சிஸ்கோவில் நடைபெற்ற சம்பவங்கள் குறித்து ரவீந்திரரை மிக வேகமாக எதிர்வினை ஆற்றத் தூண்டியது. அவர் உடனடியாக அமெரிக்க அதிபர் உட்ரோ வில்சனுக்கு நீண்ட தந்தியொன்றை அனுப்பினார். அதைத் தொடர்ந்து வில்சன், ஜப்பானின் முன்னாள் பிரதமர் ஒகுமா, இந்தியாவின் வைஸ்ராய் செம்ஸ்ஃபோர்ட் பிரபு, மாக்மில்லன் நிறுவனத்தின் ஜார்ஜ் ப்ரெட், அமெரிக்க நண்பர் ஹாரியட் மூடி ஆகியோருக்கு தன் நிலையை விளக்கி நீண்ட கடிதங்களை எழுதினார்.

அமெரிக்க அதிபர் உட்ரோ வில்சனுக்கு எழுதிய கடிதத்தில் அவர் இவ்வாறு கூறியிருந்தார்: 'இதுபோன்ற மிகவும் துணிச்சலான கட்டுக்கதையை அமெரிக்காவிலுள்ள என் நண்பர்களோ, என் எழுத்துக்களை மிகுந்த கவனத்துடன் படித்துள்ள என் வாசகர்களோ எப்போதும் நம்ப மாட்டார்கள் என்று நான் உறுதியாக நம்பும் அதே நேரத்தில், இதுபோன்ற அவதூறான செயலில் என் பெயர் இழுத்து வரப்பட்டு எனக்கு இழுக்கு ஏற்படுத்தியுள்ளது மிகுந்த மனவலியைத் தந்துள்ளது. நாட்டுப்பற்று என்ற கருத்தாக்கத்தின் மீது எனக்கு நம்பிக்கை இல்லை என்பதை உங்களிடம் கூறவேண்டிய அவசியம் இல்லை என்றே கருதுகிறேன். என் நாட்டிற்குத் தேவைப்படும் நேரத்திலெல்லாம் என் கருத்துக்களை வெளிப்படையாகவே தெரிவித்திருக்கிறேன். என் நாட்டு மக்கள் மட்டுமின்றி, ஆட்சியாளர்களும் ஏற்றுக்கொள்ள விரும்பாத உண்மைகளைப் பேசுவது என்பதையும் நான் மேற்கொண்டு வந்திருக்கிறேன்.

'அதேநேரத்தில், ஒரு சில அரசாங்கங்கள் அல்லது தனிநபர்களை உள்ளடக்கிய இதர குழுக்கள், கடமை என்ற பெயரில் கையாளும் சித்தரவதை நடவடிக்கைகளை நான் பெரிதும் வெறுக்கிறேன். உங்கள் நாட்டு மக்களிடமிருந்து நான் மிகப் பெருமளவிலான கனிவை, அன்பைப் பெற்று வந்திருக்கிறேன். அரசியல் தளத்தில் உயரிய குறிக்கோள்களை அறிமுகம் செய்தமைக்காக, சமகாலத்திற்குப் பொருந்தாத செயல்களைச் செய்பவர் என்ற குற்றச்சாட்டை எதிர்கொள்ள அஞ்சாத உங்களின் குணம் குறித்து எனக்கு உங்கள்மீது பெருத்த மரியாதை உண்டு. எனவே, உங்களுக்கும்

உங்கள் நாட்டு மக்களுக்கும் எனது நம்பிக்கை குறித்து வெளிப் படையாகத் தெரிவிக்கவும், தேசத்துரோகம் என்ற சாக்கடையில் உழலும் அதேநேரத்தில், அவர்களின் விருந்தோம்பலை ஏற்றுக் கொள்ளத் தயாராக இருக்கும் ஒருவன்மீது உங்கள் நாட்டு மக்கள் தங்கள் விருந்தோம்பல் உணர்வை வெளிப்படுத்தவில்லை என்பதை இங்கு உறுதிப்படுத்துவது என் கடமை என்றே கருதுகிறேன்.'

உட்ரோ வில்சன் இதற்குப் பதிலளிக்கவில்லை. எனினும் இப்போது பிரதமர் பதவியிலிருந்து இறங்கிவிட்ட ஒகுமா, ரவீந்திரர் தனக்கு எழுதிய கடிதத்தை ஜப்பான் பத்திரிக்கைகளுக்கு அனுப்பி வைத்ததோடு, அன்றைய பிரதமருக்கும் காட்டியதாகத் தெரிவித்திருந்தார். செம்ஸ்ஃபோர்ட் பிரபு 'இந்தக் குற்றச்சாட்டுகளில் எவ்வித அடிப்படையும் இல்லை' என்று கூறியிருந்தார். 'நியாய உணர்வு கொண்ட எவரும் இந்தப் பரபரப்பான பத்திரிக்கை செய்தியை ஒரு பொருட்டாகவே மதிக்கமாட்டார்கள்' என்று ஹாரியட் மூடி பதிலளித்திருந்தார். பல ஆண்டுகளுக்குப் பிறகும் கூட அவர் இதே கருத்தைப் பதிவு செய்திருந்தார்.

இருந்தபோதிலும், இந்தக் குற்றச்சாட்டுகள் ரவீந்திரருக்கு அமெரிக்காவில் பெரும் பாதிப்பை ஏற்படுத்தின. சில ஆண்டுகளுக்குப் பிறகு சாந்தி நிகேதனுக்காக நிதி திரட்ட அவர் மீண்டும் அமெரிக்காவிற்குச் சென்றபோது, அங்குள்ள அறக்கட்டளைகளும் நிதியுதவி செய்வோரும் அவரை அணுகவிடாமல் இந்தப் புகார்கள் தடை செய்தன. அவரது புத்தகங்களின் விற்பனையும் பலப்பல ஆண்டுகளுக்கு முன்னேற்றமின்றி செயலற்றுப் போனது.

1919ஆம் ஆண்டில் பிரிட்டிஷ் அரசு இந்தியாவில் அறிமுகப் படுத்திய ரவுலட் சட்டம் என்ற அடக்குமுறை சட்டத்தை எதிர்த்து காந்தி போராட்டத்தைத் தொடங்கியிருந்தார். காந்தியின் வேண்டுகோளை ஏற்று, இந்தப் போராட்டத்தை ஆதரித்து ஏப்ரல் 12 அன்று ரவீந்திரர் செய்தி ஒன்றை அனுப்பியிருந்தார். (இந்தக் கடிதத்தில்தான் ரவீந்திரர் முதன்முறையாக காந்தியை 'மகாத்மா' என்று விளித்திருந்தார்). அதில், 'நல்லவற்றுக்கு வலுவூட்ட, தீயவற்றுக்கு எதிராகப் போராட வேண்டும் என்பதுதான் உங்கள் போதனை என்று எனக்குத் தெரியும். ஆனால் அத்தகைய போராட்டம் வீரமிக்க நாயகர்களுக்கு உரியதே தவிர, உணர்ச்சிகளால் உந்தப்பட்டவர்களுக்கு அல்ல. இயற்கையாகவே

தீமையானது எதிர்ப்புறத்திலும் தீமையை உருவாக்குகிறது; அநீதி வன்முறைக்கு வித்திடுகிறது; அவமதிப்பு பழிவாங்குதலுக்கு இட்டுச் செல்கிறது. துரதிர்ஷ்டவசமாக இத்தகைய நிலை ஏற்கெனவே தொடங்கி விட்டது. பீதியினாலோ அல்லது கோபத்தினாலோ நமது ஆட்சியாளர்கள் தங்கள் கொடூரக் கரங்களை உயர்த்திவிட்டார்கள். இதன் விளைவாக, நம்மில் சிலர் மனக்கசப்படையவும், வேறுசிலர் அவநம்பிக்கை கொள்ளவும் இது இட்டுச் செல்லும்.'

1919 ஏப்ரல் 13 அன்று ரவுலட் சட்டத்தைக் கண்டிக்கும் விதமாக பஞ்சாப் அமிர்தசரஸில் உள்ள ஜாலியன் வாலாபாக் பூங்காவில் ஆயுதமேதுமின்றி, அமைதியாகக் கூடியிருந்தவர்கள் மீது பிரிட்டிஷ் ராணுவத்தினர் நடத்திய படுகொலை வெறியாட்டத்தில் குறைந்தபட்சமாக 379 அப்பாவிகள் கொல்லப்பட்டனர். மேலும் 2,000 பேர் காயமுற்றனர். இதுபற்றிய தகவல்கள் வடிகட்டப்பட்டு வந்த நிலையில், தகவல் திரட்ட ஆண்ட்ரூஸ் டெல்லிக்கு விரைந்தார்.

ஏப்ரல் 23க்கும் 26க்கும் இடையே ரவீந்திரர் அவருக்கு ஐந்து கடிதங்கள் அனுப்பியிருந்தார். பிரிட்டிஷ் ஆட்சியாளர்களின் கோடைக்கால தலைநகரான சிம்லாவிற்குச் சென்ற ஆண்ட்ரூஸ், அங்கு அதிகாரிகளைச் சந்தித்து விவரங்களை அறிய முற்பட்டார்.

மே மாத நடுப்பகுதியில் கல்கத்தா சென்ற ரவீந்திரர், காந்தி வெளிப்படையாக இந்தச் சம்பவத்தைக் கண்டிக்கவில்லை என்பதை அறிந்ததும், தானே களத்தில் இறங்க வேண்டும் என முடிவு செய்தார். தன் தலைமையில் அரசியல் தலைவர்கள் பங்கேற்கும் வகையில் ஒரு பொதுக் கூட்டத்தை நடத்தவும் திட்டமிட்டார். மூத்த காங்கிரஸ் தலைவரான சித்தரஞ்சன் தாஸை இதற்காக சந்தித்தபோது, அவர் எதையும் பேசத் தயாராக இல்லாத நிலையை உணர்ந்தார். 1917இல் அன்னி பெசண்ட்டைச் சிறைவைத்தபோது நடந்ததைப் போலவே, எந்தவொரு அரசியல் தலைவரும் இந்தச் சம்பவம் பற்றி வெளிப்படையாகப் பேசத் தயாராக இல்லை.

இந்தப் படுகொலை சம்பவம் அவர் மனதில் முள்ளாய் உறுத்திக் கொண்டே இருந்தது. மே 29ஆம் தேதி இரவில் வைஸ்ராய் செம்ஸ்ஃபோர்ட் பிரபுவுக்கு ஒரு கடிதம் எழுதினார். நான்கு ஆண்டுகளுக்கு முன்னால் பிரிட்டிஷ் அரசரின் சார்பில் வைஸ்ராய் ஹார்டிங் பிரபு தனக்கு வழங்கிய 'மாவீரர்' பட்டத்தைத் துறப்பதாக அக்கடிதத்தில் அவர் தெரிவித்திருந்தார். பிரிட்டிஷ் ஆட்சியின்

கொடூரத்தை எதிர்த்து யாரும் குரலெழுப்பத் தயாராக இல்லாத அந்தத் தருணத்தில், அவர் முன்பு வங்காளப் பிரிவினை நேரத்தில் எழுதிய 'தனியாக நடைபோடு' என்ற கவிதைக்கு உயிரூட்டும் வகையில், வெளிப்படையாக எழுந்த அவரது குரலை இக்கடிதம் பிரதிபலிப்பதாக இருந்தது.

'இந்த பயங்கரத்தால் ஏற்பட்டுள்ள வேதனைகளை, மிகுந்த வியப்போடு வெளிப்படுத்தும் லட்சக்கணக்கான மக்களின் கண்டனத்தை எதிரொலிக்கும் குரலாக இக்கடிதத்தை உங்களுக்கு எழுதுகிறேன். பொருத்தமற்ற அவமதிப்பின் பின்னணியில், பெருமைமிக்க பதக்கங்கள் நமது அவமானத்தை மேலும் வெட்டவெளிச்சமாக்குகின்றன. இத்தகைய நிலையில், எனது நாட்டிற்காக என்னால் செய்ய முடிந்ததெல்லாம், அதற்கான விளைவுகள் அனைத்தையும் ஏற்றுக் கொண்டு செல்வதுதான். அவ்வகையில் எனக்கு அளிக்கப்பட்ட சிறப்புகளை எல்லாம் களைந்துவிட்டு, மனிதர்களுக்கு எவ்விதத்திலும் ஒவ்வாத சீரழிவை சுமந்து நிற்கும் என் நாட்டு மக்களின் அருகே இத்தருணத்தில் நான் நிற்க விரும்புகிறேன்.'

ஜூன் 2ஆம் தேதியன்று பத்திரிக்கைகளில் வெளியான இந்தக் கடிதம் பெரும் சலசலப்பு எதையும் ஏற்படுத்தவில்லை. காந்தி உட்பட எந்தவொரு அரசியல் தலைவரும் இதற்காக ரவீந்திரரைப் பாராட்ட முன்வரவில்லை. மாறாக, தேவைப்படும்போதெல்லாம் அவரைச் சீண்டுவோருக்கு அது ஓர் ஆயுதமாக மாறியது. காந்தியும்கூட, 1925இல் ரவீந்திரரின் கடுமையான விமரிசனத்தை ஏற்க முடியாத ஓர் எரிச்சலான தருணத்தில், வேண்டுமென்றே 'சர்' ரவீந்திரநாத் என்று அவரை விளித்து எழுதினார். அதற்குப் பதிலெழுதிய ரவீந்திரர் இவ்வாறு குறிப்பிட்டிருந்தார்: 'இந்தக் குறிப்பிட்ட விஷயத்தில், பஞ்சாபில் அந்த நேரத்தில் நடந்து வந்த விஷயங்களுக்கு எதிராக போதுமான கண்டன நடவடிக்கையை மேற்கொள்ள, நமது அரசியல் தலைவர்களை ஒப்புக் கொள்ளச் செய்ய என்னால் முடியாத நிலையில்தான், நான் இதைச் செய்யும்படி நேர்ந்தது. என் பெயருக்கு முன்னால் எந்த ஒட்டுப் பெயரையும் கூடுதலாகச் சேர்த்துக் கொள்ள நான் விரும்பவில்லை.'

என்றாலும், 1941ஆம் ஆண்டில் அவர் மறைந்தபோது பிரிட்டனில் வெளியான ஒவ்வோர் அஞ்சலிக் குறிப்பும் அவரது பெயருக்கு முன்னால் இந்த 'சர்' பட்டத்தை தவறாது பதிவு செய்திருந்தன என்பதும் ஒருவிதமான நகைமுரண்தான்.

அத்தியாயம் 19

மனிதனை நோக்கிய கல்வி

1916 அக்டோபரில் அமெரிக்காவில் ஓர் ஆரஞ்சுத் தோட்டத்தில் அமர்ந்தபடி சாந்திநிகேதனின் அடுத்தகட்ட வளர்ச்சியை ரவீந்திரர் கனவு கண்டு தன் மகனுக்கு ஒரு கடிதமாக எழுதியதை ஏற்கெனவே குறிப்பிட்டிருந்தோம். 1917ஆம் ஆண்டின் இறுதியில் கல்கத்தா பல்கலைக்கழகக் குழுவின் உறுப்பினர்கள் சாந்திநிகேதனுக்கு வந்தனர். புகழ்பெற்ற கல்வியாளரும் கலைப்பொருட்கள் சேகரிப்பாளருமான சர் மைக்கேல் சாட்லர் இக்குழுவின் தலைவராக இருந்தார்.

1890களிலிருந்தே கல்வி, குறிப்பாக இந்தியாவில் அப்போது நிலவிவந்த கல்வி குறித்து எண்ணற்ற கட்டுரைகளை எழுதியது மட்டுமின்றி, பல்வேறு தருணங்களில் ரவீந்திரர் உரையாற்றியும் வந்தார். குறிப்பாக, ஆங்கிலேயர்கள் இந்தியர்களுக்குப் புகட்ட விரும்பிய கல்வி குறித்து 1916இல் 'இந்திய மாணவர்களும் மேற்கத்திய ஆசிரியர்களும்' என்றொரு அனல்பறக்கும் கட்டுரையையும் அவர் எழுதியிருந்தார்.

இத்தருணத்தில் ரவீந்திரரின் கல்வி குறித்த சிந்தனையை சாட்லர் மிகச் சரியாகவே புரிந்து கொண்டார். இந்தக் கலந்துரையாடலின் விளைவாக அவரது விருப்பம் படிப்படியாக நனவாகத் தொடங்கியது. அவரது தந்தையின் காலத்தில் ஒரு ஆசிரமமாகத் தொடங்கி, அவரது அண்ணன் மகனின் முயற்சியில் குருகுலப்

பள்ளியாக உருப்பெற்று, பின்பு ரவீந்திரரின் முன்னெடுப்பில் புகழ்பெற்றதொரு பள்ளியாக இருந்த சாந்திநிகேதன், விஸ்வபாரதி என்ற பெயருடன் ஒரு பல்கலைக்கழகமாக உருவெடுத்தது. அதன் அடிக்கல் நாட்டுவிழா 1918 டிசம்பர் 22 அன்று நடைபெற்றது. மிகச் சரியாக மூன்றாண்டுகளுக்குப் பிறகு 1921 டிசம்பர் 22 அன்று விஸ்வபாரதி பல்கலைக்கழகம் முறைப்படி தொடங்கியது. புகழ்பெற்ற வங்காள அறிஞரான பிரஜேந்திரநாத் சீல் அதன் முதல் துணைவேந்தராக இருந்தார்.

இந்தியாவின் முதல் சர்வதேசப் பல்கலைக்கழகமாக உருவெடுத்த விஸ்வபாரதி, தொடக்கப் பள்ளி என்ற நிலையிலிருந்து பல்கலைக்கழக நிலை வரையில் ஒருங்கிணைந்த, முழுமையான ஒரு கல்விமுறையை வளர்த்தெடுப்பதில் முன்னோடியாகச் செயல்பட்டது. வரலாறுகள், கலாச்சாரங்கள், கலைகள், கைவினைத் திறன், விவசாயம் சார்ந்த அறிவியல் ஆகியவற்றை அடித்தளமாகக் கொண்டதாக இந்தக் கல்வி முறை அமைந்திருந்தது. இதன் மாணவர்கள் நகர்ப்புறங்களிலிருந்தும் கிராமங்களிலிருந்தும் வந்ததைப் போலவே, அதன் ஆசிரியர்களும் உள்நாட்டிலிருந்தும் வெளிநாடுகளிலிருந்தும் வந்தனர்.

ஆசிரியர்களும் மாணவர்களும் ஒரே இடத்தில் ஒரு குழுவாகத் தங்கி, இயற்கையைப் போற்றும் தன்மையோடு, வெட்ட வெளிகளில் வகுப்புகளை நடத்தி வந்தனர். காலனியாதிக்கக் காலத்தில் நிலவிய பாடத்திட்டம் அவர்கள் மீது சுமத்தப்பட வில்லை. இந்தப் பள்ளியை தொடங்கிய காலத்திலிருந்தே ரவீந்திரர் தனது பள்ளிக்கென பிரத்தியேகப் பாட நூல்களை உருவாக்கியதோடு, மற்ற ஆசிரியர்களையும் அவ்வாறே ஊக்குவித்ததன் விளைவாக புதிய வகைப்பட்ட கல்வி அங்கு அடித்தளமாக இருந்தது.

இந்தப் பல்கலைக்கழகத்தின் மையக்கருவாக மூன்று துறைகள் திகழ்ந்தன. அபனீந்திரநாத் தாகூரின் புகழ்பெற்ற மாணவரான நந்தலால் போஸ் தலைமையில் நுண்கலைப் பிரிவு (இது கலா பவன் என்று அழைக்கப்பட்டது). அடுத்து ரவீந்திரரின் மூத்த சகோதரர் த்விஜேந்திரநாத்தின் பேரன் தினேந்திரநாத் தலைமையில் உருவான இசைப் பிரிவு (இது சங்கீத் பவன் என்று அழைக்கப் பட்டது). 1905ஆம் ஆண்டில் அந்நிய ஆட்சிக்கு எதிராகவும், வங்காளப் பிரிவினைக்கு எதிராகவும் ரவீந்திரர் எழுதிய எண்ணற்ற தேசபக்திப் பாடல்களை அப்போது பொது மேடைகளில் பாடியது இந்த 'தினு'தான். அளப்பரிய இசைஞானம் கொண்ட இவர், ரவீந்திரர் பாடிய இசைப்பாடல்களின் ராக-தாள அமைப்பு

விவரங்களை முறையாகப் பதிவு செய்தவர். (பின்னாளில் இதே துறைக்குத் தலைமை தாங்கியவரும் ரவீந்திரரின் அண்ணன் மகளுமான இந்திரா தேவி சவுதராணிதான் இந்த இசைப்பாடல் களை 'ரவீந்திர சங்கீத்' என முறைப்படி தொகுத்தவர்.)

அடுத்து இந்தியவியல் துறை. பவுத்த இலக்கியங்கள், வேத கால, செவ்விலக்கிய வடமொழி, பாலி, பிராகிருதம் ஆகியவற்றோடு, திபெத்திய, சீன மொழிகளும் இத்துறையில் இடம் பெற்றிருந்தன. பின்னாளில் வெளிநாடுகளில் இருந்து வந்து இங்கு ஆசிரியர்களாகப் பணியாற்றிய பலரும் இத்துறையில்தான் பணிபுரிந்தனர்.

விஸ்வபாரதி பல்கலைக்கழகத்தின் அடிக்கல் நாட்டு விழாவிற்கும் தொடக்கவிழாவிற்கும் இடைப்பட்ட மூன்றாண்டுகளில் *(1918-21)* இதற்கான நிதியைத் திரட்ட ரவீந்திரர் இந்தியாவின் பல பகுதிகளுக்கும், ஐரோப்பாவிற்கும் அமெரிக்காவிற்கும் பயணம் மேற்கொண்டார். இதில் முதல் பயணம் தென்னிந்தியாவை நோக்கி இருந்தது.

வருங்கால இளைஞர்களுக்குக் கல்வி புகட்டுவதற்குப் பதிலாக அங்கிருந்த கோயில்களில் அளப்பரிய செல்வம் குவித்து வைக்கப்பட்டிருந்ததைக் கண்டு அவர் வருந்தினார். எனினும் இந்தப் பயணத்தின்போது, பெங்களூர், மைசூர், உதகை, சேலம், மதுரை, சென்னை, மதனபள்ளி ஆகிய இடங்களில் கல்லூரி மாணவர்களிடையே அவருக்கு மிகப்பெரும் வரவேற்பு இருந்தது. மாணவர்களுடன் உரையாடிய இத்தருணங்கள் அவருக்கு மேலும் உற்சாகத்தை அளித்தது. கல்வியின் அவசியத்தை வலியுறுத்தி அவர் ஆற்றிய உரைகள் மாணவர்களிடையே மிகுந்த தாக்கத்தை ஏற்படுத்தின.

ரவீந்திரர் மேலும் சில நாட்கள் மதராஸ் நகரில் தங்கி உரையாற்ற ஒப்புக் கொண்டுள்ளார் என்று 1919 மார்ச் 12 அன்று 'தி இந்து' நாளிதழ் அறிவித்தது. இதன்படி முதலில் மார்ச் 13 அன்று மாலை மாநிலக் கல்லூரி மாணவர்களிடையே இதுவரை வெளியாகாத தனது எழுத்துக்கள் சிலவற்றை படித்துக் காட்டவிருப்பதாகவும், மார்ச் 14 அன்று காலை 11 மணிக்கு கிறித்துவக் கல்லூரியின் கல்லூரி அரங்கில் அந்தக் கல்லூரி மாணவர்களிடையே உரையாற்ற விருப்பதாகவும், மார்ச் 15 அன்று காலை 8 மணிக்கு பச்சையப்பன் கல்லூரி மாணவர்களை சந்தித்து உரையாற்றவிருப்பதாகவும் தெரிவிக்கப்பட்டது. இந்த நிகழ்வுகளுக்கான நுழைவுச்சீட்டுகளை அந்தந்தக் கல்லூரியில் செயல்படும் கழகங்களிலிருந்து பெற்றுக்

கொள்ளலாம் என்றும் தெரிவிக்கப்பட்டது. மார்ச் 16 அன்று காலை 8 மணிக்கு மதராஸ் அர்மேனியன் தெருவில் அமைந்திருந்த இந்திய இளைஞர்கள் கழகத்தின் கோகலே அரங்கில் (YMIA) 'வனம் தரும் செய்தி' என்ற தலைப்பில் உரையாற்றுவார் என்றும், இந்த நிகழ்விற்கு பீதாபுரம் ராஜா தலைமை தாங்குவார் என்றும் தெரிவிக்கப்பட்டது. இந்த நிகழ்வுகளுக்கான நுழைவுக்கட்டணம் மூலம் வசூலாகும் தொகை சாந்திநிகேதனுக்கான நிதியாக அமையும் என்றும் அறிவிக்கப்பட்டது.

விஸ்வபாரதியின் நோக்கம் பற்றி உலகிற்கு அறிவிக்கும் வகையில் அவரது உரை அமைந்திருந்தது:

> 'இங்குள்ள பிரச்சனை என்னவென்றால், ஒரு பல்கலைக் கழகத்தை உருவாக்க வேண்டும் என்று நாம் நினைக்கும் போதே, ஆக்ஸ்ஃபோர்ட், கேம்ப்ரிட்ஜ் போன்றவையும், ஐரோப்பாவின் இதர பல்கலைக்கழகங்கள் பலவும்தான் நம் மனக்கண் முன் வந்து குவிந்து விடுகிறது...
>
> 'ஒரு விஷயத்தை மட்டும் நான் தெளிவாகச் சொல்லிவிட விரும்புகிறேன். வெளிநாட்டைச் சேர்ந்தது என்பதாலேயே எந்தவொரு கலாசாரம் குறித்தும் நான் வெறுப்படைவதில்லை. இன்னும் சொல்லப் போனால், நமது அறிவுக் கூர்மையை உயிர்ப்போடும், துடிப்போடும் வைத்திருக்க இந்த வெளிச்சக்திகள் தரும் அதிர்ச்சி மிகவும் அவசியமானது என்றுதான் நான் நம்புகிறேன்...
>
> 'ஐரோப்பியக் கலாசாரம் அதன் அறிவோடு மட்டுமல்ல; அதன் வேகத்தையும் நம்மிடையே கொண்டு வந்துள்ளது. இந்த இணைப்பு மிகப் பொருத்தமாக இல்லாவிட்டாலும், அதைத் தொடர்ந்து தவறுகள் ஏற்பட்டாலும் கூட, வழக்கங்கள் என்ற நமது செயலற்ற தன்மையிலிருந்து நமது அறிவுபூர்வமான வாழ்க்கையை தட்டியெழுப்புவதாக அமைகின்றன. அது நமது பாரம்பரியத்திற்கு வழங்கும் முரண்பாடுகளே நமது உள்ளுணர்வை ஒளிரச் செய்கின்றன!
>
> 'நம் நாட்டு மனங்களின் இடத்தையெல்லாம் பிடித்துக் கொண்டு, பெற்ற உண்மைகளின் இணைப்பின்மூலம் புதியதொரு சிந்தனையை உருவாக்குவதற்கான மகத்தான வாய்ப்பை அது அழித்துவிடுகிறது; அல்லது தடை செய்துவிடுகிறது என்பதால்தான் நான் அந்நிய வழிப்பட்ட கல்வியை எதிர்க்கிறேன். அதனால்தான் நமது சொந்தக்

கலாசாரத்தில் உள்ள அனைத்து அம்சங்களும் வலுப்படுத்தப்பட வேண்டும்; மேற்கத்திய கலாசாரத்தை எதிர்ப்பதற்குப் பதிலாக, அதை ஏற்றுக் கொண்டு, அதனோடு ஒன்றிணைய வேண்டும் என்பதை வலியுறுத்த விரும்புகிறேன். அது நமக்கு உரமூட்டும் ஊட்டச்சத்தாக மாற வேண்டுமே தவிர, ஒரு சுமையாக அல்ல; அதனை நாம் வென்றெடுக்க வேண்டுமே தவிர, பாடங்களை மனப்பாடம் செய்து, புத்தகக் கல்வியை நிரப்பி வைத்திருக்கும் ஒரு சேமிப்புக் கிடங்காக அது அமிழ்ந்துவிடக் கூடாது.'

இந்த நிகழ்ச்சிகளில் பங்கேற்றபிறகு ரவீந்திரரின் உடல்நலம் சற்றே சீர்கெட்ட நிலையில், ஓய்வெடுக்க அவர் மார்ச் 16 அன்று பெங்களூருக்குச் சென்றார். மார்ச் 19ஆம் தேதியன்று மதராஸ் கிறித்துவக் கல்லூரி மாணவர் விடுதியில் ரவீந்திரரின் உருவப்படம் திறக்கும் நிகழ்வில் பங்கெடுக்க ஒப்புதல் தெரிவித்திருந்த 'தீனபந்து' ஆண்ட்ரூஸ்-உம் ரவீந்திரருடன் சென்று விட்டார். இந்நிலையில் மார்ச் 20 அன்று 'தி இந்து' நாளிதழ் இந்த நிகழ்வு குறித்து கீழ்கண்ட செய்தியை வெளியிட்டிருந்தது:

ரவீந்திரநாத் திருவுருவப் படத் திறப்புவிழா

கடந்த சனிக்கிழமையன்று மாலை மதராஸ் கிறித்துவக் கல்லூரியின் இரண்டாவது மாணவர் விடுதியில் உள்ள அரங்கத்தில் நடைபெற்ற உற்சாகமிக்கதொரு நிகழ்வில் திரு. கஸ்தூரிரங்க அய்யங்கார் விடுதியில் பெருந்திரளாகத் திரண்டிருந்த மாணவர்களுக்கும் பார்வையாளர்களுக்கு மிடையே சர். ரவீந்திரநாத் தாகூரின் ஓவியத்தைத் திறந்து வைத்தார். கண்காணிப்பாளர் ஜார்ஜ் பிட்டண்ட்ரிக் பாதிரியாரும் அந்த நிகழ்வில் பங்கேற்றார். திருமதி. சரோஜினி நாயுடு அவர்கள் சர். ரவீந்திரநாத் அவர்களின் இலக்குகள் குறித்து எடுத்துரைத்தார்.

பெருவாரியான மாணவர்களின் கரவொலிக்கிடையே ஓவியத்தைத் திறந்துவைத்துப் பேசிய திரு. கஸ்தூரி ரங்க அய்யங்கார் அவர்கள் 'மகிழ்ச்சிகரமான ஒரு நோக்கத்திற்காக நாம் அனைவரும் இங்கு கூடியிருக்கிறோம். நமது முன்னாள் வைஸ்ராய் ஹார்டிங் பிரபு அவர்கள் கூறியதுபோல, நவீன காலத்தின் மகத்தான இந்தியக் கவிஞரும் ஆசியாவின் பெருமதிப்பிற்குரிய கவிஞருமான ரவீந்திரநாத் தாகூரின் ஓவியத்தைத் திறந்துவைக்கவே இந்த மாலைநேரத்தில் நாம் இங்கே கூடியிருக்கிறோம். இந்தியாவின் மகத்தான புதல்வரின் பெருமையை விவரிப்பதற்கான தகுதி எனக்கில்லை.

இருந்தபோதிலும் சர். ரவீந்திரநாத் அவர்களைப் பற்றிப் பேசுவதற்கான கவிதைத்திறனும் வாக்குவன்மையும் கொண்டவரான திருமதி. சரோஜினி நாயுடு அவர்கள் இன்று நம்மிடையே இருப்பது குறித்து நீங்களும் நானும் மகிழ்ச்சி அடையத்தான் வேண்டும். இந்தியாவின் மகத்தானதொரு கவிஞர் குறித்து மற்றொரு புகழ்பெற்ற கவிதாயினி பேசவிருக்கிறார் என்பது நமக்குக் கிடைத்துள்ள பாக்கியமே ஆகும்' என்று குறிப்பிட்டுவிட்டு, திரு, கஸ்தூரி ரங்க அய்யங்கார் சர். ரவீந்திரநாத் உருவப்படத்தைத் திறந்து வைத்தார். மாணவர் விடுதியில் அலங்கரிப்பதற்கென்றே விடுதி மாணவர்கள் இணைந்து வழங்கிய அற்புதமான ஓவியமாக அந்த உருவப்படம் திகழ்ந்தது. விடுதியில் இருந்தபடி எதிர்கால மாணவர்களுக்கு உத்வேகம் ஊட்டும்படியான மகத்தான போராட்ட வீரர்கள், தலைவர்களின் படங்களுக்கிடையே முக்கியமானதோர் இடத்தை சர். ரவீந்திரநாத்தின் உருவப்படம் பிடித்திருக்கும்.

விடுதியின் சார்பில் பிட்டண்ட்ரிக் பாதிரியார் அந்தப் படத்தைப் பெற்றுக் கொண்டு உரையாற்றுகையில், சர். ரவீந்திரநாத் அவர்கள் திடீரென உடல்நலம் குன்றியதன் விளைவாக உடனடியாக மதராஸை விட்டுப் போகவேண்டியதாயிற்று. அதன் விளைவாகவே, ஏற்கனவே திட்டமிட்டபடி இன்று மதியம் திரு. ஆண்ட்ரூஸ் அவர்கள் நமது விடுதிக்கு வருவதாக இருந்த நிகழ்வும் நடைபெறாமல் போனது. எனினும், மிகக் குறுகிய கால அவகாசத்தில் நமது வேண்டுகோளுக்கிணங்கி, சர். ரவீந்திரநாத்தின் பெருமையை நம்மிடையே எடுத்துக்கூற ஒப்புக் கொண்ட திருமதி. சரோஜினி நாயுடு அவர்களுக்கு நாம் நன்றி பாராட்டக் கடமைப்பட்டுள்ளோம். உருவப்படத்தைத் திறந்துவைத்த திரு. கஸ்தூரி ரங்க அய்யங்கார் அவர்களுக்கும் கல்லூரி நிர்வாகத்தின் சார்பில் நன்றியைத் தெரிவித்துக் கொள்கிறோம் என்று குறிப்பிட்டார்.

பின்னர் பலத்த கரவொலிக்கிடையே திருமதி. சரோஜினி நாயுடு அவர்கள் உரையாற்ற எழுந்தார். 'வேறு எவரையும் விட சர். ரவீந்திரநாத்தின் கவிதையையும், அவரது மகத்தான வாழ்க்கை லட்சியங்களையும் நன்கறிந்தவரும் இந்தியாவின் மீது பேரன்பு கொண்டவருமான திரு. ஆண்ட்ரூஸ் இத்தருணத்தில் நம்மிடையே இல்லாதது குறித்து மிகுந்த வருத்தமடைகிறேன். ரவீந்திரரின் மாயாஜாலமிக்க அறிவுக்

கூர்மையின் உண்மையான பொருளை நாம் போதுமான அளவிற்கு உணர்ந்துகொள்ள வேண்டுமெனில், வங்காளத்தின் பாரம்பரியமான ஆன்மீகத்தை, பாரம்பரியமான மாயாஜாலத்தை கணக்கில் எடுத்துக் கொள்ள வேண்டும். இந்நாட்டிலுள்ள ஒவ்வொரு இனமுமே தனக்கேயுரிய பாரம்பரியமான அறிவாளிகளை காலந்தோறும் தந்துகொண்டேதான் இருக்கிறது. வாழ்க்கையில் வெளிப்படும் அறிவுக்கூர்மை, குண நலன்கள், அழகு போன்றவை அனைத்துமே சுற்றுச் சூழலினால்தான் அமைகிறது. அவ்வகையில் பசுமை நிரம்பிய வயல்கள், பெருக்கெடுத்து ஓடும் அகன்ற ஆறுகள், ஜுலை மாதத்தின் கருமேகங்கள் ஆகியவை ரவீந்திரநாத்தின் கவிதைக்கு பெருமையையும் பேரழகையும் கொண்டுவந்து தருகின்றன. அவரது மகத்தான முன்னோர்களில் ஒருவர் நவீன காலத்தின் மகத்தான இறையியல் சீர்திருத்தவாதிகளில் ஒருவராக விளங்கினார். அனைத்து அழகுமே ஒன்றுதான். அனைவருக்கு மானதுதான். பல்வேறு மொழிகளில் பல்வேறு நிலங்களில் இருந்து அவை வெளிப்பட்டாலும் அடிப்படையில் அதன் பொருள் ஒன்றுதான். உலகம் முழுவதுமே ஒரே மாதிரியானது; ஒவ்வொரு யுகமும் ஒன்றோடொன்று பின்னிப் பிணைந்தது.

வெறுப்பினாலும், அதிகாரத்திற்கான மோகத்தினாலும் உலகம் முரண்பாடுகளால் சிதறிக் கிடக்கும் ஒரு நேரத்தில் ரவீந்திரநாத்தின் சிறப்புச் செய்தி என்னவெனில் பொருளை அடிப்படையாகக் கொண்ட வலிமை என்பது பொருட் படுத்தத்தக்கதல்ல. ஆன்மீக வலிமை மட்டுமே இங்கே மதிப்பிற்குரியதாகும். சேவை என்பதில்லாமல் மனித வாழ்க்கை என்பது வீணான ஒன்று என்பதே அவரது செய்தியாகும். அவர் நம்மிடையே இருக்கும் இத்தருணத்தில் அவரது அன்பு, மரியாதை, நேசம் ஆகியவற்றை வெளிப்படுத்தும் இசைக்கு அடிபணிந்து அவரது அன்பெனும் இசையைப் பருகி வணங்குவோம்' என்று கூறி அவர் உரையை நிறைவு செய்தார்.

(1919 மார்ச் 20 அன்று 'தி இந்து' இதழில் வெளியானது)

இதைத் தொடர்ந்து இந்தியாவின் மேற்குப் பகுதியிலும் அவர் சுற்றுப்பயணம் மேற்கொண்டார். அகமதாபாதில் நடைபெற்ற குஜராத்தி இலக்கிய மாநாட்டிற்குத் தலைமை தாங்கிய அவர், பின்னர் சபர்மதி நதிக்கரையில் மகாத்மா காந்தி புதிதாக உருவாக்கியிருந்த ஆசிரமத்திற்குச் சென்று ஓரிரவு தங்கி அவரோடு சிறிது நேரத்தையும் கழித்தார். 1919இல் ஜாலியன் வாலாபாக்

படுகொலையை எவ்வாறு எதிர்கொள்வது என்பதில் அவர்கள் இருவருக்கும் இடையே நிலவிய கருத்து வேறுபாடு அப்போதும் நீடித்து வந்தது என்பதையும் இத்தருணத்தில் குறிப்பிட வேண்டும். அப்பகுதியில் சில சமஸ்தானங்களைச் சேர்ந்த சிற்றரசர்கள் ரவீந்திரரைச் சந்தித்து அவரது பல்கலைக்கழக முயற்சிக்கு உதவும் வகையில் நன்கொடை வழங்கினர்.

ஒரு பக்கம் பொதுவாழ்வு குறித்த சிந்தனைகள், மறுபக்கம் கல்விப் பணிகள் என்று தீவிரமாக அவர் இயங்கி வந்த காலப்பகுதியில் பாலதாகா (கண்ணுக்குத் தென்படாதவர்கள்) என்ற சின்னஞ்சிறு சிறுகதைகளின் தொகுப்பு 1918இல் வெளியானது. இதே நேரத்தில் லிபிகா (எழுத்துச் சிதறல்கள்) என்ற பெயரில் வசன கவிதை களையும் அவர் எழுதி வந்தார். இவை 1922இல் நூலாக வெளியாயின. அந்த நேரத்தில் அவரது மூத்த மகள் பெலாவின் மரணம் உருவாக்கிய சஞ்சலமான மனநிலையின் பின்னணியைப் பார்க்கும்போது பாலதாகா கதைகளில் பெரும்பகுதி வாழ்க்கையின் சோகங்களையும் துயரங்களையும் எடுத்துக் கூறுவதாக இருந்தபோதிலும், அவற்றை மனப்பக்குவத்தோடும் பொறுமை யோடும் ஏற்றுக்கொண்டு அனைத்து உயிரினங்களின் மீதான அவரது கருணை உணர்வை வெளிப்படுத்துவதாக இருந்தன.

யுத்தத்திற்கு எதிராகவும் தேசம் என்ற குறுகிய எல்லையைக் கடந்து மனிதகுலம் முன்னேறிச் செல்ல வேண்டும் என்றும் ரவீந்திரர் முன்வைத்த கருத்தைப் பின்னாளில் பிரான்ஸ் நாட்டில் எதிரொலித்த அறிஞர் ரொமெயின் ரோலண்ட் 'ஆத்மாவின் சுயேச்சைத்தன்மை' என்ற ஓர் அறிக்கையை வெளியிட முனைந்தார். ஐன்ஸ்டைன் உள்ளிட்டு பல மேற்கத்திய அறிஞர்களும் இந்த அறிக்கையில் கையெழுத்திட்டனர். இந்த அறிக்கையில் கையெழுத்திடுவதற் கான வேண்டுகோள் ரவீந்திரரிடம் 1919 ஜூனில் வந்தது. ஜூன் 26 அன்று அந்த அறிக்கையில் கையெழுத்திட்டு ரவீந்திரர் தன் ஆதரவைத் தெரிவித்தார்.

1920 ஏப்ரல் 13 அன்று ஜாலியன் வாலாபாக் படுகொலையின் முதலாண்டு நினைவு தருணத்தில் முகமது அலி ஜின்னாவின் வேண்டுகோளுக்கிணங்க அப்போது பம்பாயில் கூடியிருந்த காங்கிரஸ் மாநாட்டிற்கு ரவீந்திரர் ஒரு செய்தியை அனுப்பினார். இந்தப் படுகொலையில் உயிர் நீத்தோருக்கு ஒரு நினைவுச் சின்னத்தை அமைக்க வேண்டுமென்ற காங்கிரசின் முயற்சியை எதிர்த்து அந்தச் செய்தியில் அவர் இவ்வாறு குறிப்பிட்டிருந்தார்:

‘கடந்த காலத்தின் தவறுகள், அவர்களின் மீதான கோபம் ஆகிய கருமையான நினைவுகளால் கற்களைக் கொண்டு நம் எதிர்காலச் சந்ததியினரின் மனங்களில் சுமையை ஏற்றவேண்டாம். நாம் போற்றி வணங்கும்படியான நினைவுச் சின்னங்களை மட்டுமே நம் வருங்காலச் சந்ததியினருக்கு விட்டுச் செல்வோம். ஒருவகையில் நம் முன்னோர்களுக்கு நன்றி பாராட்டத்தான் வேண்டும். ஏனென்றால், தன்னையே வென்று, மன்னிப்பையே பிரசாரம் செய்து, காலம்-இடம் அனைத்தையும் கடந்த வகையில் தன் அன்பை உலகமெங்கும் பரப்பிச் சென்ற நமது புத்தரின் சித்திரத்தை அவர்கள் நமக்கு விட்டுச் சென்றுள்ளனர்.’

ரவீந்திரரின் இத்தகைய சிந்தனை அன்றைய பொதுவான உணர்வுப் போக்குகளுக்கு எதிர் திசையில் இருந்தது. காந்தியின் தீவிர ஆதரவோடு நினைவுச் சின்னத்திற்கான பணிகள் மிக வேகமாக நடந்தன. இத்தகைய சூழ்நிலையில், அவர் தனது மகன், மருமகளுடன் மே 15 அன்று பம்பாயில் இருந்து லண்டனை நோக்கித் தன் பயணத்தைத் தொடங்கினார். இங்கிலாந்தில் தன் பழைய நண்பர்களைச் சந்தித்து உரையாடிய போதிலும், பொது நீரோட்டத்திற்கு மாறான வகையில், யுத்தத்திற்கு எதிராக, பிரிட்டிஷ் ஆட்சியின் அடக்குமுறைக்கு எதிராக எழுந்த அவரது குரலை, அந்த நண்பர்கள் ரசிக்கவில்லை என்பதையும் அவரால் நன்கு உணர முடிந்தது.

பஞ்சாப் படுகொலை குறித்து இங்கிலாந்து நாடாளுமன்றம் தீவிரமாக விவாதித்துக் கொண்டிருந்த தருணத்தில், விருந்தினர் வரிசையில் அமர்ந்தவண்ணம் அவர் அதைக் கேட்டுக் கொண்டிருந்தார். இந்தப் படுகொலையை ஒட்டி அவர் தனது ‘சர்’ பட்டத்தைக் கைவிட்டதை, அவரது நண்பர் குழாமில் ரொதின்ஸ்டைன் மட்டுமே ஆதரித்தார் என்பதும் குறிப்பிடத்தக்கது. பிரிட்டிஷ் நாடாளுமன்றத்தின் மக்களவையில் எதிரொலித்த பொறுப்பற்ற, அரசுக்குச் சார்பான வாதங்கள், ஏற்கெனவே பிரிட்டிஷ் ஏகாதிபத்தியம் குறித்து ரவீந்திரரிடம் உருவாகியிருந்த கசப்புணர்வை மேலும் வலுப்படுத்துவதாக இருந்தன.

இந்தப் பயணத்தின்போதுதான் ரஷ்ய நாட்டின் புகழ்பெற்ற ஓவியரான நிக்கோலஸ் ரோரிச்சை அவர் சந்தித்து நட்பு பூண்டார். பிறப்பால் ஒரு பிரபுத்துவ குடும்பத்தைச் சேர்ந்தவராக இருந்தபோதிலும், 1917 அக்டோபர் புரட்சிக்குப் பிறகு உருவான அரசில் கலாசார அமைச்சராகப் பதவியேற்குமாறு அவர் கேட்டுக்

கொள்ளப்பட்டார். அதை மறுத்துவிட்டு, வெளிநாடுகளில் சுற்றித்திரிந்து ஓவியத்துறையில் உலக அளவில் புகழினை ஈட்டிய ரோரிச் இறுதியில் இந்தியாவில், பெங்களூரில் நிரந்தரமாகத் தங்கினார். அவரது மனைவி தேவிகா ராணி ரவீந்திரரின் மூத்த சகோதரி சுகுமாரியின் மகன்வழி பேத்தி என்பது மட்டுமின்றி, இந்தியத் திரையுலகின் முதல் தாரகை என்ற புகழைப் பெற்றவர். இந்தியாவில் திரைப்பட இயக்கம், தயாரிப்பு போன்றவற்றிலும் முன்னோடியாகத் திகழ்ந்தவர்.

1920-21 காலத்தில் அவர் மேற்கொண்ட வெளிநாட்டுப் பயணத்தின் முக்கிய நோக்கம் உருவாகவிருந்த விஸ்வபாரதி பல்கலைக் கழகத்திற்குத் தேவையான நிதியை (அவரது இலக்கு *5* மில்லியன் டாலர் ஆக இருந்தது) திரட்டுவதே ஆகும். எனினும், பிரிட்டன், அமெரிக்க நாடுகளில் நிலவிய சூழ்நிலைகள், இந்த நோக்கத்தை பெரிதும் அசைத்துப் பார்ப்பதாகவே இருந்தன. ஐரோப்பா மட்டுமே இதில் ஓரளவிற்கு அவருக்கு நம்பிக்கையை ஊட்டியது எனலாம்.

அத்தியாயம் 20

அமெரிக்கப் பயணங்கள்

இந்தத் தருணத்தில்தான், முதல் உலகப்போர் முடிவடைவதற்கு ஒரு வாரம் முன்பு போரில் கொல்லப்பட்ட, இளம் ஆங்கில கவிஞரான வில்ஃப்ரெட் ஓவனின் அன்னையிடமிருந்து ரவீந்திரருக்கு ஒரு கடிதம் மூலமான வேண்டுகோள் வந்து சேர்ந்தது.

'என் மகன் கடைசியாக வீட்டை விட்டுச் சென்று கிட்டத்தட்ட இரண்டு ஆண்டுகள் ஓடிவிட்டன. மனதுடைந்த நிலையில் நாங்கள் இருவரும் பிரான்ஸ் நாட்டை நோக்கிச் செல்லும் விரிந்த கடலைப் பார்த்துக் கொண்டிருந்த தருணத்தில்தான், கவிஞனான என் மகன் 'இங்கிருந்து நான் போகும்போது, இதுவே என் பிரியா விடையாக அமையட்டும்!' என்ற உங்களின் அழகான கவிதை வரிகளை என்னிடம் சொல்லிவிட்டுச் சென்றான்.

'போர் நிறுத்த நாளில்தான் அவனது மரணச் செய்தி எனக்கு வந்து சேர்ந்தது. அவனது உடமைகள் என்னிடம் வந்து சேர்ந்தபோது, அதில் இருந்த சிறு குறிப்புப் புத்தகத்தில், அவன் கையெழுத்திலேயே, உங்கள் கவிதையை எழுதி, கீழே உங்கள் பெயரையும் எழுதியிருந்தான். அப்போதுதான் அது நீங்கள் எழுதிய கவிதை என்பதை அறிந்தேன். அந்தக் கவிதை முழுவதையும் (உங்களின்) எந்த நூலில் இருந்து பெற முடியும் என்பதை எனக்குத் தெரிவிக்க முடியுமா?' என்று கேட்டு அவர் எழுதியிருந்தார்.

லண்டனில் இருந்து பாரிசுக்குப் புறப்பட்டுச் சென்ற அவர், பின்னாளில் விஸ்வபாரதி பல்கலைக்கழகத்தின் வெளிநாட்டைச் சேர்ந்த முதல் வருகைதரு பேராசிரியராகப் பணிபுரிந்த புகழ்பெற்ற கீழைத்தேய அறிஞர் சில்வெய்ன் லெவியைச் சந்தித்துப் பேசி நட்பு பூண்டார். பிரான்சில் யுத்தம் நடைபெற்ற ரியம்ஸ் பகுதிக்குச் சென்று யுத்தத்தின் அழிவினை நேரடியாகக் கண்ணுற்று வருந்தினார். 'பிரான்ஸ் நாட்டை நிரந்தரமாக ஊனமாக்கி விட்டுச் சென்றுள்ள இந்த யுத்தத்தை அதன் நினைவுகளிலிருந்து எப்போதும் அழிக்கமுடியாது' என்று அவர் ஆண்ட்ரூஸுக்கு எழுதிய கடிதத்தில் குறிப்பிட்டிருந்தார்.

பாரிசிலிருந்து ஹாலந்து நாட்டிற்குச் சென்ற அவர் பல இடங்களைச் சுற்றிப் பார்த்தார். திரளான மக்கள் பங்கேற்ற கூட்டங்களிலும் அவர் உரையாற்றினார். 'இந்தப் பயணத்தின் மூலம் ஐரோப்பா நமக்கு மேலும் நெருக்கமாகியுள்ளது.... சாந்தி நிகேதன் உலகம் முழுமைக்குமே சொந்தமானது என்பதை நான் இப்போது மேலும் ஆழமாக உணர்கிறேன். அதற்குத் தகுந்த வகையில் நமது செயல்கள் இருக்க வேண்டும்' என்று அப்போது (தாகூரின் சார்பாக) சாந்திநிகேதனை மேற்பார்வை செய்து வந்த சி.எஃப். ஆண்ட்ரூஸுக்கு எழுதிய கடிதத்தில் ரவீந்திரர் குறிப்பிட்டிருந்தார்.

அப்போதுதான் நடந்து முடிந்திருந்த உலக யுத்தத்தினால் சின்னாபின்னமாகிக் கிடந்த ஐரோப்பாவினால் தன் அன்பை, பெருந்தன்மையை அவரிடம் வெளிப்படுத்த முடிந்ததே தவிர, சாந்தி நிகேதனுக்குத் தேவையாயிருந்த பொருளாதார உதவியை வழங்க இயலவில்லை என்பதையும் அவரால் உணர முடிந்தது.

லண்டனில் இருந்து பாரிஸ் நகருக்குப் பயணித்த ரவீந்திரர், அங்குள்ள புகழ்பெற்ற கவிஞர்களையும் அறிஞர்களையும் சந்தித்து உரையாடினார். இவர்களில் இருவர் குறிப்பிடத்தக்கவர்கள். கவிஞர் காம்டெஸ் டி நோயல் அவரது தீவிர ரசிகையாக உருவெடுத்ததோடு, 1930இல் பாரிஸ் நகரில் ரவீந்திரரின் ஓவியக் கண்காட்சிக்கு ஏற்பாடு செய்ததன் மூலம், அவர் மேலும் புகழ் பெறுவதற்கான உந்துசக்தியாகவும் இருந்தார்.

அதேபோன்று, பிரான்ஸ் நாட்டைச் சேர்ந்த கீழைத்தேய அறிஞரான சில்வெய்ன் லெவி விஸ்வபாரதி பல்கலைக்கழகம் தொடங்கியபோது, அங்கு பணியாற்றிய முதல் வெளிநாட்டுப் பேராசிரியராகத் திகழ்ந்தவர். கல்கத்தா பல்கலைக்கழகம் ரவீந்திரருக்கு சிறப்பு டாக்டர் பட்டத்தை வழங்கியபோது, அவரோடு கூடவே, பேராசிரியர் லெவிக்கும் அதே பட்டத்தை வழங்கியது.

சாந்திநிகேதனில் விரைவில் உருவாகவிருந்த பல்கலைக் கழகத்திற்கான நிதியைத் திரட்ட வேண்டிய கட்டாயத்தில் இருந்த ரவீந்திரருக்கு, அன்று செல்வச் செழிப்பின் இருப்பிடமாகத் திகழ்ந்த அமெரிக்காவில்தான் அதைத் தேட வேண்டும் என்ற எண்ணம் ஆழமாக வேரூன்றி இருந்தது. பொருளாயத ஆசைகளை உரக்க மறுதலித்த அவருக்கு, தன் கருத்துகளைச் செயல்படுத்த வலுவான, பொருளாயத சமூகம் வேர்பிடித்து நிற்கும் ஒரு நாட்டின் உதவியையே நாட வேண்டிய நிலை ஏற்பட்டது.

இலக்காகக் கொண்டிருந்த ஐந்து மில்லியன் டாலர்கள் பற்றியே எப்போதும் சிந்தித்து வந்த ரவீந்திரரின் உள்ளார்ந்த கருத்தோட்டங்களுக்கு நேரெதிர்த் திசையில் பயணிக்கும் ஒரு வளமான சமூகத்திடமிருந்து கொடைத் தன்மையை அவர் எதிர்பார்த்தது ஒருவித நகைமுரணாகவே இருந்தது.

அமெரிக்காவில் அவரது முகவராக இருந்த ஜே.பி. பாண்ட் என்பவரை அப்போது லண்டனில் இருந்த பியர்சன் (ஆங்கிலேயரான இவரும் ஆண்ட்ரூஸைப் போன்றே சாந்திநிகேதனின் நலனுக்காகப் பாடுபட்டவர்; ரவீந்திரரை குருவாகப் போற்றி வணங்கியவர்) இதற்கென அணுகியபோது, முதலில் மிகுந்த உற்சாகத்தோடு இந்த வேண்டுகோளை ஏற்றுக்கொண்ட அவர், அமெரிக்காவிலிருந்த தனது வழக்கமான தொடர்புகளை அணுகியபோதுதான் 'ரவீந்திரர், உலகப் பெரும்போரில் நேசநாடுகளுக்கு எதிராக நின்றவர் என்ற எண்ணம் பொதுவாக மக்களிடையே வேரூன்றி நின்றிருந்த நிலையில்' அவரது அமெரிக்கப் பயணம் அவ்வளவு எளிதானதாக இருக்காது என்பதை உணர்ந்தார்.

இதையொட்டி லண்டனில் இருந்த பியர்சனுக்கு 1920 செப்டெம்பரில் எழுதிய ஒரு கடிதத்தில் அவர் இவ்வாறு குறிப்பிட்டிருந்தார்: 'இங்குள்ள புரவலர்கள் அவரைத் தொடமாட்டார்கள் என்பது உண்மைதான். என்றாலும் அதுவே தோல்வியாகி விடாது. வழக்கமான தொடர் சொற்பொழிவுக்கான வழி மூடப்பட்டுவிட்ட போதிலும், கவிஞர் இங்கு வந்திறங்கிய பிறகு, அவரது வழக்கப்படியே பேட்டியளிப்பது, புகைப்படம் எடுக்க அனுமதிப்பது ஆகியவற்றின் மூலம் மக்களின் கவனத்தை அவர் மீண்டும் வென்றெடுக்கத்தான் வேண்டும்.' இதன்படி 1920 அக்டோபர் 28 அன்று ரவீந்திரர், பியர்சன், மகன் ரதீந்திரநாத் ஆகியோருடன் நியூயார்க் நகரை வந்தடைந்தார். அத்தருணத்தில் அமெரிக்க அதிபர் தேர்தல் முழுவீச்சில் நடைபெற்றுக் கொண்டிருந்தது.

1905ஆம் ஆண்டின் வங்கப் பிரிவினையை எதிர்த்து நின்ற காலத்திலிருந்தே ரவீந்திரர் பிரிட்டிஷ் ஆட்சியின் தீவிர கண்காணிப்பில் இருந்துவந்த நிலையில், அமெரிக்காவிலும் அவரது நிதி திரட்டும் முயற்சிகளுக்கு பிரிட்டன் தடை போட முயன்றது. ஐரோப்பாவில் நடைபெற்ற உலகப் பெரும்போரின் மூலம் பெரும்பொருள் ஈட்டிய அமெரிக்கத் தொழிலதிபர்கள் பலரும், இங்கிலாந்தின் செல்வாக்கிற்கு ஆட்பட்டவர்களாக இருந்தனர்.

இந்த வகையில், பஞ்சாப் படுகொலையைத் தொடர்ந்து ஆங்கிலேய ஆட்சி அளித்திருந்த 'சர்' பட்டத்தை 1919 மே மாதத்தில் ரவீந்திரர் துறந்தது பிரிட்டிஷ் அதிகாரிகளின் வேலையை மேலும் எளிதாக்கியது. அவரது பல்கலைக்கழகத்திற்கு எவ்வித உதவியையும் செய்யலாகாது என்பதை அமெரிக்கத் தொழிலதிபர் களுக்கு அவர்களால் குறிப்பாக உணர்த்த முடிந்தது.

இவர்களில் பிரிட்டிஷ் ஆட்சிக்கு மிக நெருக்கமானவரான மார்கன் நிறுவனத்தின் தலைவர், மற்ற தொழிலதிபர்களிடமிருந்து எவ்வித நிதியுதவியும் ரவீந்திரருக்குச் சென்று சேராமலிருப்பதை உறுதிப் படுத்தினார். ரவீந்திரநாத் இதுபற்றி ஒரு கடிதத்தில் குறிப்பிட்டிருந்தார்: 'இங்கு பல பணக்காரர்களையும் சந்திக்க முடிந்தது என்பது உண்மைதான். என்றாலும் அமெரிக்காவில் வந்திறங்கியதும்தான், அந்த நாட்டின்மீது இங்கிலாந்து எத்தகைய செல்வாக்கை செலுத்துகிறது என்பதை எங்களால் உணர முடிந்தது. இங்கிலாந்தில் இருந்தபடி ஆங்கிலேயர்களை, ஆங்கிலேய ஆட்சியை விமர்சிப்பது மிகவும் எளிது. அமெரிக்காவில் எங்களால் அதைச் செய்ய முடியவில்லை.'

(பிரிட்டிஷ் அதிகாரிகளின் இத்தகைய முயற்சிகள் தொடர்ந்தன என்பதற்கு உதாரணமாக, 1925இல் அமெரிக்கப் பெண்மணி ஒருவர் விஸ்வபாரதி பல்கலைக்கழகத்திற்கு 50,000 டாலர்கள் நன்கொடை வழங்க தீர்மானித்தபோது, நியூயார்க் நகரிலிருந்த பிரிட்டிஷ் அதிகாரி ஒருவர் தலையிட்டு, அவரது எண்ணத்தை மாற்றிவிட்டார்.)

இந்த அமெரிக்கப் பயணத்தின்மூலம் ரவீந்திரருக்குக் கிடைத்த மிகப்பெரிய நன்மை, அப்போது கார்னெல் பல்கலைக்கழகத்தில் விவசாயத் தொழில்நுட்பத்தில் இறுதியாண்டு படித்து வந்த, இந்தியாவிற்கு ஏற்கெனவே வந்த அனுபவம் மிக்க ஆங்கிலேயரான லியனார்ட் எல்மிர்ஸ்ட்டை 1921 மார்ச்சில் நியூ யார்க் நகரில் சந்தித்ததும், அவரது நட்பும் ஆதரவும் வாழ்நாள் முழுவதும் அவருக்குக் கிடைத்ததும் ஆகும்.

இவர்தான் கிராமப்புற மக்களின் மேம்பாட்டிற்கான ரவீந்திரரின் முன்முயற்சியான ஸ்ரீநிகேதன் என்ற விவசாயத் தொழில்நுட்பப் பள்ளியைத் தொடங்கிச் செயல்படுத்துவதில் முன்நின்றவர். இவரது காதலியும் பின்னாளில் மனைவியுமான, அமெரிக்க நாட்டு செல்வப் பரம்பரையில் வந்த டோரதி விட்னி ஸ்ட்ரெயிட் என்பவர், இவர் மூலமாகவே ரவீந்திரரின் விஸ்வபாரதி, ஸ்ரீநிகேதன் ஆகிய திட்டங்களுக்குப் பயன்படுத்திக்கொள்ள, கணிசமான தொகையைத் தந்து தொடர்ந்து உதவி வந்தார்.

1921 மார்ச் இறுதியில் மீண்டும் லண்டனுக்குத் திரும்பிய ரவீந்திரர், ஏப்ரலில் முதன்முறையாக விமானத்தில் பிரான்ஸ் நோக்கிப் பயணம் செய்தார். ஒரு கவிஞராக இந்தப் பயணம் அவருக்கு உற்சாகத்தைத் தந்தபோதிலும், பிரிட்டிஷாருடன் அவருக்கிருந்த முரண்பாட்டை அது மேலும் கூர்மையாக்கவே செய்தது. இத்தருணத்தில்தான் பிரெஞ்சுத் தத்துவ அறிஞரான ரொமெய்ன் ரோலண்ட்-ஐ ரவீந்திரர் சந்தித்துப் பேசினார். ரவீந்திரரின் விஸ்வபாரதி பல்கலைக்கழக முயற்சியில் ரொமெய்ன் ரோலண்ட் மிகுந்த ஆர்வம் கொண்டவராக இருந்தார்.

பின்னாளில் புகழ்பெற்ற எழுத்தாளர் ஹெர்மன் ஹெஸ்ஸேவிற்கு ரோலண்ட் எழுதிய கடிதத்தில் இந்தச் சந்திப்பு குறித்து விரிவாகக் குறிப்பிட்டிருந்தார்: ‘அவருக்கு (தாகூர்) எதிரான பாரபட்சமான போக்கு என்னிடம் நிலவி வந்தது என்பதை நான் இங்கு குறிப்பிடத்தான் வேண்டும். குறிப்பாக அவரைச் சுற்றி நிலவிய புகழ்பாடும் கூட்டத்தைப் பார்க்கும்போது, இந்த உணர்வு கொஞ்சம் அதிகமாகவே இருந்தது. எனினும், கடந்த வசந்த காலத்தில் பாரிஸ் நகரில் அவரைத் தனியாக சந்திக்கும் வாய்ப்புக் கிடைத்தது. இந்தச் சந்திப்பிற்குப் பிறகு நான் அவருக்கு மிகவும் நெருக்கமாக உணர்ந்தேன். அவர்மீது அளவுகடந்த மரியாதையும் உருவானது. மிக உயர்ந்த அறிவாளியாக இருந்த அவர் தன்னைச் சுற்றியுள்ளவை பற்றி நன்கு புரிந்தவராக இருந்தார். அதேநேரத்தில் மக்கள் அவரைப் புரிந்து கொள்ளவில்லை.

‘அவரது இந்தச் சுதந்திரமான போக்கின் விளைவாக, அவரது எதிரிகள் மட்டுமின்றி, அவரைச் சுற்றி இருப்பவர்களாலும் எண்ணற்ற பிரச்சனைகளை அவர் எதிர்கொள்ள வேண்டியிருக் கிறது. அவர் வெகுவாக வெறுக்கும் ஐரோப்பியக் கொடுங் கோன்மையினால் பெரிதும் துன்புற்று வருகிறார். அவரது செறிவான அனுபவங்கள், இந்த உலகம் குறித்த கவலை ஆகியவற்றில் இருந்து உருவான வியக்கத்தக்க ஒத்திசைவு

அவரிடம் ஒளிர்கிறது. எப்படியிருந்தபோதிலும், ஆங்கிலேயர் களிடமிருந்து மட்டுமல்ல; தன் சக நாட்டவர்களிடமிருந்தும் எண்ணற்ற தடைகளை அவர் எதிர்கொள்ள வேண்டியிருக்கிறது!'

அதே ஆண்டு மே மாத இறுதியில் அவர் ஸ்வீடன் நாட்டின் தலைநகரான ஸ்டாக்ஹோம் வந்திறங்கினார். இலக்கியத்திற்கான நோபல் பரிசும் அதற்கான பரிசுத் தொகையும் அவரிடம் முன்னரே வந்து சேர்ந்துவிட்ட போதிலும், இந்தப் பரிசினை முறைப்படி ஏற்கும் வகையில், வழக்கமாக நோபல் பரிசினை வழங்கும் அரங்கில், பரிசு பெற்றவர் என்ற வகையில் உரை நிகழ்த்தும் வாய்ப்பு இப்போதுதான் அவருக்குக் கிடைத்தது. தனது ஏற்புரையில் ரவீந்திரர் இவ்வாறு குறிப்பிட்டார்: 'எந்தவொன்றை யும் புறக்கணிப்பதோ, எந்தவொரு இனத்தையும் மறுதலிப்பதோ, எந்தவொரு பண்பாட்டையும் புறந்தள்ளுவது என்பதோ இந்தியாவின் உள்ளார்ந்த உணர்விலேயே கிடையாது என்றே நான் கருதுகிறேன்.'

அவரது ஏற்புரைக்குப் பிறகு பேசிய உபாசாலா நகரின் ஆர்ச்பிஷப் 'இலக்கியத்திற்கான நோபல் பரிசு என்பது மிகச் சிறந்த கலைஞராகவும் தீர்க்கதரிசியாகவும் இருக்கும் ஓர் எழுத்தாளருக்கு வழங்கப்பட வேண்டும் என்ற நோக்கத்தைக் கொண்டதாகும். இந்த நிபந்தனைக்கு முற்றிலும் பொருத்தமானவராக ரவீந்திரநாத் தாகூரைப் போன்று வேறு எவரும் இருக்கவில்லை' என்று குறிப்பிட்டார்.

இத்தருணத்தில்தான் ஸ்டாக்ஹோம் நகரில் ரவீந்திரரின் போஸ்ட் ஆபீஸ் என்ற நாடகம் ஸ்வீடிஷ் மொழியில் நிகழ்த்தப்பட்டது. இந்த நிகழ்வின்போது ஸ்வீடனின் அரசர் ஐந்தாம் குஸ்டாவ் அவரை வரவேற்றுப் பேசினார். கோபன்ஹேகனில் மாணவர்கள் தீப்பந்த ஊர்வலம் ஒன்றை நடத்தி, ரவீந்திரர் தங்கியிருந்த ஓட்டலுக்கு முன்பாக ஒன்றுதிரண்டு இரவு வெகுநேரம் வரை தேச எழுச்சிப் பாடல்களைப் பாடிக் கொண்டிருந்தனர்.

இந்தப் பயணத்தின்போதுதான் ரவீந்திரர் பிரான்ஸ், சுவிட்சர்லாந்து, ஜெர்மனி, டென்மார்க், ஸ்வீடன், ஆஸ்திரியா, செக்கோஸ்லோ வாகியா ஆகிய ஐரோப்பிய நாடுகளுக்குச் சென்று வந்தார்.

அத்தியாயம் 21

ஜெர்மனியில் பாராட்டுமழை

ஐரோப்பியப் பயணத்தின்போது ஜெர்மனியில் அவருக்குக் கிடைத்த வரவேற்பு மிகவும் தனித்துவமானது. இத்தனைக்கும் அன்றைய தேதியில் ரவீந்திரரின் முக்கிய நூல்கள் எதுவும் ஜெர்மன் மொழியில் வெளியிடப்படவில்லை. பெர்லின் பல்கலைக்கழகம் ஜுன் 2ஆம் தேதியன்று ஏற்பாடு செய்திருந்த இந்த வரவேற்பில் திரளாகக் கூடியிருந்த மக்கள், இருக்கைகளுக்காக ஒருவரோடு ஒருவர் போட்டியிட்டபோது, பல இளம்பெண்கள் இந்த நெரிசலில் சிக்கி மயக்கமடைந்தனர். உட்கார இடமில்லாத நிலையில் பெரும் எண்ணிக்கையிலானவர்கள் வெளியேற்றப்பட்டதால், அதற்கு அடுத்த நாளும் அவர்களுக்கிடையே ரவீந்திரர் மீண்டும் உரையாற்ற நேரிட்டது.

இந்த வரவேற்பு குறித்து லண்டன் நாளிதழ் ஒன்று ஜுன் 3ஆம் தேதியன்று இவ்வாறு குறிப்பிட்டிருந்தது: ‘பெர்லின் நகரில் இருந்த பிரிட்டிஷ் தூதர் வைகவுண்ட் டி அபெர்னானின் மனைவியால் ரவீந்திரருக்கு அளிக்கப்பட்ட வரவேற்பு நிகழ்ச்சி நடைபெற்ற அரங்கிற்குள் அல்ல; அவர் வசித்து வந்த தெருவிற்கு உள்ளேயும் கூட நுழைய முடியாத அளவிற்கு மக்கள் பெருந்திரளாக அங்கே கூடியிருந்தனர். அவரின் இந்த இழப்பைச் சரி செய்யும் வகையில் அதற்கு அடுத்தநாள் ரவீந்திரர் பிரிட்டிஷ் தூதரின் இல்லத்திற்கு வருகை தந்தார்.’

பெர்லின் பல்கலைக்கழகத்தில் ரவீந்திரர் ஆற்றிய உரை பல்கலைக்கழக விதிமுறைகளின்படி முறையாகப் பதிவு செய்யப்பட்டிருந்தபோதிலும், இரண்டாம் உலகப் போரின்போது நேச நாடுகளின் விமானங்கள் பொழிந்த குண்டு மழையினால் அந்தப் பல்கலைக்கழகத்தின் பெரும்பகுதி ஆவணங்கள் முற்றிலுமாக அழிந்துபோயின. எனினும், கடுமையான முயற்சிக்குப் பிறகு, ரவீந்திரர் அப்போது நிகழ்த்திய உரையின் இறுதிப்பகுதி மட்டும் மீட்டெடுக்கப்பட்டது. ரவீந்திரரின் நூற்றாண்டு விழா கொண்டாட்டங்களின்போது (1961) இந்தியாவிற்கு வருகைதந்த ஜெர்மன் எழுத்தாளர்கள் குழு, இந்தப் பகுதியளவிலான உரையின் ஒரு நகலை இந்திய சாகித்ய அகாதெமியிடம் வழங்கியது. இவ்வாறு மீட்டெடுக்கப்பட்ட உரையின் இறுதிப்பகுதி இதுதான்:

'இந்தியா வென்றடைய வேண்டும் என்று விழைகின்ற விடுதலை என்ற கருத்து, ஆன்மீக ரீதியான ஒற்றுமையைக் கண்டடைவதையே அடிப்படையாகக் கொண்டதாகும். இந்த மகத்தான உண்மைக்கு நியாயமாக இருப்பதுதான் இந்தியாவின் முன்னுள்ள கடமையாகும். இன்றைய உலகை ஆட்டிப் படைத்து வரும் ஆசையெனும் புயற்காற்றால் அது அணைந்துவிட நாம் அனுமதிக்கலாகாது. எனவேதான் இந்தியா தன்னை உணர்ந்து கொள்வதை உறுதி செய்யும்படியான ஒரு குறிக்கோளைக் கண்டடைவதில் நாம் மிகுந்த கவனத்தோடு இருக்க வேண்டும்.

'அந்தக் குறிக்கோளானது வணிகத் தன்மை கொண்டதாகவோ, தேசியத் தன்மை கொண்டதாகவோ இருக்காது. அது வெறும் சுய உறுதி மட்டுமே அல்ல; மாறாக, அது தன்னையே வென்றதாக, தன்னையே அர்ப்பணிப்பதாக இருக்க வேண்டும். இந்த உண்மையின் குரல், கடந்த காலத்தில் இன மோதல்களின் இரைச்சல்களுக்கு மத்தியில், இந்தியாவின் காடுகளில் எதிரொலித்து வந்தன. அதுதான் உபநிடதங்களில் வெளிப்பட்டன; கீதையில் விரிவாக விளக்கப்பட்டது. மனித குலம் முழுவதுமே அறிந்ததோர் உண்மையாக இதை மாற்றவே, கவுதம புத்தர் உலகத்து இன்பங்களைத் துறந்தார். கபீர், நானக் போன்ற இந்தியாவின் தலைசிறந்த மகான்களும், இந்தச் செய்தியைத்தான் தொடர்ந்து எதிரொலித்து வந்தனர்.

'இன்றும் அதன் இதயத்தின் அடியாழத்தில் புதைந்து கிடக்கும் இந்தியாவின் இந்த மகத்தான சாதனைதான் இந்து, முஸ்லீம்,

பவுத்த, கிறித்துவ செய்திகளை தனக்குள் ஒன்றிணைக்க – அதுவும்கூட உடல்வலிமையைக் கொண்டோ, அல்லது நிராசையான உணர்வினாலோ அல்ல; மாறாக, தீவிர ஒத்துழைப்பின் அடிப்படையில் உருவான நல்லிணக்கத்தின் மூலம் – அது காத்துக் கொண்டிருக்கிறது.'

முதலாம் உலகப் பெரும்போரின் முடிவில் ஏற்பட்ட வெர்செயில்ஸ் உடன்படிக்கையின் விளைவாக, ஜெர்மனி மிகுந்த பொருளாதார நெருக்கடியில் சிக்கித் தவித்து வந்த தருணம் அது. எனவே தனது சிறப்புரையின் மூலம் திரட்டப்பட்ட நிதியை ம்யூனிக் நகரின் சோகை பிடித்த குழந்தைகளின் நலனுக்காகச் செலவிடுமாறு ரவீந்திரர் கொடுத்துவிட்டார்.

ஜெர்மனியின் பல்வேறு நகரங்களும் அவரைத் தங்கள் ஊருக்கு வருமாறு அழைத்தபோதிலும், அவரால் அவற்றை ஏற்றுக் கொள்ள இயலவில்லை. எனினும், தர்ம்ஸ்டட் நகரின் ஹெஸே பிரபுவின் அழைப்பை மட்டும் அவரால் மறுதலிக்க முடியவில்லை. இதைப் பயன்படுத்திக் கொண்டு 1911ஆம் ஆண்டில் இந்தியாவிற்கு வருகை தந்தபோது அவர் சந்தித்த ஹெர்மன் கேசெர்லிங் பிரபுவை அவர் மீண்டும் பார்க்க விரும்பினார்.

தர்ம்ஸ்டட் நகரில் அவர் கிட்டத்தட்ட ஒரு வார காலம் தங்கியிருந்தார். அங்கே அதிகாரபூர்வமான நிகழ்ச்சிகளோ, உரைகளோ எதுவும் இல்லை. எனினும் அவர் தங்கியிருந்த அரண்மனைத் தோட்டத்தில் ஒவ்வொரு நாளும் கூட்டம் கூடிவிடும். ரவீந்திரர் தான் தங்கியிருக்கும் அறையிலிருந்து வெளியே வந்து அவர்களைச் சந்தித்து, அவர்களின் கேள்விகளுக்குப் பதிலளிப்பார். கேசெர்லிங் பிரபுதான் அவருக்கு அப்போது மொழிபெயர்ப்பாளராகச் செயல்பட்டார்.

ஒரு ஞாயிறன்று கேசெர்லிங் பிரபு அவரை ஊருக்கு வெளியேயிருந்த ஒரு பூங்காவிற்கு அழைத்துச் சென்றார். சிறு குன்றின் மேலிருந்த கல்மேடையில் அவர்கள் அமர்ந்து கொண்டனர். சிறிது நேரத்திலேயே விடுமுறையைக் கழிக்க அங்கு வந்த மக்கள் அந்த மேடையைச் சுற்றித் திரளத் தொடங்கினர். யாருடைய தூண்டுதலும் இல்லாமலேயே அவர்கள் அனைவரும் ஒன்றுசேர்ந்து கூட்டாகப் பாடத் தொடங்கி விட்டனர். ஒன்றுக்குப் பின் ஒன்றாக கிட்டத்தட்ட ஒரு மணி நேரம் இந்த சேர்ந்திசை நிகழ்ச்சி தொடர்ந்தது. அங்கு குழுமியிருந்த சுமார் இரண்டாயிரம் பேர் எவ்விதத் தயக்கமுமின்றி, யாருடைய தூண்டுதலுமின்றி, ஒருமித்த குரலில், இந்த இசைக் கச்சேரியை நிகழ்த்தியதை

ஜெர்மனிக்கு அப்பால் வேறெங்கும் நினைத்துக்கூடப் பார்க்க முடியாது என ரதீந்திரநாத் பின்னர் ஒரு கடிதத்தில் குறிப்பிட்டிருந்தார். திடீரென்று வெளிப்பட்ட இந்த மக்களின் பாராட்டு கவிஞரைப் பெரிதும் மகிழ்ச்சியில் ஆழ்த்தியது.

ஜெர்மனியின் அந்தச் சின்னஞ்சிறு நகரில் இருந்த கலைஞர்களின் குழு ஒன்று முற்றிலும் வேறு வகையான பிரிவினர் கவிஞரைத் தங்கள் கைப்பிடிக்குள் வைத்துக் கொண்டுவிட்டனர் என்று புகார் எழுப்பியதோடு, அவரை தங்கள் கிளப்புக்கு வருமாறும் அழைத்தனர். ரவீந்திரர் அங்கு சென்றபோது, அறை முழுவதும் கூட்டம் நிரம்பி வழிந்து, மிகுந்த இரைச்சலோடு இருந்தது. மேஜைகளில் பீர் கோப்பைகள் நிரம்பிக் கிடந்தன. அறையெங்கும் சுருட்டுப் புகை அடைந்து கிடந்தது. அங்கிருந்த எவருமே கவிஞரை வரவேற்க எழுந்து நிற்கவில்லை.

எனினும், இவை எதையும் பொருட்படுத்தாமல் ரவீந்திரர் அவர்கள் மத்தியில் சென்று அமர்ந்து, அவர்களின் ஆன்மீக, அரசியல் கேள்விகளுக்கு மிகவும் சுதந்திரமாகப் பதிலளித்துக் கொண்டிருந்தார். அவர் பேசிக் கொண்டிருந்த அதே தருணத்தில், மேஜைகளில் இருந்த பீர் கோப்பைகள் மேஜைக்குக் கீழே சென்றுவிட்டன. சுருட்டுப் புகைத்துக் கொண்டிருந்தவர்கள் அவற்றை அணைத்துவிட்டு, மிகுந்த கவனத்தோடு கவிஞர் கூறுவதை கேட்கலாயினர். பின்னர் அவர்களின் பாராட்டு மழையில் நனைந்தபடி வெளியே வந்தபோது, 'இதைவிடப் பெரிய வெற்றியை நான் எப்போதும் அடைந்ததில்லை!' என்று ரவீந்திரர் குறிப்பிட்டார். இந்த நகரத்தில் அவர் தங்கியிருந்த ஒரு வார காலமும் மிகுந்த மகிழ்ச்சியுடன் கழிந்தது என அவர் குறிப்பிட்டார்.

இவ்வாறு ஓர் இந்தியக் கவிஞருக்கு ஜெர்மனியில் கிடைத்த உற்சாகமான வரவேற்பு பிரிட்டிஷ், பிரெஞ்சு நாட்டு அதிகாரிகளுக்குச் சந்தேகத்தை ஏற்படுத்தியது. அதற்கேற்ப லண்டனில் இருந்து வெளிவரும் 'டெய்லி டெலிகிராஃப்' நாளிதழின் ஜெர்மன் நாட்டு நிருபர் 'ஹாம்பர்க் நகரில் கவிஞருக்கு அளிக்கப்பட்ட மாபெரும் வரவேற்பு 'இந்தியச் சந்தையை பிடிப்பதற்காக' ஜெர்மன் முதலாளிகளால் திட்டமிட்டு நடத்தப்பட்ட ஒரு நிகழ்ச்சி' என்று குறிப்பிட்டிருந்தார்.

'லே எக்ளேர்' என்ற பிரெஞ்சுப் பத்திரிக்கை இவ்வாறு கூறியிருந்தது:

'ஓர் இந்து டால்ஸ்டாயைப் போல ரவீந்திரநாத் தாகூர் தோற்றமளிக்கிறார். எதிர்பார்ப்பது போலவே, தனது பிரசாரத்திற்கு ஜெர்மனி அவரைப் பயன்படுத்திக் கொள்கிறது. ஜெர்மனிக்கு உள்ளேயே அனைத்தும் அடங்கிவிடும் என்ற பார்வையை முழுமனதோடு ஆதரிப்பவராகவே அவர் இருக்கிறார். இதனாலேயே ரைன் நதிக்கு அப்பாலுள்ள பத்திரிக்கைகள் அனைத்துமே அவரைப் புகழ்ந்து தள்ளுகின்றன.'

தனது இந்த வாதத்திற்கு வலுசேர்க்கும் வகையில் டாக்டர் ருடால்ஃப் யூகெனுக்கு ரவீந்திரர் அனுப்பிவைத்த ஒரு வாழ்த்துச் செய்தியையும் அது மேற்கோள் காட்டியது. எனினும் இந்தச் செய்தியில் இருந்த 'ஜெர்மனி மட்டும் இப்படிச் செய்தால்' என்ற வார்த்தையை மட்டும் அது 'வசதியாக' மறந்து விட்டிருந்தது. ரவீந்திரர் அனுப்பியிருந்த செய்தி இதுதான்:

'தனது நவீன காலத்துப் பாவங்களுக்கான பிராயச்சித்தமாகத் தவமிருந்து, தூய்மையோடும், வலிமையோடும் வெளிப்பட வேண்டும் என்பதுதான் ஜெர்மனியின் விதியாக இருக்குமானால், தன்னை முற்றாகப் பொசுக்கிய தீயை, அதன் உண்மையான விடுதலைக்கான விருப்பத்தினை நிறைவேற்றிக் கொள்ளும் வகையில் மகத்தான ஓர் எதிர்காலத்திற்கான வழியைக் காட்டும் ஓர் ஒளிவிளக்காக எப்படிப் பயன்படுத்திக் கொள்வது என்பதை மட்டும் அது அறிந்திருக்குமானால், மனிதகுல வரலாற்றில் அது பாராட்டிற்குரிய நாடாகத் திகழும்.'

ஜெர்மனி பயணத்தைத் தொடர்ந்து, அவர் வியன்னாவில் இரண்டு சொற்பொழிவுகளை நிகழ்த்திவிட்டு, செக்கோஸ்லோவாகியாவின் தலைநகரமான ப்ராக்கிற்குச் சென்று அங்குள்ள சார்லஸ், ஜெர்மன் பல்கலைக்கழகங்களில் உரை நிகழ்த்தினார். இந்தப் பயணத்தின்போது புகழ்பெற்ற இந்திய வல்லுநர்களான பேராசிரியர்கள் எம். விண்டர்னிட்ஸ், வி. லெஸ்னி ஆகியோரைச் சந்தித்து, அவர்களோடு ஆழ்ந்த நட்புறவை உருவாக்கிக் கொண்டார். இவர்கள் இருவருமே பின்னாளில் விஸ்வபாரதி பல்கலைக் கழகத்தில் வருகைதரு பேராசிரியர்களாகப் பணிபுரிந்தனர்.

இவர்களில் தாகூரின் எழுத்துகளை வங்காளியிலிருந்து நேரடியாக செக் மொழியில் மொழிபெயர்த்த முதல் வெளிநாட்டு அறிஞராக பேராசிரியர் லெஸ்னி திகழ்ந்தார். 1914ஆம் ஆண்டிலேயே செக் மொழியில் ரவீந்திரரின் கவிதைகளை அவர்

மொழிபெயர்த்திருந்தார். சாந்திநிகேதனில் தங்கிச் சென்ற பிறகு, ரவீந்திரரின் வாழ்க்கை வரலாற்று நூல் ஒன்றையும் அவர் எழுதினார். இந்தப் பயணத்தின்போது ரவீந்திரர் புகழ்பெற்ற செக் எழுத்தாளர் காரெல் காபெக் மற்றும் இசையமைப்பாளர் லியோஸ் ஜானாசெக் ஆகியோருடன் உறவுகளை ஏற்படுத்திக் கொண்டார்.

கிழக்கு-மேற்கு நாடுகளின் ஒத்துழைப்பினைக் கோரி, ஐரோப்பாவிலும் அமெரிக்காவிலும் ரவீந்திரர் குரலெழுப்பி வந்த அதேநேரத்தில்தான், இந்தியாவின் மற்றொரு மகத்தான குரலாக எழும்பி வந்த காந்தி அதற்கு நேரெதிரான நிலைபாட்டினை இந்திய மக்கள் முன் வைத்தார். ஒருவரை ஒருவர் ஆழமாக நேசித்து, மதித்த போதிலும், இந்த இரு தலைவர்களின் முரண்பாடு இறுதிவரை நீடித்தது என்பதும் குறிப்பிடத்தக்கது.

1921 ஜூலை முதல் நாள் பிரான்சின் மார்செயில்ஸ் துறைமுகத்திலிருந்து இந்தியாவை நோக்கி அவர் தன் பயணத்தைத் தொடங்கினார். கேம்ப்ரிட்ஜ் பல்கலைக்கழகத்தில் பட்டம்பெற்று, இந்தியர்கள் பலரும் கிடைக்காதா என ஏங்கித் தவித்த இந்திய ஆட்சிப் பணிக்குத் தேர்வு செய்யப்பட்டபோதிலும், கொண்ட கொள்கைக்காக அதை உதறித் தள்ளிவிட்டு, இந்திய அரசியல் போராட்டத்தில் தன்னை ஈடுபடுத்திக் கொள்ளும் முடிவோடு இந்தியாவிற்குத் திரும்பிக் கொண்டிருந்த, நேதாஜி என்ற அடைமொழியுடன் வங்காளத்தின் மற்றொரு மகத்தான ஆளுமையாக உருவாகவிருந்த சுபாஷ் சந்திர போஸ் என்ற 24 வயது இளைஞரும் அதே கப்பலில்தான் பயணம் செய்தார்.

அப்போது அவரது எதிர்காலம் நிச்சயமற்றதாக இருந்ததைப் போலவே, ரவீந்திரரின் எதிர்காலமும் கண்ணுக்குப் புலப்படாத ஒன்றாகவே இருந்தது. வன்முறை-அகிம்சை என்ற இரு கருத்துகளின் மீது ஒருவருக்கொருவர் முற்றிலும் மாறுபட்ட பார்வையினைக் கொண்டிருந்த அந்த இரண்டு வங்காளிகளும், பயணம் செய்த கப்பல் பம்பாய் துறைமுகத்தில் நங்கூரமிடும்வரை, இந்தியாவில் அப்போது வேகமாகப் பரவிவந்த புதிய அரசியல் இயக்கங்களைப் பற்றி விவாதித்துக் கொண்டே வந்தனர். 14 மாத கால சுற்றுப்பயணத்திற்குப் பிறகு ரவீந்திரர் மீண்டும் சாந்திநிகேதனுக்குத் திரும்பினார்.

வரவிருக்கும் காலம் தனக்கு அமைதியைத் தரும் என்ற நம்பிக்கை அவரிடம் இருக்கவில்லை என்பதை அமெரிக்காவிலிருந்து ஆண்ட்ரூஸுக்கு அவர் எழுதிய கடிதம் வெளிப்படுத்தியிருந்தது:

‘நான் இந்தியாவிற்குத் திரும்பும்போது எனது மக்களே என்னைப் புறக்கணிப்பார்கள் என்றுதான் நான் அஞ்சுகிறேன். என் தாய்நாட்டில் எனக்கான தனிமைச்சிறை காத்திருக்கிறது. அவர்களின் தற்போதைய எண்ணப் போக்கினைப் பார்க்கும்போது, தாய்நாட்டை விட கடவுளையே பெரிதாக நம்பும் என் தாய்நாட்டு மக்கள் என்னை அணுகுவதற்குப் பொறுமையற்றவர்களாகவே இருக்கின்றனர். என் நாட்டு மக்களின் மீது நான் பெரிதும் அன்பு செலுத்துகிறேன். அவர்களின் அன்பை பெரிதும் மதிக்கிறேன்.

‘எனினும் ஆற்றின் போக்கு எனக்கு எதிராக இருக்கும் இடத்தை நோக்கியே என் படகை செலுத்த வேண்டிய நிலையை காலம் எனக்கு ஏற்படுத்தியுள்ளது. பெருங்கடலின் ஒரு கரையில் கிழக்கிற்கும் மேற்கிற்கும் இடையே கலாசார ரீதியான ஒத்துழைப்பை உருவாக்க வேண்டும் என்று நான் உரையாற்றிக் கொண்டிருக்கும் அதே நேரத்தில், மறுகரையில் ஒத்துழையாமை இயக்கம் பற்றிய பிரசாரம் மிக வேகமாக நடைபெற்றுக் கொண்டிருப்பதைப் பார்க்கும்போது எத்தகைய விதி இது என்று என்னை மலைக்க வைக்கிறது.’

அத்தியாயம் 22

ஒத்துழைக்க மறுத்த தாகூர்

‘என்னால் கவிதைகளைப் புனைய முடியும்; பாடல்களை இயற்ற முடியும் காந்திஜி! ஆனால்உங்களின் பெருமதிப்பிற்குரிய பஞ்சு என்னிடத்தில்படாத பாடு படும் என்பதுதான் உண்மை.’ – 1921 செப்டெம்பரில் காந்தியிடம் சொன்னது.

‘சாத்தானின் ஆட்சி’ என காந்தியால் கடுமையாக விமர்சிக்கப்பட்ட பிரிட்டிஷ் ஆட்சிக்கு எதிராக மக்களை அணிதிரட்டும் நோக்கத்துடன் வெளிநாட்டுப் பொருட்களின் புறக்கணிப்பு, ஒத்துழையாமை இயக்கம் ஆகியவை நாட்டு மக்களிடையே மிகப்பெரும் உத்வேகத்தை உருவாக்கின. தேசிய உணர்வு என்ற பெயரில் இதர நாடுகளின்மீது தாக்குதல் தொடுப்பது; அவற்றை சீர்குலைப்பது ஆகிய முயற்சிகளை வலுவாகக் கண்டித்து, தான் பயணம் செய்த நாடுகள் அனைத்திலும் உரக்கக் குரல் கொடுத்து வந்த ரவீந்திரருக்கு இந்த எழுச்சி பெரும் வருத்தத்தை ஏற்படுத்தியது.

காந்திக்கும் தாகூருக்கும் இடையிலான கருத்துமோதல் தவிர்க்க முடியாத ஒன்றேயாகும். 1915இல் காந்தி முதன்முதலாக சாந்திநிகேதனுக்கு வருகை தந்தபோது உள்ளீடாக இருந்த இந்த மோதல், 1919இல் பஞ்சாப் படுகொலை, அதைத் தொடர்ந்த நிகழ்வுகளில் வெளிப்படையான ஒன்றாக மாறி, 1921இன் நடுப்பகுதியில் இருந்து நேரடியான மோதலாக உருப்பெற்றது.

இவர்கள் இருவரும் 1930களில் மீண்டும் நெருக்கமான போதிலும், அது அறிவார்ந்ததொரு நெருக்கமாக இருக்கவில்லை. இருவருமே ஒருவரையொருவர் பெரிதும் மதித்தனர்; அன்பு செலுத்தினர் என்ற போதிலும், புரிதலுணர்வு என்பது இருவரிடமும் இறுதிவரை ஏற்படவேயில்லை.

வெளிநாட்டுப் பொருட்களின் புறக்கணிப்பு, ஒத்துழையாமை இயக்கம் ஆகியவை குறித்த காந்தியின் அறிவிப்பிற்கு எதிர்ப்பு தெரிவிக்கும் வகையில் ரவீந்திரர் நேரடியாகவே களத்தில் குதித்த போது, இந்த மோதல் வெட்டவெளிச்சமானது. இந்தியாவிற்கும் மேற்குலக நாடுகளுக்கும் இடையே அறிவார்ந்த ஒத்துழைப்பின் அவசியத்தை வலியுறுத்தும் வகையில் 'பண்பாடுகளின் சந்திப்பு' என்ற பேருரையை 1921 ஆகஸ்ட் 15 அன்று ரவீந்திரர் கல்கத்தாவில் நிகழ்த்தினார். காந்தியின் அறைகூவலால் உணர்ச்சிப் பிழம்பாக மாறியிருந்த மக்களிடமிருந்து அவர் எந்த அளவிற்குத் தனிமைப் பட்டிருந்தார் என்பதை அடுத்தடுத்த வந்த நிகழ்வுகள் உறுதிப் படுத்தின. ரவீந்திரரின் இந்த உரைக்குப் பதிலடியாக புகழ்பெற்ற வங்காளி நாவலாசிரியரான சரத்சந்திரர் 'பண்பாடுகளின் மோதல்' என்ற கட்டுரையை எழுதினார்.

இதைத் தொடர்ந்து 1921 செப்டெம்பர் 6 அன்று கல்கத்தா வந்த காந்தி ஜொரசங்கோவில் ரவீந்திரரை நேரடியாகச் சந்தித்தார். இந்தச் சந்திப்பின்போது ஆண்ட்ரூஸ் மட்டுமே அவர்கள் இருவருடனும் இருந்தார். காந்திதான் முதலில் பேச்சைத் தொடங்கினார். 'குருதேவ்! 20 ஆண்டுகளுக்கு முன்பாகவே இந்தியாவின் விடுதலைக்கான சுதேசி இயக்கத்தைத் தொடங்கி, அதற்குத் தலைமை தாங்கியவர் நீங்கள். இந்தியர்கள் தங்கள் சொந்தக் கால்களில் நிற்க வேண்டும். ஆங்கிலேயர்களை நகலெடுத்தவர் களாக இருக்கக்கூடாது என்றும் எப்போதும் கூறி வந்திருக்கிறீர்கள். எனது சுயராஜ்ய இயக்கமும் கூட உங்கள் சுதேசி இயக்கத்திலிருந்து பிறந்த குழந்தைதான். நீங்கள் என்னோடு சேர்ந்து அதை வலுப்படுத்த வேண்டும்.'

இதற்கு ரவீந்திரர் 'காந்திஜி! உலகம் முழுவதுமே சுயநலம், குறுகிய தேசிய வாதம் என்ற நோயால் துன்புற்று வருகின்றது. அனைத்து நாடுகளையும் இனங்களையும் கைநீட்டி வரவேற்கும் ஒரு நாடாகவே இந்தியா எப்போதும் இருந்து வந்துள்ளது. மேற்குலகிலிருந்தும், அதன் அறிவியலில் இருந்தும், கல்வியின் மூலம் இந்தியா கற்றுக் கொள்ள வேண்டியது ஏராளம் என்றுதான் நான் நம்புகிறேன். நமக்குள் ஒத்துழைப்பு உணர்வோடு

செயல்படுவதை நாம் இன்னமும் கற்றுக் கொள்ள வேண்டியதிருக்கிறது' என்று பதிலளித்தார்.

'குருதேவ்! நான் ஏற்கனவே இந்து-முஸ்லீம் ஒற்றுமையை உருவாக்கி விட்டேன்!' என்று காந்தி கூறியபோது, ரவீந்திரர் அதை மறுத்தார். 'பிரிட்டிஷார் தாங்களாகவே இந்த நாட்டை விட்டு வெளியேறினாலோ, அல்லது மக்களால் விரட்டியடிக்கப் பட்டாலோ, அதன் பிறகு என்ன நடக்கும் என்று நினைக்கிறீர்கள் காந்திஜி? அதன் பிறகு இந்துக்களும் முஸ்லீம்களும் அமைதியாக வாழ்ந்துவிடுவார்கள் என்று நினைக்கிறீர்களா? உங்களுக்கு நன்றாகவே தெரியும், அவ்வாறு இருக்காது என்று!

'பல்வேறு மதங்களை, இனங்களை, சாதிகளை சேர்ந்த நம் குழந்தைகளை ஒன்றாகத் திரட்டி, அவர்களுக்குக் கல்வி தரப்பட்டால்தான், இன்று நம்மிடையே நிலவும் பகையுணர்வையும் வன்முறை உணர்வையும் நம்மால் வெற்றி கொள்ள முடியும். எனவேதான் உலகம் முழுவதிலுமிருந்து என் முயற்சிகளுக்கு உதவி செய்ய நான் அறிஞர்களை அழைக்கிறேன். நம் குழந்தைகளுக்கு மேற்கத்திய உலகின் சாரமான அம்சங்களை அறிமுகம் செய்யும் அதே நேரத்தில், நம் கலாசாரத்தின் உயிர்ப்பான அம்சங்களிலிருந்தும் அவர்கள் கற்றுக் கொள்ள முடியும்!'

'குறைந்தபட்சமாக, நம் நாட்டு மக்களுக்கு முன் உதாரணமாக நீங்கள் ராட்டை நூற்கத் தொடங்கினால் அது கதர் இயக்கத்திற்கு பேருதவியாக இருக்கும்' என்று காந்தி அவரிடம் கோரியபோது தான், ரவீந்திரர் மேலே குறிப்பிட்ட கவிதையைத் தன் பதிலாக அவருக்கு வழங்கினார்.

இத்தருணத்தில்தான் ரவீந்திரர் காந்திக்கு ஒரு விஷயத்தை சுட்டிக் காட்டினார். 'என் வீட்டு வராந்தா முனைக்கு வந்து பாருங்கள் காந்திஜி! உங்கள் சீடர்கள் செய்திருப்பதைப் பாருங்கள். இதோ உள்ள சித்பூர் சாலையில் இருக்கும் கடைகளில் இருந்து அந்நியத் துணிகளை 'திருடிக் கொண்டு' வந்து என் வீட்டு முற்றத்தில் போட்டு எரித்துக் கொண்டே அவர்கள் பெருங்கூச்சலிட்டதை நான் பார்த்தேன். இதுதான் உங்கள் சீடர்களின் அகிம்சையா?' என்று கேட்டார் ரவீந்திரர். எவ்வகையிலும் கருத்தொற்றுமை ஏற்படாத இந்தச் சந்திப்பிற்குப் பிறகு, இருவரும், கருத்து வேறுபாடுகள் இருப்பினும், நண்பர்களாகவே தொடர்ந்து நீடித்தனர்.

இதைப் பற்றியெல்லாம் கவலைப்படாத ரவீந்திரர் மீண்டும் 'உண்மையின் அறைகூவல்' என்ற தலைப்பில் உரை நிகழ்த்தினார்.

இது பின்னர் ஆங்கிலத்தில் மொழிபெயர்க்கப்பட்டு தனிப்பிரசுரமாகவும் வெளியானது. அதைத் தொடர்ந்து, காந்தி, தனது யங் இந்தியா பத்திரிக்கையில் 'மகத்தான காவலாளி' என்ற தலைப்பில் ரவீந்திரருக்கு மறுப்புரை ஒன்றை எழுதினார்.

பொதுவாழ்வில் தன் கருத்துகளை ஏற்க மக்கள் தயாராக இல்லை என்பதை உணர்ந்த ரவீந்திரர், தன் மனதிற்குப் பிடித்த சாந்திநிகேதனில் அடைக்கலம் புகுந்தார். தோல்வியால் இருளடைந்த அவரது மனம், கடற்கரையில் அச்சமின்றி விளையாடும் குழந்தைகளை நோக்கித் திரும்பி நிம்மதியைத் தேடியது.

இதன் விளைவாக, தொடர்ந்து உருவான எண்ணற்ற கவிதைகளின் தொகுப்பு 'சிசு போலாநாத்' என்ற பெயரில் 1922இல் வெளியானது. அதே நேரத்தில் சாந்திநிகேதனில் அவரது பொறுப்புகளும் அதிகமாயின. ஐந்து ஆண்டுகளுக்குப் பிறகு பியர்சன் லண்டனில் இருந்து வந்து சேர்ந்தார். ரவீந்திரரின் கிராமப்புற மேம்பாட்டுத் திட்டத்தை முன்னெடுக்க ஒப்புக் கொண்ட மற்றொரு ஆங்கிலேயரான லியனார்ட் எல்மிர்ஸ்டும் அவரோடு கூடவே வந்து சேர்ந்தார். அவரது இந்த முயற்சிக்கு அமெரிக்க நாட்டு செல்வப் பெண்மணி டோரதி ஸ்ட்ரெயிட்டின் தாராளமான நிதியுதவிதான் தொடக்கப் புள்ளியாக அமைந்தது. தொடர்ந்து பிரெஞ்சு அறிஞரான சில்வெய்ன் லெவி விஸ்வபாரதியின் முதல் வருகைதரு பேராசிரியராக வந்து சேர்ந்தார். இந்தியப் பல்கலைக்கழகங்களிலேயே முதன்முறையாக திபெத்திய-சீன கலாசார ஆய்விற்கான துறையையும் அவர் உருவாக்கினார்.

1921 டிசம்பர் 23 அன்று ரவீந்திரரின் கனவுத் திட்டமான விஸ்வபாரதி முறைப்படி ஒரு பல்கலைக்கழகமாகச் செயல்படத் தொடங்கியது. தந்தை தேவேந்திரநாத் காலத்தில் இருந்து தன் குடும்பத்திற்குச் சொந்தமாக இருந்த நிலம், கட்டடங்கள் மற்றும் இதர சொத்துகள் அனைத்தையும் ஓர் அறக்கட்டளை வடிவில் அந்தப் பல்கலைக் கழகத்திடம் ரவீந்திரர் ஒப்படைத்தார். அதைப் போன்றே அதுவரையில் தான் எழுதிய எழுத்துக்களின் காப்புரிமையையும் அந்தப் பல்கலைக்கழகத்திற்கே எழுதி வைத்தார்.

இந்தச் செயல்பாடுகளுக்கு இடையேயும் ரவீந்திரரின் ஆழ்மனது நாட்டின் நிலைமை குறித்து வருந்திக் கொண்டேதான் இருந்தது. இதன் ஒரு வெளிப்பாடாக காந்தியின் ஆளுமை, அகிம்சை குறித்த அவரது முன்னெடுப்பு ஆகியவற்றைப் போற்றும் வகையில் 'முக்த தாரா' (தடையற்ற நீரோட்டம்) என்ற மிகச் சிறந்த நாடகம் ஒன்றை 1922 ஜனவரி தொடக்கத்தில் அவர் எழுதினார்.

1922 பிப்ரவரி 3 அன்று ரவீந்திரரின் ஓர் அறிக்கை வங்காளி நாளிதழ்களில் வெளியானது. ஒத்துழையாமை இயக்கம் கைமீறிப் போய்க்கொண்டிருக்கும் நிலையில், காந்தியின் எதிர்பார்ப்புகளுக்கு மாறாக, எந்த நேரத்திலும் வன்முறை வெடித்தெழக் காத்திருக்கிறது என்று அவர் அந்த அறிக்கையில் குறிப்பிட்டிருந்தார்.

சரியாக இரண்டு நாட்களுக்குப் பிறகு, சவுரிசவ்ரா என்ற சிறு நகரத்தில், ஒத்துழையாமை இயக்கத்தில் பங்கேற்றவர்கள் மீது துப்பாக்கிச் சூடு நடத்திய 22 காவலர்கள் வன்முறைக் கும்பலால் சுற்றி வளைக்கப்பட்டு, உயிரோடு கொளுத்தப்பட்டனர்; அல்லது வெட்டி வீழ்த்தப்பட்டனர். பேரதிர்ச்சியுற்ற காந்தி ஒரு வாரத்திற்குப் பிறகு ஒத்துழையாமை இயக்கத்தை நிறுத்திக் கொள்வதாக அறிவித்தார். மார்ச் 10 அன்று தேசத் துரோகக் குற்றச்சாட்டின்பேரில் கைதுசெய்யப்பட்ட காந்திக்கு ஆறு ஆண்டுகள் கடுங்காவல் சிறைத்தண்டனை விதிக்கப்பட்டது.

ரவீந்திரரின் முக்த தாரா நாடகத்தை கல்கத்தாவில் அரங்கேற்றுவதற்கான ஏற்பாடுகள் அப்போது நடைபெற்று வந்தன. காந்தி கைது செய்யப்பட்டதும், நீண்ட கால சிறைத்தண்டனை விதிக்கப்பட்டதும், அனைவரையும் திகைப்பில் ஆழ்த்திய நிலையில், இந்த நாடக அரங்கேற்ற ஏற்பாடுகள் முற்றிலுமாக நின்று போனது. அதன்பிறகு ரவீந்திரர் உயிரோடு இருந்தவரை இந்த நாடகம் பொதுவெளியில் நிகழ்த்தப்படவே இல்லை என்பதோடு, எழுத்து வடிவில் மட்டுமே நீடித்தது. இதன் ஆங்கில வடிவம் 1922 மே மாதம் மாடர்ன் ரிவ்யூ இதழில் வெளியானது. இதன் மற்றொரு சிறந்த ஆங்கில மொழியாக்கம் ஆக்ஸ்ஃபோர்ட் பல்கலைக்கழக பதிப்புத்துறை பின்னர் வெளியிட்ட ரவீந்திரநாத் தாகூரின் மூன்று நாடகங்கள் என்ற நூலில் இடம் பெற்றிருந்தது.

1922 பிப்ரவரி 6 அன்று விஸ்வபாரதி பல்கலைக்கழகத்தின் ஓர் அங்கமாக கிராமப்புறப் புத்தாக்கத்தை நோக்கமாகக் கொண்ட ஸ்ரீநிகேதன் என்ற அமைப்பு உருவானது. அன்றைய தருணத்தில் நிலவிய ஒத்துழையாமை என்ற போக்கிற்கு முற்றிலும் முரணான வகையில், மக்களின் ஒத்துழைப்பை மட்டுமே அடிப்படையாகக் கொண்டு, கிராமப்புறங்களை புத்தாக்கம் செய்ய முடியும் என்பதை நிரூபித்த ஒரு செயல்முறையாக ஸ்ரீநிகேதன் அமைந்திருந்தது.

ஏற்கனவே குறிப்பிட்டபடி, 1890களில் தன் குடும்ப நிலங்களை மேற்பார்வையிடும் பொறுப்பை ரவீந்திரர் மேற்கொண்டு வந்தபோது, கிராமப்புற மக்களின் வாழ்வு வெறுமை சூழ்ந்ததாக,

மகிழ்ச்சி அற்றதாக இருப்பதை உணர்ந்து, அதை மாற்றியமைக்க முயற்சித்தார்.

பயிரிடுதல், கடன் பெறுதல், உற்பத்திப் பொருட்களை சந்தைப் படுத்தல் என தங்கள் அன்றாட செயல்பாடுகளில் எண்ணற்ற பிரச்சனைகளை எதிர்கொண்டு வந்த கிராமப்புற மக்களிடையே பெருமளவிற்குத் தாழ்வுணர்ச்சியும் அவநம்பிக்கையும் நிலவி வந்தன.

இதை மாற்றியமைக்க, ஒரு ஜமீன்தார் என்ற வகையில் தன்னால் ஆன அனைத்தையும் அவர் செய்தார். அவர்களின் மனங்களைத் தட்டியெழுப்பி, தங்கள் வாழ்க்கைக்கான பொறுப்பை அவர்களே ஏற்றுக் கொள்ள வேண்டும் என்ற முனைப்புடன் 1893-94இல் பட்டிசார் எஸ்டேட்டில் ஒரு விவசாயக் கடன் வங்கியைத் தொடங்கினார். அனுமதிக்கப்பட்ட வட்டி விகிதத்தில் விவசாயி களுக்குக் கடன் வழங்கியதன் மூலம் அவர்களைக் கந்துவட்டிக் காரர்களின் பிடியிலிருந்து விடுவித்தார். பின்னாளில் நோபல் பரிசுத் தொகையையும் கூட இந்த நோக்கத்திற்காகவே இந்த வங்கியில் முதலீடு செய்து, அதிலிருந்து வரும் வட்டி மட்டுமே சாந்திநிகேதன் நிர்வாகச் செலவுகளுக்குக் கிடைக்கும்படிச் செய்தார்.

உருளைக்கிழங்கு போன்ற புதிய வணிகப்பயிர்களையும் அவர் தன் எஸ்டேட்களில் அறிமுகப்படுத்தியதோடு, சணல், துணி நூற்பாலை, செங்கல்சூளை போன்ற புதிய தொழில்நிறுவனங்களும் தொடங்கப்பட்டன. ஷெலிதகாவிற்கு அருகேயுள்ள குஸ்தியா எனும் சிறுநகரத்தில் ஒரு நெசவுப் பயிற்சி மையம் தொடங்கப் பட்டது. கல்வியைப் பரப்பவும் தனிக்கவனம் செலுத்தப்பட்டு, அவரது எஸ்டேட்களில் மூன்று பள்ளிகளும் சிறுமிகளுக்கென தனியாக ஒரு பள்ளியும் தொடங்கப்பட்டன. இவை அனைத்துமே குடும்ப வருவாயின் மூலமே மேற்கொள்ளப்பட்டன.

இத்தகைய கிராமப்புற மேம்பாட்டு முயற்சிகளை மேலும் முன்னெடுத்துச் செல்ல, சாந்திநிகேதனுக்கு மேற்கே இரண்டு மைல் தூரத்தில் இருந்த சுருல் என்ற கிராமத்தில் 1912இல் 12 பிகா நிலத்தை (சுமார் ஏழரை ஏக்கர்) ரவீந்திரர் விலைக்கு வாங்கினார். இந்த நிலப்பரப்பில் ஒரு பழைய வீடும் இருந்தது. 1787 முதல் 1828 வரை இங்கு வசித்தபடி பிர்பும் மாவட்டத்தில் பருத்தி, பட்டுத்துணி போன்றவற்றை விலைக்கு வாங்கி வந்த கிழக்கிந்திய கம்பெனியின் வணிகப் பிரதிநிதியான ஜான் சீப் என்பவர் வசித்துவந்த வீடு அது. இப்போது வறண்ட பூமியாக இருக்கும்

இந்தக் கிராமம் 'கம்பெனி' காலத்தில் செல்வச் செழிப்போடு இருந்தது என்பதற்கான அடையாளமாக அந்த வீடு இருந்தது.

ஸ்ரீநிகேதனின் முதல் இயக்குநராக நியமிக்கப்பட்ட லியோனார்ட் எல்மிர்ஸ்ட், ரவீந்திரரின் தனிப்பட்ட வேண்டுகோளுக்கிணங்க 1921 நவம்பரில் சாந்திநிகேதன் வந்து சேர்ந்தார். அது பல்கலைக்கழகமாக உருப்பெற்ற பிறகு, ரவீந்திரரின் மகன் ரதீந்திரநாத், சந்தோஷ் மஜும்தார், காளிமோகன் கோஷ் ஆகியோரோடு இணைந்து சுருல் கிராமத்திலிருந்த வீட்டிற்கு இடம்பெயர்ந்த நாளே (பிப்ரவரி 6) ஸ்ரீநிகேதனின் தொடக்க நாளாகக் கொண்டாடப்படுகிறது.

எல்மிர்ஸ்ட்டின் இந்த முயற்சியில் முக்கிய பங்கை வகித்தவர் அமெரிக்காவின் செல்வாக்கு மிக்க குடும்பத்தைச் சேர்ந்த பணக்காரப் பெண்மணியும் அவரது வருங்கால மனைவியுமான டோரதி. இவர் ஆண்டுக்கு ரூ. 32,000/- என்ற அளவில் நிதியுதவியை அதற்கடுத்த 25 ஆண்டுகளுக்குத் தொடர்ந்து வழங்கி வந்தார். பின்னாளில் 'கல்வியின் முன்னோடி' என்ற தனது கட்டுரைத் தொகுப்பு நூலை டோரதிக்கு அர்ப்பணம் செய்து 'ஸ்ரீநிகேதனை நனவாக்கிய டோரதி விட்னி ஸ்ட்ரெயிட்டுக்கு' என்று ரவீந்திரர் குறிப்பிட்டதைக் காணும்போது, அது நிலைபெறுவதற்கு டோரதியின் இந்தத் தொடர்ச்சியான நிதியுதவி எவ்வளவு முக்கியமானதாக இருந்தது என்பதை நம்மால் உணர முடிகிறது.

கிராமப்புறப் புத்தாக்கத்திற்கான தனது முயற்சி மிகச் சிறிய அளவிலானது என்பதையும் அவர் நன்கு உணர்ந்திருந்தார். எனினும் அந்த இலக்கை நிலைநிறுத்துவதன் மூலம், இந்த முன்னுதாரணத்தை நாட்டின் மற்ற பகுதிகளும் பின்னாளில் பின்பற்றக்கூடும் என்பதே அவரது நம்பிக்கையாக இருந்தது. ஸ்ரீநிகேதனின் செயல்பாட்டின் மூலம் கண்டெடுக்கப்பட்ட அடிப்படை குறிக்கோள்கள், செயல்முறைகள் ஆகியவற்றை நாட்டின் நலனுக்கான கருவிகளாகப் பயன்படுத்திக் கொள்ள முடியும் என்பதும் அவரது நம்பிக்கையாக இருந்தது. எவருக்காகவும் காத்திராமல் வேலையைத் தொடங்க வேண்டியதே இன்றைய தேவை என்பதே அவரது தாரக மந்திரமாக வாழ்நாள் முழுவதும் தொடர்ந்து நீடித்து வந்தது. ஸ்ரீநிகேதன் செயல்பட்ட பகுதிகளில் எத்தகைய மாற்றங்களை ஏற்படுத்தியது என்பதைப் பிறிதொரு சந்தர்ப்பத்தில் பார்ப்போம்.

அத்தியாயம் 23

தென்னிந்திய – இலங்கைப் பயணம்

விஸ்வபாரதி பல்கலைக்கழகத்திற்கான நிதியைத் திரட்டுவதற்காக 1922 செப்டெம்பர் 19 அன்று தன் பயணத்தைத் தொடங்கிய ரவீந்திரருடன், எல்மிர்ஸ்ட், கவ்ர் கோபால் கோஷ் ஆகியோரும் சென்றனர். பம்பாயில் ரத்தன்ஜி தாதாபாய் டாடாவின் விருந்தினராக தங்கிய அவர், பின்பு பேராசிரியர் சில்வெயின் லெவியுடன் சேர்ந்து, பூனாவிலிருந்த புகழ்பெற்ற அறிஞர் ஆர்.ஜி. பண்டார்கரைச் சந்தித்துப் பேசினார். அன்று மாலை பண்டார்கர் ஆய்வு நிலையத்திற்குச் சென்று வந்தார். செப்டெம்பர் 24 அன்று கிர்லோஸ்கர் தியேட்டரில் இந்திய மறுமலர்ச்சி குறித்து அவர் ஆற்றிய உரையில் அப்போது நிலவி வந்த கல்விமுறையைக் கடுமையாகக் கண்டித்தார்.

அங்கிருந்து பெங்களூருக்குப் புறப்படுகையில் அவருடன் அமெரிக்க சமூக செயல்பாட்டாளரான க்ரெட்சன் க்ரீன் இணைந்து கொண்டார். பின்பு மைசூர் பல்கலைக்கழகத்தில் அவர் உரை நிகழ்த்தினார்.

செப்டெம்பர் 29இல் பெங்களூர் மெயில் மூலம் மதராஸ் வந்தடைந்த அவருக்கு சென்ட்ரல் ரயில் நிலையத்தில் சிறப்பான வரவேற்பு அளிக்கப்பட்டது. புகழ்பெற்ற வழக்கறிஞரான டி.என். ராமஸ்வாமியின் விருந்தினராகத் தங்கி, தியோசாஃபிகல் சொசைட்டியில் வசித்துவந்த அன்னி பெசண்ட்டைச் சந்தித்துப்

பேசினார். உள்ளூர் இளம் கிறித்துவர்கள் கழகத்தைச் சேர்ந்த ஹிண்ட்லே, வி. சக்கரைச் செட்டியார், ஆகியோர் அவரை வரவேற்றனர். அன்று மாலை கோகலே ஹாலில் 'இந்திய வரலாற்றின் தொலைநோக்கு' என்ற தலைப்பில் உரை நிகழ்த்தினார். விஸ்வபாரதிக்கான நிதியாக இதற்காக நுழைவுக் கட்டணம் வசூலிக்கப்பட்டது. மதராஸ் நகரத்தின் புகழ்பெற்ற பிரமுகர்கள் மட்டுமின்றி, பெருந்திரளான மாணவர்களும் ரவீந்திரரின் இந்த உரையைக் கேட்கத் திரளாகக் கூடியிருந்தனர்.

அவரது இந்த உரை அடுத்த நாள் 'தி இந்து' நாளிதழில் முழுமையாக வெளியானது. அரங்கத்தில் டாக்டர் தாகூர் நுழைந்தபோது அவருக்கு பலத்த கரவொலியோடு உற்சாகமான வரவேற்பு அளிக்கப்பட்டது. மேடையில் நடுநாயகமாகப் போடப்பட்டிருந்த உயரமான ஒரு நாற்காலியில் அவர் அமரும் வரையில் பார்வை யாளர்களின் கரவொலி நீடித்தது. ஒரு மணிநேரத்திற்கும் மேலாக நீண்ட அவரது இந்த உரையை மிகுந்த கவனத்தோடு அனைவரும் கேட்டனர். அவரது உரையின் இறுதிப்பகுதி இவ்வாறாக இருந்தது:

> 'இந்தியா மிகப்பெரியதொரு பாரத்தை சுமந்து வருகிறது. பல்வேறுபட்ட இனங்களிடையே நல்லிணக்கத்தை ஏற்படுத்த வேண்டிய மகத்தான கடமையை அது மேற்கொண்டிருக்கிறது. எனினும் மேற்கத்திய எழுத்தாளர்கள் இதை முழுமையாக அங்கீகரிப்பதில்லை. தொடக்க காலத்திலிருந்தே ஐரோப்பாவில் ஒரே வகையான இனம்தான் இருந்து வந்துள்ளது. அவ்வாறு இருந்தபோதிலும், அங்கே மோதல்களும் சச்சரவுகளும் தொடர்ந்து நீடித்து வந்தன. அதன் சமீபத்திய உச்சம்தான் ஐரோப்பாவில் நடைபெற்ற போராகும்.
>
> இந்தியா தொடக்கத்திலிருந்தே, இன்றைய நவீன உலகம் மிகப்பெருமளவில் எதிர்கொண்டுவருகின்ற மிகப்பெரும் பிரச்சனையை, அதாவது இனரீதியான வேறுபாடுகளிலிருந்து ஒருவிதமான நல்லிணக்கத்தை, வெளிப்படையான கருத்து வேறுபாடுகளிலிருந்து ஒற்றுமையை, கொண்டுவருவதை எதிர்கொண்டு வந்துள்ளது. தன் சொந்த எல்லைகளுக்குள் இந்த ஒற்றுமையைக் கொண்டுவருவதில் இந்தியா இறுதியில் வெற்றிபெறவில்லை என்றாலும்கூட, அதன் முயற்சிகள் பயனற்றவை என்று கூறிவிட முடியாது. நாம் வாழும் காலத்தில் மனிதகுலத்திற்குப் பெரும் மதிப்புடைய படிப்பினையைத் தருவதாகவே அந்த முயற்சி இருக்கும். அழிவுமிக்க முறைகளைக் கையாண்டோ அல்லது ஓரளவிற்கு

பொருளாயதத் தீர்விற்கு முயற்சி செய்தோ அந்தப் பிரச்சனையை இந்தியா கையாளவில்லை. அது தனது ஆன்மீக இலக்கையே இருப்பாக்கிக் கொண்டு, முடிவேயற்ற தன்மையின்மீது நம்பிக்கை கொண்டுள்ளது. இப்போது அது எதிர்கொண்டு வருகின்ற மிகப்பெரும் இன மற்றும் ஆன்மீகப் பிரச்சனைகள் மேற்குலகிற்கு எச்சரிக்கையையும் திசை வழியையும் காட்டுவதோடு, இந்தியா தனது மகத்தான காலங்களில் அடைந்த வெற்றிகளை ஆய்வு செய்வதன் மூலம் அதனால் உத்வேகமும் ஊக்கமும் பெற முடியும்.' *(தொடர்ந்து பல நிமிடங்களுக்குக் கரவொலி நீடித்தது.)*

மறுநாள் (செப்டெம்பர் 30) மதராஸில் அப்போது இயங்கி வந்த ரவீந்திரநாத் கிளப்பிற்கு வருகை தந்து, நகரத்தின் முக்கிய பிரமுகர்களை சந்தித்துப் பேசினார். அன்று மாலை மீண்டும் கோகலே ஹாலில் 'நவீன காலத்தின் உயிர்ப்பு' என்ற தலைப்பில் உரை நிகழ்த்தி விட்டு, அன்றிரவே தீனபந்து ஆண்ட்ரூஸ் உடன் கோயமுத்தூருக்குப் பயணம் மேற்கொண்டார்.

போத்தனூர் ரயில் சந்திப்பில் டாக்டர் ரவீந்திரநாத் தாகூரையும் அவரோடு பயணம் செய்த தீனபந்து ஆண்ட்ரூஸையும் அரசுக் கல்லூரி முதல்வர் கே.எஸ். வைத்தியநாதன், ஆர். கே. சண்முகம் (இவர் பின்னாளில் நேரு அமைச்சரவையில் மத்திய நிதியமைச்சராகப் பணியாற்றினார்) ஆகியோர் வரவேற்றனர்.

கோயமுத்தூர் சந்திப்பிலும் கல்லூரி மாணவர்களின் சாரணர் அணிவகுப்போடு அவர்கள் வரவேற்கப்பட்டனர். நகரப் பிரமுகர்கள் பலரும் இந்த வரவேற்பில் பங்கேற்றனர். கல்லூரி அரங்கில் நடைபெற்ற நிகழ்வில் திரு. ஆண்ட்ரூஸ் சாந்திநிகேதன் பற்றி உரையாற்றினார்.

அக்டோபர் 2 அன்று கோவையில் உள்ள வெரைட்டி ஹாலில் இந்திய வரலாறு- ஒரு பார்வை என்ற தலைப்பில் அவர் ஏற்கனவே ஆற்றியிருந்த உரையைக் கூடியிருந்த மக்களிடையே படித்தார். மறுநாள் கிழக்கிந்திய பல்கலைக்கழகம் என்ற தலைப்பில் உரை நிகழ்த்தினார். இந்தச் சொற்பொழிவுகளுக்காக பார்வையாளர் களிடம் நுழைவுக் கட்டணம் வசூலிக்கப்பட்டது. அதுபோக நகரத்துப் பிரமுகர்கள் ஆர்.கே. சண்முகம், சாத்தப்பச் செட்டியார், பி.ஆர். எம். ராமசாமி செட்டியார், நஞ்சப்ப செட்டியார், ரத்தினசபாபதி கவுண்டர் போன்ற பிரமுகர்களும் கணிசமான நிதியை சாந்திநிகேதனுக்கு வழங்கினர்.

அக்டோபர் 5 முதல் 8 வரை மங்களூர் நகரில் இருந்த பல்வேறு கல்வி நிலையங்களைப் பார்வையிட்டு ஓய்வெடுத்த அவர், மீண்டும் மதராஸ் திரும்பி வந்து, அன்னி பெசண்ட்டுடன் விஸ்வபாரதி பல்கலைக்கழகத்திற்கான காலாண்டு இதழைக் கொண்டுவருவது குறித்து விவாதித்தார்.

அக்டோபர் 9 அன்று இலங்கைக்குக் கப்பலில் புறப்பட்ட அவரோடு தீனபந்து ஆண்ட்ரூஸும் அவரது செயலாளராகப் பயணத்தை மேற்கொண்டார். ரவீந்திரரின் மகன் ரதீந்திரநாத்தும் அவரது மனைவி பிரதிமா தேவியும் இந்த இலங்கைப் பயணத்தில் பின்னர் அவரோடு இணைந்து கொண்டனர். இந்தப் பயணத்தின்போது அவர் எழுதிய கடிதங்களில், ஊர் ஊராகப் பிச்சையெடுக்கும் ஒரு பரதேசியாகவே தன்னைக் கருதிக் கொண்டு, விஸ்வபாரதி பல்கலைக்கழகத்திற்கான நிதியைத் தாம் திரட்டி வருவதாகக் குறிப்பிட்டிருந்தார்.

ரவீந்திரர் இலங்கைக்குப் பயணப்பட்ட நேரத்தில்தான் இந்திய தேசிய காங்கிரசை முன்னுதாரணமாகக் கொண்டு இலங்கையின் முன்னணி அரசியல் செயல்பாட்டாளர்கள் சிலோன் தேசிய காங்கிரஸ் என்ற ஓர் அமைப்பினை உருவாக்கும் முயற்சியில் வெற்றி பெற்றிருந்தனர். ஏற்கனவே ரவீந்திரர் தீவிர ஏகாதிபத்திய எதிர்ப்பாளர் என்ற பெயரைப் பெற்றவராக இப்பகுதியில் அறிமுகமாகியிருந்தார். எனினும் கல்கத்தா பல்கலைக்கழக முன்னாள் மாணவரும் அறிஞரும் முன்னணி அரசியல்வாதியுமான டாக்டர் ஆர்தர் டி சில்வாவின் அழைப்பின்பேரில் இலங்கைக்கு வரும் ரவீந்திரரை வரவேற்க அனைவரும் பேதமின்றி ஒன்றுதிரண்டனர்.

இந்தப் பயணத்தின்போது கொழும்பு நகரில் மூன்று கூட்டங்களில் ரவீந்திரர் உரை நிகழ்த்தினார். ஆசிரியர் பயிற்சிக் கல்லூரியில் 'விஸ்வபாரதியின் உதாரணம்' என்ற தலைப்பிலும், ஓய் எம் சி ஏ அரங்கில் நடைபெற்ற இரண்டு கூட்டங்களில் 'இந்தியாவின் வனப்பகுதிப் பல்கலைக்கழகங்கள்' மற்றும் 'எனது வாழ்க்கைப் பணியின் வளர்ச்சிப்பாதை' ஆகிய தலைப்புகளிலும் உரையாற்றினார். இந்த மூன்று கூட்டங்களுக்குமே சிலோன் தேசிய காங்கிரசின் முதல் தலைவரான சர். பொன்னம்பலம் அருணாசலம் தலைமை வகித்தார்.

அடுத்து தென் இலங்கையின் முக்கிய நகரமான காலேயில் ஆல்காட் அரங்கில் அவர் உரையாற்றினார். இங்கு இந்தியாவிற்கும் இலங்கைக்கும் இடையே உள்ள வரலாற்று ரீதியான உறவுகளை

நினைவூட்டி, அதற்குப் புத்துயிர் ஊட்ட வேண்டும் என்று அவர் கேட்டுக் கொண்டார். இந்த நிகழ்வுகளுக்குப் பிறகு நுவரெலியாவிற்குச் சென்று ஐந்து நாட்கள் ஓய்வெடுத்துக் கொண்டார்.

அங்கிருந்து கப்பலில் கேரளாவிற்குப் பயணப்பட்ட ரவீந்திரர் திருவிதாங்கூர் மகாராஜா ஸ்ரீமூலம் திருநாளின் அழைப்பின்பேரில் திருவனந்தபுரம் வந்து சேர்ந்தார். ரவீந்திரரின் இந்த வருகை குறித்து அறிந்த பிரம்ம சமாஜத்தின் கேரளப் பிரிவைச் சேர்ந்த சுவாமி சிவப்பிரசாத் அவரது பயணத் திட்டத்தில் சிவகிரியையும் சேர்த்துக் கொள்ள வேண்டும் என்று வேண்டுகோள் விடுத்தார். மேலும் அவரது தூண்டுதலின் பேரில் நாராயண குருவின் நெருங்கிய சீடரான டாக்டர் பி. பால்பு, ரவீந்திரர் சிவகிரி மடத்திற்கு வருகைதந்து கேரள மாநிலத்தில் சமூகச் சீர்திருத்தங்களை முன்னெடுத்துவரும் நாராயண குருவுடன் உரையாட வேண்டும் என்று முறைப்படி கேட்டுக் கொண்டார். அவரது வேண்டு கோளுக்கிணங்க, 1922 நவம்பர் 15 அன்று மாலை 4 மணிக்கு நாராயண குருவைச் சந்திக்க சிவகிரி வருவதாக ஒரு தந்தியின் மூலம் ரவீந்திரர் பதிலளித்தார்.

இந்தப் பயணத்தின்போது ரவீந்திரரின் மகன் ரதீந்திரநாத், மருமகள் பிரதிமா தேவி, தீனபந்து ஆண்ட்ரூஸ் ஆகியோரும் உடனிருந்தனர். ரவீந்திரர் திருவனந்தபுரத்திலிருந்து அட்டிங்கல் நகரத்தை வந்தடைந்தபோது, அலங்கரிக்கப்பட்ட சாரட் வண்டியில் அமரவைத்து, அணிகலன்கள் பூண்ட யானைகள் புடைசூழ, கேரள மாநிலத்தின் பாரம்பரிய இசைக்கருவிகளின் இன்னிசையோடு, சிவகிரி மடத்திற்கு ஊர்வலமாக அவர் அழைத்து வரப்பட்டார்.

சிவகிரி மடத்தில் ரவீந்திரரையும் அவரது குழுவினரையும் புகழ்பெற்ற மலையாள கவிஞரான குமரன் ஆசான், டாக்டர் பால்பு, சுவாமி சிவப்பிரசாத் ஆகியோர் வரவேற்றனர். நாராயண குரு தான் தங்கியிருக்கும் வைதீக மாடத்தில் தியானத்தை முடித்துவிட்டு வெளியே வந்து ரவீந்திரரை முறைப்படி வரவேற்றார்.

'வணக்கத்திற்குரிய முனிவரே!' என்று அவரை விளித்த ரவீந்திரர், பின்னர் வராந்தாவில் அமர்ந்தபடி அவருடன் ஆங்கிலத்தில் உரையாடினார். கல்கத்தாவில் கல்வி கற்றிருந்த கவிஞர் குமரன் ஆசான் ரவீந்திரருடன் வந்திருந்த மற்றவர்களுக்கு சிவகிரி மடத்தின் செயல்பாடுகள் குறித்து வங்காள மொழியில் விளக்கிக் கூறினார்.

'வாழ்க்கையின் எல்லைக்கே விரட்டப்பட்ட மக்களை மேம்படுத்த எண்ணற்ற செயல்களை நீங்கள் செய்துள்ளீர்கள் என்பதை நான்

அறிவேன். உங்கள் மீது எனக்கு மிகுந்த மதிப்பும் உண்டு. உங்களை நேரில் சந்தித்ததில் மிகுந்த மகிழ்ச்சி. (சுமார் 30 ஆண்டுகளுக்கு முன்பு) சுவாமி விவேகானந்தர் தன் கேரளப் பயணத்தின்போது எதிர்கொண்ட கொடுமையான சாதிய பழக்கங்களைக் கண்டு, உங்கள் கேரளத்தை 'பைத்தியக்காரர்களின் புகலிடம்' என்று கூறியிருந்தார். சாதியத்திற்கும் பழமைவாதத்திற்கும் எதிரான உங்கள் நற்செயல்களின் மூலம் அதை கடவுள் வசிக்கும் இடமாக மாற்றியிருக்கிறீர்கள். இந்தியாவின் மற்ற பகுதியினரும் பின்பற்றத்தக்க ஒரு முன்மாதிரியாக நீங்கள் திகழ்கிறீர்கள்!'' என்று ரவீந்திரர் நாராயண குருவிடம் குறிப்பிட்டார். மேலும் சாந்தி நிகேதனுக்கு வருகை தருமாறும் அவருக்கு அழைப்பு விடுத்தார்.

நாராயண குருவை ரவீந்திரர் சந்தித்த செய்தி நாளிதழ்களில் வெளியானதும், அதுவரை குடத்திலிட்ட விளக்காக அந்தப் பகுதியில் மட்டுமே அறியப்பட்டிருந்த நாராயண குருவின் மீதும், அவரது சாதிய எதிர்ப்பு நடவடிக்கைகளின் மீதும் நாடு முழுவதிலும் பெரும் கவனத்தை ஈர்த்து, தேசிய அளவில் அவரது புகழை பரவச் செய்யவும் இந்தச் சந்திப்பு வழிவகுத்தது.

மனித குலத்தின் மேம்பாட்டிற்குப் பங்களிக்கும் கடமையை மேற்கொண்டுள்ள ஒவ்வொருவருமே, சாதி, மதம், இனம் என்ற குறுகிய விஷயங்களில் கவனம் செலுத்துவதற்குப் பதிலாக, கல்வியிலேயே கவனம் செலுத்த வேண்டும் என்பதைத் தங்களது பொறுப்பாகக் கருதிச் செயல்பட்டவர்கள்தான் ரவீந்திரரும் நாராயண குருவும். காலனிய ஆட்சியில் தங்களை முன்னேற்றிக் கொண்டு உடலுழைப்பு தேவைப்படாத வேலைகளைப் பெறுவதற்கான ஒரு வழியாக கல்வியைக் கருதாமல், மனிதர்களின் தனித்திறமைகளை வளர்த்தெடுப்பதற்கான வழியாகவே இவர்கள் இருவரும் கல்வியை கருதினர். இயற்கையைப் பாதுகாப்பது என்பது இவர்களின் கல்வி முறையின் கூர்நோக்காக இருந்தது. மனிதகுலத்தின் இருப்பே இயற்கையான சுற்றுச்சூழலை பாதுகாப்பதில்தான் அடங்கியிருக்கிறது; அதனை அழிப்பது மனித இனத்தின் அழிவிற்கே கொண்டு செல்லும் என்றும் அவர்கள் வலுவாக வாதிட்டு வந்தனர்.

எனினும் நாராயண குரு, ரவீந்திரர் ஆகிய இருவரும் உருவாக்கிய கல்வி முறை முற்றிலும் ஒன்றுக்கொன்று மாறுபட்டதாக இருந்தது என்பதையும் இங்கே குறிப்பிட வேண்டும். நாராயண குருவின் கல்வி முறை வேதங்கள், உபநிடதங்கள் போன்ற அடிப் படையிலேயே மதரீதியான, ஆன்மீக ரீதியான எழுத்துக்களைக்

கற்பிப்பதில் கவனம் செலுத்தி வந்தது. இதற்கு முற்றிலும் மாறாக, மிகச் சிறு வயதிலேயே அனைத்து வகையான மனிதர்களோடும், அதன்வழி மேற்குலகின் அறிவார்ந்த விஷயங்களோடும் அறிமுக மாகியிருந்த ரவீந்திரர், மேற்குலகின், உள்நாட்டின் அறிவுச் செல்வங்களை உள்ளடக்கியதொரு கல்வி முறையை உருவாக்கி செயல்படுத்தி வந்தார். அவரது மாணவர்கள் இந்தியாவின் பாரம்பரிய எழுத்துக்களோடு கூடவே, மேற்குலகின் எழுத்துக் களையும் அறிந்துகொள்ளும்படியான கல்வி முறையாக அது அமைந்திருந்தது.

அவ்வகையில் கவிஞரும் செயல்பாட்டாளருமான ரவீந்திரரும், துறவியும் செயல்பாட்டாளருமான நாராயண குருவும் சந்தித்துக் கொண்டதென்பது சாதாரணமான ஒன்றல்ல. இந்திய மனங்களின் மீது மேற்கத்திய சிந்தனைகள் மேலாதிக்கம் செலுத்திவந்த தருணத்தில், இந்திய தேசியம் என்ற உணர்வின் வரலாற்றில் இரண்டு மகத்தான சிந்தனையாளர்களின் இணைப்பாகவும் அது இருந்தது.

பிளவுபடாத வங்கத்தில் ரவீந்திரர் எதைச் செய்து கொண்டிருந்தாரோ, அதற்குத் தொலைதூரத்தில் இருந்த, மன்னராட்சி நிலவிய திருவிதாங்கூர் பகுதியில் நாராயண குரு தனக்கேயுரிய வகையில் அதைச் செயல்படுத்தி வந்தார். மனிதகுலத்தின் நலனை மட்டுமே கருதிய, சமூக-கலாச்சார உணர்வு கொண்டவர்களாக இவர்கள் இருவருமே இருந்தனர். காலனியாட்சிக்குத் துதிபாடிக் கொண்டிருந்தவர்களின் மனதில் பீடித்திருந்த அடிமைப்புத்திக்கு முற்றிலும் மாறான வகையில், உள்நாட்டு அறிவு வளத்தின் முக்கியத்துவத்தை முன்னிறுத்தும் ஒரு காலத்தை, தங்கள் செயல் பாடுகளால் முன்னிறுத்தியவர்களாகவும் இவர்கள் இருந்தனர்.

அந்நிய ஆட்சியின் அடிமைத்தனத்திலிருந்து விடுதலை பெற வேண்டும் என்ற உணர்வை ஊட்டுவதில் இந்த இருவரின் சிந்தனைகளும் ஒன்றுதிரண்டன என்பதில்தான் இவர்களது சந்திப்பின் முக்கியத்துவம் அடங்கியுள்ளது. நாராயண குருவின் முன்முயற்சியின் விளைவாக தீவிரமானதொரு சமூக- கலாசார மாற்றத்தை அன்றைய கேரளப் பகுதி கண்டதெனில், மனித குலத்தின் நலனுக்கான பற்றுறுதியை மக்களிடையே, மாணவர்களிடையே வளர்த்தெடுக்கும் பணியில் ரவீந்திரரின் பங்கு மகத்தானது என்றே கூற வேண்டும். அதற்கான சாட்சியாக விஸ்வபாரதியும் ஸ்ரீநிகேதனும் திகழ்ந்தன.

நாராயண குருவுடனான இந்தச் சந்திப்பிற்குப் பிறகு, கொல்லத்தில் பி.ஆர். ராமானுஜம் என்ற தொழிலதிபரைச் சந்தித்தார். அவர் சாந்திநிகேதனில் ஒரு வேதியியல் பரிசோதனை மையத்தை உருவாக்குவதற்குத் தேவையான சோதனைக் கருவிகளோடு, வேதியியல் தொடர்பான 200 நூற்தொகுதிகளையும் ரவீந்திரருக்குப் பரிசாக வழங்கினார். பின்பு ஆலப்புழையில் எலெக்ட்ரிக் தியேட்டரில் நாகரீகத்தின் பிரச்சனைகள் குறித்து அவர் உரையாற்றினார். இத்தருணத்தில் அவருக்கு ரூ. 1200 நன்கொடை வழங்கப்பட்டது. ஆல்வாய், எர்ணாகுளம் ஆகிய நகரங்களிலும் அவருக்கு வரவேற்பும் விஸ்வபாரதிக்கான நன்கொடையும் வழங்கப்பட்டது.

அங்கிருந்து மதராஸ் சென்ற அவர் மீண்டும் ஒருமுறை அன்னி பெசண்ட்டைச் சந்தித்து விட்டு பம்பாய் புறப்பட்டார். அங்கு பல்வேறு பார்ஸி அமைப்புகளும் ஏற்பாடு செய்திருந்த கூட்டத்தில் ஜொராஷ்ட்ரத்தின் நெறிமுறைகள் குறித்து உரையாற்றினார். சில்வெய்ன் லெவிக்குப் பிறகு விஸ்வபாரதியில் வருகைதரு பேராசிரியராக பணியேற்கவிருந்த செக்கோஸ்லோவாகியாவைச் சேர்ந்த கீழைத்தேய அறிஞரான மோரிஸ் விண்டர்மிட்ஸ் இத்தருணத்தில்தான் பம்பாயில் வந்திறங்கியிருந்தார். அவர் மீதமிருந்த பயணத்தின்போது ரவீந்திரருடன் இணைந்து கொண்டார்.

வங்கத்திற்குத் திரும்பும் வழியில், அகமதாபாத் அருகேயிருந்த காந்தியின் சபர்மதி ஆசிரமத்திற்கு ரவீந்திரர் மீண்டும் சென்றார். அப்போது காந்தி சிறையில் இருந்தார். ஆசிரமவாசிகள் மத்தியில் தியாகம் என்பதன் உண்மையான பொருள் பற்றி அவர் உரையாற்றியதோடு, காந்தியின் ஆளுமையை அது எவ்வாறு பிரதிபலிக்கிறது என்பதையும் எடுத்துக் கூறினார்.

டிசம்பர் மாதம் இரண்டாவது வாரத்தில் சாந்திநிகேதன் திரும்பிய ரவீந்திரர் பழைய மாணவர்களைச் சந்தித்து உரையாடினார். இத்தருணத்தில் பிரெஞ்சு அறிஞர் ரொமெய்ன் ரோலண்ட், ஒரு கடிதம் மூலம் ஸ்வீடன் நாட்டைச் சேர்ந்த எமில் ரோனிகர் என்ற பதிப்பாளர் ஒரு சர்வதேச பதிப்பகத்தை தொடங்கியுள்ளதைத் தெரிவித்திருந்தார். இதற்கு பதில் எழுதிய ரவீந்திரர், தனது கோரா நாவல் மற்றும் வெளிநாடுகளிலிருந்து எழுதிய கடிதங்கள் ஆகிய இரண்டு நூல்களை உலக நூலகம் என்ற பெயருடைய அந்தப் பதிப்பகம் ஜெர்மன், ப்ரெஞ்சு மொழிகளில் வெளியிடுவதற்கான தனது அனுமதியை வழங்குவதாகத் தெரிவித்திருந்தார்.

அத்தியாயம் 24

இழப்புகளும் இந்தியப் பயணங்களும்

கல்கத்தாவில் ராம்மோகன் நூலகத்தில் 1923 ஜனவரி 7 அன்று நடைபெற்ற கூட்டத்தில் எல்மிர்ஸ்ட் கிராமப்புற புத்தாக்கம் குறித்து உரை நிகழ்த்தினார். மலேரியா, குரங்குகள், பரஸ்பர நம்பிக்கையின்மை ஆகியவையே கிராமப்புற இந்தியாவை பெரிதும் பாதித்துவரும் பிரச்சனைகள் என்று அவர் விவரித்தார். இந்தக் கூட்டத்திற்கு ரவீந்திரர் தலைமை வகித்தார்.

இரண்டு நாட்களுக்குப் பிறகு ரவீந்திரரை மிகச் சிறுவயதிலிருந்தே ஊக்குவித்து, வெளியுலகை, மேற்கத்திய நாகரிகத்தை அவருக்கு அறிமுகப்படுத்திய மூத்த சகோதரரும் இந்திய ஆட்சிப்பணி (ஐசிஎஸ்) ஏற்ற முதல் இந்தியருமான சத்யேந்திரநாத் தாகூர் கல்கத்தாவில் தனது 81வது வயதில் காலமானார். இவரது குழந்தைகளான சுரேந்திரநாத், இந்திரா தேவி ஆகிய இருவரும் சிறுவயதிலிருந்தே ரவீந்திரரின் மிக நெருங்கிய நண்பர்களாக, கருத்துகளைப் பரிமாறிக்கொள்ளும் தோழர்களாக விளங்கினர் என்ற வகையில் இந்த மூத்த சகோதரரின் இழப்பு அவரை பெரிதும் வருத்தம் கொள்ளச் செய்தது.

ஜனவரி 13 அன்று சீனாவிலிருந்து வந்திருந்த சில விருந்தினர்கள் ஜொராசங்கோவில் ரவீந்திரரைச் சந்தித்து, அந்த ஆண்டு அக்டோபர்- நவம்பர் மாதங்களில் சீனாவிற்கு வருமாறு அழைப்பு விடுத்தனர். நீண்ட நாட்களாகவே சீனாவிற்குச் செல்ல

வேண்டுமென்ற அவரது ஆசை இந்த அழைப்பின் மூலம் மேலும் தீவிரமானது.

அதற்கு அடுத்த நாள் வங்காள கவர்னர் லிட்டன் பிரபு சாந்திநிகேதனுக்கு வருகை தந்தார். காந்தியின் தீவிர ஆதரவாளர்களாக இருந்த மூத்த ஆசிரியர்கள் பலரும் கவர்னரின் இந்த வருகையை புறக்கணித்தனர். எனினும் சாந்திநிகேதனுக்கு அரசுமுறைப் பயணமாக வந்த மூன்றாவது வங்காள கவர்னரான லிட்டன் பிரபுவை ரவீந்திரர் வரவேற்றார். சுருல் கிராமத்தில் மேற்கொள்ளப்படும் புத்தாக்க முயற்சிகளுக்கு அரசின் உதவியைத் தொடர்ந்து பெற வேண்டும் என்பதே அவரது நோக்கமாக இருந்தது.

1923 பிப்ரவரியில் சாந்திநிகேதனில் இருந்த மூன்று ஆலமரங்களின் கிளைகளுக்கிடையே, ஜப்பானிய தச்சுக்கலை நிபுணரான காஷிஹாரா உருவாக்கியிருந்த மர வீட்டில் ரவீந்திரர் தங்கி, வசந்தா என்ற இசை நாடகத்தை எழுதினார். பிப்ரவரி 21 அன்று ராம்மோகன் நூலகத்தில் நடைபெற்ற ஒரு கூட்டத்தில் ரவீந்திரர் இந்த நாடகத்தைப் படித்துக் காட்டினார்.

அந்தச் சமயத்தில் வங்காள இலக்கிய உலகில் ரவீந்திரருக்கு அடுத்து, புகழ்பெற்ற கவிஞராகவும், புரட்சிக்கவி என்றும் அறியப்பட்ட காஜி நஸ்ருல் இஸ்லாமிற்கு இந்த இசை நாடகத்தை அர்ப்பணிப்பதாக ரவீந்திரர் அறிவித்தார். அந்த நேரத்தில் நஸ்ருல் இஸ்லாம் விடுதலைப் போராட்ட செயல்பாடுகளுக்காகச் சிறையில் அடைக்கப்பட்டிருந்தார் என்பது குறிப்பிடத்தக்கது. பிப்ரவரி 25 அன்று கல்கத்தா மதன் தியேட்டரில் இந்த நாடகம் அரங்கேறியது. இதன் இரண்டாவது நிகழ்வு பிப்ரவரி 27 அன்று கல்கத்தா பல்கலைக்கழக அரங்கில் நடைபெற்றது.

1923 மார்ச் மாதம் முழுவதும் விஸ்வபாரதிக்கான நிதி திரட்ட நாட்டின் மேற்குப் பகுதிக்கு ரவீந்திரர் பயணம் மேற்கொண்டார். இந்தப் பயணத்தின்போது, நோபல் பரிசுபெற்ற பொருளாதார நிபுணர் அமர்த்யா சென்னின் தாய்வழித் தாத்தாவும், வடமொழி அறிஞரும், விஸ்வபாரதி பல்கலைக்கழக பேராசிரியருமான கிட்டிமோகன் சென் அவருடன் இணைந்து கொண்டார். முதல் நிகழ்வாக வாரணாசி இந்து பல்கலைக்கழகத்தில் ரவீந்திரர் உரையாற்றினார். அதே நகரில் நடைபெற்ற வங்க சாகித்ய சம்மேளனத்தின் கிழக்குப் பிரிவின் தொடக்க மாநாட்டிற்குத் தலைமை வகித்து உரையாற்றினார்.

பின்னர் லக்னோ பல்கலைக்கழகத்தில் உரை நிகழ்த்திவிட்டு பம்பாய் வழியாக அகமதாபாத் வந்தடைந்தார். அங்கு குஜராத்தி சாகித்ய சபாவின் ஒரு கூட்டத்தில் உரையாற்றினார். இந்த உரையில்தான் 'உலகத்திலுள்ள வீடில்லா பயணிகளுக்கென தான் ஒரு விடுதியை கட்டியுள்ளதாகவும், அதன் பெயர் விஸ்வபாரதி' என்றும் ரவீந்திரர் குறிப்பிட்டார்.

அங்கிருந்து கராச்சி சென்ற அவருக்கு பொதுமக்களின் சார்பில் வரவேற்பு அளிக்கப்பட்டது. அடுத்த நாள் கராச்சி நகரில் வசித்துவந்த வங்காளிகளின் சார்பில் பாராட்டுவிழா நடைபெற்றது. மார்ச் 21 அன்று கராச்சி நகராட்சி அவருக்கு பிரம்மாண்டமானதொரு வரவேற்பினை வழங்கியது. அடுத்த நாள் பியர்ல் ஓபரா ஹவுஸில் 'இந்திய வரலாறு-ஒரு பார்வை' என்ற தலைப்பில் உரை நிகழ்த்தினார். மார்ச் 24 அன்று தியாசாஃபிகல் சொசைட்டி ஹாலில் நடைபெற்ற பெண்கள் கூட்டத்தில் உரையாற்றினார்.

பின்பு சிந்து மாகாணத்தின் ஹைதராபாத் நகரை வந்தடைந்த ரவீந்திரர் இந்திய நாடோடி மக்களின் மதம் குறித்து உரையாற்றினார். மீண்டும் கராச்சி திரும்பி அங்கிருந்து கப்பல் வழியாக காந்தி பிறந்த ஊரான போர்பந்தர் வந்தடைந்தார். பின்பு பீகார் வழியாக சாந்திநிகேதன் திரும்பினார். ஏப்ரல் மாத இறுதியில் விஸ்வபாரதி பல்கலைக்கழகத்தின் முதல் இதழ் வெளியானது. ரவீந்திரர் இந்தக் காலாண்டு இதழின் ஆசிரியராக இருந்து செயல்பட்டார்.

உக்கிரமான வெயிலைத் தொடர்ந்து ஒரு சில குடும்ப உறுப்பினர்களுடன் அசாம் தலைநகரான ஷில்லாங் சென்று தங்கினார். அங்கு அவரைச் சந்தித்த நண்பர்களோடு நடத்திய கலந்துரையாடலின் மூலம் பெற்ற உற்சாகத்தில், அவரது மிகச்சிறந்த நாடகம் எனக் கருதப்படும் ரக்த கராபி (செவ்வரளி) என்ற நாடகத்தின் முதல் பிரதியை எழுதி முடித்தார். இந்த நாடகம் இறுதி வடிவத்தை அடைவதற்கு முன்பாக, ரவீந்திரர் 11 முறை அதைத் திருத்தி எழுதியிருந்தார். இந்தியாவின் மேற்குப் பகுதியில் அவர் மேற்கொண்ட பயணத்தின்போதுதான் இந்த நாடகம் இறுதி வடிவம் பெற்றது. ஸ்ரீநிகேதனின் இயக்குநரான லியனார்ட் எல்மிர்ஸ்டுக்கு இந்த நாடகத்தை ரவீந்திரர் அர்ப்பணித்திருந்தார்.

ரவீந்திரரின் தனித்துவம் மிக்க நாடகங்களில் முக்த தாரா, ரக்த கராபி ஆகிய இரண்டும் குறிப்பிடத்தக்கவை. இந்த இரண்டுமே நவீன நாகரிக யுகத்தின் இன்னல்களைச் சுட்டிக் காட்டுவதாக, பேராசை, ஆதிக்க உணர்வு, தன்னலம் ஆகியவற்றின் முடிவிற்கான வழியை

எடுத்துக் கூறுவதாக அமைந்திருந்தன. இந்த இரண்டும் இயந்திரத்திற்கும் மனித சுதந்திரத்திற்கும் இடையே தோன்றும் முரண்பாட்டை எடுத்துக் கூறுவதாக, அன்பு, தியாகம் ஆகியவற்றின் அடுத்த பக்கங்களை விவரிப்பதாக அமைந்திருந்தன.

இந்த இரு நாடகங்கள் குறித்தும் எண்ணற்ற ஆய்வுகள் வெளிவந்துள்ளன. ரக்த கராபி நாடகத்தின் உள்ளீடான அம்சங்கள், சமீபத்திய கொரோனா பெருந்தொற்றுக் காலத்தில் வெளிப்பட்ட மனிதத் தன்மையற்ற போக்கு ஆகிய இரண்டையும் ஒப்பிட்டு, ஜாதவ்பூர் பல்கலைக்கழகத்தில் இருந்து நந்தன் பட்டாச்சார்யா மேற்கொண்ட ஓர் ஆய்வு 2021இல் வெளிவந்துள்ளது. ஒரு செவ்வியல் இலக்கியம் அல்லது எழுத்து என்பது அது எழுதப்பட்ட காலத்தைக் கடந்து, அதைப் படிக்கும் காலத்தையும் தன்னுள் எடுத்துக் காட்டும் தன்மை கொண்டதாக அமைவதாகும். அவ்வகையில், தற்காலத் தன்மையையும் தன்னகத்தே கொண்ட ஓர் செவ்வியல்தன்மை கொண்ட எழுத்தாக ரவீந்திரரின் முக்த தாராவும் ரக்த கராபியும் அமைகின்றன.

சுயநலத்திற்கும் அடுத்தவருக்கு உதவும் குணத்திற்கும் இடையே உள்ள முரண்பாட்டை எடுத்துக் கூறும் நோக்கம் கொண்டதாக ரக்த கராபி நாடகம் அமைகிறது. இதன் மூலம் பரோபகார சிந்தனையின் மீதான தன் சார்பை ரவீந்திரர் தெளிவாக வெளிப்படுத்தியிருந்தார். சுயநலம் என்பது ஒரு தீய பழக்கமாக ஒருபோதும் கருதப்படுவதில்லை. உண்மையில், நல்ல தன்மை கொண்டவை; நடுநிலை தன்மை கொண்டவை; மோசமான தன்மை கொண்டவை என, சுயநலத்தை மூன்று வகையாகப் பிரிக்கலாம். அடுத்தவர்களின் இழப்பின் மூலம் நமது தேவைகளை நிறைவேற்றிக் கொள்வது எனும்போதுதான் பிரச்சனை எழுகிறது. நமது தேவைகளை நிறைவேற்றிக் கொள்ள அடுத்தவர்களின் வாழ்க்கையை மேலும் மோசமாக்கும்படியான சுயநலத்தை நாம் தவிர்க்க வேண்டும் என்பதை இந்த இரு நாடகங்களும் எடுத்துக் கூறின.

இந்த நாடகத்தின் கதை யக்ஷபுரி என்ற நாட்டில் நடைபெறுகிறது. அந்த நாட்டின் அரசன் திரைமறைவில் இருந்தபடியே நாட்டு மக்களை ஆட்டுவிப்பவனாக இருக்கிறான். அவனது விருப்பப்படியே பூமியைத் தோண்டி அதன் அடியாழத்தில் கிடைக்கும் தங்கத்தை வெளிக்கொண்டு வரும் வேலையைச் செய்ய மக்களைக் கசக்கிப் பிழிகிறார்கள் அவனது மேலாளர்கள். வெளிச்சத்தையே காணாத அந்த மக்கள் அரசனுக்காகத் தங்கத்தை தோண்டியெடுப்பதே தங்கள் வாழ்க்கையின் இலக்கு என்ற

வகையில் எவ்வித மனித உணர்வும் அற்றவர்களாக இருக்கின்றனர். அதற்கு ஏற்ற வகையில் அவர்களுக்கு தனிப்பட்ட பெயர்கள் ஏதுமில்லை; மாறாக எண்களைக் கொண்டே அவர்கள் அழைக்கப்படுகின்றனர்.

பேசவோ, சிந்திக்கவோ, மனிதர்களுக்கேயுரிய அம்சங்கள் என்று சொல்லப்படுகிற உணர்வுகளை முற்றிலும் இழந்தவர்களாக, அத்தகைய இழப்பை எவ்வகையிலும் உணராத வகையில், ஓய்வின்றி, கேளிக்கை ஏதுமின்றி, இயந்திரமயமான ஒரு வாழ்க்கையை வாழ்ந்து வருபவர்களாக அந்நாட்டு மக்கள் உள்ளனர். காற்றும் வெளிச்சமும் இல்லாத ஓர் உலகத்தில் வாழும் இத்தகைய மனிதர்களிடையே நந்தினி என்ற பெண்ணும் அவளது சக தோழனான ரஞ்சனும் இந்த அமைப்பினை உடைத்தெறிய முன்வருகின்றனர். விடுதலைக்கான நம்பிக்கையை மேலுக்குக் கொண்டுவரும் இந்த இருவருக்கும் எதிராக, அந்த மக்களிடையேயும் சிலர் உள்ளனர். அதுவும் போக, அரசாட்சியின் அடக்குமுறை கரங்களும் அவர்களை நசுக்கத் தயாராக முன்வருகின்றன. எதிர்ப்பவர்களை கைது செய்வது அல்லது இல்லாமலாக்குவது என்ற முறையில் செயல்படும் காவலதிகாரிகளின் கொடுங்கரங்களுக்கு ரஞ்சன் பலியாகிறான். இந்த அமைப்பினை உடைத்தெறியப் பாடுபடும் நந்தினி தன் போரைத் தொடங்குகிறாள். அவள் உயிர்த்தியாகம் செய்வதற்கான வாய்ப்புகளே அதிகம் என்பதை நாடகம் மறைபொருளாக உணர்த்துகிறது.

தேச விடுதலைப் போராட்டம் தொடர்பாக ஹூக்ளி சிறையில் அடைக்கப்பட்டிருந்த புரட்சிக்கவி காஜி நஸ்ருல் இஸ்லாம், சிறையில் நடைபெற்று வரும் கொடுமைகளைக் கண்டித்து சாகும்வரை **1923** மே மாதம் உண்ணாவிரதம் மேற்கொண்டிருந்தார். அத்தருணத்தில் ‘உங்கள் உயிர் வங்காள இலக்கியத்திற்கு உரித்தானது; அதைப் போக்கிக் கொள்ளும் உரிமை உங்களுக்கில்லை’ என்று ரவீந்திரர் தந்தி மூலம் விடுத்திருந்த வேண்டுகோளைத் தொடர்ந்து, நஸ்ருல் இஸ்லாம் தன் உண்ணாவிரதப் போராட்டத்தைக் கைவிட்டார்.

ஆகஸ்ட் மாதத்தில் மிருணாள் காந்தி பாசு என்ற பத்திரிக்கையாளருக்கு ரவீந்திரர் அளித்த பேட்டியில் அப்போது உருவாகியிருந்த சுயராஜ்யக் கட்சி குறித்தும், பொருளாதாரத் திட்டங்களின் மூலமே இந்து-முஸ்லீம் ஒற்றுமையை உருவாக்க முடியும் என்ற கருத்தையும் வலியுறுத்தினார். இந்தப் பேட்டி

பிஜோலி என்ற வார இதழில் வெளியானபோது, வங்காள அரசியல் உலகில் பெரும் சலசலப்பை ஏற்படுத்தியது. பின்னர் விஸ்வபாரதி காலாண்டிதழில் எழுதிய ஒரு கட்டுரையில் ரவீந்திரர் இதே கருத்துகளை வலியுறுத்தியிருந்தார். இம்மாத இறுதியில் விஸ்வபாரதியில் நடைபெற்ற ஒரு கூட்டத்தில் கூட்டுறவு அமைப்புகளின் மூலம் கிராமப்புறங்களில் மலேரியாவை தடுப்பது குறித்து ரவீந்திரர் விரிவாக எடுத்துரைத்தார்.

செப்டெம்பர் 10ஆம் தேதியன்று ரவீந்திரரின் நெருங்கிய நண்பரும் வங்கத்தின் மிகச் சிறந்த கேலிக் கவிஞரும் சிறுவர் எழுத்தாளருமான சுகுமார் ரே (1887-1923) நோய்வாய்ப்பட்டு தனது 36 வயதில் மறைந்தார். இந்தியாவின் பெயரை உலக அரங்கில் உயர்த்திப் பிடித்த திரைப்பட மேதையான சத்யஜித் ரேயின் தந்தை இவர் என்பது இங்கு குறிப்பிடத்தக்கது.

தீனபந்து ஆண்ட்ரூஸ், லியனார்ட் எல்மிர்ஸ்ட் ஆகியோரைப் போலவே, ரவீந்திரரின் சாந்திநிகேதன் முயற்சிகளுக்கு தன்னை முழுமையாக அர்ப்பணித்துக் கொண்ட ஆங்கிலேயரான வில்லியம் வின்ஸ்டான்லி பியர்சன் கேம்ப்ரிட்ஜ் பல்கலைக் கழகத்தின் அறிவியல் பட்டதாரி. 1907ஆம் ஆண்டில் கல்கத்தாவில் இருந்த லண்டன் மிஷனரி கல்லூரியில் தாவரவியல் ஆசிரியராக பணிபுரியத் தொடங்கினார். ஆண்ட்ரூசைப் போலவே கிறித்துவ போதக செயல்பாடுகளிலிருந்து முழுமையாக விலகி 1911ஆம் ஆண்டில் லண்டனுக்குத் திரும்பினார்.

அங்கு அவரது இல்லத்தில் சுகுமார் ரே ரவீந்திரரைப் பற்றிய ஓர் அறிமுகக் கட்டுரையை படித்தபோதுதான் அவரை முதன்முதலாகச் சந்தித்தார். பின்னர் சாந்திநிகேதனுக்கு ஆசிரியராக வந்து சேர்ந்து, ரவீந்திரரின் அணுக்கத் தொண்டராக மாறி, சாந்திநிகேதனிலேயே வாழ்வின் பெரும்பகுதியைக் கழித்தவர். ரவீந்திரரின் அமெரிக்க – ஐரோப்பிய பயணம், ஜப்பான் பயணம் ஆகியவற்றில் அவரது செயலாளராக அவருடன் பயணம் செய்தவர். சாந்திநிகேதன் அமைந்திருந்த பிர்பும் மாவட்டத்தில் வசிக்கும் சந்தால் பழங்குடிகளின் மேம்பாட்டிற்குப் பெரிதும் பாடுபட்டு வந்த பியர்சன், அந்தக் குழந்தைகளுக்கென இரவுப் பள்ளி ஒன்றையும் நடத்தி வந்தார்.

பியர்சன் இங்கிலாந்து நோக்கிச் செல்லும் வழியில் 1923 செப்டெம்பர் 25 அன்று இத்தாலியில் ஒரு ரயிலில் பயணம் செய்து கொண்டிருந்தபோது வண்டியிலிருந்து தவறிவிழுந்து உயிரிழந்தார். இந்தச் செய்தி சாந்திநிகேதனையும் ரவீந்திரரையும்

பெரிதும் உலுக்கியது. தனியொரு ஆளாக சாந்திநிகேதனில் சந்தால் பழங்குடி மக்களின் நலனுக்கென அவர் உருவாக்கியிருந்த மருத்துவமனைக்கு பியர்சனின் பெயரை சூட்டுவது என முடிவெடுக்கப்பட்டது.

மீண்டும் நவம்பரில் விஸ்வபாரதிக்கு நிதி திரட்ட, இந்தியாவின் மேற்குப் பகுதிக்கு, குறிப்பாக குஜராத் பகுதியில் இருந்த சமஸ்தானங்களுக்கு, ரவீந்திரர் பயணம் மேற்கொண்டார். இந்தப் பயணத்தின்போது ரூ. *1,35,000* வசூலானது.

ஆண்டுதோறும் டிசம்பர் 25 கிறிஸ்துமஸ் நாளில் அந்த ஆண்டில் மறைந்த நண்பர்களை நினைவுகூரும் ஒரு கூட்டம் சாந்திநிகேதனில் நடைபெறுவது வழக்கம். 1923ஆம் ஆண்டு கிறிஸ்துமஸ் நாளில் நடைபெற்ற கூட்டத்தில் ரவீந்திரர் பியர்சனின் பெருமைகளை முன்னிறுத்தி உரைநிகழ்த்தினார்.

அத்தியாயம் 25

ஜப்பான் பயணங்கள்

சீன வரலாற்றுத் தரவுகளின்படி கிமு 3ஆம் நூற்றாண்டில் பேரரசர் அசோகர் புத்த மதத்தைப் பரப்ப அனுப்பிவைத்த பத்து பேரும் அப்போது சீனப் பெருஞ்சுவரை உருவாக்கிக் கொண்டிருந்த அரசரின் உத்தரவுப்படி கொல்லப்பட்டனர். அதன்பிறகு கிபி 789 வரை 37 இந்திய புத்த மத பிரசாரகர்கள் பல்வேறு காலங்களில் சீனாவைச் சென்றடைந்து புத்த மதத்தை அங்கு பரப்புவதில் செயல்பட்டனர்.

மங்கோலியர்களின் தீவிர கவனத்தைப் பெறுவதற்கு முன்பு, கிபி 1036இல்தான் இந்தியாவைச் சேர்ந்த புத்த மத பிரசாரகர்கள் சீனாவிற்குக் கடைசியாக வந்ததாகத் தெரிகிறது. அதன்பிறகு சுமார் ஒன்பது நூற்றாண்டுகளாக இந்தியாவிற்கும் சீனாவிற்கும் இடையே நேரடிப் போக்குவரத்து இருக்கவில்லை. இந்தியாவில் விளைவித்த அபினியை சீனாவின் மீது திணித்த கிழக்கிந்திய கம்பெனியின் வணிக மேலாதிக்கப்போக்கு இந்தக் கணக்கில் அடங்காது.

சீனப் பல்கலைக்கழகங்களின் உரையாற்றும் கழகத்தின் தலைவரும் புரட்சிகர சீர்திருத்தவாதியும் அறிஞருமான லியாங் சி சாவோவின் அழைப்பிற்கிணங்க ரவீந்திரர் 1924 ஏப்ரலில் தன் சீனப் பயணத்தைத் தொடங்கினார். இரண்டு வங்காள மொழி அறிஞர்கள், கலாபவனின் பொறுப்பாளரும், தலைசிறந்த ஓவியரும், சீன சிற்ப,

ஓவியங்களின் மாணவருமான நந்தலால் போஸ், ஸ்ரீநிகேதனைச் சேர்ந்த ஒரு செவிலியர், டோரதி ஸ்ட்ரெயிட்டின் நண்பரான க்ரெட்சன் க்ரீன் மற்றும் இந்தக் குழுவின் அமைப்பாளராகவும் ரவீந்திரரின் செயலாளராகவும் செயல்பட்ட எல்மிர்ஸ்ட் ஆகியோர் இந்தப் பயணக்குழுவில் இடம்பெற்றிருந்தனர்.

சீனாவின் அரசியல், புராதனச் சின்னங்கள் அல்லது அதன் பழைய வரலாறு குறித்து தனக்கு ஆர்வமில்லை என்று எல்மிர்ஸ்ட்டிடம் குறிப்பிட்ட ரவீந்திரர், 'மாணவர்கள், எழுத்தாளர்கள், நடிகர்கள், ஓவியர்கள், கவிஞர்கள், இசை வல்லுநர்கள், நாடக ஆசிரியர்கள் ஆகியோரை சந்திக்கவே நாம் முயற்சி செய்ய வேண்டும். எதிர்காலத்தில் புதிய சீனாவை உருவாக்கவிருக்கும் இவர்கள் என்ன நினைக்கிறார்கள் என்பதைத்தான் நாம் தெரிந்து கொள்ள வேண்டும்' என்று குறிப்பிட்டிருந்தார்.

ரவீந்திரர் ஹாங்காங் வந்தடைந்தபோது, மகத்தானதொரு மக்கள் புரட்சியின் மூலம், சீன அரச வம்சத்தை ஆட்சியிலிருந்து அகற்றிய 1911 புரட்சியின் நாயகரான சன் யாட் சென் தன் தனிச்செயலாளர் மூலம் ரவீந்திரருக்கு ஒரு வரவேற்புக் கடிதத்தை அனுப்பியிருந்தார்.

'ஓர் எழுத்தாளராக மட்டுமல்லாமல், மனித இனத்தின் எதிர்கால நலன், அதன் ஆன்மிக வெற்றிக்கான விதைகளைத் தூவிவரும் ஒரு செயல்பாட்டாளராகவும் திகழும் உங்களை, சீன மக்களின் சார்பாக வரவேற்கிறேன். காண்டனில் உங்களைச் சந்திக்கும் வாய்ப்பு கிடைக்குமா?' என்று அவர் கேட்டிருந்தார். எனினும் அவரது இந்த அழைப்பை ஏற்று சந்திக்க ரவீந்திரரால் இயலவில்லை.

உலகின் இரண்டு பழமையான கலாசாரங்களைக் கொண்ட நாடுகளின் எதிர்காலம் குறித்து கவலை கொண்டு செயல்பட்ட இந்த இருவரும் பல்வேறு காரணங்களால் நேரில் சந்திக்க முடியாமலே போயிற்று.

ஷாங்காயிலும் ஹாங்சோவிலும் உரையாற்றிய பிறகு, நான்ஜிங் சென்ற ரவீந்திரர் 3,000க்கும் மேற்பட்ட மாணவர்கள் கூடியிருந்த பெருங்கூட்டத்தில் உரையாற்றினார். எனினும், அவர் ஆங்கிலத்தில் பேசியதால், அந்தக் கூட்டத்தில் இருந்தவர்களில் 100 பேருக்கும் குறைவானவர்களுக்கே நான் பேசியது புரிந்திருக்கும் என்று ரவீந்திரர் பின்னர் குறிப்பிட்டார்.

அங்கிருந்து பீகிங் போகும் வழியில் சீனாவின் மிகப்பெரும் தத்துவஞானியான கன்ஃபூசியஸின் சமாதியில் அஞ்சலி

செலுத்திவிட்டு பயணக்குழு ஏப்ரல் 21இல் பீகிங் சென்றடைந்தது. இங்கு நடைபெற்ற உலகின் ஒன்பது முக்கிய மதங்களின் தலைவர்களின் கூட்டத்தில் ரவீந்திரரின் தலைமையிலான குழு இந்தியாவின் சார்பாகக் கலந்து கொண்டது. ரவீந்திரரின் நாடகம் ஒன்று ஆங்கில மொழியில் சீன நடிகர்களால் நடிக்கப்பட்டது. அவருக்கென சீன நாடகம் ஒன்றும் நிகழ்த்தப்பட்டது.

மக்கள் புரட்சியின் மூலம் 1911இல் அரியணையிலிருந்து வீழ்த்தப்பட்ட அரசரான பு யு யியை, அவர் வசித்துவந்த தடை செய்யப்பட்ட நகரம் என்று அழைக்கப்படும் அரண்மனையில், ரவீந்திரர் சந்திக்கும் வாய்ப்பும் கிடைத்தது. ரவீந்திரரும் அவரோடு பயணித்த இரண்டு பெண்மணிகளும் அலங்கரித்த நாற்காலிகளில் தூக்கிவரப்பட்டு, முன்னாள் பேரரசரின் அவைக்கு வந்து சேர்ந்தனர். அங்கே அரசரோடு அவரது இரண்டு மனைவியரும் அவையில் வீற்றிருந்தனர். எல்மிர்ஸ்ட் அரசருக்கு ஆங்கில மொழியில் வெளியான ரவீந்திரரின் நூல்களைப் பரிசளித்தார். ரவீந்திரர் அரசரின் மனைவியருக்கு வளத்தின் அறிகுறியாகக் கருதப்படும் சங்கு வளையல்களை வழங்கினார்.

பின்னர் இந்தியாவின் சார்பாக அரசருக்கு வாழ்த்துகளை அவர் தெரிவித்ததோடு, சீனாவிற்கும் இந்தியாவிற்கும் இடையே நிலவிய நல்லுறவுகளை நினைவூட்டி, அத்தகைய உறவிற்குப் புத்துயிரூட்ட வேண்டுமென்று தாம் விரும்புவதாகவும் தெரிவித்தார். இவர்களது ஆங்கில உரையினை செல்வி லின் என்ற துடிதுடிப்பான இளம்பெண் சீன மொழியில் அரசருக்கு மொழிபெயர்த்துக் கூறினார்.

எனினும் பீகிங் நகரில் ரவீந்திரர் ஆற்றிய சொற்பொழிவுகள் இடையூறுகளுக்கு ஆளாயின. இரண்டாவது உரையை முடித்து விட்டுக் கிளம்புகையில் சீன மொழியில் வெளியிடப்பட்ட ஒரு துண்டுப் பிரசுரம் ரவீந்திரரின் கண்ணில் தென்பட்டது. நிகழ்ச்சி ஏற்பாட்டாளர்கள் அதை மொழிபெயர்த்துக் கூறுவதற்குத் தயங்கினர்.

பீகிங்கில் அவர் சந்தித்த ஒரு ஜப்பானியரின் உதவியோடு அந்தத் துண்டுப் பிரசுரத்தின் முழு மொழிபெயர்ப்பும் ரவீந்திரருக்குக் கிடைத்தது. இந்தப் பிரசுரத்தின் கடுமையான மொழியைக் கண்டு அவர் அதிர்ச்சியடைந்தார். இதனால் ஏற்கனவே திட்டமிட்டிருந்த ஒரு சில சொற்பொழிவுகளை ரத்து செய்தார். பின்னர் ரவீந்திரரின் உரைக்கு சீன இளைஞர்கள் தெரிவித்திருந்த கண்டனத்தின் சுருக்கம் கல்கத்தாவில் இருந்து வெளிவரும் பெங்காலி என்ற இதழில்

வெளியானது. இந்திய–சீன கலாசாரங்களுக்கு இடையே நிலவும் ஒருமித்த அம்சங்களை ரவீந்திரர் முன்னெடுத்துப் போற்றிய அதேநேரத்தில், இவ்விரு புராதன கலாசாரங்களுக்கு இடையே நிலவிய பெருத்த இடைவெளியைச் சுட்டிக் காட்டுவதாகவே இந்தத் துண்டுப் பிரசுரம் அமைந்திருந்தது.

சீன இளைஞர்களின் கண்டனக்குரலை எதிரொலித்த அந்தப் பிரசுரம் கீழ்கண்டவற்றை முன்வைத்தது:

1. பாலின பாகுபாடு; அரசர்களைத் தெய்வமாகப் போற்றுவது; நிலப்பிரபுத்துவ அமைப்பு; சாதிய வேறுபாடுகள்; சடங்குகளுக்கே முக்கியத்துவம் தருவது உள்ளிட்டு பண்டைய கீழ்திசை நாகரிகங்களால் நாங்கள் பெருமளவிற்குப் பாதிக்கப்பட்டு வந்துள்ளோம். எமது நாகரிகத்தின் உயரற்ற, பயனற்ற அம்சங்களை உயர்த்திப் பிடிக்க முயற்சிக்கும் டாக்டர் தாகூரை எங்களால் எதிர்க்காமல் இருக்க முடியாது.

2. நவீன நாகரிகத்தோடு தொடர்பு கொள்ளும்போது நாங்கள் மிகுந்த அவமானத்திற்கு ஆளாகிறோம். மனித உழைப்பையே பெரிதும் நம்பியிருக்கும் விவசாயம், கையை மட்டுமே நம்பியிருக்கும் உற்பத்தி முறை, செயல்திறனற்ற வாகனங்கள், கப்பல்கள், மிக மோசமான அச்சுக்கலை, மோசமான சாலைகள், சுற்றுப்புற சுகாதாரமற்ற நிலை ஆகிய இன்றைய நிலைமைகளை நாங்கள் மேம்படுத்தவேண்டியிருக்கிறது. நவீன நாகரிகத்தின் பயன்களை பெற முடியும் என்பதால்தான் நாங்கள் டாக்டர் தாகூரை எதிர்க்க வேண்டியிருக்கிறது.

3. கீழ்த்திசை நாடுகளின் ஆன்மிக வழிப்பட்ட நாகரிகம் என்று கூறப்படுவதெல்லாம் உள்நாட்டுப் போர்கள், சுயநலமிக்க ஆக்கிரமிப்புகள், போலித்தனம், ஏமாற்று, தீமைகள் நிரம்பிய அரசாட்சி, பெற்றோரிடம் காட்டும் போலித்தனமான மரியாதை, வெறுக்கத்தக்க பழக்கமான (பெண்களின்) கால்களைச் சிறியதாக வைத்திருப்பதற்காக அவற்றைக் கட்டிவைப்பது போன்றவற்றைத் தவிர வேறென்னவாக இருக்கிறது? எங்களை அன்றாடம் அழிவுக்கும் அவமானத்திற்கும் ஆளாக்கும் இந்த விஷயங்களை எதிர்க்காமல் எங்களால் எப்படி இருக்க முடியும்?

4. அந்நிய சக்திகளின் ஆக்கிரமிப்புகள், சொந்தநாட்டின் ராணுவ வாதத்தின் ஒடுக்குமுறைகள் ஆகியவை தங்களின் பாதுகாப்பிற்கும் வாழ்க்கைக்கும் அச்சுறுத்தலாக இருக்கும்

நிலையிலும் சீன மக்கள் அதைப்பற்றிக் கவலைப்படவே யில்லை. தேசியவாதம், அரசியல் ஆகியவற்றை டாக்டர் தாகூர் ஒழித்துக் கட்டிவிட்டு, அதற்குப் பதிலாக ஒருவரது ஆத்மதிருப்தியை முன்வைக்கக்கூடும். சோம்பித் திரிவோருக்கு வேண்டுமானால் இவையெல்லாம் புகலிடமாகவும் அழகுணர்ச்சிமிக்க மகிழ்ச்சிக்கான ஆதாரமாக இருக்கக் கூடுமே தவிர, எங்களுக்கல்ல. எமது நாட்டின் உயிரோட்டத்தினை வெட்டிக் குறைக்கும்படியான இந்த விஷயங்களை பெரிதுபடப் பேசும் டாக்டர் தாகூரை எங்களால் எதிர்க்காமல் இருக்க முடியாது.

5. சீனாவில் டாவோயிசத்தையும் புத்தமதத்தையும் ஒன்றுகலந்த வகையில் வெறுக்கத்தக்க, விஷமத்தனமான அமைப்பாக விளங்கும் டுங் ஷான் ஆன்மீகக் கழகத்திற்கு டாக்டர் தாகூர் தன் மனமார்ந்த ஆதரவை வழங்கி வருகிறார். டாக்டர் தாகூர் 'சொர்க்கத்தின் ஆட்சி', 'அனைத்துமான இறைவன்', 'ஆன்மா' ஆகியவை பற்றியெல்லாம் பேசி வருகிறார். நாங்கள் அன்றாடம் எதிர்கொள்ளும் துயரங்களில் இருந்து இவையெதுவும் எங்களை மீட்டெடுக்கவில்லை எனில், உலகத்தைத் திருத்தியமைப்பதற்கான மனிதனின் முயற்சியால் பயன் என்ன? தன்னைப் பற்றிய பற்றுறுதி, ஒடுக்கப்பட்ட வர்க்கங்கள், இனங்களின் போராட்டம் ஆகியவற்றின் வளர்ச்சிக்குத் தடைபோட முயலும் டாக்டர் தாகூரை நாங்கள் இப்படியாகத்தான் எதிர்க்கிறோம்.

இந்தத் துண்டுப் பிரசுரத்தில் அடங்கியிருந்தவற்றைப் படித்துவிட்டு, ரவீந்திரர் மிகுந்த கோபத்தோடு சொன்னார்: 'இவர்கள் என்னை தவறாகப் புரிந்துகொள்வது என்பதில் மிகுந்த உறுதியோடு இருக்கிறார்கள்!'

சீனாவின் இளம்தலைமுறையினரிடையே ஜப்பான் குறித்த அச்சமும், அதன் யுத்தவெறி குறித்த வெறுப்பும் ஆழமாக இருப்பதைக் கண்டு ரவீந்திரர் மிகவும் வருந்தினார். அவர் சந்தித்த சீன அறிஞர்களிடம் தொடர்ந்து சொல்லிக் கொண்டேயிருந்தார்: 'அவர்களின் கலைஞர்கள் எப்படிச் செயல்படுகிறார்கள் என்பதைக் காணாதவரை, அவர்களது நாடகங்கள், நடனங்களைப் பார்க்காதவரை, அவர்களின் சடங்குகளில் பங்கேற்காதவரை, கோபே நகரத்தின் ஆயிரக்கணக்கான தொழிலாளர்கள், மீண்டும் இயந்திரங்களுடன் தங்களைப் பிணைத்துக் கொள்வதற்கு முன்பாக, அந்நகரத்தின் புகழ்பெற்ற பூங்காவிற்குப் போய்வருவதற்கே

தங்களின் இரவு உணவு நேரத்தில் மூன்றில் இரண்டு பகுதியை செலவிட்டு, அங்கு இயற்கையின் அழகைப் பருகிவிட்டு வருவதை நேரடியாகப் பார்க்காதவரை உண்மையான ஜப்பானை நீங்கள் அறிந்திருக்க மாட்டீர்கள்!'

ரவீந்திரரின் இந்தச் சவாலை ஏற்றுக்கொண்ட மூன்று சீன நாட்டு அறிஞர்கள் அவரோடு ஜப்பானுக்கு வந்தனர். அங்கு ஜப்பானிய நண்பர்கள் அவர்களுக்குப் பரிசாக வழங்கியிருந்த ஜப்பானியக் கலை, கைவினை பொருட்களை – இவை புராதனமானவை, நவீனமானவை என கலவையாகவே இருந்தன – கொண்டு பீகிங் நகரில் ஒரு கண்காட்சியையும் நடத்தினர்.

பீகிங்கில் ஆற்றிய உரைக்குச் சுமார் ஒரு மாதத்திற்குப் பிறகு ஜப்பானின் டோக்கியோ நகரில் பேசும்போது ரவீந்திரர் தன் நிலைபாட்டை இவ்வாறு நியாயப்படுத்தினார்:

> 'எனது கருத்துகளைக் கேட்டு மக்கள் கேலியாகச் சிரித்துக் கொண்டிருந்த நேரத்தில்தான் தேசியவாதத்திற்கு எதிரான எனது முதல் சொற்பொழிவை இந்த நாட்டில்தான் (ஜப்பானில்) எழுதினேன் என்று உங்களை எச்சரிக்கவே நான் வந்திருக்கிறேன். 'நாடு', 'அரசு' என்ற வார்த்தைகளை நான் தவறாகப் புரிந்து கொண்டிருக்கிறேன்; அந்த வார்த்தைகளின் பொருள் எனக்குத் தெரியாது என்று அவர்கள் நினைத்துக் கொண்டிருந்தனர். ஆனால் எனது நம்பிக்கையில் நான் உறுதியோடு இருந்தேன். இப்போது நடந்துமுடிந்த உலகப்போருக்குப் பிறகு, அவர்களின் இதயங்களை ஒட்டுமொத்தமாக கல்லாக்கிக் கொண்டிருக்கும், மக்களின் தன்னகங்காரமாகத் திகழும், தாய்நாடு என்ற உணர்வை மறுதலிக்கும் குரல்கள் எங்கும் ஒலிக்கத் தொடங்கியுள்ளதை நீங்கள் கேட்கவில்லையா?'

ஜப்பானில் ஆறு வாரங்கள் தங்கியிருந்த நேரத்தில்தான், பெரு நாட்டிற்கு வருகை தரும்படி ரவீந்திரருக்கு அதிகாரபூர்வ அழைப்பு வந்தது. ஸ்பானிஷ் காலனியாதிக்கத்தைத் தோற்கடித்து நூறாண்டுகள் ஆனதைக் கொண்டாடுவது என பெரு நாடு திட்டமிட்டிருந்தது. இந்த நிகழ்வில் பங்கேற்க ஒப்புக்கொண்ட ரவீந்திரர் பின்னர் மெக்சிகோவிற்குச் செல்வதென்றும் திட்டமிட்டார்.

தாகூரின் செயலாளர் என்ற முறையில் லியனார்ட் எல்மிர்ஸ்ட் இதுகுறித்து பெரு, மெக்சிகோ நாட்டு பிரதிநிதிகளுடன்

பேச்சுவார்த்தை நடத்தினார். இறுதியில் இந்த இரு நாடுகளும் தலா ஒரு லட்சம் டாலர்களுக்குக் குறையாமல் விஸ்வபாரதிக்கு நன்கொடை வழங்குவதாக உறுதியளித்தன.

மூன்றுமாதப் பயணத்திற்குப் பிறகு ரவீந்திரரும் எல்மிர்ஸ்ட்டும் எதிரெதிர் திசைகளை நோக்கிப் பயணப்பட்டனர். ரவீந்திரர் ஷாங்காய் வழியாக இந்தியாவை நோக்கிப் பயணம் செய்தார். எல்மிர்ஸ்ட் முதலில் அமெரிக்காவிற்குச் சென்று, அங்கிருந்து இங்கிலாந்து செல்வதென திட்டமிட்டார். கிட்டத்தட்ட இரண்டரை ஆண்டுக்காலம் ரவீந்திரருக்கு அணுக்கமாக இருந்து, அவரின் உயரிய இலக்கான கிராமப்புற புத்தாக்கத்திற்கான அடிப்படை பணிகளைத் திட்டமிட்டு செயல்படுத்தியிருந்த எல்மிர்ஸ்ட், அவரிடமிருந்து விடைபெற்றுக் கொண்டு, சாந்தி நிகேதனை போன்றே கல்வி, கிராமப்புற மேம்பாடு ஆகியவற்றை தன் தாய்நாடான இங்கிலாந்தில் உள்ள டார்ட்டிங்டன் என்ற இடத்தில் முன்னெடுப்பது குறித்த சிந்தனையோடு பயணத்தைத் தொடர்ந்தார்.

சீனாவிற்கும் ஜப்பானுக்கும் அவர் மேற்கொண்ட பயணம் ஆசியாவின் ஒற்றுமை என்ற கருத்தாக்கத்திற்கு மேலும் ஊக்கம் தருவதாக அமைந்தது. அதன் விளைவாக, அதே ஆண்டு செப்டெம்பரில் ஷாங்காய் நகரில் ஆசிய கழகம் என்ற அமைப்பு தொடங்கப்பட்டது. இந்த நிகழ்ச்சி குறித்து செய்தி வெளியிட்ட அமெரிக்காவின் போஸ்டன் நகரில் இருந்து வெளியாகும் கிறிஸ்டியன் சயின்ஸ் மானிட்டர் இவ்வாறு குறிப்பிட்டிருந்தது:

> ‘பொதுவான கலாசாரத்தின் மூலம் ஆசிய வகைப்பட்ட ஓர் ஒற்றுமையை உருவாக்குவதற்கான முக்கியமானதொரு இயக்கம் இப்போது ஆசிய நாடுகளில் கால்பதித்துள்ளது.... இந்த முயற்சி ஜப்பானை விலக்கி வைப்பது என்ற அமெரிக்காவின் சமீபத்திய சட்டத்தினால் உந்துதல் பெற்றதோடு, மேற்கத்திய பொருள்முதல்வாதத்திற்கு மாற்றாக, லட்சியவாதம் என்ற கருத்தாக்கத்தை பிரச்சாரம் செய்துவரும் ரவீந்திரநாத் தாகூர் சமீபத்தில் கீழ்திசை நாடுகளுக்கு மேற்கொண்ட பயணத்தினால் மேலும் ஊக்கம் பெற்றது என்றே கூற வேண்டும். ஆசியாவின் முக்கிய நகரங்களில் உருவாகவுள்ள இந்தக் கழகத்தின் முதல் கிளை ஷாங்காயில் இப்போது தொடங்கியுள்ளதன் மூலம் இந்த உணர்வு வெளிப்பட்டது. இதன் தொடக்க விழாவில் ஆசிய பகுதியைச் சேர்ந்த நாடுகள் அனைத்தும் பங்கேற்றன. இதில்

வெளியிடப்பட்ட அறிவிப்புகளில் உள்ளார்ந்து இருந்த தாகூரின் கருத்துகள், இந்த இயக்கத்திற்கு தாகூர் எத்தகைய உந்துசக்தியாக உள்ளார் என்பதை அங்கீகரிப்பதாக அமைந்திருந்தன.'

இது நடந்து 23 ஆண்டுகளுக்குப் பிறகு, இந்தியா விடுதலை பெற்ற 1947ஆம் ஆண்டில், தலைநகர் டெல்லியில் நடைபெற்ற ஆசிய நாடுகளுக்கு இடையிலான உறவுகளுக்கான மாநாட்டின் முன்னோடியாக இந்த ஷாங்காய் நிகழ்வு இருந்தது என்றே கூற வேண்டும். எனினும் தாகூரின் சொந்த மண்ணிலேயே நடைபெற்ற இந்த மாநாட்டில், ஆசிய நாடுகளின் கூட்டுறவுக்கான தாகூரின் பங்களிப்பு பற்றி யாருமே பேசவில்லை. அவரின் மறைவிற்குப் பிறகு நடைபெற்ற இந்த மாநாட்டின் மூலம் 'மறப்பது எளிது!' என்பது மீண்டும் ஒருமுறை நிரூபணமானது.

அத்தியாயம் 26

அர்ஜெண்டினா பயணம்

பெரு நாட்டு அரசின் அழைப்பிற்கிணங்க பயணத்தைத் தொடங்கியபோது (1924 அக்டோபர்) தென் அமெரிக்கத் துணைக்கண்டத்தில் நன்கு அறியப்பட்டதோர் இலக்கிய ஆளுமையாக ரவீந்திரர் திகழ்ந்தார். இந்தப் பகுதி முழுவதும் புழங்கி வந்த அவரது கவிதைகள், நாடகங்கள், சிறுகதைகள் என 22 நூல்கள் ஸ்பானிஷ் மொழியில் மொழிபெயர்க்கப்பட்டுப் பரவலாக வாசிக்கப்பட்டிருந்தன.

கிட்டதட்ட 400 ஆண்டுகளுக்கும் மேலாக ஸ்பெயின் உள்ளிட்ட ஐரோப்பிய நாடுகளின் ஆளுகைக்கு உட்பட்டிருந்த லத்தீன் அமெரிக்க நாடுகள், முதல் உலகப்போர் முடிவுக்கு வந்தபோது, தங்களிடம் இன்னமும் நீடித்து வரும் ஐரோப்பியத் தன்மையைத் தவிர்த்த புதியதொரு கலாசாரத்தின் தேவையை உணரத் தொடங்கியிருந்தன. நெடுங்காலமாகத் தங்களை ஆதிக்கம் செலுத்தும் ஐரோப்பியக் கலாசாரத்திற்குப் பதிலாக, லத்தீன் அமெரிக்கர்கள் தங்களின் உண்மையான அடையாளத்தை அப்போது தேடி வந்தனர்.

இத்தருணத்தில் வெளிப்பட்ட பல்வேறு இலக்கியப் போக்குகள், கருத்துகளுக்கு இடையேதான் 1913இல் இலக்கியத்திற்கான நோபல் பரிசை வென்றிருந்த ரவீந்திரநாத் தாகூரின் எழுத்துக்கள், ஆங்கிலம், பிரெஞ்சு மொழிகளின் வழியாக, லத்தீன் அமெரிக்க

நாடுகளின் இளம் எழுத்தாளர்களுக்கும் கவிஞர்களுக்கும் புதியதொரு வழியைக் காட்டின. மகத்தானதொரு எழுத்தாளராக இருக்க வேண்டுமானால், ஐரோப்பியர்களைப் போல எழுதவேண்டிய தேவையில்லை என்பதை அப்போது அவர் நிரூபித்து இருந்தார். தாகூரின் மறைபொருளான, மனிதநேயமிக்க கவிதை, சொந்த நாட்டைப் பற்றி, சொந்த மக்களைப் பற்றி, தங்களின் சொந்தக் குரலில் சொல்ல வேண்டும் என்ற உந்துதலை லத்தீன் அமெரிக்க எழுத்தாளர்களிடையே உருவாக்கியிருந்தது.

சிலி நாட்டின் புகழ்பெற்ற எழுத்தாளர்களான கேப்ரியலா மிஸ்ட்ரல், பாப்லோ நெருதா ஆகியோர் இத்தகைய முயற்சிகளின் மூலம் ரவீந்திரரின் எழுத்துக்களின் செல்வாக்கிற்கு ஆட்பட்டவர் களாக இருந்தனர். 1920களில் மெக்சிகோவில் உலகப்புகழ்பெற்ற எழுத்தாளர்களின் செவ்வியல்தன்மை கொண்ட எழுத்துக்கள் தனித்தொகுப்பு நூல்களாக வெளிவந்தன. டால்ஸ்டாய், கெதே, தாகூர் ஆகியோரும் இதில் அடங்குவர். ‘பல்வேறுபட்ட உண்மைகளை, பல்வேறு மொழிகளில் அவை எழுதப்பட்டிருந்த போதிலும், உலக மக்கள் அனைவருக்குமான மொழியில் பேசிய மகத்தான கவிஞர்களின் எழுத்துக்களை எமது தலைமுறையினரால் கண்டறிய முடிந்தது’ என மெக்சிகோவின் மிகச் சிறந்த கவிஞரும், இலக்கியத்திற்கான நோபல் பரிசு பெற்றவருமான ஆக்டேவியோ பஸ் 1967இல் ஒரு பேட்டியில் கூறியிருந்தார். அதைப் போன்றே 1986இல் நிகராகுவாவிற்குச் சென்றிருந்த சல்மான் ருஷ்டி அந்நாட்டில் தாகூர் பெரிதும் போற்றப்படுவது கண்டு வியப்புற்றார்.

தென் அமெரிக்கத் துணைக்கண்டம் முழுவதும் தாகூரின் எழுத்துகள் செல்வதற்குக் காரணமாக இருந்தவர்கள் ஜுவான் ரமோஸ் ஜிமேனஸ் என்ற ஸ்பானிஷ் கவிஞரும் அவரது மனைவியும் ஜெனோபியா காம்ரூபியும்தான். இவர்கள் 1914 தொடங்கி 1922 வரை தாகூரின் எழுத்துகளை ஸ்பானிஷ் மொழியில் கொண்டுவருவதில் தொடர்ந்து ஈடுபட்டு வந்தனர். பார்சிலோனாவில் பிறந்த ஜெனோபியா அமெரிக்காவில் வளர்ந்தவர் என்ற வகையில் ஆங்கிலம் நன்கறிந்தவர். ஜுவான் ரமோனுக்கு ஓரளவிற்கே ஆங்கிலம் தெரியும்.

இவ்வகையில் ஆங்கிலத்தில் வெளிவந்திருந்த தாகூரின் எழுத்துகளை ஜெனோபியா ஸ்பானிய மொழியில் எழுதி முடித்தபிறகு, இருவரும் ஆங்கிலப்பதிப்பை வைத்துக் கொண்டு, அதை மிக நுணுக்கமாக ஒப்பிட்டு திருத்தங்களை மேற்கொண்டனர். இறுதி செய்யப்பட்ட ஸ்பானிஷ் பிரதியை

அடித்தளமாகக் கொண்டு ஜுவான் ரமோன் மட்டும் தனியாக ஸ்பானிஷ் கவிதை நடையைப் பின்பற்றி அதை மீண்டும் உருவாக்கினார்.

இந்த வகையில்தான் 1914முதல் 1922 வரை இந்த இருவரும் சேர்ந்து தாகூரின் 22 நூல்களை ஸ்பானிஷ் மொழியில் மொழிபெயர்த்தனர். இவை கவிதை, நாடகம், சிறுகதை ஆகிய வடிவங்களில் அமைந்திருந்தன. எனினும், அவரது கட்டுரைகள், நாவல்கள், கடிதங்கள் அல்லது நினைவலைகள் போன்ற படைப்புகள் அச்சமயத்தில் ஸ்பானிஷ் மொழியில் மொழிபெயர்க்கப்பட வில்லை என்பதையும் இங்கு குறிப்பிட வேண்டும்.

1924 ஜுலையில் கல்கத்தாவிலிருந்து பெரு நாட்டை நோக்கிப் பயணித்த ரவீந்திரருடன் எல்மிர்ஸ்ட் இடையில் வந்து சேர்ந்து கொண்டார். (இதுதான் ரவீந்திரருடன் அவர் மேற்கொண்ட கடைசி பயணம்) ரியோடி ஜெனிரோ நகரில் கப்பல் நங்கூரமிட்டிருந்த தருணத்தில் ரவீந்திரருக்கு உடல்நலம் குன்றியது. கப்பலில் இருந்த மருத்துவர்களின் ஆலோசனைப்படி அடுத்த நிறுத்தமான அர்ஜெண்டினாவின் பியூனஸ் அயர்ஸ் நகரில் இறங்கி ஒரு ஓட்டலில் தங்கியபடி மருத்துவர்களிடம் சோதனை மேற் கொண்டார். அவரைச் சோதித்த இதயநோய் மருத்துவர் கட்டாயமாக சிறிது காலத்திற்கு ஓய்வெடுத்த பின்னரே பயணத்தை மேற்கொள்ள முடியும் என்றும், தற்போதைக்கு பெரு நாடு நோக்கிய பயணத்திற்கு வாய்ப்பில்லை என்றும் கூறிவிட்டார்.

இதற்கிடையே ரொமெய்ன் ரோலண்ட், ஆண்ட்ரூஸ் ஆகியோரிட மிருந்து வந்த கடிதங்கள் 'பெரு நாட்டில் அரசியல்ரீதியான சிக்கல்களையும் பல வகையான அபாயங்களையும் அவர் எதிர்கொள்ள வேண்டியிருக்கும்' என எச்சரித்தன. எனினும் வந்திறங்கிய நகரிலோ அவருக்குத் தெரிந்தவர்கள் எவருமில்லை. இத்தகையதொரு சூழலில்தான் 1914ஆம் ஆண்டிலேயே பிரெஞ்சு மொழியில் வெளியான கீதாஞ்சலியில் தன் மனதைப் பறிகொடுத்து, கண்ணீர் வடித்த விக்டோரியா ஓகாம்போ என்ற ரசிகை அவரது உதவிக்கு வந்தார். இனி வருபவை அவரது வார்த்தைகள்.

> 'பெரு நாட்டிற்குப் போகும் வழியில் பியூனஸ் அயர்ஸ் வழியாக ரவீந்திரநாத் தாகூர் பயணம் செய்வார் என்று 1924 செப்டெம்பரில் அறிவிப்பு வெளியானது. கிடெ (பிரெஞ்சு) மூலமும், ஈட்ஸ் (ஆங்கிலம்) மூலமும், ஜெனோபியா (ஸ்பானிஷ்) மூலமும் அவரது எழுத்துகளை அறிந்திருந்த

எங்களுக்கு அந்த மகத்தான கவியின் வருகை அந்த ஆண்டின் மிகச் சிறப்பான நிகழ்வாகத் தோன்றியது. என்னைப் பொறுத்தவரையில், என் வாழ்வின் மகோன்னதமான நிகழ்வுகளில் ஒன்றாகத் தோன்றியது.

'இத்தகையதொரு எதிர்பார்ப்பு உணர்விற்கிடையே, ஜன்னல் கதவுகளைத் திறந்து வைத்துக்கொண்டு, சுற்றிலும் அபரிமிதமாகப் பூத்துக் குலுங்கிய ரோஜாப் பூக்களின் நறுமணத்தை முகர்ந்தபடி, நான் தாகூரை மீண்டும் படிக்கத் தொடங்கினேன். அவரது எழுத்துகளையே நினைத்துக் கொண்டிருந்தேன். இந்த நினைவுகளையும் தருணங்களையும் பற்றி நான் எழுதியவை பின்னர் 'லா நேஷன்' இதழில் வெளியாயின. இத்தருணத்தில் கவிஞர் எனது விருந்தினராக சான் இசித்ரோ பள்ளத்தாக்குப் பகுதியில் தங்கக்கூடும் என்ற எண்ணம் எதுவும் எனக்கில்லை. பியூனஸ் அயர்ஸில் அவர் தங்கிச் செல்லும் குறுகிய காலத்தில், நான் உள்ளிட்டு, அவரது எழுத்துக்களின் அத்தியந்த ரசிகர்களை சந்திக்க அவருக்கு நேரம் இருக்குமா? என்று கூட யோசிக்கத் தோன்றவில்லை.'

விக்டோரியா ஓகாம்போவின் வேண்டுகோளுக்கு இணங்க தலைநகருக்கு வெளியே இருந்த சான் இசித்ரோவில் இருந்த அவரது வில்லாவில் ரவீந்திரரும் எல்மிர்ஸ்ட்டும் முதல் மாடியில் அடுத்தடுத்த அறைகளில் தங்கினர். அறையின் ஜன்னல்களைத் திறந்தால் ப்ளேட் என்ற பெயரில் ஓடும் ஆற்றினை கண்குளிரக் காண முடிந்தது. ஒரு வாரம் தங்கிச் செல்வது என்ற அவர்களின் திட்டம், பின்னர் மருத்துவர்களின் கண்டிப்பான உத்தரவால் ஒன்றரை மாதங்களுக்கு மேலாக நீடித்தது.

இடையே ஒரு முறை 100 மைல் தூரத்திலிருந்த பம்பாஸ் என்ற பகுதிக்குச் சுற்றுலா சென்று வந்ததைத் தவிர, மற்ற நேரங்களில் ரவீந்திரர் நன்கு ஓய்வெடுக்கவும், தன்னைச் சந்திக்க வருவோருடன் வீட்டின் முன்புள்ள மரநிழலில் அமர்ந்தபடி உரையாடவும், விரும்பும் நேரங்களில் அமர்ந்து கவிதைகள் எழுதவும் முடிந்தது. இந்த நேரத்தில்தான் டூடில் என்று அழைக்கப்படும் வார்த்தை களுக்கு இடையிலான கிறுக்கல் ஓவியங்களை அவர் வரையத் தொடங்கியிருந்தார். இதுவே பின்னர் முழு அளவில் ஓவியங் களைத் தீட்டும் பழக்கமாக அவரிடம் உருவெடுத்தது.

இவர்களுக்கு உதவி செய்ய தன் ஊழியர்களைக் கொடுத்தது மட்டுமின்றி, விக்டோரியா ஓகாம்போ வந்த விருந்தினர்களுக்கு உதவியாக காலை முதல் இரவு வரையிலும் அந்த வீட்டிலேயே

இருந்தார். விக்டோரியா என்ற அவரது பெயரை ரவீந்திரர் விஜயா என்று மாற்றி அழைத்தார்.

அர்ஜெண்டினாவின் ஆளும் குழுவிற்கு மிக நெருக்கமானவரும், பொதுப்பணித் துறை ஒப்பந்தக்காரரும் பெரும் செல்வந்தருமான தந்தையின் ஏழு பெண்குழந்தைகளில் மூத்தவரான ஒகாம்போ முறையான பள்ளிப் படிப்பை முடிக்காவிட்டாலும், பிரெஞ்சு, ஆங்கிலம், ஸ்பானிஷ் மொழிகளில் திறமைமிக்கவராக இருந்தவர். பின்னாளில் சூர் (தெற்கு) என்ற பெயரில் ஓர் இலக்கிய இதழையும், பதிப்பகத்தையும் நிறுவி, லத்தீன் அமெரிக்காவில் பிரெஞ்சு, ஆங்கில நவீன இலக்கியங்களை பெருமளவிற்கு அறிமுகம் செய்து புகழ்பெற்றவர். அப்பகுதியின் தலைசிறந்த எழுத்தாளர்களின் நம்பிக்கையை, ஆதரவைப் பெற்றவராக இருந்தவர்.

அவரது தாராளவாத கருத்துகளுக்காக, 1953ஆம் ஆண்டில் அன்றைய அர்ஜெண்டினாவின் சர்வாதிகாரியான பெரோன், தன் ஆட்சிக்கு எதிரான கலகக்காரர்களின் ஆதரவாளர் எனக் குற்றம் சாட்டி அவரை 26 நாட்கள் சிறையில் அடைத்தபோது இந்தியப் பிரதமர் நேரு உள்ளிட்டு, உலகின் மிகப்பெரும் எழுத்தாளர்கள், கலைஞர்கள் அதை எதிர்த்துக் குரலெழுப்பி அவருக்கு விடுதலை பெற்றுத் தந்தனர் என்பது குறிப்பிடத்தக்கது.

குடும்ப வாழ்வில் மகிழ்ச்சியின்றி, கணவரைவிட்டு சட்டப்பூர்வ மாகப் பிரிந்து வாழ்ந்தவர். இந்தப் பிரிவுக் காலத்தில் (1914) அவருக்கு அறிமுகமான கீதாஞ்சலி, தன் வெறுமை உணர்வைப் போக்கி தன்னூக்கம் தந்தது என்றும் அவர் ஒரு முறை குறிப்பிட்டார். 1924இல் காந்தியை அறிமுகம் செய்து பிரெஞ்சு அறிஞர் ரொமெய்ன் ரோலண்ட் எழுதிய நூல் அவரை காந்தியை மிகவும் நேசிக்கச் செய்தது. தன் வாழ்நாளின் இறுதிவரை காந்தியின் அகிம்சை முறையை லத்தீன் அமெரிக்காவில் தீவிரமாக முன்னெடுத்தார். இதன்வழி இந்தியாவில் ஜவாகர்லால் நேரு, இந்திரா காந்தி ஆகியோருடன் தொடர்ந்து தொடர்பில் இருந்தார். (விஸ்வபாரதியில் படித்தவரும், ரவீந்திரர் மீது ஆழ்ந்த மதிப்பு கொண்டவருமான இந்திரா காந்தி, இந்தியப் பிரதமர் என்ற வகையில் அர்ஜெண்டினாவிற்கு பயணம் மேற்கொண்டபோது, அங்கு அரசுமுறை நிகழ்வுகளில் பங்கெடுப்பதற்கு முன்பாக, அவர் முதலில் சென்று ஒகாம்போவை சந்தித்தார்.)

எனினும் 1924இல் ரவீந்திரரை விருந்தாளியாக ஏற்று உபசரிக்கும் பொறுப்பை ஏற்ற காலத்தில், அவர்மீது ஈர்ப்பு கொண்ட, அவரது

கவிதைகளின் மீது ஆழ்ந்த நேசம் கொண்ட, தனித்து வாழும் ஒரு பெண்ணாக மட்டுமே ஒகாம்போ இருந்தார். ரவீந்திரரின் தொடர்பும், அவரது சிந்தனைகளுமே அவருக்குப் புதிய பாதையை காட்டின என்று கூறுவதிலும் தவறில்லை.

தனது வைரம் பதித்த (டியாரா எனப்படும்) தலையில் அணியும் சிறு கீரிடம் போன்ற நகையை விற்றுத்தான் சான் இசித்ரோவில் ரவீந்திரர் இரண்டு மாத காலம் தங்கியிருந்த செலவை ஒகாம்போ சமாளித்தார். மேலும் இத்தாலிக்கு அவர்கள் இருவரும் பயணம் செய்வதற்கான கப்பல் டிக்கெட்டையும் அவர் இலவசமாகப் பெற்றுத் தந்தார்.

1925 ஜனவரி 4 அன்று ரவீந்திரரும் எல்மிர்ஸ்ட்டும் ஒகாம்போவிடம் விடைபெற்றுக் கொண்டு இத்தாலியை நோக்கிக் கிளம்பினர். அவர் தங்கியிருந்த வில்லாவில் கடந்த இரண்டு மாதங்களாக அமர்ந்து ஓய்வெடுத்துவந்த சாய்வு நாற்காலியையும் அவருக்கே வழங்கி, அதைக் கப்பலில் ஏற்றவும் உரிய ஏற்பாடுகளை ஒகாம்போ செய்தார்.

பயணத்தின் இரண்டாம் நாளில் ரவீந்திரர் ஒகாம்போவின் உணர்வுகளைத் தணிக்கும் வகையில் எழுதிய ஒரு கடிதத்தில் இவ்வாறு கூறியிருந்தார்:

‘ஆகாயத்தின் குரல் சுதந்திரமாக வந்திறங்கும் வகையிலான ஒரு கூடாகத்தான் என் மனம் இருக்க வேண்டும். எப்போதெல்லாம் அந்தக் கூடு ஆகாயத்தைத் தனக்குப் போட்டியாகக் கருதுவதாகத் தோன்றுகிறதோ, அப்போது நாடு விட்டு நாடு பறக்கும் ஒரு தேசாந்திரிப் பறவையைப் போல எனது மனமும் தொலைதூரக் கரைக்குச் செல்லப் பறந்துவிடும். நீ என்னை நேசிக்கிறாய் என்பதை அறிந்ததால்தான் இவற்றையெல்லாம் உனக்குச் சொல்கிறேன். உனது அன்பு ஏதாவதொரு வகையில் எனக்கு முழுநிறைவைத் தர உதவக்கூடும். இந்த வார்த்தைகள் தன்னகங்காரம் மிக்க ஒன்றாகக் கூட உனக்குத் தோன்றலாம். ஏனெனில் நம் ஆழ்மனதின் குரலில் ஒரே மாதிரியான கூக்குரல்...

‘முடிவேயின்றி மனதைக் கடந்து செல்லும் குரல்தான் கேட்டுக் கொண்டிருக்கிறது. என் மூலமாக வரும் எந்தவொரு கோரிக்கையும் என்னுடையதல்ல. தாயிடம் ஒரு குழந்தை வைக்கும் கோரிக்கை என்பது மிக உயர்ந்த தன்மை கொண்டது. அது தனிப்பட்ட ஒரு நபரின் கோரிக்கை அல்ல; மனித இனத்தின் கோரிக்கை... உன்னுடைய நட்பு எனக்கு எதிர்பாராத வகையில்

கிடைத்தது. என்னுடைய உண்மையான தன்மையை அறிந்து கொண்டு, என் வாழ்க்கையின் ஆழமான பொருளைத் தெளிவாகத் தெரிந்து கொண்டு, அதை ஏற்றுக் கொண்டால்தான் இந்த நட்பு மேலும் வளரும்...

'தங்களுக்கு மட்டுமே வேண்டும் என்று கேட்டதனால் எனது நண்பர்களில் பெரும்பாலோரை நான் இழந்திருக்கிறேன். என்னை அப்படியே எவருக்கும் தந்துவிட முடியாது என்று கூறியபோது, நான் மிகுந்த இறுமாப்பு பிடித்தவன் என்று அவர்கள் நினைத்தனர். இதுபோன்றவற்றால் நான் மீண்டும் மீண்டும் ஆழமாகப் பாதிப்பிற்கு ஆளாகியிருக்கிறேன். எனவேதான் புதியதொரு பரிசாக ஒரு நட்பு என் வழியில் வரும்போதெல்லாம் நான் மிகுந்த பதற்றத்திற்கு ஆளாகிறேன். எனினும் எனக்கான விதியை நான் எப்போதும் ஏற்றுக் கொள்கிறேன். இதை முழுமையாக ஏற்றுக்கொள்ளும் துணிவு உனக்கு இருக்குமானால் நாம் எப்போதும் நண்பர்களாக இருக்க முடியும்...'

அதன்பிறகு அவர்களிடையில் சில ஆண்டுகளுக்கு சந்திப்போ, கடிதத் தொடர்போ இல்லாமல் இருந்தது. 1930ஆம் ஆண்டில் ரவீந்திரர் தன் ஓவியங்களைக் கொண்டு ஒரு கண்காட்சியை பாரீஸ் நகரில் வைக்க ஏற்பாடு செய்ய வேண்டும் என்று அப்போது அங்கிருந்த ஒகாம்போவிடம் கேட்டுக் கொண்டபோது, அவர் பாரீஸ் நகரில் இருந்த தன் நண்பர்களின் மூலம், மிகக் குறுகிய காலத்திற்குள்ளேயே சிறப்பானதொரு கண்காட்சிக்கு ஏற்பாடு செய்தார். இந்தக் கண்காட்சி பெற்ற வெற்றியின் விளைவாகவே, கலைநிகழ்வுகளுக்குப் பெயர்பெற்ற ஐரோப்பாவின் மற்ற நகரங்களிலும் ரவீந்திரரின் ஓவியங்கள் காட்சிப்படுத்தப்பட்டு, உலகளவிலான ஓவிய உலகில் அவர் தனியிடம் பெறுவதற்கான வாய்ப்பினையும் உருவாக்கித் தந்தது.

ரவீந்திரரின் மறைவிற்குப் பிறகு தான் நடத்தி வந்த ஓர் இதழில் ஒகாம்போ ஓர் அஞ்சலிக் குறிப்பினை எழுதினார். 1961ஆம் ஆண்டில் ரவீந்திரரின் நூற்றாண்டு விழாவை ஒட்டி சாகித்ய அகாதெமி கொண்டுவந்த சிறப்பு மலரிலும் அவர் இவ்வாறு எழுதியிருந்தார்:

'அவரது இருப்பின் ஒரு சிறு கணத்தைக் கூட தவறவிட்டுவிடக் கூடாது என்பதாகவே எனது நடவடிக்கைகள் இருந்தன. தறிகெட்டு ஓடிக் கொண்டிருந்த என் மனதை அவர் சிறிதுசிறிதாக அமைதிப்படுத்தினார்.'

எல்மிர்ஸ்ட் உடனும் நல்ல உறவினைப் பேணிவந்த ஒகாம்போ அவர் இங்கிலாந்தில் நடத்திவந்த டார்டிங்டன் பண்ணையிலும் சிலநாட்கள் தங்கியிருந்து ரவீந்திரரின் நினைவுகளை அவரோடு பகிர்ந்து கொண்டார்.

இறுதியில் சாந்திநிகேதனை வந்தடைந்த அந்த நாற்காலியை ரவீந்திரர் தொடர்ந்து பயன்படுத்தியது மட்டுமின்றி, அதைப் பற்றிய பல கவிதைகளையும் தன் இறுதிக் காலம் வரை இயற்றி வந்தார். அந்த நாற்காலி அவருக்கு ஒகாம்போவை நினைவூட்டிக் கொண்டே இருந்தது என்றும் கூறலாம். இக்காலப்பகுதியில் அவர் எழுதிய கவிதைகளின் தொகுப்பு புரபி என்ற தலைப்பில் வெளியானபோது, அந்நூலை விக்டோரியா ஒகாம்போவிற்கு அவர் சூட்டியிருந்த விஜயா என்ற பெயரிலேயே அர்ப்பணம் செய்திருந்தார்.

இத்தாலியில் அப்போது ஆட்சிபுரிந்துவந்த சர்வாதிகாரியான முசோலினி எப்படியாவது ரவீந்திரரை ரோம் நகருக்கு அழைத்து வந்து தன்னை ஒரு ஜனநாயகவாதியாகக் காட்டிக் கொள்ள முயற்சித்து வந்தார். எனினும் இந்தியாவிற்குத் திரும்ப வேண்டும் என்பதில் தீவிரமாக இருந்த ரவீந்திரர் அதைத் தவிர்த்துவிட்டு, மிலான் நகரில் இருந்த கலாராடி ஸ்காட்டி பிரபு, அவரது மனைவி ஆகியோரின் உதவியுடன் வெனிஸ் நகரில் இருந்து இந்தியா செல்லும் கப்பலில் தன் பயணத்தைத் தொடர்ந்தார்.

உலகின் இருவேறு கரைகளில் இருந்த ஒருவரையொருவர் ஆகர்ஷித்த இந்தத் தனித்திறன் மிக்கவர்களின் சந்திப்பை அடிப்படையாகக்கொண்டு அர்ஜெண்டினா – இந்திய கூட்டுத் தயாரிப்பாக 'திங்கிங் ஆஃப் ஹிம்' என்ற பெயரில் ஓர் ஆங்கிலத் திரைப்படம் சமீபத்தில் வெளியாகியுள்ளது. இந்தியாவின் விக்டர் பேனர்ஜி இத்திரைப்படத்தில் ரவீந்திரராக நடித்துள்ளார். அர்ஜெண்டினாவில் அவர் தங்கியிருந்த பகுதிகள், சாந்திநிகேதன் ஆகியவற்றை இத்திரைப்படத்தில் கண்டு மகிழலாம்.

அத்தியாயம் 27

இழப்பும் மோதலும்

ரவீந்திரர் இந்தியாவிற்கு வந்து சேர்ந்த ஒரு சில நாட்களிலேயே அவரது மூத்த சகோதரரும் கவிதை, இசை, நாடகம் ஆகிய படைப்புத் துறைகளில் ஈடுபடுவதற்கான தூண்டுதலாக இருந்து, அவரின் வழிகாட்டியாகவும் திகழ்ந்த ஜோதீந்திரநாத் மறைந்தார். மூத்த சகோதரரின் மறைவு அவரைப் பெரிதும் பாதித்த போதிலும், தன்னுள் பொங்கி வந்த உணர்வுகளை அடக்கிக் கொண்டபடி வேலைகளைத் தொடர்ந்தார். இத்தகைய இழப்புகளை அவர் தன் குடும்பத்தில் **1901**ஆம் ஆண்டிலிருந்து தொடர்ந்து எதிர்கொண்டு வந்த நிலையில் மரணம் என்பது முன்பின் தெரியாத ஒரு விருந்தாளியாக அவருக்குத் தோன்றவில்லை. 'எதிர்கொள்ளும் மரணத்தின், துயரத்தின் வழியாக அழியாத் தன்மை கொண்ட இதயத்தில் அமைதி குடிகொண்டு விட்டது' என்று மீண்டும் மீண்டும் அவர் சொல்லிக் கொண்டேயிருந்தார்.

1925ஆம் ஆண்டு மே மாதம் காந்தி அவரை சாந்திநிகேதனில் சந்தித்து கைராட்டை, காதியின் மூலமே நாட்டிற்கு விடுதலை என்ற தன் கருத்தாக்கத்திற்கு ஆதரவு திரட்ட மீண்டும் முயன்றார். மிகுந்த அன்போடும், மரியாதையோடும் ரவீந்திரர் அவரை வரவேற்று, தன் கருத்தில் உறுதியாக இருந்ததால் இந்தச் சந்திப்பின்போதும் காந்தியின் நோக்கம் நிறைவேறவில்லை. கிராமங்களில் கைவினைப் பொருட்களை உருவாக்கத் தேவையான கருவிகளில் கைராட்டையும் ஒன்று என்ற கருத்தினை ரவீந்திரர் அவரிடம்

மீண்டும் வலியுறுத்தியதோடு, தன் நிலைபாட்டை மேலும் தெளிவுபடுத்தும் வகையில் 'கைராட்டை எனும் வழிபாட்டு மரபு' என்ற அவரது கட்டுரை மாடர்ன் ரிவ்யூ இதழில் வெளியானது.

இந்தியாவின் கோடிக்கணக்கான மக்களை வாட்டிவரும் வறுமை குறித்த பகுத்தறிவுமிக்க கண்ணோட்டத்தையும் நியாயமான பரிசீலனையையும் கோரும் வகையில் அந்தக் கட்டுரை மிகத் தெளிவானதாகவே அமைந்திருந்தது. புராதனக் கருவியான கைராட்டையை ஒரு சடங்காகவும், இயந்திரத் தனமாகவும் சுற்றுவதனால் அல்ல; மாறாக, கடின உழைப்பு, கூட்டு முயற்சி, சரியான வகையில் அறிவியல் நுட்பங்களை பயன்படுத்திக் கொள்வதே சரியான வழியென்று அவர் கூறியிருந்தார். அறிவியலை முற்றிலுமாகப் புறக்கணித்துவிட்டு, எல்லா வகையிலும் நம் நாட்டை மூழ்கடித்துவரும் வறுமையை அகற்ற முடியாது. மனிதன் அறிந்து கொள்வதை அப்படியே நிறுத்திவிட்டு, அவன் செய்து கொண்டிருக்கும் வேலையை இடைவிடாது தொடர வேண்டும் என்று கூறுவது அவமானத்திற்குரிய செயலன்றி வேறல்ல என்றும் அவர் குறிப்பிட்டார்.

எனினும் ரவீந்திரரின் இந்த அறிவுபூர்வமான வேண்டுகோளை ஏற்க காந்தியின் சீடர்கள் தயாராக இல்லை. புகழ்பெற்ற அறிவியல் நிபுணரான சர். பி.சி. ரேயும்கூட கைராட்டை கொண்டுவரவிருக்கும் அதிசயத்தை நீங்கள் சந்தேகிக்கத் துணிந்துவிட்டீர்களா? என்று அவருடன் சண்டைக்கு வந்தார். இதைப் பார்த்துவிட்டு 'ராட்டையைச் சுற்றுவதற்குக் கைகள் தயங்கும்போது, வாய்கள் மிக வேகமாக அதன் புகழை பாடிக் கொண்டிருக்கின்றன' என்று ரவீந்திரர் குறிப்பிட்டார்.

காந்தியும் தன் பங்கிற்கு யங் இந்தியா வார இதழில் 'கவிஞரும் கைராட்டையும்' என்ற தலைப்பில் ஒரு மறுப்புக் கட்டுரையை எழுதினார். இதைத் தொடர்ந்து காந்திக்கு தனிப்பட்ட முறையில் கடிதம் எழுதிய ரவீந்திரர், 'நீங்கள் உண்மை என்று கருதும் ஒரு விஷயத்திற்காக என்னை கடுமையாகத் தாக்கினாலும் பரஸ்பர மரியாதையின் அடிப்படையில் அமைந்த நமது தனிப்பட்ட உறவு அந்த வலியைத் தாங்கிக் கொள்ளும் திறனுடையது' என்று குறிப்பிட்டார். பதிலுக்கு காந்தியும் 'உங்களின் இனிமையான கடிதத்திற்கு நன்றி' என பதிலெழுதினார். ரவீந்திரரின் இந்த உத்தரவாதம்தான் இறுதியில் நிலைத்து நின்றது. இருபது ஆண்டுகளுக்குப் பிறகு, ரவீந்திரரின் மறைவிற்குப் பிறகு, கடைசி முறையாக காந்தி சாந்திநிகேதனுக்கு வந்திருந்தபோது

குறிப்பிட்டார்: 'குருதேவிற்கும் எனக்கும் இடையே ஒரு மோதலை கண்டறியும் முயற்சியில் நான் இறங்கினேன். இறுதியில், அத்தகைய மோதல் எதுவும் எங்களுக்கிடையில் இல்லை என்ற மகத்தான உண்மையை கண்டறிந்தேன்.'

பொதுவெளியில் இத்தகைய சச்சரவுகளில் அவர் ஈடுபட்டு வந்த அதேநேரத்தில் புதிய படைப்புகளும் தொடர்ந்து மேலும் வேகத்தோடும் புதுமையோடும் வந்துகொண்டேயிருந்தன. 'பிரம்மசாரிகளின் கிளப்' என்ற அவரது எழுத்துவடிவிலான நாடகம் மேடை நாடகமாக மாற்றப்பட்டு, கல்கத்தா ஸ்டார் தியேட்டரில் அரங்கேற்றப்பட்டது. இதனோடு கூடவே தனது பழைய சிறுகதைகள் இரண்டை அடிப்படையாகக் கொண்டு 'இறுதி முடிவு', 'கிரகப்பிரவேசம்' என்ற இரண்டு நாடகங்களை அவர் உருவாக்கினார்.

மேலும் ஜெர்மனியின் கேசர்லிங் பிரபுவின் வேண்டுகோளுக் கிணங்க, அவர் பதிப்பிக்கவிருந்த 'திருமணம் குறித்த நூல்' என்ற தொகுப்பிற்காக இந்திய திருமணத்தின் நோக்கங்கள் குறித்த ஒரு கட்டுரையையும் அவர் ஆங்கிலத்தில் எழுதி அனுப்பினார்.

1925 டிசம்பர் வாக்கில் அப்போதும்கூட ரவீந்திரரைத் தன்பக்கம் கவர்ந்திழுக்க வேண்டும் என்ற ஆழ்ந்த விருப்பத்துடன் இத்தாலியின் சர்வாதிகாரியான முசோலினி, கார்லோ ஃபோர்மிச, ஜிசுபே டுசி ஆகிய இரண்டு கீழ்திசை வல்லுநர்களை விஸ்வபாரதி பல்கலைக்கழகத்திற்கு வருகைதரு பேராசிரியர்களாக அனுப்பி வைத்தார். கூடவே விலைமதிப்பற்ற இத்தாலிய மொழி நூல் தொகுதிகளையும் பல்கலைக்கழக நூலகத்திற்கு அனுப்பி வைத்தார்.

1926ஆம் ஆண்டு தொடக்கத்தில் லக்னோவில் நடைபெற்ற அகில இந்திய இசை மாநாட்டில் ரவீந்திரர் பங்கேற்றார். ரவீந்திரர் அங்கிருக்கும்போதுதான் சாந்திநிகேதன் பள்ளியாக இருந்த காலத்திலிருந்தே அதில் தங்கி செயல்பட்டு வந்த அவரது மூத்த அண்ணன் த்விஜேந்திரநாத் தாகூர் மறைந்த செய்தி வந்து சேர்ந்தது. தத்துவஞானியாகவும், தலைசிறந்த கணித வல்லுநராகவும், வடமொழி அறிஞராகவும் திகழ்ந்த அவர், அனைவருடனும் இனிமையாகப் பழகுவதில் பெயர்பெற்றவராக இருந்தார். காந்தி முதன்முதலாக 1915இல் சாந்திநிகேதனுக்கு வந்தபோது, அவரை வரவேற்ற த்விஜேந்திரநாத் பின்னர் அவருடன் நெருங்கிய நட்பு பூண்டவராக, ரவீந்திரர் அவரை அழைப்பது போலவே, 'பெரிய அண்ணா' (போடோ தாதா) என்று காந்தியாலும்

அழைக்கப்படுபவராகவும் இருந்தார். தீனபந்து ஆண்ட்ரூஸ் போலவே, சாந்திநிகேதனில் காந்திய சிந்தனைகளை வேர்விட்டு வளரச் செய்தவர் த்விஜேந்திரநாத். இவரது பேரன் தினேந்திரநாத், ரவீந்திரர் இயற்றும் இசைப்பாடல்களின் ராகங்கள் போன்ற விவரங்களை பதிவுசெய்து, அதை முறைப்படுத்திய கருவூலமாக விளங்கினார். ரவீந்திரரை அவரது குடும்பத்தோடு பிணைத்திருந்த உறவுச் சங்கிலியின் கண்ணிகள் இவ்வாறு ஒவ்வொன்றாகத் தெறித்து விழுந்து கொண்டிருந்தன.

இப்போது வங்கதேசத்திலுள்ள டாக்கா பல்கலைக்கழகத்தின் அழைப்பின் பேரில் டாக்கா சென்ற ரவீந்திரர் அங்கு தொடர்ச்சியாக உரை நிகழ்த்தியதோடு, அருகிலுள்ள பல சிறு நகரங்களுக்கும் சென்றுவந்தார். இந்தப் பயணத்திற்குப் பிறகு சாந்திநிகேதனுக்குத் திரும்பிய அவர், பழைய புத்த ஜாதகக் கதைகளில் ஒன்றின் அடிப்படையில் (இந்தக் கருவை அவர் ஏற்கனவே ஒரு கவிதையில் பயன்படுத்தியிருந்தார்) நாதிர் பூஜா (நாட்டிய நங்கையின் தொழுகை) என்ற வசன நாடகத்தை எழுதினார்.

அரசனான அஜாதசத்ரு புத்த மதத்தைக் கடுமையாக வெறுக்கிறான். புத்தர் சிலையின் முன்னால் வழிபடுவோருக்கு மரண தண்டனை விதிக்கப்படும் என்றும் அறிவிக்கிறான். அவனது தந்தையான பிம்பிசாரர் புத்தரிடமிருந்தே நேரடியாகத் தீட்சை பெற்றவர். துறவின் பெருமையை அறிந்தவர். தன் மகன் அஜாதசத்ரு அரியணை ஏறுவதில் மிகுந்த ஆர்வம் காட்டுவதைக் கண்ட பிம்பிசாரர் அரச பதவியை அவனிடம் கொடுத்துவிட்டு நகருக்கு வெளியே தியானத்திலும் வழிபாட்டிலும் காலத்தைக் கழிக்கிறார். அவரது இளைய மகனான சித்ராவும் புத்தரின் போதனைகளால் கவரப்பட்டு ஒரு புத்த பிக்குவாக மாறுகிறான். அரசமாதா லேகேஸ்வரி தொடக்கத்தில் புத்தரின் போதனைகளை ஏற்றுக் கொண்டவளாக இருந்தபோதிலும், தன் கணவரையும் பெற்ற மகனையும் தன்னிடமிருந்து பறித்துக் கொண்ட புத்த மதத்தின்மீது வெறுப்பு கொள்கிறாள்.

இந்த நாடகத்தின் உச்சகட்டக் காட்சி புத்தரின் பிறந்தநாளான வசந்த பூர்ணிமா எனப்படும் வசந்தகாலத்தின் முழுநிலவு நாளன்று நிகழ்கிறது. பௌத்தர்களின் மிக முக்கியமான அந்த நாளில் புத்தரின் சன்னதியில் அவரை தொழுவதற்கான வாய்ப்பினை அரண்மனை நாட்டிய மங்கையும் பிறப்பால் கீழ்குலத்தைச் சேர்ந்தவளுமான ஸ்ரீமதிக்கு புத்த மடாலயம் வழங்குகிறது.

தன்னைப் போன்ற ஓர் இளவரசி புத்தரைத் தொழ காத்திருக்கும்போது கீழ்குலத்தைச் சேர்ந்த ஒரு நாட்டியக்காரிக்கு அந்த வாய்ப்பை வழங்குவதா? என்று கோபமடைகிறாள் இளவரசி ரத்னாவளி. ஸ்ரீமதியை மேலும் அவமானப்படுத்த வேண்டும் என்பதற்காக, புத்தரைத் தொழுவதற்குப் பதிலாக, கோயிலுக்கு முன்பாக உள்ள ஸ்தூபிக்கு முன்னால் அவள் நாட்டியம் ஆட வேண்டும் என்ற உத்தரவை அரசனின் மூலம் பிறப்பிக்கச் செய்கிறாள்.

அரசனின் இந்த உத்தரவை ஏற்றுக் கொள்ளும் ஸ்ரீமதி குறிப்பிட்ட நேரத்தில் நாட்டியமாடுவதற்கு உகந்த வகையில் உடையணிந்து அங்கு வந்து சேர்கிறாள். பக்தியை தன்னுள் உருவகமாகக் கொண்டு நாட்டியம் ஆடத் தொடங்கும் ஸ்ரீமதி, ஆடியபடியே தான் அணிந்திருக்கும் ஆடை -ஆபரணங்களை, புத்தர் உருவச்சிலையின் பாதங்களில் சென்று விழுமாறு ஒவ்வொன்றாகக் கழற்றி எறிகிறாள். இறுதியில் அவள்மீது புத்த பிக்குகள் அணியும் காவி உடை மட்டுமே எஞ்சியிருக்கிறது. அவள் கீழே குனிந்து முழந்தாளிட்டு தொழுகைக்கான பாசுரங்களை உச்சரிக்கும் வேளையில் அரசனின் உத்தரவுப்படி அவளது தலை வெட்டப்படுகிறது. ஸ்ரீமதியின் இந்த வீரம் செறிந்த பக்தியை, தியாகத்தைக் கண்டு அதிர்ச்சியடையும் இளவரசி ரத்னாவளி மனம்மாறி, உயிரற்று, தலையற்றுக் கிடக்கும் ஸ்ரீமதியின் உடலுக்கு முன்னால் மண்டியிட்டு, அவளிடம் மன்னிப்பு கோருகிறாள்.

வேதங்களின் புனிதத்தன்மையையும் இந்து சாதிய படிநிலையையும் கேள்விக்கு உள்ளாக்கியவர் புத்தர். இறையை வணங்குவதென்பது ஒரு சாதியின் ஏகபோக உரிமை அல்ல; குறிப்பிட்டதொரு வைதிக முறையில் இறைவழிபாட்டை அடைத்துவைப்பது முறையல்ல என்றும் அவர் போதித்தார். உண்மையான வழிபாடு என்பது தன்னிடமுள்ள சிறந்தவற்றை அர்ப்பணம் செய்வதுதான். அவ்வகையில் ஒரு முனிவர் தான் பெற்ற அறிவையும், ஒரு வீரன் தனது தீரச் செயலையும், ஒரு கவிஞன் தன் பாடலையும், எளியதொரு நாட்டியமங்கை தன் நாட்டியத்தையும் இறைவனுக்கு அர்ப்பணிப்பதே உண்மையான இறைவழிபாடு.

உண்மையான மதம் மனிதனால் உருவாக்கப்பட்ட தவறான எண்ணங்களை புறமொதுக்கி, மனிதர்கள் அனைவருமே அவர்களின் செயல்களால் மதிப்பிடப்பட்டு, இறுதியில் மீட்கப்படுகிறார்கள் என்ற அடிப்படையான மதிப்பீட்டினை

நிலைநாட்டுவதாகும். இதுதான் புத்த மதத்தின் உயிரோட்டம் என்பதே ரவீந்திரரின் விளக்கமாகும்.

இந்த நாடகத்தில் குறிப்பான கவனத்தைப் பெறுவது அரசமாதா லோகேஸ்வரியின் மனோரீதியான அழுத்தமாகும். புத்தரை நேருக்கு நேர் கண்டு, அவரை வழிபட்டவள் என்ற வகையில் அவர்மீது கொண்ட உண்மையான பக்தி ஒருபுறம் இருக்க, அரசனை ஆண்டியாக, வீரனை பிச்சைக்காரனாக ஆக்கும் ஒரு மதத்தை, கருணை, அகிம்சை ஆகியவற்றை போதித்துக் கொண்டே, இந்து சமூகத்தின் அடிப்படை அமைப்பை தவிடுபொடியாக்கும் படியான வன்முறையை கட்டவிழ்த்து விடும் ஒரு மதத்தின் மீதான கடும் கோபம் மறுபுறத்தில் என அவளது தத்தளிக்கும் மனநிலையை இந்த நாடகம் அழகுற எடுத்துக் கூறுகிறது:

'இன்று என் நிலை என்ன? கணவர் உயிரோடு இருந்தபோதிலும் விதவை போல் தனிமை வாழ்க்கை; வீரனான ஒரு புதல்வனை பெற்ற போதிலும் அவனில்லாத வாழ்க்கை; அரண்மனைக்கு நடுவிலும் சொந்த வீடற்றதொரு வாழ்க்கை.'

இந்து மதம் புத்த மதத்தை தன்னுள் ஈர்த்துக் கொண்டுவிட்டது. அந்த மதம் அதிகாரபூர்வமாக இறந்துபோனதாகக் கருதப்பட்டாலும், இந்தியாவின் மிகச் சிறந்த மனங்களுக்கு உத்வேகம் அளிப்பதை புத்தமதம் எப்போதுமே நிறுத்திக் கொள்ளவில்லை என்பதுதான் ரவீந்திரரின் கருத்தாக இருந்தது.

இந்த நாடகத்தின் முதல் பாடல் நடப்புலகின் நிலையை பிரதிபலிப்பதாக அமைந்திருந்தது குறிப்பிடத்தக்கது:

'வெறுப்பெனும் போதையேறி, இன்று நர்த்தனமிடுகிறது உலகம்
குரூரமான மோதல்கள்; நீண்டுகொண்டே போகும் கவலைகள்;
குறுகிய பாதைகள்; அவற்றின் குறுக்கே பேராசையின் தளைகள்.
உங்களின் புதிய அவதாரத்திற்காக உலகத்து உயிரினங்கள்
கதறுகின்றன
எல்லையற்ற உயிரே! அவர்களைக் காப்பீர்!
உங்கள் நம்பிக்கையின் குரலை உரக்க எழுப்புவீர்!
என்றும் தீராத புதையலாக தேனை தனக்குள்ளே வைத்திருக்கும்
அன்பெனும் தாமரையின் இதழ்களை உங்களின் ஒளி
திறந்திடட்டும்!
புனிதரே! கட்டற்றவரே! எல்லையற்ற உங்கள் கருணையால்
இந்த உலகத்தின் இதயத்தில் படிந்திருக்கும்
கறைகளனைத்தையும் அகற்றுவீராக!'

ஆண் கதாபாத்திரங்கள் எதுவுமே மேடையில் தோன்றுவதில்லை என்பது இந்த நாடகத்தின் மற்றொரு சிறப்பம்சம். இந்த நாடகத்தில் ஏதாவதொரு பாத்திரத்தில் ரவீந்திரர் தோன்ற வேண்டும் என்ற மக்களின் விருப்பத்தை நிறைவேறும் விதமாகவே நாடகத்தினை அறிமுகம் செய்யும் ஒரு புத்த பிட்சு வேடம் பின்னர் அறிமுகம் செய்யப்பட்டது. புத்த பிட்சுவாக ரவீந்திரர் தோன்றினார்.

1927ஆம் ஆண்டு ஜனவரியில் இந்த நாடகம் கல்கத்தாவில் அரங்கேற்றம் செய்யப்பட்டபோது, இந்திய சமூகத்தில் – அது இந்துவாக இருந்தாலும் சரி, முஸ்லீமாக இருந்தாலும் சரி – பெண்கள் மேடையேறுவது தவறு என்ற தப்பெண்ணம் ஆழமாக நிலவி வந்தது. அத்தகையதொரு பின்னணியில், தன் பல்கலைக் கழகத்தில் பயின்றுவந்த உயர்குல மாணவிகளுக்குத் தானே பயிற்சியளித்து ரவீந்திரர் மேடையேற்றினார். தொழில் முறையல்லாத நடனத்தையும் அவர் மேடைக்குக் கொண்டுவந்தார்.

திரைக்கதை, இசை, இயக்கம் என்ற பொறுப்புகளை ரவீந்திரர் ஏற்றுக் கொள்ள நியூ தியேட்டர்ஸ் தயாரிப்பில் உருவான நாதிர் பூஜா திரைப்படம் 1932 மார்ச் 22 அன்று வெளியானது. இதன்வழி, திரைப்படத்துறையிலும் ரவீந்திரர் கால்பதித்தார்.

அத்தியாயம் 28

இத்தாலி வழியாக ஐரோப்பா

இத்தாலியின் சர்வாதிகாரியான முசோலினி தன்மீது காட்டும் அதீதமான ஆர்வம் குறித்த வியப்பு ஒரு பக்கமும், கவர்ச்சிகரமான அந்த ஆளுமையை நேரில் காண வேண்டும் என்ற ஆர்வம் மறுபக்கமும் உந்தித் தள்ள, இத்தாலியின் அரசுமுறையிலான அழைப்பிற்கிணங்க 1926 மே 15 அன்று நேப்பிள்ஸ் நகரை நோக்கி ரவீந்திரர் தன் பயணத்தைத் தொடங்கினார். அவரோடு மகன் ரதீந்திரநாத், மருமகள் பிரதிமா தேவி ஆகியோரும் பயணித்தனர். 'மகத்தானதொரு மனிதரையும் அவர் உருவாக்கிய, வரலாற்றில் என்றும் நினைவுகூரப்படும் இயக்கத்தையும் நேரில் காண்பதற்கான வாய்ப்பு இது என்றுதான் நான் கருதுகிறேன்' என்று இந்தப் பயணம் பற்றி அவர் குறிப்பிட்டார்.

நேப்பிள்ஸ் நகரின் முக்கிய அதிகாரிகள் அவரை வரவேற்றதோடு, முசோலினியும் அவருக்கு வரவேற்புச் செய்தியை அனுப்பி யிருந்தார். பின்னர் ரவீந்திரரும் மற்றவர்களும் ஒரு சிறப்பு ரயிலில் ரோம் நகருக்கு அழைத்துச் செல்லப்பட்டனர். அங்கு அவர் இத்தாலியின் சர்வாதிகாரியும் பாசிஸ இயக்கத்தைத் தோற்று வித்தவருமான முசோலினியைச் சந்தித்துப் பேசினார்.

ஜூன் 7 அன்று ரோம் நகர கவர்னர் அவரை வரவேற்கும் நிகழ்வை ஏற்பாடு செய்திருந்தார். அடுத்தநாள் அவரது முதல் சொற்பொழிவு 'கலை என்பதன் பொருள்' என்ற தலைப்பில் அமைந்திருந்தது.

முசோலினியும் ஒரு பார்வையாளராக இந்த நிகழ்வில் கலந்து கொண்டார். இத்தாலியின் அரசரான மூன்றாம் விக்டர் இம்மானுவேல் அவரை வரவேற்றதோடு, அவர் எழுதிய சித்ரா என்ற நாடகம் இத்தாலிய மொழியில் நிகழ்த்தப்பட்டது. முசோலினியை மீண்டும் சந்தித்து உரையாடிய போதிலும் இத்தாலியின் புகழ்பெற்ற அறிஞரான பெனிடெட்டோ க்ரோசேவை சந்திக்க வேண்டும் என்பதில் ரவீந்திரர் ஆர்வமாக இருந்தார்.

அப்போது அவர் நேப்பிள்ஸ் நகரில் கிட்டத்தட்ட வீட்டுக்காவலில் இருந்து வந்தார் என்றே கூறலாம். எனினும் இருவருக்கும் பொதுவான நண்பர்களின் முயற்சியால் அவர் ரகசியமாக ரோம் நகருக்கு அழைத்து வரப்பட்டார். ஜூன் 15 அன்று அதிகாலையில் க்ரோசேயும் ரவீந்திரரும் சந்தித்து உரையாடினர். இந்த சந்திப்பு நிகழ்ந்த அன்றே ரவீந்திரர் ஃப்ளாரென்சில் லியனார்டோ டா வின்சி கழகம் ஏற்பாடு செய்திருந்த வரவேற்பு நிகழ்ச்சியில் கலந்து கொண்டார்.

இத்தாலியில் மேற்கொண்ட சுற்றுப்பயணத்தின்போது அவர் ஆற்றிய உரைகள், அளித்த பேட்டிகள் அனைத்துமே ஃபாசிஸ்ட் ஆட்சியைத் தூக்கிப் பிடிக்கும் வகையில் இத்தாலியப் பத்திரிக்கைகள் திரித்து எழுதியிருந்தன. ரொமெய்ன் ரோலண்ட்டின் தொடர்ச்சியான அழைப்பினையடுத்து சுவிட்சர்லாந்தில் உள்ல வில்லிநூவுவில் ஒரு சில நாட்கள் ஓய்வு எடுப்பதற்காக அவர் வந்தபோதுதான், இத்தாலியில் அவர் கூறிய கருத்துக்கள் பாசிஸ ஆட்சியின் நோக்கத்திற்கு உதவும் வகையில் இத்தாலிய பிரசார சாதனங்களால் எவ்வாறு பயன்படுத்திக் கொள்ளப்பட்டன என்பதை ரொமெய்ன் ரோலண்ட்மூலம் அவர் அறிந்து கொண்டார்.

அங்கு அவர் சந்தித்த ஜார்ஜ் துஹாமல், ஜே.ஜி. ஃப்ரேசர், ஃபோரெல், போவெட் போன்ற பல அறிஞர்களும் ரோலண்ட் கூறியதை உறுதிப்படுத்தினர். இத்தாலியில் தான் நேரில் கண்டதற்கும் இவர்கள் சொல்வதற்கும் இடையேயுள்ள வித்தியாசத்தை உணர்ந்த நிலையில், குழப்பமானதொரு மனநிலையுடன், எல்மிர்ஸ்ட்டுக்கு எழுதிய கடிதத்தில் அவர் இவ்வாறு குறிப்பிட்டிருந்தார்:

> ‘(இத்தாலியின் தற்போதைய நிலைமையைப் பற்றிய) எனது கருத்து போதுமானதாக இல்லாத தரவுகளின் அடிப்படையில் அமைந்தது. விஸ்வபாரதிக்காக அவர் செய்த உதவிகளின் காரணமாக முசோலினியின் மீது எனக்குள் உருவான

பாரபட்சமான அணுகுமுறையை இன்னமும் என் மனம் கொண்டிருக்கிறது என்பது உண்மைதான். தவிர்த்திருக்க வேண்டிய பொறுப்புகளில் சிக்கிக் கொண்டேன். இத்தாலிக்கு பயணம் மேற்கொள்ள ஏன் சம்மதித்தேன் என்று இப்போது வருந்துகிறேன்.'

வில்லிநூவுவில் இருந்து ஜுரிச் சென்ற ரவீந்திரர் அங்கு உரையாற்றியதோடு, தன் கவிதைகளையும் பாடிக் காண்பித்தார். இங்கு அவர் சந்தித்த திருமதி சால்வடோரி இத்தாலியில் தான் நேரடியாகக் கண்ட ஃபாசிஸ்ட் அட்டூழியங்களை விவரித்தார். வியன்னாவில் அவர் சந்தித்த மோடிக்ளியானியும் அதை உறுதிப்படுத்தினார். இத்தாலிய சட்டமன்றத்தில் ஃபாசிஸத்திற்கு எதிரான உறுதியாக நின்ற உறுப்பினரான மாட்டியோட்டி எவ்வாறு கொடூரமான வகையில் கொலை செய்யப்பட்டார் என்பதையும் அவர் விவரித்தார்.

சந்தேகத்திற்கு இடமற்ற இத்தகைய சான்றுகளால் பெரிதும் அதிர்ச்சியுற்ற ரவீந்திரர் தனது இத்தாலிப் பயணத்தின் நோக்கம் குறித்து விளக்கியும், வெளிப்படையாக ஃபாசிஸத்தை கண்டனம் செய்தும் மான்செஸ்டர் கார்டியன் இதழுக்கு ஒரு கடிதம் எழுதினார். இதற்குப் பதிலடியாக, இத்தாலி நாட்டுப் பத்திரிக்கைகள் அவரை 'நன்றி கெட்டவர்!' 'உண்ட வீட்டுக்கு இரண்டகம் செய்பவர்' என்பது போன்ற மிக மோசமான வார்த்தைகளில் அவதூறு செய்து தொடர்ந்து எழுதி வந்தன.

இந்த இத்தாலிப் பயணமானது அவரது ஐரோப்பிய நண்பர்கள் பலரையும் அவர்மீது நம்பிக்கையிழக்கச் செய்தது என்பதும் குறிப்பிடத்தக்க அம்சமாகும். குறிப்பாக, காந்தியையும் ரவீந்திரரையும் குறித்து ஏராளமாக எழுதியிருந்த பிரெஞ்சு அறிஞரான ரொமெய்ன் ரோலண்ட் 'ஃபாசிஸ்ட் முசோலினிக்கு எதிராக ரவீந்திரர் உரக்கக் குரலெழுப்பத் தவறிவிட்டார்' என்று குறை கூறியதோடு, தன் நாட்குறிப்பிலும் இவ்வாறு குறிப்பிட்டிருந்தார்:

'ஐரோப்பா – இந்தியா ஆகிய பகுதிகளின் சுயேச்சையான உணர்வுகளுக்கு வழிகாட்டி என்ற தன் பொறுப்பை அவர் தட்டிக் கழித்துவிட்டார். இந்தக் கடமையைச் செய்வதற்கான திறமை அவரிடம் இருக்கவில்லை. அவரது திறமை மிகவும் கவித்துவம் வாய்ந்ததாக, தன் இலக்கின்மீது மட்டுமே பெருவிருப்பம் கொண்டதாக இருந்தது.'

ஆனால் ரவீந்திரரைப் பொறுத்தவரையில் இவ்விரு தன்மைகளும்தான் தேசிய வெறிபிடித்த, தொழில்நுட்பத் திறமை கொண்ட ஐரோப்பா இவற்றைக் கைவிட்டுவிட்டு, அளவற்ற படைப்பூக்கமும் மனித நேயமும் கொண்ட வகையில் கிழக்கையும் மேற்கையும் சந்திக்க வைக்க வேண்டும் என்ற தன் இலக்கை எட்டிப் பிடிப்பதற்கான அடித்தளமாக இருந்தன.

இங்கிலாந்தில் டார்டிங்டனில் சாந்திநிகேதன், ஸ்ரீநிகேதன் ஆகியவற்றை அடியொற்றிய வகையில் எல்மிர்ஸ்ட் உருவாக்கி வந்த வளாகத்தில் ஓரிரு வாரங்கள் தங்கியிருந்துவிட்டு ரவீந்திரர் நார்வே தலைநகரான ஆஸ்லோ சென்றார். நார்வே அரசர் அவரை வரவேற்றார். அந்த நகரில் உரையாற்றிவிட்டு, நான்சேன், பிஜோர்சன், போஜர் போன்ற முக்கிய எழுத்தாளர்களையும் சந்தித்து உரையாடினார்.

ஸ்வீடன் தலைநகரான ஸ்டாக்ஹோமிற்கு இரண்டாவது முறையாகப் பயணம் மேற்கொண்ட ரவீந்திரர் அங்கு ஸ்வென் ஹெடின் உள்ளிட்ட பல எழுத்தாளர்களைச் சந்தித்துப் பேசினார். பின்பு டென்மார்க் தலைநகரான கோபென்ஹேகனுக்குச் சென்று ஸ்காண்டிநேவிய கலாசாரத்தை முன்னுயர்த்திய அறிஞரான ஜார்ஜ் ப்ராண்டெஸ், நவீனத் தத்துவவியல், உளவியல் நிபுணரும் தத்துவஞானியுமான ஹரால்ட் ஹோஃப்டிங் ஆகியோரைச் சந்தித்துப் பேசி நட்பு பூண்டார்.

மீண்டும் ஜெர்மனிக்குப் பயணம் மேற்கொண்ட ரவீந்திரருக்கு கடந்த காலத்தைப் போலவே அவர் சென்றவிடமெல்லாம் மகத்தான வரவேற்பு வழங்கப்பட்டது. இத்தருணத்தில்தான் அவர் இயற்பியல் அறிஞரான ஆல்பெர்ட் ஐன்ஸ்டைனை முதல் முறையாகச் சந்தித்து உரையாடி அவருடன் நட்புணர்வை ஏற்படுத்திக் கொண்டார். இந்தப் பயணத்தின்போது ஜெர்மனி அதிபர் ஹிண்டென்பர்க் அவருக்கு விருந்தளித்து உபசரித்தார்.

ப்ராக் நகரில் ஒரு வாரம் தங்கியிருந்தபோது அவரது போஸ்ட் ஆபீஸ் நாடகம் செக் மொழியில் நிகழ்த்தப்பட்டது. வியன்னா வழியாக புடாபெஸ்ட் நகருக்குச் சென்றபோது, தொடர்ச்சியான பொதுநிகழ்ச்சிகளால் அயர்ச்சியுற்ற அவர் லேக் பாலடனில் இருந்த ஒரு மருத்துவக் காப்பகத்தில் தங்கி ஓய்வெடுக்க நேர்ந்தது.

பெல்க்ரேட், சோஃபியா, புகாரெஸ்ட், ஏதென்ஸ் ஆகிய நகரங்களில் வழங்கப்பட்ட பிரம்மாண்டமான வரவேற்புகள், உரைநிகழ்த்தல்களுக்குப் பிறகு அவர் எகிப்து நாட்டின் தலைநகரான கெய்ரோவிற்குப் பயணம் மேற்கொண்டார்.

அப்போது நடைபெற்றுக் கொண்டிருந்த எகிப்து நாடாளுமன்றம் இவருக்கு மரியாதை செலுத்தும் வகையில் தன் நிகழ்வுகளை ஒத்தி வைத்தது. எகிப்து அரசர் ஃபாட் விஸ்வபாரதி பல்கலை கழகத்திற்கென அரேபிய நூல்களை அவருக்குப் பரிசளித்தார்.

இவ்வகையில் சுமார் ஏழுமாத கால பயணத்தை நிறைவு செய்துவிட்டு 1926 டிசம்பரில் ரவீந்திரர் தாய்நாடு திரும்பினார். அந்த நேரத்தில்தான், டிசம்பர் 23 அன்று டெல்லியில் ஓர் இந்து சீர்திருத்தவாதி முஸ்லீம் மதவெறியன் ஒருவனால் படுகொலை செய்யப்பட்ட சம்பவம் நிகழ்ந்தது. அரசியலும் அரசியல் வாதிகளுமே இதற்குக் காரணம் என்ற கூறப்பட்டபோது, ரவீந்திரர் இதை மறுத்தார். சாந்திநிகேதனில் இதுகுறித்துப் பேசினார்:

‘எனது குடும்ப நிலங்களை மேற்பார்வையிடும் ஒரு ஜமீன்தாராக இருந்தபோது நான் கண்ட பிளவுதான் இது. ஜமீன் மாளிகையில் வரவேற்பறையில் (இந்துக்களுக்கென) தரைவிரிப்பும், (முஸ்லீம்களுக்கு) தரைவிரிப்பில்லாத வெறும் தரையும் என பிளவுபட்டு சமூகத்தின் இரு பிரிவினருக்கிடையே நிலவி வந்த பிளவை வெளிச்சம்போட்டுக் காட்டியது போலவே, சமூகத்தில் நீண்ட நாட்களாக நீடித்துவரும், ஒருவரையொருவர் ஒதுக்கி வைப்பது என்ற வெறுப்புணர்வைத்தான் அரசியல்வாதிகள் பயன்படுத்திக் கொள்கின்றனர். அதேநேரத்தில் திடீரென்று ஒருநாள் அவர்களை நாம் (இந்துக்கள்) அழைத்து நமது அரசியல் பிரசாரத்தில் பங்கேற்குமாறு கேட்கிறோம். ‘நீங்களும் எங்கள் சகோதரர்கள்தான். இழப்பின் ஒரு பகுதியை நீங்களும் சுமக்கத்தான் வேண்டும்; அரசின் அடக்குமுறை, சிறைவாசம் ஆகியவற்றையும் நீங்கள் பகிர்ந்துகொள்ள வேண்டும்’.

‘அவர்கள் இப்போது சிவப்புத் தொப்பியினை அணிந்தபடி தங்களை வேறுபடுத்திக் காட்டிக் கொள்ளும்போது நாம் அதிர்ச்சியடைகிறோம். அரசியலில் நாமிருவரும் தோளோடு தோள் சேர்ந்து போராட என்ன தடை? என்று கேட்கிறோம். காலம் காலமாக இந்த இரு சமூகத்தினரிடையே நீடித்துவரும் இடைவெளியே இங்கே தடையாக நிற்கிறது என்பதுதான் உண்மை. விரிப்புள்ள தரை, விரிப்பில்லாத தரை என்ற இடைவெளி இப்போதும் நீடிக்கிறது. என்றாலும் அது இட்டு நிரப்பவியலாத இடைவெளி அல்ல என்பதை இரு பிரிவினரும் உணரும் வகையில் ஒற்றுமைக்கான குரல் எழுப்ப வேண்டும்.’

இதேநேரத்தில்தான் விஸ்வபாரதியில் வருகைதரு பேராசிரியராக இருந்த இரண்டாவது இத்தாலிய அறிஞரான டுஸி ரவீந்திரர்

தாய்நாடு திரும்புவதற்கு முன்பாகவே தன் பணியைத் துறந்து விட்டுச் சென்றுவிட்டார். டிசம்பர் 29 அன்று அவர் ரவீந்திரருக்கு எழுதிய கடிதத்தில் 'கிழக்கும் மேற்கும் சந்திக்கின்ற ஓர் இடமாக சாந்திநிகேதன் இருக்க வேண்டும் என்ற உங்கள் மையக் கருத்துக்கு ஏற்புடையதாக இல்லாத ஒரு சூழல் அங்கே நிலவுகிறது' என்று குறிப்பிட்டிருந்தார். இதை மறுத்தும், தன் நிலையை விளக்கியும் ரவீந்திரர் பதில் எழுதியபோதிலும், பேராசிரியர் டுஸி தன் நிலைப்பாட்டில் உறுதியாக இருந்ததால் இந்த இருவருக்கும் இடையிலான கடிதப்போக்குவரத்து நின்றுபோனது. இவ்வாறே ரவீந்திரரை கோபம் கொள்ளச் செய்யும் வகையிலான நிகழ்வுகள் தொடர்ந்து நடைபெற்றன என்றே கூற வேண்டும்.

1927 ஜனவரி மாதம் அவரது நாட்டிய நாடகமான நாதிர் பூஜாவிற்கான ஒத்திகையை முடித்து, மாத இறுதியில் அந்த நாடகம் கல்கத்தாவில் அரங்கேறியது. கதையை முன்வைக்கும் புத்த பிக்குவாக ரவீந்திரர் மேடையில் தோன்றினார். மார்ச் மாதத்தில் மேற்கு இந்தியாவின் சில பகுதிகளில் பயணம் மேற்கொண்ட அவர் பரத்பூர் சமஸ்தானத்தில் நடைபெற்ற இந்திய இலக்கிய மாநாட்டிற்குத் தலைமையேற்று உரையாற்றினார்.

கோடைக்காலத்தில் ஷில்லாங்கில் தங்கியிருந்தபோது, தீன் புருஸ் (மூன்று தலைமுறைகள்) என்ற தலைப்பில் புகழ்பெற்றதொரு நாவலை எழுதத் தொடங்கினார். எனினும் முதல் பகுதி முடிந்த தருணத்தில் அவருக்குள் இருந்த கவியும் பாடகனும் ஆசிரியரும் தங்களுக்கான பங்கினை கோரத் தொடங்க, இந்தக் கதை ஒரு தலைமுறையோடு முடிவுற்றது. இலக்கிய ரசிகர்களால் அனைத்து வகையிலும் முழுமையானதொரு நாவல் என பாராட்டப்பெற்ற இந்த நாவல் இரண்டு ஆண்டுகளுக்குப் பிறகு யோகாயோக் (எதிர்நீச்சல்) என்ற தலைப்பில் வெளியானது.

1927 மார்ச்-ஏப்ரலில் எழுத்துபூர்வமாக ரவீந்திரர் தன் மனக்கசப்பை வெளிப்படுத்தவும் வேண்டியிருந்தது. அட்லாண்டிக் மன்த்லி இதழின் ஆசிரியர் கேட்டுக் கொண்ட அடிப்படையில் அவர் எழுதியிருந்த கட்டுரையில் 1920-21இல் விஸ்வபாரதிக்கு நிதி திரட்ட தான் அமெரிக்காவிற்கு வந்திருந்தபோது அந்நாட்டின் கோடீஸ்வரர்களும் அவதூறு புனைவோரும் தனது முயற்சியைச் சீர்குலைத்தனர் என்பதை தான் உணர்ந்து கொண்டதாகக் குறிப்பிட்டிருந்தார்.

அதைப் போலவே எட்வர்ட் தாம்ப்ஸன் ரவீந்திரநாத் தாகூர் – கவிஞரும் நாடக ஆசிரியரும் என்ற தலைப்பில் எழுதியிருந்த

வாழ்க்கைவரலாற்று நூல் ஆங்கில ஏகாதிபத்திய தோரணையோடு உள்ளது என்று ரவீந்திரர் குறிப்பிட்டார். இந்த நூலைக் கண்டித்து ரவீந்திரரின் நெருங்கிய நண்பரும் பதிப்பாளருமான ராமானந்த சாட்டர்ஜி ஆங்கிலத்திலும் வங்காளியிலும் தொடர்ச்சியாக கட்டுரைகளை எழுதினார்.

இருதரப்பிலும் வசைகள் தங்குதடையின்றி பரிமாறிக் கொள்ளப் பட்டன. தனிப்பட்ட வகையிலும், அரசியல்ரீதியாகவும், இலக்கிய-பண்பாட்டு வேறுபாடுகளின் காரணமாகவும் இந்த மோதல் நிகழ்ந்தது என்றே கூறலாம். எனினும் இந்த நூல் மற்றும் நூலாசிரியர் குறித்த ரவீந்திரரின் விமர்சனக் கணைகள் மிகவும் கூர்மையானதாக இருந்தன. அவர் புனைபெயரில் வங்காள மொழியில் எழுதிய விமர்சனம் வெளியானது என்பதையும் இங்கே குறிப்பிட வேண்டும்.

ஒருபுறம் சாந்திநிகேதன் நிர்வாகச் சிக்கல்கள், மறுபுறம் பொதுவெளியில் அவருக்குக் கோபமூட்டும்படியான நிகழ்வுகள் ஆகியவற்றிலிருந்து தப்பிக்கும் எண்ணத்தோடு 1927 ஜூலை மாத நடுப்பகுதியில் டச்சு நாட்டின் ஆதிக்கத்திற்கு உட்பட்ட கிழக்கிந்திய தீவு நாடுகள் என்று அழைக்கப்படும் மலேயா, ஜாவா, பாலி ஆகிய பகுதிகளுக்கு ரவீந்திரர் பயணம் மேற்கொண்டார்.

இந்த நாடுகளில் ஏற்கனவே வேரோடியிருந்த பண்டைய இந்து, பவுத்த கலாசாரங்களை கண்டு களிப்பதில் அவர் பெருமகிழ்ச்சியுற்றார். பாலி தீவில் எண்ணற்ற வடமொழிச் சொற்கள் அன்றாடப் புழக்கத்தில் இருப்பது கண்டு வியந்தார். புத்தர் ஜாதகக் கதைகள், ராமாயணம், மகாபாரதம் ஆகியவையும் இப்பகுதி மக்களின் கலாசாரத்தோடு பின்னிப் பிணைந்திருப்பது கண்டும் மகிழ்ந்தார்.

பாலியில் அவர் இருந்தபோதுதான் லண்டனில் இருந்து வெளிவரும் நியூ ஸ்டேட்ஸ்மேன் பத்திரிக்கையின் மூலம் அமெரிக்க சுற்றுலா எழுத்தாளரான கேத்தரின் மயோ என்பவர் எழுதிய மதர் இந்தியா என்ற நூல் பற்றிய செய்தியை அவர் முதன்முதலாக அறிய நேர்ந்தது. அவரது வாழ்க்கையிலேயே முதன்முறையாக அடுத்த இரண்டு-மூன்று ஆண்டுகளுக்கு அவரைக் கோபத்தில் கொந்தளிக்கச் செய்த நூலாகவும் அது அமைந்திருந்தது.

அத்தியாயம் 29

ஆட்டிப் படைத்த எழுத்தும் ஓவியமும்

அமெரிக்க நாட்டு கோடீஸ்வரர்களைக் கடுமையாகத் தாக்கி அட்லாண்டிக் மன்த்லி இதழில் ரவீந்திரர் கட்டுரை எழுதிய அதேநேரத்தில் அமெரிக்காவில் வெளியான மதர் இந்தியா பரபரப்பாக விற்பனையான ஒரு நூலாகவும் இந்தியா குறித்து மேற்கு நாட்டவர் மத்தியில் பெரும் தாக்கத்தை ஏற்படுத்திய நூலாகவும் இருந்தது. நேரடியாகக் கண்ட காட்சிகள், அதிகாரபூர்வமான புள்ளிவிவரங்கள், ஆங்கிலேய, இந்திய அறிஞர்களின் எழுத்துக்களில் இருந்து மேற்கோள்கள் போன்ற வற்றை உள்ளடக்கி இந்தியாவின் இருண்ட பக்கத்தை வெளிக் கொணர வேண்டும் என்பதை மட்டுமே நோக்கமாகக் கொண்டதாக அந்த நூல் இருந்தது.

'நாகரீகமாகச் சொல்வதெனில், அது ஒரு அதிர்ச்சியூட்டும் நூல்' என ஆர்னால்ட் பென்னெட் கூறினார் எனில், 'அது ஒரு சாக்கடை பரிசோதகரின் அறிக்கை. இதிலிருந்து மேற்கத்திய நாட்டவர்கள் அல்ல; இந்தியர்கள்தான் விஷயங்களைத் தெரிந்துகொள்ள முடியும்' என்று காந்தி கூறினார். 'இந்தியாவிலுள்ள சாக்கடைகளை திறந்து பார்த்து சோதிக்கவே இந்தியாவிற்குச் சென்றேன் என்று செல்வி மயோ ஒப்புக் கொண்டிருப்பாரேயானால், அவரது தகவல் தொகுப்பு பற்றிக் குறை கூறுவதற்கு ஒன்றுமிருக்காது. ஆனால் 'சாக்கடைதான் இந்தியா' என்று வெற்றிப் பெருமிதத்தோடு அவர் குறிப்பிடுகிறார்' என்றும் காந்தி மேலும் குறிப்பிட்டார்.

நூலாசிரியர் மயோ குழந்தைத் திருமணம் பற்றிய செய்தியில் தன்னை வேண்டுமென்றே தவறாக மேற்கோள் காட்டியிருக்கிறார் என்று ரவீந்திரர் கோபமுற்றார். நியூ ஸ்டேட்ஸ்மேன் பத்திரிக்கையின் நூல் விமர்சகர் இந்தத் தவறான மேற்கோளை மிகுந்த உற்சாகத்துடன் எடுத்துக் காட்டியிருந்தார். ஜெர்மனியின் பிரபு வம்சத்தைச் சேர்ந்த ஹெர்மன் கேசர்லிங் உருவாக்கிய திருமணம் குறித்த நூலில், அவரது வேண்டுகோளுக்கு இணங்க 1925இல் ரவீந்திரர் இந்தியத் திருமணங்கள் குறித்த ஒரு கட்டுரையை ஆங்கிலத்தில் எழுதியிருந்தார்.

இந்தக் கட்டுரையில் இருந்த 'இந்தியா இவ்வாறு கூறுகிறது' என்ற வார்த்தைகளை அப்படியே பயன்படுத்தாமல், பெண்களின் காம உணர்வுகளை கட்டுப்படுத்த வேண்டுமெனில், குழந்தைத் திருமணம் தேவை என்று, ரவீந்திரர் அதை ஆதரிப்பது போன்ற ஒரு தோற்றத்தை, மயோ அந்த நூலில் ஏற்படுத்தியிருந்தார். 'தன் பெண்மையை உணர்வதற்கு முன்பாகவே ஒரு பெண்ணுக்கு திருமணம் செய்துவிட வேண்டும்' என்று தாகூர் நம்பியதாகவும் அவர் கூறியிருந்தார். இந்த விஷயத்தில் நூலாசிரியர் மயோ 'அனைத்து நியாயங்களையும் மீறிவிட்டதாக' காந்தி குறிப்பிட்டிருந்தார்.

இந்நூல் குறித்தத் தனது கண்டனத்தை மான்செஸ்டர் கார்டியன் இதழுக்கும் நியூயார்க்கிலிருந்து வெளிவரும் நேஷன் இதழுக்கும் கடித வடிவில் ரவீந்திரர் அனுப்பியிருந்தார். தாகூரின் குடும்பத்தில் பெண்களுக்கு எத்தனை வயதில் திருமணம் நடைபெற்றது என்பதை நூலாசிரியர் மயோ கல்கத்தாவிலிருந்தும் யாரிடமாவது கேட்டிருந்தால் நன்றாக இருந்திருக்கும் என்று இந்திய சமூகத்தில் நிலவும் தீமைகளை கடுமையாக எதிர்த்துக் குரல் கொடுக்கும் ஒரு விமர்சகர் எழுதிய நூல் விமர்சனத்தை ரவீந்திரர் தனது கடிதத்தில் மேற்கோள் காட்டியிருந்தார்.

1928 ஜனவரியில் செக் நாட்டைச் சேர்ந்த வடமொழி அறிஞரான வி. லென்ஸி சாந்திநிகேதனில் வருகைதரு பேராசிரியராக இணைந்தார். இவரே பின்னாளில் ரவீந்திரரின் வாழ்க்கை வரலாற்றை செக் மொழியில் எழுதினார்.

1927ஆம் ஆண்டில் இருந்து வங்காளி இலக்கியத்தில் நவீனத் தன்மையை முன்வைத்தும், யதார்த்த நிலையை எழுத்துக்கள் பிரதிபலிக்க வேண்டும் என்றும் எழுத்தாளர்கள் இயக்கமொன்றை நடத்தினர். பல்வேறு இலக்கிய இதழ்கள் இதில் பங்கேற்ற போதிலும், கல்லோல் என்ற இதழ்தான் இதில் தீவிரமாகச்

செயல்பட்டு வந்தது. பின்னாட்களில் வங்காளி இலக்கிய வரலாற்றில் கல்லோல் இயக்கம் என்று அறியப்பட்ட இந்த இயக்கம் தாகூரின் எழுத்துகளில் நவீன வாழ்க்கை முறையாகப் பிரதிபலிக்கவில்லை என்றும் அவர் பழமைவாதத்தின் பிரதிநிதியாகச் செயல்படுகிறார் என்றும் குற்றம் சாட்டி வந்தது. இக்குழுவினரின் கருத்துக்களை மறுக்கும் வகையில் சனி வாரேர் சிட்டி (சனிக்கிழமை கடிதம்) என்ற இலக்கிய இதழ் தாகூருக்கு ஆதரவாகக் களமாடியது.

1928 மார்ச் மாதம் இந்த இரு குழுக்களிடையே தொடர்ந்து வந்த பிணக்கைச் சரிசெய்யும் வகையில் ஜொரசங்கோவில் இரண்டு நாள் கூட்டம் நடைபெற்றது. இக்கூட்டத்தில் பிரபல வங்காளி மொழி அறிஞரான சுனிதி குமார் சாட்டர்ஜியும் பங்கேற்றார். ரவீந்திரர் தலைமை வகித்து உரையாற்றினார். கடும் விவாதங்களுக்குப் பிறகும் இரு பிரிவினரிடையே கருத்தொற்றுமையை உருவாக்க முடியாமல் போனது. எனினும் இந்தக் கூட்டத்தில் எழுப்பப்பட்ட கேள்விகளுக்கு பதிலளிக்கும் வகையில் ரவீந்திரர் பேசியவை பின்னர் சாகித்ய ரூப், சாகித்ய சமாலோசனா என்ற தலைப்புகளில் நூலாக வெளியாயின. வங்காளி இலக்கிய வரலாற்றில் சமூக நோக்கம் கொண்ட, அரசியல் தொனியோடு கூடிய எழுத்துக களுக்கான ஒரு முன்னறிவிப்பை இந்த இயக்கம் கொண்டு வந்தது என்று கூறினால் மிகையாகாது.

மே 7 அன்று ரவீந்திரரின் பிறந்தநாளையொட்டி, அவரது எடைக்குச் சமமாக அவரது நூல்கள் எடைபோடப்பட்டு, பின்னர் அவை மாநிலத்தின் பல்வேறு பொதுநூலகங்களுக்கு அனுப்பி வைக்கப்பட்டன.

ஆக்ஸ்ஃபோர்ட் பல்கலைக்கழகத்தின் அழைப்பின்பேரில் ஹிப்பெர்ட் உரைத் தொடரை மேற்கொள்ள மே 12 அன்று ரவீந்திரர் இங்கிலாந்தை நோக்கிப் பயணமானார். எனினும் மதராஸ் நெருங்கும்போது அவரது உடல்நலம் சீர்கெட்ட நிலையில், பயணத்தை ரத்து செய்துவிட்டு, அன்னி பெசண்ட் அழைப்பிற்கிணங்க அடையாறு தியோசாஃபிகல் சொசைட்டியில் ஒரு வாரம் ஓய்வெடுத்தார். பின்பு பீதாபுரம் ராஜாவின் விருந்தினராக குன்னூரில் தங்கினார். இங்கு இருந்தபோது மிட்டா என்ற தலைப்பில் அவர் எழுதத் தொடங்கிய நாவல்தான் பின்னர் சேஷேர் கவிதா என்ற பெயரில் வெளியானது.

இலங்கைக்குச் செல்ல மதராஸ் செல்லும் வழியில் பாண்டிச்சேரிக்குச் சென்ற ரவீந்திரர் அங்கு அரவிந்தரைச் சந்தித்துப்

பேசினார். அப்போது அவர் இவ்வாறு கூறியிருந்தார்: 'பல ஆண்டுகளுக்கு முன்பு, அரசியல் களத்தில் அரவிந்தர் தீவிரமாக ஈடுபட்டு வந்தபோது (அலிப்பூர் வெடிகுண்டு வழக்கு) அவரைக் கண்ட நான் 'அரவிந்தரே! இந்த ரவீந்திரனின் வணக்கத்தை ஏற்றுக் கொள்ளும்!' என்று கூறினேன். அதேபோன்று, இன்று ஞானமே உருவாக வீற்றிருந்த அரவிந்தரைக் கண்டதும் 'அரவிந்தரே! இந்த ரவீந்திரனின் வணக்கத்தை ஏற்றுக் கொள்வீராக!' என்று கூறிவிட்டு வந்தேன்.'

இலங்கையில் 10 நாட்களுக்கு மேலாகத் தங்கியபோதும் உடல்நிலையில் முன்னேற்றம் காணாததால், ரவீந்திரர் தன் இங்கிலாந்துப் பயணத்தை ரத்து செய்துவிட்டு இந்தியா திரும்பினார். அப்போது மைசூர் பல்கலைக்கழகத்தில் துணை வேந்தராக இருந்த சர். பிரஜேந்திரநாத் சீல் (இவர்தான் விஸ்வபாரதி பல்கலைக்கழகமாக உருவெடுத்தபோது அதன் முதல் துணைவேந்தராக இருந்தவர்) அவர்களின் விருந்தினராக அவரது பெங்களூர் இல்லத்தில் ஓய்வெடுத்தார்.

இனிப் பயணம் இல்லை என்றானதும், உடல்நிலை மெதுவாகச் சீரடைந்தது. அங்கு தங்கியிருந்த குறுகிய காலத்திற்குள்ளேயே யோகாயோக் மற்றும் சேஷேர் கவிதா ஆகிய இரு நாவல்களையும் எழுதிமுடித்து இறுதி செய்தார். கவித்துவம் நிரம்பிய வரிகளைக் கொண்ட சேஷேர் கவிதா வங்காள இலக்கிய வரலாற்றில் தனியிடம் பெற்ற ஒரு நூலாகும்.

பெருமளவிற்கு அவர் உள்நாட்டிலேயே தங்கியிருக்க நேர்ந்த 1928ஆம் ஆண்டில் படைப்பூக்க ரீதியாகப் பல சாதனைகளையும் படைத்தார் எனலாம். இந்த ஆண்டில் எழுத்து மட்டுமின்றி, ஓவியம் வரைவதிலும் அவர் தன் முழுத்திறனையும் செலவிட்டார். இதில் மிகப்பெரிய துரதிர்ஷ்டம் என்னவெனில், ஓவியம் வரையத் தூண்டுதல் ஏற்படும்போது அப்போது கைக்குக் கிடைக்கும் காகிதத்தில், கையில் கிடைத்த வண்ணங்களில் வரைந்து முடிப்பது – ஒரு சில நாட்களில் ஒரே நாளில் 4-5 ஓவியங்களைக் கூட அவர் நிறைவு செய்திருக்கிறார் – என்ற வழக்கத்தின் விளைவாக, அவரது ஓவியங்களின் நிலைத்தன்மை பின்னாட்களில் கேள்விக்குறியாக மாறியது.

ஜூலை தொடக்கத்தில் சாந்திநிகேதன் திரும்பிய ரவீந்திரர் மிட்டா நாவல் பிரபாசி பத்திரிக்கையில் தொடராக வெளிவர ஏற்பாடு செய்தார். இதன் ஆசிரியர் ராமானந்த சாட்டர்ஜி அவருக்கு முன்பணமாக ஆயிரம் ரூபாய் வழங்கினார். ஜூலை இறுதியில்

சிறுநீரக அடைப்பு நோய்க்கு சிகிச்சை பெற கல்கத்தா வந்து தங்கி, டாக்டர் நீல் ரத்தன் சர்க்காரிடம் சிகிச்சை பெற்றார்.

ஆகஸ்ட் மாதம் பிரம்ம சமாஜத்தின் நூற்றாண்டுவிழா தொடங்கியது. இதையொட்டி, ரவீந்திரர் மூன்று சொற்பொழிவுகளை நிகழ்த்தினார். இந்தக் காலப்பகுதியில் காதல் கவிதைகள், ஓவியம் என படைப்பூக்கம் நிரம்பியவராகவும் அவர் இருந்தார் என்பதும் குறிப்பிடத்தக்கது.

டிசம்பரில் அறிவியல் அறிஞர் ஜகதீஷ் சந்திர போஸின் 70ஆம் பிறந்தநாள் கொண்டாட்டத்தை ஒட்டி வனவாணி என்ற கவிதைத் தொகுப்பை எழுதி அவருக்கு அர்ப்பணித்தார். தாவரங்களுக்கும் உயிர் உண்டு என்ற கருதுகோளை நிலைநிறுத்திய அறிஞரான ஜகதீஷ் சந்திர போஸிற்கு மேலும் பெருமை சேர்க்கும் வகையிலான இந்தக் கவிதைகள், ஆண்டின் பல்வேறு பருவங்களிலும் தோன்றி மலர்ந்து, காயாகி, கனியாகி மீண்டும் மண்ணோடு சேரும் செடி, கொடி, மர வகைகளின் வாழ்க்கையை கவிதை வடிவில் சித்தரிப்பதாக அமைந்திருந்தன.

டிசம்பர் 17 அன்று சாந்திநிகேதனுக்கு வருகைதந்த முதல் இந்திய வைஸ்ராய் என்ற புகழுடன் இர்வின் பிரபு தன் மனைவியுடன் வருகை தந்தார். வழக்கம்போல பிரிட்டிஷ் ஆட்சியாளர்களுக்குச் சாமரம் வீசுகிறார் என்ற ஏச்சுக்கு ஆளானபோதிலும், ரவீந்திரரின் கல்வி மற்றும் கிராமப்புற மேம்பாட்டுப் பணிகளுக்கு அரசின் உதவி கிடைக்க வைஸ்ராயின் இந்த வருகை உதவியது.

1929 ஜனவரி 27 அன்று பிரம்ம சமாஜத்தின் நூற்றாண்டுவிழா கொண்டாட்டத்தின்போது அதன் ஒரு பகுதியாக நடைபெற்ற மதங்களின் சர்வதேச மாநாட்டினை ரவீந்திரர் தொடங்கிவைத்து உரையாற்றினார்.

பிப்ரவரி 9-10 தேதிகளில் ஸ்ரீநிகேதனில் கூட்டுறவு மாநாடு நடைபெற்றது. இந்த மாநாட்டிற்குத் தலைமைவகித்த சர். டேனியல் ஹாமில்டன் ‘கூட்டுறவு இயக்கம் தோல்வியுற்றால், இந்தியா குறித்த நம்பிக்கையும் தோல்வியுறும்’ என்று குறிப்பிட்டார். இதில் பேசிய ரவீந்திரர் கூட்டுறவு இயக்கம் மற்றும் அதன் குறிக்கோள்களை முன்வைத்து, இவை முறையாகப் பின்பற்றப்பட்டால், இந்தியா சமூகரீதியாகவும், பொருளாதார ரீதியாகவும் மாற்றம் பெறும் என்று குறிப்பிட்டார்.

மார்ச் 1 அன்று கல்கத்தாவிலிருந்து கிளம்பி கொழும்பு, சிங்கப்பூர், ஜப்பான் வழியாக ஏப்ரல் 5 அன்று கனடா போய் சேர்ந்தார்.

மறுநாள் கனடாவின் கல்விக்கான தேசியக் குழுவின் மாநாட்டில் ஓய்வின் தத்துவம் குறித்து உரையாற்றினார். ஏப்ரல் 8இல் வான்கூவர் நகரில் இதே தலைப்பில் அவர் உரையாற்றியபோது, அரங்கத்தில் 2,000 பேர் குழுமியிருந்தனர் எனில், வெளியே கொட்டித்தீர்க்கும் மழைக்கிடையே 3,000 பேர் குழுமியிருந்து அவரது உரையைக் கேட்டனர். பிரிட்டிஷ் கொலம்பியாவில் ஆசியர்களுக்கு எதிரான உணர்வு மிகவும் பரவலாக நிலவி வந்த பின்னணியில் பார்க்கும்போது கனடா நாட்டு மக்கள் வெளிப்படுத்திய இந்தப் பேராதரவு குறிப்பாக எடுத்துக் கூறத் தக்கதாகும்.

தொடர்ந்து அமெரிக்கப் பல்கலைக்கழகங்களில் உரையாற்ற வேண்டும் என்ற வேண்டுகோள்களை ஏற்று அமெரிக்காவிற்குப் புறப்பட்டார். அங்கு அமெரிக்க சுங்க அதிகாரிகள், நோபல் பரிசு பெற்ற கவிஞர் என்பதை அறிந்திருந்தபோதிலும், அவரை மிக மோசமாக நடத்தினர். மிகுந்த மன உளைச்சலுடன் ஏப்ரல் 19 அன்று லாஸ் ஏஞ்சலஸ் வந்து சேர்ந்த அவர். அங்குள்ள பல்கலைக்கழக மாணவர்களிடையே உரையாற்றினார். பின்னர் ஏற்கனவே ஒப்புக்கொண்டிருந்த நிகழ்ச்சிகள் அனைத்தையும் ரத்து செய்துவிட்டு, ஜப்பான் நோக்கிக் கிளம்பினார். அங்கு பல்வேறு நகரங்களிலும் உரையாற்றியதோடு, ஜப்பானின் முக்கிய எழுத்தாளர்களையும் அறிஞர்களையும் சந்தித்து உரையாடினர். 1926 ஜூன் 8 அன்று இந்தியாவை நோக்கிப் பயணத்தைத் தொடங்கி, மதராஸ் வழியாக கல்கத்தா வந்தடைந்தார்.

தியாகி பகத்சிங்கின் உற்ற தோழரும், புரட்சியாளருமான ஜதீன் தாஸ் லாகூர் சிறையில் 67 நாள் உண்ணாவிரதத்திற்குப் பிறகு செப்டெம்பர் 13 அன்று உயிர்நீத்தார். ரவீந்திரர் அப்போது மேற்கொண்டு வந்த தபதி என்ற நாடகத்திற்கான ஒத்திகைகளை அவருக்கு அஞ்சலி செலுத்தும் வகையில் நிறுத்தி வைத்தார்.

பின்பு செப்டெம்பர் 26,27,28 மற்றும் அக்டோபர் 1 தேதிகளில் கல்கத்தாவில் தபதி நாடகம் அரங்கேறியது. அப்போது 67 வயதான ரவீந்திரர் இந்த நாடகத்தில் விக்ரம் என்ற பாத்திரத்தை ஏற்று மிகச் சிறப்பாக நடித்தார். இந்த நாடகத்தின் இரண்டாம் நாள் நிகழ்வு அகில இந்திய வானொலியில் ஒலிபரப்பப்பட்டது.

இதே காலப்பகுதியில் சாந்திநிகேதன் மாணவரான மது பாசு ரவீந்திரரின் ஒரு சிறுகதையை அடித்தளமாகக் கொண்டு கிரிபாலா என்ற (மவுன) திரைப்படத்தை உருவாக்கியிருந்தார். இதன் திரைக்கதையை மேம்படுத்துவதில் உதவி செய்த ரவீந்திரர், க்ரவுன்

சினிமாவில் நடைபெற்ற சிறப்புத் திரையிடலில் கலந்து கொண்டு திரைப்படத்தைப் பார்த்தார்.

இந்த ஆண்டில் அவர் எழுதிய நாவல்களான யோகாயோக், சேஷேர் கவிதா, தபதி (நாடகம்), மஹுவா ஆகியவை நூல்வடிவில் வெளிவந்தன.

அத்தியாயம் 30

மனிதனின் மதம் –
ஆக்ஸ்ஃபோர்ட் உரைத் தொடர்

1930 ஜனவரியில் பல்வேறு அழைப்புகளுக்கு இணங்க லக்னோ, கான்பூர், ஆக்ரா நகரங்களுக்குப் பயணித்த ரவீந்திரர் சென்ற இடங்களில் எல்லாம் உரை நிகழ்த்திவிட்டு, அகமதாபாத் வந்தபோது உடல்நலம் குன்றியது. மாத இறுதியில் நடைபெறவிருந்த வங்க சாகித்ய சம்மேளனத்தில் பங்குபெற இயலாது என்பதை உணர்ந்த அவர் தன் உரையை எழுதி அனுப்பினார். அவரது அந்த உரையை சம்மேளனத்திற்கு வந்திருந்த பிரதிநிதிகளிடையே அவரது மூத்த சகோதரியும் வங்காள இலக்கிய உலகில் புகழ்பெற்ற எழுத்தாளருமான சுவர்ணகுமாரி படித்தார்.

ஜனவரி 30 அன்று பரோடாவில் ஆசிரியர் பயிற்சிப்பள்ளியில் கல்வி-கற்பித்தல் குறித்து சிறப்பானதொரு உரை நிகழ்த்திவிட்டு வங்காளத்திற்குத் திரும்பினார்.

பிப்ரவரி 6 அன்று ஸ்ரீநிகேதனின் ஆண்டுவிழா. இதில் அதன் முதல் இயக்குநரான எல்மிர்ஸ்ட் கலந்து கொண்டார். பிப்ரவரி 10 அன்று நடைபெற்ற ஸ்ரீநிகேதன் கூட்டுறவு சங்க விழாவை அன்றைய வங்காள கவர்னர் ஸ்டேன்லி ஜாக்சன் தொடங்கி வைக்க, எல்மிர்ஸ்ட் தலைமை தாங்கினார். ஸ்ரீநிகேதன் பணிகளை முன்னெடுக்க ஆண்டுதோறும் அரசு ரூ. 1,000/- வழங்கும் என்ற

கவர்னரின் அறிவிப்பு தேசியவாதிகளின் எதிர்ப்பையும் விமர்சனத்தையும் கொண்டு வந்தது.

மார்ச் 2 அன்று தன் ஐரோப்பிய பயணத்தைத் தொடங்கிய ரவீந்திரர், பிரான்சில் இறங்கி சில மாதங்கள் தங்கினார். 1912ஆம் ஆண்டில் எப்படித் தன் கீதாஞ்சலியின் ஆங்கில மொழிபெயர்ப்போடு பாரீஸ் நகரத்தின் வழியாக லண்டன் சென்றாரோ, அதைப் போன்றே இம்முறை ரவீந்திரர் தன் ஓவியங்களை மேற்குலகிற்கு அறிமுகப்படுத்த தன்னோடு எடுத்துச் சென்றார்.

ரவீந்திரரின் ரசிகைகளான ஆண்ட்ரி கார்பெலஸ், நோவாலிஸ் பிரபுவின் மனைவின் அன்னா, அப்போது பாரீஸில் இருந்த அர்ஜெண்டினாவின் விக்டோரியா ஒகாம்போ ஆகியோரின் அனைத்து வகையான உதவிகளுடன் கவின்கலைகளின் புகலிடமாக திகழும் பாரீஸ் நகரில் 400 ஓவியங்களோடு ரவீந்திரரின் ஓவியக் கண்காட்சி மே 2 அன்று தொடங்கியது. ஓவிய உலகிற்குப் புத்தொளி பாய்ச்சும் வகையில் ரவீந்திரரின் கைவண்ணம் திகழ்கிறது என ஓவிய விமர்சகர்களின் ஒருமித்த பாராட்டுகள் வந்து குவிந்தன. இதுவே ஐரோப்பாவிலும் ரஷ்யாவிலும் அமெரிக்காவிலும் அவர் செல்லும் இடங்களிலெல்லாம் இத்தகைய ஓவியக் கண்காட்சியை நடத்துவதற்கு ரவீந்திரருக்கு உற்சாகமூட்டியது.

மே 13 அன்று இங்கிலாந்தின் பர்மிங்ஹாம் நகரில் ‘நாகரிகமும் முன்னேற்றமும்’ என்ற தலைப்பில் உரை நிகழ்த்தினார். இத்தருணத்தில் அவரைப் பேட்டி கண்ட மான்செஸ்டர் கார்டியன் இதழ் ‘இந்தியாவின் தூதர் மகாத்மா காந்தி அல்ல; கவிஞரும் சிந்தனையாளருமான தாகூர்தான்!’ என்று பாராட்டியது.

நீண்ட ஒத்திவைப்புகளுக்குப் பிறகு, மே 19 அன்று ஆக்ஸ்ஃபோர்ட் பல்கலைக்கழகத்தின் மான்செஸ்டர் கல்லூரியில் ரவீந்திரர் தனது முதல் ஹிப்பர்ட் சொற்பொழிவை தொடங்கினார். அடுத்து மே 21, 26 தேதிகளிலும் இதே வரிசையில் உரை நிகழ்த்தினார். இந்த மூன்று உரைகளும் பின்னர் ‘மனிதனின் மதம்’ என்ற தலைப்பில் நூலாக வெளிவந்தன.

‘உள்ளொளியே மனிதனின் விடுதலைக்கு வழி’ என்ற இலக்குடன் செயல்பட்ட ப்ராட்டெஸ்டண்ட் கிறித்துவ மதப்பிரிவின் ஓர் அங்கமாக விளங்கிய குவாக்கர் இயக்கத்தின் ஆண்டு விழாவில் மே 24 அன்று ரவீந்திரர் கலந்து கொண்டார். இந்த அமைப்பின் 226 ஆண்டுக்கால வரலாற்றில் ‘வெள்ளையரல்லாத’ ஒருவரை ஆண்டுவிழாவில் பேச அழைத்தது இதுவே முதன்முறையாகும்.

இந்தக் கூட்டத்தில், இந்தியாவின் அன்றைய நிலை, அதற்கான காரணங்கள் ஆகியவற்றை ரவீந்திரர் எடுத்துக் கூறினார். ஒரு கேள்விக்கு பதிலளித்த அவர் இவ்வாறு கூறினார்: 'இந்தியா விடுதலையை விழைகிறதா? என்று கேட்டீர்கள். மனிதர்களுக்கு முழுமையான விடுதலை என்ற ஒன்று கிடையாது. சுதந்திரம் என்பது மனிதனின் இயற்கையான ஒரு தன்மை மட்டுமல்ல; அதுவே அவனது உயரிய இலக்காகவும் இருக்கிறது. மனித குலத்தின் மிகச்சிறந்த விஷயங்கள் அனைத்துமே ஒருவருக் கொருவர் தொலைதூரத்தில் இருக்கும் மனிதர்களிடையே நிகழும் பரஸ்பர பரிமாற்றங்களால்தான் எட்டப்பட்டுள்ளன. கிழக்கு-மேற்கின் மிகச்சிறந்த இதயங்கள் ஒன்றுசேர்ந்து விடுதலை என்ற உண்மையான மனித உறவை இந்தியாவிற்கும் இங்கிலாந்திற்கும் இடையே நிறுவட்டும்!'

மே 25 அன்று மான்செஸ்டர் கல்லூரியில் 'இரவும் பகலும்' என்ற தலைப்பில் உரையாற்றினார். அவரது உரை பற்றி செய்தி வெளியிட்ட மான்செஸ்டர் கார்டியன் இதழ் ''அவரது ஆங்கிலம் படிப்பதற்கு மட்டுமல்ல; கேட்பதற்கும் அழகாக இருந்தது. அவரது வார்த்தைகள் என் காதுகளில் இசையென ஒலித்தன' என்று உரையைக் கேட்டவர்களில் ஒருவர் கூறியதை சுட்டிக் காட்டியிருந்தது.

மே 26 அன்று ஹிப்பர்ட் உரைத்தொடரின் இறுதிப் பகுதியை ரவீந்திரர் வழங்கினார். அவருக்கு நன்றி தெரிவித்துப் பேசிய கல்லூரி முதல்வர் சர் மைக்கேல் சாட்லர், 'நீங்கள் இங்கு உதிர்த்த உயிரோட்டமான ஒவ்வொரு வார்த்தையும் நம்மை ஒன்றிணைத் துள்ளது. நீங்கள் எங்களுக்கு அளித்த பரிசை, எங்களிடம் கொண்டுவந்து சேர்த்த உத்வேகத்தை ஆக்ஸ்ஃபோர்டில் உள்ள எவரும் என்றும் மறக்கவியலாது' என்று புகழ்ந்துரைத்தார்.

ஜூன் 5 முதல் ரவீந்திரர் டார்டிங்க்டன் ஹாலில் எல்மிர்ஸ்ட் மற்றும் அவரது மனைவியுடன் ஒரு மாதத்திற்கும் மேலாகத் தங்கியிருந்தார். எனினும் அங்கிருந்து அவர் குடும்பத்தினருக்கும் நண்பர்களுக்கும் எழுதிய கடிதங்களில் எல்மிர்ஸ்ட்டும் அவரது மனைவி டோரதியும் டார்டிங்க்டனில் நடத்திவந்த கல்வி மற்றும் கிராமப்புற மேம்பாட்டுக்கான அமைப்பின் சிறப்பு குறித்துப் பாராட்டி எதுவும் எழுதவில்லை என்பதும் இங்கு குறிப்பிடத்தக்கதாகும்.

உண்மையில், தாகூரின் சாந்திநிகேதன், ஸ்ரீநிகேதன் ஆகியவற்றை முன்மாதிரியாகக் கொண்டே, அவற்றால் உந்துதல் பெற்றே, எல்மிர்ஸ்ட்டும் அவரது மனைவியும் இதை உருவாக்கினர் என்பதே

உண்மை. இந்நிலையில், இந்தியாவில் தான் முன்னெடுத்த அமைப்புகள் மற்றவர்களின் நிதியுதவிக்காக வாடிக் கொண்டிருக்கும் அதேநேரத்தில், எல்மிர்ஸ்ட்டின் இந்த முயற்சி, செல்வச் செழிப்போடு முன்னேறிக் கொண்டிருப்பதைக் கண்டு ஒரு மனிதனாக அவரிடம் பொறாமையுணர்வு மேலோங்கி இருந்திருக்க வேண்டும் என்பதே உண்மையாக இருக்கும். எனினும் இங்கு தங்கியிருந்த காலத்தில் அவர் தனது ஓவிய முயற்சிகளைத் தொடர்ந்து தீவிரமாக மேற்கொண்டார் என்பது குறிப்பிடத்தக்கது.

ஜூலை 10 அன்று ஜெர்மனியின் பெர்லின் நகருக்குப் பயணமான ரவீந்திரர் மறுநாள் ஜெர்மன் நாடாளுமன்ற (ரெய்ஷ்டாக்) உறுப்பினர்களுடன் கலந்துரையாடினார். அன்று வானொலியிலும் உரைநிகழ்த்தினார். ஜூலை 14 அன்று இயற்பியல் அறிஞர் ஐன்ஸ்டைனைச் சந்தித்துப் பேசினார். ட்ரெஸ்டன் (17-19), மியூனிச் (19-24) ஆகிய ஜெர்மன் நாட்டு நகரங்களுக்கும் டென்மார்க்கின் தலைநகரான கோபன்ஹேகனுக்கும் பயணித்தார். இந்த நகரங்களில் எல்லாம் அவர் உரைநிகழ்த்தும் அரங்குகளிலேயே ரவீந்திரரின் ஓவியக் கண்காட்சியும் நடைபெற்றது. ஆகஸ்ட் 19 அன்று மீண்டும் பெர்லினில் ஐன்ஸ்டைனைச் சந்தித்து உரையாடிய ரவீந்திரர், பின்பு ஜெனிவா சென்று அங்கு சுமார் ஒரு மாதம் தங்கியிருந்தார்.

இந்தப் பயணத்தின்போது, ஜெர்மனியிலும் அமெரிக்காவிலுமாக அவர் நான்கு முறை ஐன்ஸ்டைனைச் சந்தித்து உரையாடினார். இவர்களின் இந்த சந்திப்புகள் குறித்து மேற்கத்திய தத்துவ அறிஞரான சர் ஐசையா பெர்லின் இவ்வாறு எழுதியிருந்தார்: ‘இருவருமே உண்மையானவர்கள்; உயரிய திறன் பெற்றவர்கள்; உயரிய நோக்கங்கொண்ட சிந்தனையாளர்கள் என்ற தனித் தன்மைகளைக் கொண்டிருந்தபோதிலும், அவர்களின் சமூக ரீதியான நோக்கங்கள் ஒரேமாதிரியாக இருந்தபோதிலும், ஒருவருக்கொருவர் மீதான பரஸ்பர நன்மதிப்பைத் தவிர, அவர்களுக்கிடையே பொதுவான விஷயம் என்று எதுவும் இருந்ததாக நான் நம்பவில்லை.’

ஆகஸ்ட் 30 அன்று கிழக்கு வங்காளத்தின் டாக்கா நகரில் மதக்கலவரம் வெடித்தது. இரு தரப்பினரும் ஒருவரையொருவர் கொன்று குவிப்பதை பிரிட்டிஷ் காலனியாட்சி மிகுந்த களிப்போடு வேடிக்கை பார்த்துக் கொண்டிருந்தது. இதனை அறிந்த ரவீந்திரர் ‘ஸ்பெக்டேட்டர்’ என்ற இதழுக்கு ஒரு கடிதம் எழுதினார். அதில் ‘கிழக்கு வங்காளத்தின் டாக்கா நகரில் வெடித்தெழுந்த மதக்கலவரத்தில் சொல்லொணாக் கொடுமைகள் கட்டவிழ்த்து

விடப்பட்டன. எனக்குக் கிடைத்த தகவல்களின்படி, காலனி ஆட்சியின் காவல்துறை அதை எவ்வித சலனமுமின்றி, அக்கறையின்றி வேடிக்கை பார்த்துக் கொண்டிருந்தது' என்று குறிப்பிட்டிருந்தார்.

செப்டெம்பர் 11 அன்று ரவீந்திரர் சோவியத் யூனியனின் தலைநகரான மாஸ்கோவில் வந்திறங்கியபோது, ஐன்ஸ்டைனின் உதவியாளரும் இயற்பியல் விஞ்ஞானியுமான டிமிட்ரி மரியானாஃப், அவரது மனைவியும் ஐன்ஸ்டைனின் மனைவி எலிசாவின் முதல் திருமணத்தின் மூலம் பிறந்த மகளுமான மர்காட் ஐன்ஸ்டைன், ரவீந்திரரின் மூத்த சகோதரர் த்விஜேந்திரநாத்தின் பேரனும் கம்யூனிஸ்டுமான சௌம்யேந்திரநாத் (இவர் இந்தியாவிற்குத் திரும்பி வந்தபிறகு விவசாயிகளை சங்கமாக அணிதிரட்டும் பணியில் ஈடுபட்டு, பின்னர் புரட்சிகர இந்திய கம்யூனிஸ்ட் கட்சி (RCPI) என்ற அமைப்பினை உருவாக்கி நடத்தினார். கிழக்குப் பாகிஸ்தானில் வங்கதேசத்திற்கான கிளர்ச்சியின்போது இந்தியாவிற்கு வந்த அகதிகளின் நல்வாழ்விற்காகப் பெரிதும் பாடுபட்டவர்) ஆகியோரும் அவருடன் இருந்தனர்.

1926ஆம் ஆண்டிலேயே ரஷ்யாவிற்குச் செல்ல வேண்டுமென்று அவர் விரும்பியபோதிலும், இத்தாலியில் முசோலினியால் ஏற்பட்ட ஏமாற்றத்துக்குப் பின்னர், அவரது மேற்கத்திய நண்பர்களின் எச்சரிக்கைக்கு இணங்க அதைத் தவிர்த்திருந்தார். 1928இல் அப்போது மாஸ்கோவில் படித்துக் கொண்டிருந்த சௌம்யேந்திரநாத்திற்கு எழுதிய ஒரு கடிதத்தில், தன் உடல்நிலை ஒத்துழைத்தால் ரஷ்யா எவ்வாறு தன் விவசாயிகளுக்கு கல்வியைத் தந்துள்ளது என்பதை நேரடியாகப் புரிந்துகொள்ளவாவது அங்கு வரவேண்டும் என்றும், 'நமது கிராமங்களைப் பாதுகாக்கா விட்டால், நாம் அனைவருமே இறந்து விடுவோம்' என்றும் குறிப்பிட்டிருந்தார். 1930 செப்டெம்பரில் அவர் மேற்கொண்ட ரஷ்யப் பயணத்திலும் இதுவே நோக்கமாக அமைந்திருந்தது.

ஆளும் வர்க்கத்தினருக்கு அரசியல் ரீதியான சாதகம் ஒருபுறத்தில் இருந்தபோதிலும், உண்மையிலேயே அத்தருணத்தில் ரஷ்யா அவரை வரவேற்கப் பெரிதும் காத்திருந்தது என்றே கூறலாம். 1920களின் இறுதியிலேயே ஆங்கிலத்தில் வெளியாகியிருந்த ரவீந்திரரின் எழுத்துக்கள் அனைத்துமே ரஷ்ய மொழிக்கும் கொண்டு செல்லப்பட்டிருந்தன. 1917ஆம் ஆண்டிற்குள்ளாகவே அவரது கீதாஞ்சலி பல மொழிபெயர்ப்புகளைக் கண்டிருந்தது.

அவற்றில் ஒரு பதிப்பு இலக்கியத்திற்காக நோபல் பரிசு பெற்ற முதல் ரஷ்யரான இவான் புனின் தொகுப்பாசியராக இருந்து வெளியானதாகும். தன்னிகரற்ற ரஷ்யப் படைப்பாளியான லியோ டால்ஸ்டாயின் இரண்டாவது மகன் இல்யா டால்ஸ்டாய்கூட அவரது எழுத்துகளை மொழிபெயர்த்திருந்ததோடு, 'இன்று உலகில் உயிரோடு வாழும் மகத்தான மனிதர்களில் தாகூரும் ஒருவர்' என்று 1918லேயே கூறியிருந்தார். உலகின் மிகச்சிறந்த நடிப்பாசிரியர் எனப் புகழ்பெற்ற ஸ்டானிஸ்லாவ்ஸ்கி தன்னை மிகவும் கவர்ந்த இருட்டறையின் அரசன் என்ற தாகூரின் நாடகத்தை ருஷ்ய மொழியில் உருவாக்க நாம் முயற்சியாவது செய்ய வேண்டும் என்று குறிப்பிட்டிருந்தார்.

இத்தாலியில் பெற்ற கசப்பான அனுபவத்தை வைத்து ரவீந்திரர் அரசியல் தலைவர்கள் எவரையும் (துணை வெளியுறவு அமைச்சர் ஒருவரை மட்டுமே அவர் சந்தித்தார்) சந்திப்பதைத் தவிர்த்துவிட்டு, கலை, எழுத்து, கல்வி, திரைப்படம் தொடர்பான நபர்களிடம் மட்டுமே விரிவாக உரையாடினார்.

ரஷ்யாவில் அவருக்குத் தொடர்ச்சியான நிகழ்ச்சிகள் இருந்தன. பல நிறுவனங்களுக்குச் சென்று வந்ததோடு, பல முக்கியப் பிரமுகர்களையும் சந்தித்தார். மாஸ்கோவில் அவரது ஓவியக் கண்காட்சியும் நடைபெற்றது. அவரை பெரிதும் கவர்ந்த நிகழ்வு என்பது ஆதரவற்ற குழந்தைகளுக்கான ஒரு நிலையத்திற்குச் சென்றிருந்தபோது, அங்கிருந்த குழந்தைகள் அவரைச் சுற்றிக் கொண்டன. அவரது சுருக்கமற்ற முகத்தை, நரைத்துப் போன தாடியை தொட்டுத் தடவிய குழந்தைகளைப் பார்த்து அவர் சொன்னார்: 'இது வெறும் முகமூடிதான். என் இதயம் மிகவும் இளமையானது; அன்பானது. அது ஒரு முன்னோடியின் இதயமும் கூட.' பின்னர் விருந்தினர் பதிவேட்டில் அவர் இவ்வாறு எழுதியிருந்தார்: 'இந்தக் குழந்தைகளிடமிருந்து நான் பல விஷயங்களைக் கற்றுக் கொண்டேன். அவை இந்தியாவிலுள்ள எனது மக்களுக்கு மிகவும் பயனுள்ளதாக இருக்கும். அதற்காக நான் அவர்களுக்கு நன்றி தெரிவித்துக் கொள்கிறேன். இந்த நாட்டு மக்களின் எதிர்காலத்தை உருவாக்கவிருக்கும் இந்த இளம் பிஞ்சுகள் என் இதயத்தில் நீங்காத இடம்பெற்று விட்டனர். அவர்களின் முயற்சிகள் அனைத்தும் வெற்றிபெறட்டும்!'

பொதுவிஷயங்கள் பலவற்றிலும் கருத்துவேறுபாடு கொண்டிருந்த போதிலும், காந்தி உள்ளார்ந்த வகையில் ரவீந்திரரை அறிந்திருந்தார். எனவேதான் எந்தவகையினராக இருந்தபோதிலும்

அவர்களது முழுமையான ஆளுமையை மேம்படுத்திக் கொள்வதற்கான மனிதனின் உரிமைகளுக்கான மகத்தான காவலாளி அவர் என்றும், இந்த மேம்பாட்டிற்குத் தடையாக இருக்கும் எந்தவொரு சமூக, அரசியல் அமைப்பையும், அது எவ்வளவுதான் புனிதமானதாக இருந்தபோதிலும், அதை எதிர்த்துக் குரல்கொடுக்க அவர் தயங்கியதில்லை என்றும் ஒரு முறை குறிப்பிட்டிருந்தார்.

இத்தகையதொரு பின்னணியில் அவர் ரஷ்யாவிற்குச் சென்றபோது, சமூகத்தின் அடிமட்டத்தில் இருந்தவர்களை மனிதர்களாக உயர்த்திய அக்டோபர் புரட்சியின் மகத்தான சாதனையை அவர் மனமுவந்து பாராட்டினார். 'எதற்காகவும் விழையாதே!' என்ற மகத்தான உபநிடத வார்த்தையின் உண்மையான பொருளை சோவியத் ரஷ்யாவில் தான் உணர்ந்து கொண்டதாகவும் குறிப்பிட்டார்.

இதை வைத்துக் கொண்டு சோவியத் யூனியனில் அவர் கண்ட அனைத்தையும் பாராட்டினார் என்று பொருள் கொள்ளலாகாது. தனது கடிதம் ஒன்றில் அவர் இவ்வாறு குறிப்பிட்டிருந்தார்: 'தற்போதைய ருஷ்ய ஆட்சியில் தண்டனை தரும் கைத்தடி வேலையற்று இருக்கிறது என்று நான் கூறவில்லை. அதேநேரத்தில், மகத்தான வலிமையோடு கல்வியின் பரப்பு இங்கே விரிவாகிக்கொண்டே செல்கிறது... ஒன்றன்பின் ஒன்றாக இங்கே மேற்கொள்ளப்படும் பரிசோதனைகள் மூலம் போல்ஷ்விக் பொருளாதாரம் எத்தகைய வடிவத்தை அடையப் போகிறது என்பதை யாராலும் சொல்ல முடியாது. என்றாலும் ஒரு விஷயம் நிச்சயமானது. ரஷ்ய மக்கள் அபரிமிதமான அளவில் பெற்றுவரும் கல்வி, அவர்களை ஒருவழியாக மிகவும் சுதந்திரமானவர்களாக ஆக்கியுள்ளதோடு, எந்தக் காலத்திலும் இல்லாதவகையில் அவர்களது மனிதத் தன்மைக்குப் பெருமையையும் தேடித் தந்துள்ளது.'

மாஸ்கோவிலிருந்து புறப்படுவதற்கு முதல் நாள் இஸ்வெஸ்தியா பத்திரிக்கைக்கு அவர் ஒரு பேட்டியளித்தார். அதில் 'உண்மையைப் பெற மிகவும் சுதந்திரமானதொரு மனநிலை தேவைப்படுகிறது. அச்சுறுத்தல் அத்தகையதொரு நிலையைக் கொன்றுவிடுகிறது. மனித இனத்தின் நலனை கருதியாவது வன்முறை என்ற விஷமத்தனமான சக்தியைக் கட்டவிழ்த்து விடாதீர்கள். அது தொடர்ச்சியாக வன்முறையையும் கொடூரத் தன்மையையும் உருவாக்கிக் கொண்டேயிருக்கும். முந்தைய (ஜார்) காலத்தில்

நிலவிய பல மோசமான தீமைகளை அழித்தொழிக்க நீங்கள் முயற்சி செய்திருக்கிறீர்கள். அப்படியிருக்கும்போது ஏன் இதையும் (அச்சுறுத்தல்) முற்றிலுமாக அழிக்க நீங்கள் முயற்சிக்கக் கூடாது?' என்று குறிப்பிட்டிருந்தார்.

மூன்று வாரங்களுக்குப் பிறகு மான்செஸ்டர் கார்டியன் இதழில் வெளியான இந்தப் பேட்டி, ரஷ்யாவில் கிட்டத்தட்ட 60 ஆண்டுகளுக்குப் பிறகே, 1988ஆம் ஆண்டின் நடுப்பகுதியில்தான் இஸ்வெஸ்தியா இதழில் வெளிவந்தது என்பதும் குறிப்பிடத்தக்கதாகும். ரஷ்யாவிலிருந்து தனது குடும்பத்தினருக்கும் நண்பர்களுக்கும் அவர் எழுதிய கடிதங்கள் பின்னர் 'ரஷ்யாவிலிருந்து கடிதங்கள்' என்ற தலைப்பில் தனிநூலாக வெளியானது.

ரஷ்யாவிலிருந்து ஜெர்மனி சென்று, அங்கிருந்து, அதற்கு நேரெதிரான ஓர் உலகமாகத் திகழ்ந்த அமெரிக்காவை நோக்கி அக்டோபரில் அவர் பயணப்படும்போது, மாறுபட்ட ஒரு சமூகத்தின் தேவையை உணர்ந்தவராக, மேற்கத்திய நாகரிகத்தில் புதியதொரு பிரிவு உருவாகியுள்ளதை உணர்ந்தவராக அவர் மாறியிருந்தார். இந்த மாற்றம் அமெரிக்காவில் அவரது பேச்சுக்களில் மிகத்தெளிவாகவே வெளிப்பட்டது.

அத்தியாயம் 31

இறுதி அமெரிக்கப் பயணம்

அக்டோபர் முதல் வாரத்தில் அமெரிக்கா வந்து சேர்ந்த ரவீந்திரர் அங்கு 67 நாட்கள் தங்கியிருந்தார். இதற்குமுன் அவர் அமெரிக்காவிற்கு வந்திருந்தபோது, முதல் முறையைத் தவிர மற்ற தருணங்களில் அவருக்குக் கிடைத்த பாராமுகமான வரவேற்பிற்கு முற்றிலும் மாறானதாக இந்தப் பயணம் அமைந்திருந்தது. அவரை வரவேற்க, ஹென்றி மார்கெந்தாவைத் தலைவராகக் கொண்டு தாகூர் வரவேற்புக் குழு ஒன்று அமைக்கப்பட்டது. அமெரிக்க நண்பர்கள் சேவைக் கழகம் சாந்திநிகேதன் – ஸ்ரீநிகேதன் ஆகியவற்றைச் சுற்றியுள்ள கிராமங்களில் நிலவிய சுகாதார சேவைகள் குறித்த ஓர் ஆய்வினை மேற்கொள்ள டாக்டர் ஹேரி சிடிம்ப்ரஸ் தலைமையில் ஒரு குழுவினை முன்பு அனுப்பி வைத்திருந்தது. இப்போது, இந்தக் கழகம் ரவீந்திரரின் தங்கும் வசதி, உரைநிகழ்த்தல் ஆகியவற்றுக்கான பொறுப்பினை ஏற்றுக் கொண்டது.

1912ஆம் ஆண்டில் லண்டனில் அவர் சந்தித்த புகழ்பெற்ற அமெரிக்கக் கவிஞர் ராபர்ட் ஃப்ராஸ்ட்டை இப்போது சந்திக்கும் வாய்ப்புக் கிடைத்தது. நியூ ஹேவனில் நடைபெற்ற ரவீந்திரரின் ஓர் உரை நிகழ்விலும் ஃப்ராஸ்ட் கலந்து கொண்டார். இந்தக் காலப்பகுதியில் நியூயார்க் டைம்ஸ் நாளிதழ் 21 நாட்களுக்கு அவரைப் பற்றிய செய்திகளையும், இரண்டு நேரடி பேட்டிகளையும் வெளியிட்டதோடு, ரவீந்திரரும் ஐன்ஸ்டைனும்

அமெரிக்காவில் சந்தித்த நிகழ்வை ‘ஒரு கணிதநிபுணரும் ஒரு ஞானியும் மன்ஹாட்டனில் சந்தித்தபோது’ என்ற தலைப்பில் அழகியதொரு புகைப்படத்தையும் வெளியிட்டது.

இதே காலப்பகுதியில் அமெரிக்க அதிபர் ஹுவர் ரவீந்திரரை அதிகாரபூர்வமாக வெள்ளை மாளிகையில் சந்தித்தார். பிரிட்டிஷ் தூதர் அவரை அதிபருக்கு அறிமுகம் செய்துவைத்தார். முந்தைய அமெரிக்க அதிபர் வில்சன் அவரது தந்தி, கடிதங்கள் கிடைத்தன என்பதைக் கூட ஒப்புக்கொள்ள தயாராக இருக்கவில்லை என்பதை நினைவுகூர்கையில், இந்தச் சந்திப்பு முற்றிலும் வித்தியாசமான ஒன்றாக இருந்தது என்றே கூற வேண்டும்.

ரவீந்திரரைப் பாராட்டும் விதமாக ஏற்பாடு செய்யப்பட்டிருந்த ஓர் இரவு விருந்து நிகழ்ச்சியில் அன்றைய நியூயார்க் கவர்னர் ஃப்ராங்க்ளின் ரூஸ்வெல்ட், அந்த ஆண்டில் இலக்கியத்திற்கான நோபல் பரிசு பெற்றிருந்த சிங்க்ளர் லூயிஸ் (இந்தப் பரிசைப் பெற்ற முதல் அமெரிக்கர்) உள்ளிட்டு 500க்கும் மேற்பட்டோர் பங்கேற்றனர். இந்த நிகழ்வில் உரையாற்றிய ரவீந்திரர் ‘இன்றைய காலம் மேற்கு நாடுகளுக்கு உரியது. உங்களின் அறிவியல் பூர்வமான அறிவிற்காக மனித இனம் உங்களுக்குக் கடமைப்பட்டுள்ளது. ஆனால் அந்த வலிமையைக் கொண்டு நீங்கள் நிராதரவற்றோரைச் சுரண்டுகிறீர்கள்; இந்த வாய்ப்பு கிடைக்காதோரை எள்ளி நகையாடி அவமதிக்கிறீர்கள். உங்களின் இத்தகைய பண்பாட்டின் விளைவாக உலகத்தின் பெரும்பகுதி துயரத்தில் ஆழ்ந்துள்ளது. இந்தியாவைக் கண்டுபிடிக்க வேண்டும் என்ற முனைப்போடு மேற்குலகம் மேற்கொண்ட பயணம் இன்னும் நிறைவுபெறவில்லை என்பதை நினைவில் கொள்ளுங்கள். உங்கள் பங்கை பெற்றுக்கொள்ள, முறையான உணர்வோடு, இந்தியாவிற்குப் பயணம் மேற்கொள்ளுங்கள். என்றுமே நிலையான மதிப்புடைய அனைத்தும் மனித குலத்திற்குப் பொதுவானதே ஆகும். எங்களிடம் வாருங்கள். எங்களை ஏற்றுக்கொள்ளுங்கள். எங்களை அங்கீகரியுங்கள். நாம் அனைவருமே உடன்பிறந்தோர் என்பதை உணருங்கள்’ என்று குறிப்பிட்டார்.

நியூயார்க் நகரின் கார்னெகி ஹாலில் ரவீந்திரர் உரையாற்றியபோது அந்த அரங்கில் 4,000 பேர் குழுமியிருந்தனர். ஆயிரக்கணக்கானோர் இடமின்றி வெளியேற நேர்ந்தது. ரவீந்திரர் தனது உரையில், ‘எங்களது வேண்டுகோள் உங்கள் காதுகளை எட்டுவதில்லை; வலிமை கொண்டோரின் வேண்டுகோளுக்குத்தான் நீங்கள்

செவிசாய்க்கிறீர்கள். ஏனென்றால், உங்களைப் போலவே மிக மோசமாக தன்னாலும் நடந்துகொள்ள முடியும் என்பதை நிரூபித்துள்ளதன் விளைவாகவே ஜப்பான் வேண்டுகோள் விடுக்கும்போது நீங்கள் உடனடியாக அதற்குப் பதிலளிக்கிறீர்கள்' என்று சுட்டிக் காட்டினார்.

சாந்திநிகேதனுக்கு நிதிதிரட்டும் வகையில் புகழ்பெற்ற பிராட்வே தியேட்டரில் ஒரு நாட்டிய நிகழ்ச்சி நடைபெற்றது. இந்த நிகழ்ச்சியின்போது ரவீந்திரரின் அபிமானியும் அமெரிக்கத் தத்துவ அறிஞருமான வில் டூரண்ட் அவரை பிராட்வே மேடையில் அறிமுகம் செய்துவைத்தார். இத்தருணத்தில் வில் டூரண்ட் தான் எழுதிய 'The Case for India' என்ற நூலை – இந்த நூலுக்கு வங்காள அரசு தடை விதித்திருந்தது – ரவீந்திரரிடம் வழங்கினார். அப்போது 'இந்தியா அடிமைத்தளையிலிருந்து விடுவிக்கப்பட வேண்டும் என்பதற்கு நீங்களே மிகவும் பொருத்தமான காரணமாக இருக்கிறீர்கள்' என்று எழுதி கையெழுத்திட்டுத் தந்தார். நியூயார்க், போஸ்டன், வாஷிங்டன் ஆகிய நகரங்களில் ரவீந்திரரின் புகைப்படக் கண்காட்சியும் நடைபெற்றது. போஸ்டனில் நடைபெற்ற கண்காட்சிக்கென பிரத்தியேகமாக இலங்கையின் மிகச்சிறந்த கலைவிமர்சகரான ஆனந்த குமாரசாமி கருத்தைக் கவரும் வகையில் ஒரு முன்னுரையை எழுதி வழங்கினார். நியூயார்க் நகரில் நடைபெற்ற ஓவிய கண்காட்சிக்கு ரவீந்திரர் ஓர் அறிமுக உரையை எழுதியிருந்தார்.

இந்த அமெரிக்கப் பயணத்தின் இறுதி நிகழ்ச்சியாக நியூயார்க்கில் ரிட்ஸ்-கார்ல்ட்டன் ஹோட்டலில் அவர் கலந்து கொண்டது, 1929ஆம் ஆண்டில் அமெரிக்காவில் உருவாக்கப்பட்ட நியூ ஹிஸ்டரி சொசைட்டி என்ற ஒரு மத நல்லிணக்க அமைப்பினால் ஏற்பாடு செய்யப்பட்டதாகும். (பஹாய் பிரிவு என்று அழைக்கப்படும் இந்தப் பிரிவு மனித குல வரலாற்றில் மனிதர்களுக்குத் தேவைப்படும் ஒவ்வொரு தருணத்திலும் ஒரு ஞானி தோன்றி அவர்களை நல்வழிப்படுத்துகிறார் என்ற கருத்தை முன்வைப்பதாகும். இவ்வகையில் கிருஷ்ணர், மோசஸ், கவுதம புத்தர், இயேசு கிறிஸ்து, முகம்மது நபி போன்றவர்கள் மனித குலத்தை வழிநடத்திச் சென்றவர்கள் என்ற கருத்தைப் பரப்பி வரும் ஓர் அமைப்பாகும்.) இந்த நிகழ்வில் பங்கேற்ற அமெரிக்காவின் புகழ்பெற்ற பெண்மணியும் உலகிலுள்ள பார்வையற்றோர் அனைவருக்கும் ஆதர்சமாக இன்றுவரை திகழ்பவருமான ஹெலன் கெல்லர் தன் அனுபவத்தை இவ்வாறு குறிப்பிட்டிருந்தார்: 'ரவீந்திரநாத் தாகூருக்கு அருகில் அமர்ந்து, அவருடன்

கருத்துக்களை பரிமாறிக் கொண்டதென்பது புனிதமானதொரு நதியின் கரையில் அமர்ந்தபடி தேனென இனிக்கும் ஞானத்தை அருந்துவதைப் போன்றதாகும்.' பார்வையற்ற ஹெலன் கெல்லர் ரவீந்திரரைத் தொட்டுப்பார்ப்பது போன்ற ஒரு புகைப்படத்தை பல நாளிதழ்களும் அப்போது பிரசுரம் செய்தன.

மேற்கத்திய நாடுகளில் தான் மேற்கொண்ட பயணங்களின் அனுபவங்களை ரவீந்திரர் தனது நினைவலைகளில் மிக விரிவாகத் தொடர்ந்து பதிவு செய்து வந்துள்ளார். அவர் 1912 அக்டோபரில் இருந்து 1930 டிசம்பர் வரை அமெரிக்காவிற்கு ஐந்து முறை பயணங்களை மேற்கொண்டிருந்த போதிலும், தன் அமெரிக்கப் பயண அனுபவங்களை மிக மிக அரிதாகவே குறிப்பிட்டு வந்துள்ளார் என்பது இங்கு குறிப்பிடத்தக்கது. அமெரிக்காவி லிருந்து அவர் எழுதிய கடிதங்களில் நிர்மல் குமார் மகலனாபிஸுக்கு எழுதிய கடிதமே கடைசிக் கடிதம் ஆகும். அதில் 'குறிப்பிடத்தக்க கருத்து எதையும் தான் அமெரிக்காவிலிருந்து சாந்தி நிகேதனுக்குக் கொண்டுவர இயலவில்லை' என்ற தன் வருத்தத்தை வெளிப்படுத்தியிருந்தார்.

அதேநேரத்தில் அமெரிக்காவில் அவர் சந்தித்துப் பேசிய அறிஞர்களிடம் கூட பிரிட்டிஷ் ஆட்சியிலிருந்து இந்தியா விடுதலை பெறவேண்டியதன் அவசியத்தைத் தொடர்ந்து வலியுறுத்தி வந்துள்ளார். இந்த வகையில் அமெரிக்கத் தத்துவ அறிஞர் வில் டூரண்ட், ஹெலன் கெல்லர் போன்றோர் மட்டுமே ரவீந்திரரின் கருத்தை முழுமையாக ஒப்புக் கொண்டவர்களாக இருந்தனர் எனலாம்.

ரவீந்திரர் மேற்கொண்ட இந்த அமெரிக்கப் பயணத்தின்போது அமெரிக்க அறிவுலகத்தின் பொதுவான அணுகுமுறை என்பது பெருமளவிற்கு நட்புணர்வுடனும் அன்போடுமே இருந்தது. ஒரு சில விமர்சனங்கள், கூக்குரல்கள் அவ்வப்போது எழுந்தன என்பதில் சந்தேகமில்லை. குறிப்பாக, சோவியத் யூனியன் மேற்கொண்டு வந்த கல்விப் புரட்சியை அவர் அளவின்றிப் பாராட்டியது 'கடவுளாலேயே கைவிடப்பட்ட' அந்த பூமியில் எந்தவொரு நல்லதும் நடக்கக்கூடும் என்பதை அதுவரை ஏற்க மறுத்துவந்த விமர்சகர்கள் பலருக்கும் கடுமையான எரிச்சலை உண்டாக்கியது. அவர் ஒருதலைப்பட்சமாக நடந்து கொள்கிறார் என்பது மட்டுமின்றி, ரஷ்யாவிற்கான ஒரு பிரசாரகரைப் போல நடந்து கொள்கிறார் என்றும்கூட அவர் மீது குற்றம் சாட்டப்பட்டது.

ரவீந்திரர் அவ்வாறு ஒருதலைப்பட்சமாக நடந்து கொள்ளவில்லை; தான் தவறு என்று கருதியதை எவ்விதத் தயக்கமுமின்றி அந்த மண்ணிலேயே அவர் தெள்ளத்தெளிவாக விமர்சித்தார் என்பதை ரவீந்திரர் இஸ்வெஸ்தியா இதழுக்கு அளித்த பேட்டி உணர்த்தியிருந்தது. அக்டோபர் 14 தேதிய மான்செஸ்டர் கார்டியன் இதழ் இந்தப் பேட்டியை மறுபிரசுரம் செய்திருந்தது. இது அவர்களுக்குத் தெரியாமல் இருந்திருக்கக்கூடும்; அல்லது தெரிந்துகொள்ள அவர்கள் மறுத்திருக்கவும் கூடும் என்றுதான் சொல்ல வேண்டும். இந்தப் பேட்டியில் அவர் கூறியிருந்தார்:

> 'இங்கே ஒரு சில முரண்பாடுகளை நான் காண்கிறேன். எண்ணப் போக்கு என்றும் சொல்லலாம்.... அதாவது தீவிரமான சமூக மேம்பாட்டிற்கான முயற்சிக்காக நீங்கள் பயிற்சியளிப்போரின் மனங்களில், எதிரி என்று நீங்கள் கருதுவோருக்கு எதிரான கோபத்தை, வர்க்கரீதியான வெறுப்பை, பழிவாங்கும் உணர்வைத் தூண்டிவிடுவதன் மூலம் அவர்களுக்கு நன்மை புரிவதாக நினைக்கிறீர்களா?
>
> கருத்து வேறுபாடு என்பது இருக்கத்தான் வேண்டும். அப்போதுதான் மனித மனங்கள் சுதந்திரமாக இருக்கமுடியும். நமது எண்ணங்கள் அனைத்தையும் கட்டாயமான வகையில் ஒரே மாதிரியானதாகச் செய்வதன் மூலம் உருவாகும் இயந்திரத்தனமான செயல்முறை நிரம்பிய ஓர் உலகம் கவனத்தைக் கவர்வதாக இல்லாமல் உப்புசப்பற்றதாகவே இருக்கும். மனித குலம் அனைத்தையும் ஒன்றாக இணைத்துக் கொள்வது என்பதுதான் உங்கள் இலக்காக இருக்குமானால், அந்த உயிரோட்டமான மனிதத் தன்மையை கருதியாவது, நடத்தையிலும் கருத்தோட்டங்களிலும் வேறுபாடுகள் நிலவவே செய்யும் என்பதை நீங்கள் ஒப்புக்கொள்ளத்தான் வேண்டும்.
>
> அறிவுபூர்வமான சக்திகள், நெறிமுறை ரீதியான ஆலோசனைகள் எளிதாகப் பரவுவதன் மூலமே கருத்தோட்டங்கள் தொடர்ந்து மாறிக் கொண்டிருக்கின்றன; அவை உருமாற்றம் பெற்றுக் கொண்டே இருக்கின்றன. வன்முறை என்பது வன் முறையையும் குருட்டுத்தனமான அறிவிலித் தனத்தையுமே கொண்டுவரும். வலிமைமிக்கதொரு முரடனால் அதேபோன்ற மற்றொரு முரடனை அடக்கியாள முடியாது. ஒரு மனிதனால்தான் அதைச் செய்ய முடியும். நமது மனிதகுல வரலாற்றில் ஒவ்வொருநாளும் இதை நிரூபித்து வந்துள்ளது.'

அமெரிக்காவில் தனது சுற்றுப்பயணத்தை முடித்துக் கொண்டு லண்டன் திரும்பிய ரவீந்திரருக்கு ஸ்பெக்டேட்டர் இதழ் ஹைட்பார்க் ஹோட்டலில் மதிய உணவுக்கான ஒரு விருந்து நிகழ்ச்சியை ஏற்பாடு செய்திருந்தது. இந்த விருந்தில் தத்துவஞானியான பெர்னார்ட் ஷா பங்கேற்றார். முன்பு சந்தித்ததை விட இப்போது ரவீந்திரரை நன்கு புரிந்து கொண்டதாக உணர்ந்த ஷா அப்போது குறிப்பிட்டார்: 'நீங்களும் நானும் கூறுவதை யாரும் கேட்கத் தயாராக இல்லை... அரசியல்வாதிகளின் பேச்சைக் கேட்க வேண்டாமென நான் எனது நாட்டு மக்களுக்கு கூறிக் கொண்டேதான் இருக்கிறேன். எனது எழுத்துக்களிலும் இதையே தெரிவிக்கிறேன். இருந்தாலும்கூட அவர்களின் விருப்பத்திற்கு மாறான ஒரு விஷயத்தை மக்களை நம்ப வைப்பதென்பது மிகவும் கஷ்டமானதொரு செயல் என்று உங்களுக்கும் நன்றாகவே தெரிந்திருக்கும்.'

ரவீந்திரரின் இந்த நீண்ட பயணம் அயர்ச்சிதருவதாக இருந்த போதிலும் கிடைத்த அனுபவத்தில் பார்க்கும்போது மிகவும் பயனுள்ளதாகவே இருந்தது. தனது தொடர்ச்சியான பயணங்களின் போது மேற்கத்திய உலகம் தனது பல்வேறு கட்டங்களில் பெருமைகளைப் பரப்பிக் கொண்டே வந்திருந்ததை அவர் கண்டிருந்தார். எல்லாப் பெருமைகளுமே ஒரு காலகட்டத்தில் மறைந்துபோவது இயற்கைதான். எனினும் அது எளிதாக மறந்துவிடக் கூடிய பெருமையல்ல என்பதும் உண்மை. இந்த அனுபவத்தை அசைபோட்டவாறு, இதுவே மேற்கத்திய உலகை நோக்கிய தனது கடைசிப் பயணம் என்பதை அறியாதவராக, 1931 ஜனவரியில் ரவீந்திரர் இந்தியா வந்து சேர்ந்தார்.

ரவீந்திரரின் இந்தப் பயணத்தின்மூலம் ஏற்பட்ட மகிழ்ச்சிகரமான, நீடித்த தன்மை கொண்ட ஒரு விளைவு என்னவெனில், ஒரு சில மாதங்களுக்குப் பிறகு, 1931 மே மாதத்தில் அவரது 70வது பிறந்தநாள் அன்று நியூயார்க் நகரை தலைமையகமாகக் கொண்டு, அமெரிக்க தாகூர் கழகம் ஒன்று அங்கு தொடங்கப்பட்டதாகும். இந்த நிகழ்விற்கு ரவீந்திரர் ஒரு வாழ்த்துச் செய்தியையும் அனுப்பியிருந்தார்.

இந்தியாவிற்குத் திரும்பி வந்ததுமே வில் டூரண்ட் எழுதிய நூலுக்கு ஒரு விமர்சனத்தை ரவீந்திரர் எழுதினார். அது கல்கத்தாவின் மாடர்ன் ரிவ்யூ இதழில் வெளியானது. அவரது இந்த விமர்சனம் சமீபத்திய மேற்கத்திய பயண அனுபவங்களைத் தொகுத்துக் கூறியதோடு, இந்தியாவில் நீடித்து வந்த பிரிட்டிஷ் ஆட்சியின்

மீதான ரவீந்திரரின் உள்ளார்ந்த வெறுப்பை சுருக்கமாகவும் வலுவாகவும் எடுத்துக் கூறுவதாகவும் இருந்தது.

‘பிரிட்டிஷாரிடமிருந்து அரசியல்ரீதியாக தன்னை விடுவித்துக்கொள்ள வேண்டுமென்ற இந்தியாவின் கனவு குறித்து ஒரு சில அமெரிக்கர்கள் எரிச்சலை வெளிப்படுத்தி வந்துள்ளதை நான் பல்வேறு தருணங்களில் கண்ணுற்றிருக் கிறேன். சொந்த சகோதரர்களுக்கு எதிராகப் போராடிய அவர்கள் கோரிய அதே மனித உரிமைகளை இந்தியர்களும் கோருவது கண்டு எரிச்சலடைவது உண்மையில் ஓர் அபத்தமேயாகும்; இந்தியர்கள் உள்ளார்ந்த வகையிலும், என்றும் மாறாத வகையிலும் தங்களிடமிருந்து வேறுபட்ட வர்கள் என்று நினைக்கவும் அவர்கள் தயங்குவதில்லை. அந்த வகையில் வில் டூரண்ட் முற்றிலும் வித்தியாசமான ஒருவராக இருக்கிறார். தங்களை அருவருக்கத்தக்கவர்களாக ஆக்கிக் கொள்வதற்கான வலிமையற்றவர்கள் இடையே இத்தகைய நாகரீகம் மிகவும் அரிதாகவே உள்ளது என்ற வகையில் இது எனக்கு மிகுந்த வியப்பைத் தந்தது.

இந்தியாவிற்குச் செய்ய வேண்டிய அதன் கடமைக்கு மிக மோசமான வகையில் துரோகம் செய்யும் பிரிட்டிஷ் ஆட்சியாளர்களின் கொள்கைகளை கண்டிக்க, தன் சொந்த நாட்டவர்களின் வார்த்தைகளையே அவர் பெருமளவிற்குப் பயன்படுத்தியிருப்பதன் மூலம் ஆங்கிலேய நாட்டுக்கு ஆற்றியுள்ள பெரும் சேவைக்கு நான் மிகுந்த நன்றி பாராட்டுகிறேன். எனது சமீபத்திய மேற்கத்திய நாடுகள் பயணத்திற்குப் பிறகு, இந்த மகத்தான மனித இனத்தின் உண்மையான பிரதிநிதிகள் என்று தங்களைக் கூறிக் கொள்வோருக்கு மத்தியில், மிக அரிதான இத்தகைய பெருந்தன்மை இன்னமும் நீடித்திருக்கிறது என்பதை நாம் மீண்டும் உறுதிப்படுத்திக் கொள்ள வேண்டிய தேவை ஏற்பட்டிருக்கிறது’ என அந்த விமர்சனத்தில் ரவீந்திரர் குறிப்பிட்டிருந்தார்.

அத்தியாயம் 32

எழுபதாம் ஆண்டில்...

1931ஆம் ஆண்டின் நடுப்பகுதியில் வங்காளத்தின் பல பகுதிகளிலும் இந்து-முஸ்லீம் மோதல்களும் அதைத் தொடர்ந்த கொடூரங்களும் நடந்தேறின. கல்கத்தா பத்திரிக்கைகளின் மூலமாக ரவீந்திரர் வேண்டுகோள் விடுத்தார்: 'ரத்த விளாருடன் வீழ்ந்துகிடக்கும் மனிதத் தன்மையை பாதுகாக்கவாவது இந்தத் தீயசக்தியை தடுத்துநிறுத்த நாம் கைகோர்க்க வேண்டும். உலகம் முழுவதன் அசூயையும் வெறுப்பையும் உருவாக்கியுள்ள இந்தப் பயனற்ற செயலுக்கு நிரந்தரமாக ஒரு முடிவுகட்ட வேண்டும்.'

மே மாதத்தில் ரவீந்திரரின் 70வது பிறந்தநாள் சாந்திநிகேதன் மட்டுமின்றி இந்தியாவின் பல பகுதிகளிலும் கொண்டாடப் பட்டது. அந்த ஆண்டின் இறுதியில் இந்நிகழ்வை ஒரு திருவிழாவாகக் கொண்டாடுவதற்கென கல்கத்தாவின் அனைத்துப் பிரிவினரையும் உள்ளடக்கிய ஒரு குழு உருவாக்கப்பட்டது. இதற்கான வேண்டுகோள் கடிதத்தில் அப்போது கல்கத்தா பல்கலைக்கழகத்தில் பணியாற்றி வந்த சர். சி.வி. ராமனும் தமிழில் கையெழுத்திட்டுள்ளதை அறியமுடிகிறது. புகழ்பெற்ற பத்திரிக்கையாளரான ராமானந்த சாட்டர்ஜியைத் தொகுப்பாசிரியராகக் கொண்டு 'தாகூரின் தங்கப் புத்தகம்' என்ற சிறப்பிதழ் வெளியிடப் பட்டது. இந்த நிகழ்விற்காகத் திரட்டப்பட்ட நிதியை அப்போது வங்காளத்தில் ஏற்பட்ட வெள்ளத்தினால் பாதிக்கப்பட்ட மக்களின் நிவாரணத்திற்கு செலவழிக்குமாறு ரவீந்திரர் கூறிவிட்டார்.

இந்தச் சிறப்பிதழில், ரவீந்திரருடன் பழகிய நண்பர்கள், எழுத்தாளர்கள், தத்துவ அறிஞர்கள் என உலகமெங்கிலும் இருந்து பலரும் அனுப்பியிருந்த வாழ்த்துச் செய்திகள் இடம் பெற்றிருந்தன. கீதாஞ்சலி ஆங்கிலத்தில் வெளியான உடனேயே 1912இல் அதை பிரெஞ்சு மொழியில் மொழிபெயர்த்தவரும், 1947இல் இலக்கியத்திற்கான நோபல் பரிசு பெற்ற கவிஞருமான ஆந்த்ரே கிடே, பெர்ட்ராண்ட் ரஸ்ஸல், ஈட்ஸ், வில் டூரண்ட், ஆல்பர்ட் ஐன்ஸ்டைன், ரொதென்ஸ்டைன், ரொமெய்ன் ரோலண்ட், கிரேக்க கவிஞர் கோஸ்டஸ் பலாமாஸ், விஞ்ஞானி ஜகதீஷ் சந்திரபோஸ் போன்றவர்களோடு மகாத்மா காந்தியும் இந்த இதழில் தனது வாழ்த்துச் செய்தியைப் பகிர்ந்திருந்தார். ‘தனது கவிதைத் திறனாலும் தூய்மையான வாழ்க்கையினாலும் உலகத்தினரிடையே இந்தியாவின் மதிப்பை உயர்த்தியவர் ரவீந்திரர். அவருடனான என் நினைவுகள் மிகவும் புனிதமானவை என்று நான் கருதுவதால், பொதுவெளியில் அவற்றைப் பகிர்ந்துகொள்ள விரும்பவில்லை’ என்று காந்தி கூறியிருந்தார். காந்தியின் இந்த வாழ்த்துச் செய்திதான் இந்த மலரில் முதலாவதாக வெளியிடப்பட்டிருந்தது.

செப்டெம்பரில் ஹிஜ்லி என்ற இடத்திலிருந்த தடுப்புக்காவல் முகாமில் ஏற்பட்ட கைக்கலப்பில் இரண்டு வங்காளி அரசியல் கைதிகள் சுட்டுக் கொல்லப்பட்டனர். மேலும் 20 பேர் காயமுற்றனர். கைதிகள் காவலர்களைத் தாக்கினர் என்று அரசாங்கம் கூறியதெனில், காவலர்கள்தான் கைதிகளைத் தாக்கினர் என்று தேசியவாதிகள் பதிலளித்தனர். 1905ஆம் ஆண்டு வங்கப்பிரிவினையை எதிர்த்து எழுந்த இயக்கத்திற்குப் பிறகு, முதன்முறையாக, ஹிஜ்லி சம்பவத்திற்கு எதிரான இரண்டு பொதுநிகழ்ச்சிகளில் ரவீந்திரர் பங்கேற்றார். அவற்றில் ஒன்று பிரம்மாண்டமானதொரு பேரணியாகும். இந்தக் கூட்டத்தில் காவலர்களின் கொலைவெறியை ரவீந்திரர் கடுமையாகக் கண்டித்துப் பேசினார். மக்களின் இந்த எதிர்ப்புணர்வைக் கண்டு வங்காள அரசாங்கம் ஒரு விசாரணையை மேற்கொண்டபோதும், இறுதியில் அது காவலர்களுக்கு ஆதரவாகவே தீர்ப்பளித்தது.

டிசம்பர் மாதம் கிறிஸ்துமஸ் தொடக்கத்தில் இருவார விழாவாக ரவீந்திரரின் 70வது பிறந்தநாள் கொண்டாட்டம் திட்டமிடப் பட்டிருந்தது. இதில் இந்தியாவிலேயே முதன்முறையாக ரவீந்திரரின் ஓவியங்கள் மக்களின் பார்வைக்குக் காட்சிப்படுத்தப் பட்டன. எனினும் இந்தக் கொண்டாட்டங்கள் 1932 ஜனவரி 4 அன்று தடைபட்டன. லண்டனில் இரண்டாவது வட்டமேஜை மாநாட்டில்

கலந்துகொண்டு இந்தியாவிற்குத் திரும்பியவுடனேயே காந்தி கைது செய்யப்பட்டார். வைஸ்ராயைச் சந்திக்கவேண்டும் என்ற அவரது கோரிக்கையும் நிராகரிக்கப்பட்டது.

ரவீந்திரர் பெரிதும் மனம் நொந்துபோனார். பிரிட்டிஷ் பிரதமர் ராம்ஸே மேக்டொனால்டுக்கு அவர் அனுப்பிய தந்தியில் 'அரசின் கண்மூடித்தனமான அடக்குமுறை மக்களை மேலும் மேலும் உங்களிடமிருந்து நிரந்தரமாகத் தனிமைப்படுத்துகிறது' என்று குறிப்பிட்டிருந்தார். காந்தியின் கைது குறித்து 'கேள்வி' என்ற தலைப்பில் ஒரு கவிதையையும் அவர் எழுதினார்.

கடவுளே!
இரக்கமற்ற இந்த பூமிக்கு
ஒருவர் பின் ஒருவராக நீங்கள் தூதர்களை அனுப்பி வைத்தீர்கள்.
'அனைத்துப் பாவங்களையும் மன்னித்துவிடுங்கள்!' என அவர்கள் சொன்னார்கள்.
'உள்ளத்தின் அடியாழத்திலிருந்து நேசியுங்கள்;
அனைத்துத் தீய எண்ணங்களும் மறைந்துவிடும்' என்றும்
அவர்கள் சொன்னார்கள்.
அவர்களெல்லாம் போற்றுதலுக்கும் வணக்கத்திற்கும்
உரியவர்கள்தான்.
ஆனால் இந்த இருண்ட நாட்களில் சடங்குகளை மட்டுமே
வைத்துக் கொண்டு
அவர்களை நாங்கள் ஒதுக்கிவைத்துவிட்டோம்.
இருளின் மறைவில் ஆதரவற்றோரை படுகொலை செய்யும் ரகசிய வன்முறை
நிகழ்ந்துவருவதையும் நான் பார்க்கிறேன்.
தனியாக, அமைதியாக அமர்ந்தபடி அழுவதையும் பார்க்கிறேன்.
அவர்களின் ஒரே ஆயுதமான எதிர்க்கும் வலிமையும் இன்றி
இளைஞர்கள் குருட்டுத்தனமாகத் தாக்குவதை,
மனக்குமுறலோடு பாறையில் தங்கள் தலையை மோதிக்
கொள்வதை
நான் பார்க்கிறேன்.

என் வாய் திக்குகிறது; எனது குழல் இசையின்றி மவுனிக்கிறது.
ஒளியற்ற ஓர் இரவில் சிறைச்சாலை என் உலகத்தை நிர்மூலமாக்கி
எனக்குக் கொடுங்கனவுகளைத் தந்து சென்றது.
எனவேதான் கண்ணீரோடு கேட்கிறேன்:
'உன் காற்றுமண்டலத்தை விஷமாக்கிய,
உன் சூரியனை மறைந்து நின்றவர்களை

உண்மையிலேயே நீ மன்னித்துவிட்டாயா?
உண்மையிலேயே நீ அவர்களை நேசிக்கிறாயா?'

மேலே குறிப்பிட்ட 'கேள்வி' என்ற கவிதை உள்ளிட்டு அவரது மன உளைச்சல்களை வெளிப்படுத்திய கவிதைகள் அனைத்தும் 'பரிசேஷ்' (இறுதி) என்ற தலைப்பில் 1932இல் வெளியானது.

1932 ஏப்ரல் 11 அன்று பெர்ஷிய (ஈரான்) மன்னரின் வேண்டுகோளை ஏற்று ரவீந்திரர் பெர்ஷியாவிற்குப் புறப்பட்டார். அவருடன் மருமகள் பிரதிமா தேவியும் செயலாளர் அமிய சக்ரவர்த்தியும் சென்றனர். இம்முறை, இரண்டாவது முறையாக, ரவீந்திரர் விமானத்தில் பயணம் செய்தார். அவர் முதலில் சென்றடைந்த புஷயர் நகரில் அரசுமுறை வரவேற்பு அளிக்கப்பட்டது. அங்கிருந்து புகழ்பெற்ற பாரசீக மொழி கவிஞர்களான ஹ்ஃபீஸ், சா'ஹதி ஆகியோரின் சமாதிகளுக்குச் சென்று அஞ்சலி செலுத்தினார். அத்தருணத்தில், பாரசீக மொழியை நன்கு அறிந்திருந்த தன் தந்தை மகரிஷி, கவிஞர் ஹ்ஃபீஸின் கவிதைகளைச் சிறுவயதில் தனக்குப் பாடிக் காண்பித்ததை ரவீந்திரர் நினைவுகூர்ந்தார்.

ஏப்ரல் 29 அன்று டெஹ்ரான் நகருக்கு வந்து சேர்ந்தபோது அரசுமுறையிலும் மக்கள் சார்பிலும் அவருக்குக் கனிவான வரவேற்பு அளிக்கப்பட்டது. மே 6 அன்று பெருந்திரளான மக்களிடையே ரவீந்திரரின் பிறந்தநாள் சிறப்பாகக் கொண்டாடப் பட்டது. அரசர் ஷா உள்ளிட்டு பலரும் 'கிழக்குவானில் உதித்த மகத்தான நட்சத்திரம்' என அவரைப் புகழ்ந்தனர். ரவீந்திரர் தன் விடைபெறும் உரையில் அனைவருக்கும் தன் மனமார்ந்த நன்றியை தெரிவித்துக் கொண்டார்.

இந்தியாவிற்குத் திரும்பிவரும் வழியில் ஈராக் நாட்டின் பாக்தாத் நகருக்குச் சென்ற அவரை அந்நாட்டின் அரசர் ஃபைசல் வரவேற்றார். இத்தருணத்தில்தான் அவரது நீண்டநாள் கனவான நாடோடிகளின் முகாமில் ஒருநாள் முழுவதுமாகக் கழிக்க வேண்டும் என்ற அவரது ஆசை நிறைவேறியது. இந்த அனுபவத்தைத் தன் நாட்குறிப்பில் பதிவு செய்திருந்தார். பின்னர் அது 'பராஸ்யே' என்ற தலைப்பில் சிறுபிரசுரமாக வெளியானது.

இந்தியாவிற்குத் திரும்பிவந்த பின்னர் அதிர்ச்சியானதொரு செய்தியை அவர் எதிர்நோக்க வேண்டியிருந்தது. ஜெர்மனியில் அச்சுத் தொழில்நுட்பத்தில் பயிற்சி பெறச் சென்றிருந்த அவரது ஒரே பேரன் (3வது மகள் மீரா தேவியின் ஒரே மகன்) நிதீந்திரநாத்

தன் 21வது வயதில் காச நோயால் ஆகஸ்ட் 7 அன்று இறந்துவிட்ட செய்தி கிடைத்தது. (1941ஆம் ஆண்டு இதே நாளில்தான் ரவீந்திரரும் மறைந்தார் என்பது குறிப்பிடத்தக்கது) இந்த நூற்றாண்டின் தொடக்கத்திலிருந்தே ஜொரசாங்கோ குடும்ப உறுப்பினர்களை ஒவ்வொருவராக இழந்துகொண்டே வந்த ரவீந்திரர், இந்த இழப்பையும் மிகுந்த மன உறுதியுடன் எதிர்கொண்டார். வைஸ்ராய் இர்வின், பிரிட்டிஷ் பிரதமர் ராம்சே மேக்டொனால்ட் ஆகியோர் ரவீந்திரருக்கு அனுதாபச் செய்தியை அனுப்பி யிருந்தனர். எனினும், ஒரு கவிஞராக, தன் மனக்குமுறலை அவர் கவிதையாக வடித்திருந்தார்:

இன்னும் என்ன? இதுதான் நீ செலுத்தும் கடைசி அஸ்திரமா?
அவ்வளவுதானா? நான் கேட்டேன். வேறொன்றும் இல்லையே?
என் அச்சம் என்னிடமிருந்து விலகியது.
உன் அஸ்திரம் தலைக்கு மேலே தொங்கிக் கொண்டிருந்தபோது
என்னைவிடப் பெரிதாக நீ தெரிந்தாய்.
என்னைத்தாக்க நீ கீழிறங்கியபோது
என் அளவிற்கு நீ சுருங்கிப் போனாய்.
நானோ, மேலும் சுருங்காமல் இருந்தேன்.
என்னைவிடப் பெரியதொரு உருவமாக நீ இருக்கலாம். ஆனால்
இறப்பைவிடப் பெரியதாக உன் உருவம் இல்லை.
இப்போது இறப்பைவிட நான்தான் பெரியவனாக இருக்கிறேன்.
இதுவே என் இறுதி வார்த்தையாக இருக்கட்டும்!

இந்தக் கவிதை உள்ளிட்டு பின்னர் எழுதிய வசன கவிதைகள் அனைத்தும் அடங்கிய தொகுப்பு புனஸ்சா (பின்குறிப்பு) என்ற தலைப்பில் வெளியானது. இந்த நூலை மறைந்த நிதீந்திரநாத்திற்கு அவர் அர்ப்பணம் செய்திருந்தார்.

ஆகஸ்ட் மாத தொடக்கத்தில் வகுப்புவாரி பிரதிநிதித்துவம் என்ற பெயரில் இந்தியாவிலுள்ள இந்துக்கள், முஸ்லீம்கள் மட்டுமின்றி ஐரோப்பியர்கள், தீண்டத்தகாத பிரிவினர் என வகுப்புவாரியான ஒதுக்கீடு குறித்த அரசமைப்புச்சட்ட சீர்திருத்தம் ஒன்றை பிரிட்டிஷ் அரசு வெளியிட்டது. தீண்டத்தகாத பிரிவினரின் தலைவரான பாபா சாஹேப் அம்பேத்கர் இத்தகையதொரு கோரிக்கையை ஏற்கனவே எழுப்பியிருந்தார். அதை ஏற்றுக்கொண்ட வகையில்தான் அரசு இந்த அறிவிப்பை செய்திருந்தது.

எனினும் இந்தத் தீண்டத்தகாத பிரிவினரை 'ஹரிஜன்' (கடவுளின் குழந்தைகள்) என்று குறிப்பிட்டு, அவர்களும் இந்து மதத்தினரே என்பதால் அவர்களுக்கென தனித்தொகுதி ஏற்பாடு கூடாது

என்பதே காந்தியின் (ரவீந்திரருக்கும் இந்த விஷயத்தில் காந்தியுடன் கருத்தொற்றுமை இருந்தது) கருத்தாக இருந்தது. ஒரு சில இந்தியர்களின் ஆதரவோடு பிரிட்டிஷ் அரசு நாட்டை பிளவுபடுத்தக்கூடாது என்றும் அவர் கூறினார். தன் எதிர்ப்பைத் தெரிவிக்கும் வகையில் ஏற்கனவே பூனாவில் எரவாடா சிறையிலிருந்த காந்தி செப்டெம்பர் 20 முதல் 'சாகும்வரை உண்ணாவிரதம்' மேற்கொள்வதாக அறிவித்தார்.

செப்டெம்பர் 19 அன்று சிறையிலிருந்த காந்திக்கு அனுப்பிவைத்த ஒரு தந்தியில் (அப்போது காந்தியின் உண்ணாவிரதம் குறித்த தகவல் வெளியாகவில்லை) 'இந்தியாவின் ஒற்றுமைக்காகவும் அதன் சமூக நேர்மைக்காகவும் உங்களின் விலைமதிப்பற்ற வாழ்க்கையை தியாகம் செய்வது மதிப்பிற்குரியதே ஆகும்' என்று ரவீந்திரர் குறிப்பிட்டிருந்தார். இந்தத் தந்தி கிடைத்தபோது சாகும்வரை உண்ணாவிரதத்தைத் தொடங்கியிருந்த காந்தி அதற்கு இவ்வாறு பதிலளித்திருந்தார்: 'இன்று அதிகாலையில் நான் தொடங்கவிருந்த செயலுக்கு உங்கள் அனுமதியையும் வாழ்த்துக் களையும் கோரி ஒரு கடிதத்தை எழுதினேன். என்னவொரு அதிசயம்! உங்கள் ஆதரவும் வாழ்த்தும் அபரிமிதமாகவே இருக்கிறது என்பதை இப்போது என் கைக்கு வந்து சேர்ந்த தந்தியிலிருந்து தெரிந்து கொண்டேன். மிக்க நன்றி!'

செப்டெம்பர் 20 அன்று சாந்திநிகேதனில் காந்திக்காக சிறப்பு வழிபாடுகள் நடத்தப்பட்டன. அத்தருணத்தில் காந்தியின் இந்த உண்ணாநோன்பின் முக்கியத்துவம் குறித்து ரவீந்திரர் உரையாற்றினார்.

செப்டெம்பர் 22 அன்று உலகளாவிய செய்தி நிறுவனமான அசோசியேட்டட் பிரஸ் மூலம் ரவீந்திரர் அனுப்பியிருந்த செய்தியில், 'இந்துக்களிடையே சாதிரீதியாகவும், சமூகரீதியாகவும் நிலவிவரும் அனைத்துவகையான தப்பெண்ணங்கள், புறக்கணிப்புகள் ஆகியவற்றை ஒழிக்க வேண்டும்' என்று தன் நாட்டு மக்களுக்கு வேண்டுகோள் விடுத்தார்.

இந்தத் தருணத்தில்தான் பேரன் நிதீந்திரநாத் மறைவை ஒட்டி அஞ்சலி செய்தியை அனுப்பியிருந்த பிரிட்டிஷ் பிரதமர் ராம்சே மேக்டொனால்டுக்கு நன்றி தெரிவித்து செப்டெம்பர் 24 அன்று எழுதிய கடிதத்தில் ரவீந்திரர் கீழ்கண்ட பின்குறிப்பை எழுதியிருந்தார்:

'அரசியலில் இருந்து நான் விலகியிருந்தபோதிலும், மனிதத் தன்மையின் பேரால் உங்களுக்கு ஒரு வேண்டுகோள் விடுக்க

விரும்புகிறேன். எங்கள் நாடு உங்களிடமிருந்து அந்நியப்பட்டு விடும்படியான, நமது உறவுகளின் நினைவை முற்றிலும் கசப்பாக்கி விடும்படியான செயல் எதையும் செய்துவிடாதீர்கள்.'

அன்றிரவே ரவீந்திரர் பூனாவிற்குப் புறப்பட்டார். காந்தியை சிறையில் பார்த்தவுடன், 'நான் மட்டும் அவரை நேரடியாகப் பார்த்திராவிட்டால், மிகமெல்லிய அவரது தேகத்திற்குள் எவ்வளவு வலிமை ஒளிந்திருக்கிறது என்பதை என்னால் முழுமையாகப் புரிந்து கொண்டிருக்க முடியாது' என்று அவர் குறிப்பிட்டார். இதற்கிடையே செப்டெம்பர் 24 அன்று காந்தி -அம்பேத்கர் இடையே ஏற்பட்டிருந்த பூனே ஒப்பந்தத்தின் அடிப்படையில் தொகுதிப் பிரிவினைகளில் புதிய ஏற்பாடுகள் அமலுக்கு வரும் என பிரிட்டிஷ் அரசு அறிவிப்பு செய்த தகவல் கிடைத்ததும் காந்தி தனது உண்ணாவிரதத்தை முடித்துக் கொள்வதாக அறிவித்தார்.

அதற்கு முன்பாக தனக்கு மிகவும் பிடித்தமான கீதாஞ்சலி பாடல் ஒன்றைப் பாடுமாறு அவர் ரவீந்திரரைக் கேட்டுக் கொண்டார். 'என் இதயம் கல்லாகித் தீய்ந்துபோயிருக்கும் தருணத்தில் என்மீது கருணைமழை பொழிவீராக!' என்று தொடங்கும் அந்தப் பாடலை ரவீந்திரர் பாடினார். அதைத் தொடர்ந்து காந்திக்கு மிகவும் பிடித்தமான 'வைஷ்ணவோ ஜனதோ' பாடலை காந்தியின் வார்தா ஆசிரம உறுப்பினர்கள் சேர்ந்து பாடினர். பின்பு ஆரஞ்சுப்பழ சாற்றை அருந்தி காந்தி தன் உண்ணாவிரதத்தை முடித்துக் கொண்டார். அப்போது பழத்தைப் பிழிந்து காந்திக்கு ஆரஞ்சுப்பழச் சாற்றினைக் கொடுத்த 15 வயதே ஆன இந்திரா பிரியதர்ஷிணி அத்தருணத்தில் சிறையில் அடைபட்டிருந்த தன் தந்தை நேருவிற்கு எழுதிய கடிதத்தில் 'நாள் முழுவதும் பதற்றத்திலேயே இருந்த நாங்கள் அனைவரும் மிகுந்த மகிழ்ச்சியுடன் வீட்டிற்குத் திரும்பினோம்' என்று எழுதியிருந்தார்.

1932 அக்டோபரில் கொச்சி அரசருக்கு அவர் எழுதிய ஒரு கடிதத்தில் அவரது மாநிலத்தில் நிலவிவரும் தீண்டாமைக்கு எதிராகப் போராட வேண்டுமென்று கோரியிருந்தார். 'நமது நாட்டின் மதரீதியான பாரம்பரியங்களின் தூய்மையையும் நேர்மையையும் உயர்த்திப் பிடிக்க நாம் தவறினோமெனில், எந்நாளும் நீடித்திருக்கும் வகையிலான அவமானத்தையும் அவப்பெயரையும் நாம் சுமந்து திரிய வேண்டியிருக்கும்' என்று அவர் அக்கடிதத்தில் குறிப்பிட்டிருந்தார்.

1932ஆம் ஆண்டு இறுதியில் கல்கத்தா பல்கலைக்கழகத்தின் வேண்டுகோளை ஏற்று வங்காளி மொழித் துறையின் சிறப்புப் பேராசிரியராக செயல்பட ரவீந்திரர் ஒப்புக்கொண்டார். (இதே கல்கத்தா பல்கலைக்கழகம்தான் பள்ளி இறுதித்தேர்வின்போது வங்காளி மொழிக்கான கேள்வித்தாளில் ரவீந்திரர் எழுதிய ஒரு கவிதையைக் கொடுத்து, 'அதை தூய்மையான மொழியில் திருத்தி எழுதுக' என்று மாணவர்களிடம் கேள்வி கேட்டது என்பதும் இத்தருணத்தில் நினைவிற்கு வருகிறது) இந்தப் பொறுப்பினை ஏற்றுக்கொண்ட உடனேயே வங்காளி மொழியில் தொழில்நுட்ப, அறிவியல் கலைச்சொற்களைத் தொகுக்கும் ஒரு திட்டத்தை ரவீந்திரர் தொடங்கினார். உண்மையில் இது அவரது இளம்வயதுக் கனவாக இருந்த ஒன்றாகும். இதற்கான உதவியைத் தங்களால் இயன்ற வகையில் செய்யுமாறு வேண்டுகோள் விடுத்து எழுதிய அவரது கடிதம் டைம்ஸ் ஆஃப் இந்தியா நாளிதழில் வெளியானது.

அத்தியாயம் 33

உறவுப் பாலங்கள்

1933 ஜனவரியில் பெர்ஷிய (ஈரான்) மன்னர் ரவீந்திரர் தன் நாட்டிற்கு வருகை தந்தமைக்கு நன்றி தெரிவிக்கும் வகையில் ஈரானின் புகழ்பெற்ற அறிஞரான ஆகா பூரே தாவூத்தை வருகைதரு பேராசிரியராக தனது செலவில் விஸ்வபாரதிக்கு அனுப்பி வைத்தார். அவரை வரவேற்று உரையாற்றிய ரவீந்திரர் 'நம் இரு நாடுகளின் புராதன உறவு இன்றும் நம் ரத்தத்தில் ஓடிக்கொண்டு தான் இருக்கிறது. ஆசியா விழித்தெழும் இந்த மகத்தான தருணத்தில் நமது உறவுகளை மீண்டும் கண்டறிந்திருக்கிறோம். நமது பரஸ்பர ஒத்துழைப்பு குறித்த நினைவுச்சின்னங்கள் கண்ணுக்குத் தென்படாமல் மறைந்து போயிருந்தன. அவற்றை நாம் இடிபாடுகளிலிருந்து மீட்டெடுப்போம்' என்று குறிப்பிட்டார்.

கிட்டத்தட்ட அதேநேரத்தில், தன் உலக சுற்றுலாவின் ஒரு பகுதியாக பம்பாய் துறைமுகத்தில் வந்திறங்கிய, ஆங்கிலத் தத்துவ அறிஞரும் நாடக ஆசிரியருமான ஜார்ஜ் பெர்னார்ட் ஷா ரவீந்திரருக்கு எழுதிய கடிதத்தில் 'ஒரு சில மணி நேரங்களுக்குக் கரையிறங்கிய நான் பம்பாய் நகர வீதிகளிலும், ஐரோப்பிய தீண்டத்தகாதவர்களையும் நுழைய அனுமதிக்கும் கோயில்களிலும் சுற்றிக் கொண்டிருந்தேன். உங்களை நேரில் சந்திக்க முடியவில்லை என்பது மட்டுமே எனது வருத்தம். அதில் ஒரே ஒரு ஆறுதலான விஷயம் என்னவென்றால் இந்தியாவின் தற்போதைய நிலைமையைப் பற்றி நாம் உரையாட முடியவில்லை என்பதுதான்.

அதை நான் நன்றாகவே உணர்ந்திருக்கிறேன்' என்று குறிப்பிட்டிருந்தார்.

கல்கத்தா பல்கலைக்கழகத்துடனான ஒப்பந்தத்தின்படி ஜனவரி 16,18,20 தேதிகளில் ரவீந்திரர் கமலா நினைவுச் சொற்பொழிவினை நிகழ்த்தினார். இந்த உரைகள் பின்னர் மானுஷேர் தர்மா (மனிதரின் நியதி) என்ற பெயரில் வெளியானது. இதன் தொடர்ச்சியாக விஸ்வபாரதியில் உள்ள வித்யா பவனத்தில் மனதின் உண்மை என்ற தலைப்பிலும் அவர் உரையாற்றினார்.

பிப்ரவரி 6 அன்று ஸ்ரீநிகேதனின் ஆண்டு விழாவின்போது மேற்கு வங்க அரசின் சார்பில் பங்கேற்ற சர் விஜய் பிரசாத் சின்ஹா சாந்திநிகேதனில் உருவான முதல் ஆழ்துளைக் கிணற்றின் செயல்பாட்டைத் தொடங்கி வைத்தார்.

அத்தருணத்தில் எரவாடா சிறையிலிருந்தவாறே காந்தி தொடங்கியிருந்த 'ஹரிஜன்' வார இதழின் முதல் இதழில் வெளியிடுவதற்கென, ரவீந்திரர் தனது அண்ணன் சத்யேந்திரநாத் தாகூர் எழுதிய 'துப்புரவாளர்' என்ற புகழ்பெற்ற கவிதையின் ஆங்கில ஆக்கத்தை அனுப்பி வைத்தார்.

> எனது நண்பனே! ஏன் உன்னைத் தொட மறுக்கிறார்கள்?
> உன்னை ஏன் அசுத்தமானவன் என்று அழைக்கிறார்கள்?
> உனது ஒவ்வொரு நகர்விற்குப் பிறகுதான் அனைத்துமே
> சுத்தமாகிறது என்பதை அறியாத அறிவிலிகளா அவர்கள்?

இதேமாதம் இந்திய மறுமலர்ச்சி இயக்கத்தின் தந்தை எனப் போற்றப்படும் ராஜா ராம்மோகன் ராயின் நினைவு நூற்றாண்டு கொண்டாட்டம் கல்கத்தா பல்கலைக்கழகத்தின் செனட் ஹாலில் தொடங்கியது. இந்த நிகழ்வில் ஆங்கிலத்தில் உரையாற்றிய ரவீந்திரர், 'அவரது காலத்தைச் சேர்ந்தவர்களிலேயே நவீன யுகத்தினை முழுமையாகப் புரிந்து கொண்ட ஒரே நபராக ராம் மோகன் திகழ்ந்தார்' என உறுதிபடக் கூறினார்.

1933 ஏப்ரலில் மேற்கத்திய நாடுகளில் இந்தியாவிற்கு எதிராகப் பரப்பப்படும் பொய்ப் பிரசாரங்களை முறியடிக்க வேண்டியதன் அவசியத்தை வலியுறுத்தி நீண்டதொரு அறிக்கையை ரவீந்திரர் வெளியிட்டார். இத்தருணத்தில் அவ்வப்போது இந்தியாவை சேர்ந்தவர்கள் தங்கள் 'வார்த்தை ஜாலங்களை' வெளிப்படுத்து வதற்குப் பதிலாக, இந்தியாவின் பெருமைகளை எடுத்துக் கூறும் வகையில் முழுமையான தகவல்களை தன்னகத்தே கொண்ட

தகவல் மையங்களை மேற்கத்திய நாடுகளில் நிறுவ வேண்டும் என்று அவர் குறிப்பிட்டார்.

மே மாதத்தில் தனது ஆன்மிக சுத்திகரிப்பிற்காக மகாத்மா காந்தி எரவாடா சிறையில் 21 நாள் உண்ணாநோன்பை மேற்கொண்ட போது, இதனால் எவ்விதப் பயனும் இல்லை என்றும், உண்ணாநோன்பைத் தவிர்க்க வேண்டும் என்றும் கோரி ரவீந்திரர் அவருக்கு தந்தி அனுப்பியபோதிலும் காந்தி அவரது வேண்டுகோளைப் பொருட்படுத்தவில்லை.

இதே நேரத்தில் நாட்டின் பல்வேறு சிறைகளில் அடைக்கப் பட்டிருக்கும் அரசியல் கைதிகளை விடுவிக்கக் கோரி நாட்டின் முக்கிய நபர்கள் முன்னெடுத்த கையெழுத்து இயக்கத்தில் முதலாவது கையெழுத்தினை இட்டு ரவீந்திரர் தொடங்கி வைத்தார்.

ஜூன் மாதத்தில் ரவீந்திரரும் இதர 60 முக்கிய நபர்களும் இணைந்து அரசியல் கைதிகளை விடுவிக்கக் கோரி வெளியிட்ட அறிக்கையினை லண்டனில் இருந்து வெளியாகும் டைம்ஸ் நாளிதழ் வெளியிட்டது.

ஆகஸ்ட் மாதத்தில் தான் ஏற்கனவே எழுதிய சிறுகதை ஒன்றினை விரிவுபடுத்தி தாஷேர் தேஷ் என்ற நாடகத்தையும், புத்தர் ஜாதகக் கதைகளில் ஒன்றை அடியொற்றி, ஒரு சில கதாபாத்திரங்களை மட்டுமே கொண்ட சிறியதொரு நாடகமான சண்டாளிகா (தீண்டத்தகாதவள்) என்ற நாடகத்தையும் ரவீந்திரர் எழுதினார். இவ்விரு நாடகங்களும் செப்டெம்பர் 12, 13 மற்றும் 15 தேதிகளில் கல்கத்தாவில் அரங்கேறின. பின்னாளில் இந்த சண்டாளிகா நாடகம் ஒரு நாட்டிய நாடகமாகவும் வடிவம் பெற்றது.

ராஜா ராம்மோகன் ராயின் நினைவு நூற்றாண்டினை ஒட்டி ஃபார்வார்ட் இதழுக்கு ஓர் ஆங்கிலக் கவிதையை (Freedom from fear) அவர் எழுதி அனுப்பினார்.

> அச்சத்திலிருந்து விடுதலை என்பதையே
> உனக்காக நான் கோருகிறேன் என் இனிய தாய்நாடே!
> காலம் காலமான சுமைகளினூடாக,
> உன் சிரசை கீழே அழுத்தும், முதுகை வளைக்கும்,
> எதிர்காலத்திற்கான அறைகூவலிலிருந்து
> உன் கண்களை மறைப்பதிலிருந்து விடுதலை!
> காரிருளில் தன்னையே பிணைத்துக் கொண்டு
> சோம்பித் திரியும் அடிமைச்சங்கிலிகளுடன்,

சாகசங்கள் நிரம்பிய உண்மைக்கான பாதைகளை காட்டும்
துருவ விண்மீனை நம்பாமல் இருப்பதிலிருந்து விடுதலை!
நிச்சயமற்ற, குருட்டாம்போக்கான காற்றுக்கு
இடமளிக்கும் பாய்மரங்களைப் பிடித்திருக்கும்,
மரணத்தைப் போல் உயிரற்றுக் கிடக்கும்
அராஜகமான விதியின் கரங்களிலிருந்து விடுதலை!
இலக்கற்ற கயிறுகளினூடே அசையும் ஒரு பொம்மையைப் போல,
அறிவற்ற பழக்கங்களைத் திரும்பத் திரும்பச் செய்யும்,
ஆட்டுவிப்போனுக்காக அமைதியோடும் பணிவோடும்
கேலிக்கிடமானதொரு வாழ்க்கையில் நுழையக் காத்திருக்கும்
ஒரு பொம்மலாட்ட உலகிலிருந்து விடுதலை!

இந்தக் கவிதையை, அவரது "Where the mind is without fear" *என்ற புகழ்பெற்ற கவிதையுடன் இணைத்துப் படிக்கும்போது, இந்தியாவின் அன்றைய நிலை குறித்தும், அதன் எதிர்காலம் குறித்தும், அதிலுள்ள மனிதர்களின் முன்னேற்றம் குறித்தும் எத்தகைய கனவை அவர் கண்டார் என்பதை புரிந்து கொள்ளலாம்.*

எங்கே மனம் அச்சமற்றதாக, கம்பீரமாக, தலைநிமிர்ந்து
இருக்கிறதோ,
எங்கே அறிவு சுதந்திரமானதாக இருக்கிறதோ,
எங்கே உலகம் குறுகிய உள்நாட்டுச் சுவர்கள் என்ற பிளவுகள்
அற்றதாக இருக்கிறதோ,
எங்கே வார்த்தைகள் உண்மையின் அடியாழத்திலிருந்து
வெளிப்படுகிறதோ,
எங்கே சலியாத உழைப்பு விழுமிய நிலையை நோக்கி நீள்கிறதோ,
எங்கே பகுத்தறிவு எனும் தெள்ளிய நீரோடை
மூடப்பழக்கமெனும் வறண்ட பாலையில் வழிதவறிப்
போகாதிருக்கிறதோ,
எங்கே என்றும் விரிந்து நோக்கும் எண்ணத்திலும் செயலிலும்
மனதை முன்னிறுத்தி நீ அழைத்துச் செல்கின்றனையோ,
அங்கே, அந்த சுதந்திரமான, இனியதோர் உலகத்தில்,
என் தந்தையே, என் நாடு விழித்தெழுவதாக!

1933 நவம்பரில் கவிக்குயில் சரோஜினி நாயுடுவின் முன்முயற்சியில் பம்பாய் நகரில் தாகூர் வாரம் கொண்டாடப்பட்டது. ரவீந்திரருக்கும் அவரோடு சாந்திநிகேதனிலிருந்து வந்திருந்த 45 கலைஞர்களுக்கும் பம்பாய் விக்டோரியா டெர்மினஸ் ரயில் நிலையத்தில் பிரம்மாண்டமான வரவேற்பு அளிக்கப்பட்டது. அன்றே ரீகல் தியேட்டரில் தீர்ப்புரைகளின் சவால் என்ற தலைப்பில் அவர் உரை

நிகழ்த்தினார். இந்த மகத்தான உரை சொல்லும் செய்தியை நாடுமுழுவதிலும் விரிவாகக் கொண்டுசெல்ல வேண்டும் என்று சரோஜினி நாயுடு குறிப்பிட்டார். டிசம்பர் முதல் தேதிவரை இந்தக் குழு பல்வேறு நாடகங்களையும் இசை நாடகங்களையும் நடன நிகழ்வுகளையும் பம்பாய் நகரில் அரங்கேற்றியது.

டிசம்பர் 2ஆம் தேதியன்று விடுதலைக்கான விலை என்ற தலைப்பில் ரவீந்திரர் உரையாற்றிய நிகழ்விற்கு சரோஜினி நாயுடு தலைமை வகித்தார்.

இந்த பம்பாய் பயணத்தை முடித்துக் கொண்டு டிசம்பர் 12 அன்று ஹைதராபாத் நிஜாமின் அழைப்பின்பேரில் ரவீந்திரர் ஹைதராபாத் நகருக்கு வந்து சேர்ந்தார். அன்று மாலை உஸ்மானியா பல்கலைக்கழகம் ஒரு பூங்காவில் ஏற்பாடு செய்திருந்த விருந்தில் 'இளைஞர்களுக்கான செய்தி' என்ற தலைப்பில் அவர் உரையாற்றினார்.

பின்பு செகந்திராபாத் பகுதியில் நடைபெற்ற ஒரு பொதுக் கூட்டத்தில் 'கீழைத்தேய பல்கலைக்கழகத்தின் நோக்கங்கள்' என்ற தலைப்பில் ரவீந்திரர் உரையாற்றினார்.

அந்நகரில் இருந்த அறிஞர்கள், கவிஞர்கள் என அனைவருக்கும் மகிழ்ச்சியூட்டும் தருணமாக அமைந்திருந்த இந்தப் பயணத்தின் போதுதான் விஸ்வபாரதியில் ஒரு விடுதியைக் கட்டவும், இஸ்லாமிய தத்துவம், கலை குறித்த பாடங்களை அறிமுகம் செய்யவுமென ஹைதராபாத் நிஜாம் ரூ. 1 லட்சம் நன்கொடையாக வழங்கினார்.

இத்தருணத்தில் ஹைதராபாத் அரசின் நிதியமைச்சரான அமின் ஜங் அவர்களின் இல்லத்தில் ஒரு சந்திப்பிற்கு ஏற்பாடு செய்யப் பட்டிருந்தது. அமின் ஜங், ரவீந்திரர் ஆகிய இருவருமே நீண்ட தாடியை கொண்டவர்களாக இருந்தனர். இருவரும் ஒருவரை யொருவர் தழுவிக் கொண்டபோது இருவரின் தாடிகளும் மற்றவரின் தோளின் புரண்டு தொங்கிய காட்சி அனைவரையும் கவர்வதாக இருந்தது. இதைக் கண்ட ஹைதராபாத் முன்னாள் பிரதமரான மகாராஜா கிஷன் பெரிஷாத் இந்த இருவரின் தழுவலை ஒரு கவிதையாகவே பாடினார்:

> இரண்டு நீண்ட தாடிக்காரர்கள் இங்கே கூடியிருக்கின்றனர்;
> மிகுந்த மகிழ்ச்சியோடிருக்கும் இருவருமே (காதலால்)
> காயமுற்ற இதயத்தைக் கொண்டவர்கள்.

இந்தத் திடீர்க் கவிதையைக் கேட்ட, அங்கிருந்த மற்றொரு புகழ்பெற்ற கவிஞரான அம்ஜத் ஹைதராபாதி என்பவர், தன் பங்கிற்கு மேலும் இரண்டு வரிகளை சேர்த்து அந்தக் கவிதையை முழுமையாக்கினார்.

அந்த இரண்டு பெருமகன்கள் பற்றிய அறிமுகம் இதுதான்:
ஒருவர் மகான்களின் பக்தர் எனில், மற்றொருவரோ மகானேதான்!

கவிக்குயில் சரோஜினி நாயுடு, ரவீந்திரரிடம் 'பகதூர் யர் ஜங்கைச் சந்திக்கவில்லை எனில் நீங்கள் ஹைதராபாத்தைப் பார்த்ததாகக் கூறிவிட முடியாது!' என்று ஏற்கனவே கூறியிருந்தார்: எனவே ரவீந்திரரின் வேண்டுகோளுக்கிணங்க, நிதியமைச்சரின் இல்லத்தில் நடைபெற்ற இந்தச் சந்திப்பிற்கு, மஜ்லிஸ் இத்தேஹாதுல் முஸ்லீமின் அமைப்பின் தலைவரான நவாப் பகதூர் யர் ஜங் அழைக்கப்பட்டிருந்தார். ரவீந்திரருக்கு முன்பாக சிறியதொரு உரையை (உருது மொழியில்) நிகழ்த்த வேண்டும் என்றும் அவருக்கு வேண்டுகோள் விடுக்கப்பட்டிருந்தது.

அக்காலத்தில் மிகச்சிறந்த உருது மொழிப் பேச்சாளராக புகழ்பெற்று விளங்கிய பகதூர் யர் ஜங் முன்தயாரிப்பு ஏதுமின்றி சிறப்பாகப் பேசும் திறமை பெற்றவர். எனினும் ரவீந்திரரின் முன் பேசுவதற்கென ஓர் உரையை தயாரித்து, ஒத்திகையும் பார்த்துவிட்டே அவர் உரையாற்றினார். அவரது உரையைக் கேட்ட ரவீந்திரர், 'இவரது நாவன்மையைக் காணும்போது, ஆங்கிலம் போன்ற மொழி தெரியாவிட்டாலும் கூட, சற்றே ஒத்திகை பார்த்து விட்டு, எந்தவொரு மொழியிலும் பேசக் கூடிய திறமை வாய்ந்தவர் இவர்' என்று பகதூர் யர் ஜங்கைப் பாராட்டினார்.

பின்னாளில் ரவீந்திரருக்கும் புகழ்பெற்ற உருது மொழிக் கவிஞரான முகமது இக்பாலுக்கும் இடையிலான ஒற்றுமை-வேற்றுமைகள் குறித்து விரிவான ஒரு கட்டுரையையும் ரவீந்திரரின் மறைவிற்குப் பிறகு பகதூர் யர் ஜங் எழுதினார் என்பதும் இங்கு குறிப்பிடத்தக்கது.

இந்தப் பயணத்தின்போது பல்வேறு தனிநபர்களும் அமைப்புகளும் ரவீந்திரருக்கு வரவேற்பு அளித்து பல்வேறு கலைவிருந்துகளை வழங்கினர். முஷியாரா எனப்படும் இசைப்பாடல் நிகழ்ச்சிகள் அவருக்குப் பெரிதும் மகிழ்ச்சியை அளித்தன.

கல்கத்தா திரும்பியதும் டிசம்பர் 29 அன்று ராஜா ராம்மோகன் ராயின் நினைவு நூற்றாண்டின் இறுதி நிகழ்வில் பங்கேற்று உரையாற்றினார். டிசம்பர் 30 அன்று அகில இந்திய மாதர் மாநாட்டில் உரையாற்றிய ரவீந்திரர், 'வாழ்க்கைக்கான

சுதந்திரத்திற்காக மட்டுமே இன்று பெண்கள் போராடவில்லை. மனித நாகரீகத்தை ஒட்டுமொத்தமாக தன் பிடியில் வைத்திருக்கும் ஆணாதிக்கத்திற்கு எதிராகவும் அவர்கள் போராடுகின்றனர். இன்றைய உலகில் பெண்கள் காயமுற்றவர்களாக, வாயடைக்கப்பட்டவர்களாக உள்ளனர். வாழ்க்கையின் ஒவ்வொரு துறையிலும் சமமான அளவில் மனித வரலாற்றைக் கட்டமைக்கும் பணியில் மிகச் சிறப்பான ஒத்துழைப்பு என்பதுதான் ஆண்-பெண் சங்கமத்தின் அடையாளமாகத் திகழும்' என்று குறிப்பிட்டார்.

1934 ஜனவரி 5ஆம் தேதி கவிக்குயில் சரோஜினி நாயுடு சாந்திநிகேதனுக்கு வருகை தந்தார். ரவீந்திரர் அவருக்கு அன்பான வரவேற்பினை வழங்கி அவரது சேவைகளை பாராட்டிப் பேசினார்.

ஜனவரி *15* அன்று பீகார் மாநிலத்தில் மிகப்பெரும் நிலநடுக்கம் ஏற்பட்டது. இதில் எண்ணற்றோர் உயிரிழந்ததோடு, அளவிடற்கரிய சேதமும் ஏற்பட்டது. இதையறிந்த ரவீந்திரர் அப்போது லண்டனில் இருந்த தீனபந்து ஆண்ட்ரூஸுக்கு அனுப்பிய தந்தியில் பீகார் பூகம்ப நிவாரணத்திற்கு மேற்கு நாடுகளில் இருந்து நிதிதிரட்டி உதவுமாறு கோரியிருந்தார். அதே நேரத்தில் பத்திரிக்கைகளுக்கு அவர் விடுத்த செய்தியில், 'இந்தப் பேரழிவு பூகோள எல்லைகளைக் கடந்த ஒன்று; அனைத்துலக மக்களின் உதவி தேவைப்படும் நேரம் இது' என்று குறிப்பிட்டிருந்தார்.

அம்மாத இறுதியில், பீகாரில் நிகழ்ந்த இந்த இயற்கைப் பேரழிவு குறித்துப் பேசிய மகாத்மா காந்தி, இந்தியாவில் பின்பற்றப் பட்டுவரும் தீண்டாமைக் கொடுமைக்கு இறைவன் கொடுத்த தண்டனை இது என்று குறிப்பிட்டிருந்தார். காந்தியின் இந்தக் கருத்தைக் கேட்டு அதிர்ச்சியும் கவலையும் அடைந்த ரவீந்திரர் தனது கண்டனத்தைத் தெரிவித்து காந்திக்குக் கடிதம் ஒன்றை எழுதியதோடு, அந்தக் கடித நகலை பத்திரிக்கைகளுக்கும் அனுப்பி வைத்தார்.

1934 ஜனவரி மாத இறுதியில் காங்கிரஸ் கட்சியின் முன்னணித் தலைவர் ஜவகர்லால் நேருவும் அவரது மனைவி கமலாவும் சாந்திநிகேதனுக்கு வருகை தந்தனர். நேருவின் பரந்த பார்வை, அறிவார்ந்த நேர்மை, பகுத்தறியும் உணர்வு, சர்வதேசக் கண்ணோட்டம் ஆகியவற்றால் பெரிதும் கவரப்பட்ட ரவீந்திரர், நேரு தம்பதியினருக்கு மனமுவந்த வரவேற்பை நல்கினார். அத்தருணத்தில் நேருவின் மகள் இந்திரா பிரியதர்ஷினி

சாந்திநிகேதனில் படித்துக் கொண்டிருந்தார் என்பது குறிப்பிடத்தக்கது.

பிப்ரவரி 6 அன்று நடைபெற்ற ஸ்ரீநிகேதன் ஆண்டுவிழாவில் கல்கத்தா நகர மேயர் நளினி ரஞ்சன் சர்க்கார் சிறப்பு விருந்தினராகப் பங்கேற்றார். இந்த நிகழ்வில் புறக்கணிக்கப்பட்ட கிராமங்கள் என்ற தலைப்பில் உரையாற்றிய ரவீந்திரர், கிராமங்களையும், கிராம மக்களையும் புறக்கணித்துவிட்டு நாட்டின் விடுதலையைப் பற்றியோ, முன்னேற்றத்தைப் பற்றியோ பேசுவதில் எவ்வித பொருளும் இல்லை என்பதை மீண்டும் வலியுறுத்தினார். பிப்ரவரி 8 அன்று கல்கத்தா பல்கலைக்கழகத்தில் 'இலக்கியத்தின் தத்துவம்' என்ற தலைப்பில் ரவீந்திரர் உரை நிகழ்த்தினார்.

அத்தியாயம் 34

இலங்கையை நோக்கிய இறுதிப் பயணம்

1922, 1928ஆம் ஆண்டுகளில் ஏற்கனவே இலங்கைக்குச் சுற்றுப்பயணம் மேற்கொண்டிருந்த ரவீந்திரர், மூன்றாவது முறையாக 1934 மே-ஜூன் மாதங்களில் இலங்கையில் நீண்ட பயணம் மேற்கொண்டார். இந்தப் பயணத்தில் அவரது மகள் மீரா தேவி, மருமகள் பிரதிமா தேவி, சாந்திநிகேதன் கலைப்பள்ளி தலைவர் நந்தலால் போஸ் மற்றும் சாந்திநிகேதன் மாணவக் கலைஞர்கள் இடம்பெற்றிருந்தனர். இதுவே அவர் மேற்கொண்ட கடைசி வெளிநாட்டுப் பயணமும் ஆகும்.

இலங்கையின் புகழ்பெற்ற வர்த்தகரான வில்மட் ஏ. பெரேராவின் அழைப்பிற்கு இணங்க ரவீந்திரர் மேற்கொண்ட இந்தப் பயணம் குறித்து இலங்கையிலிருந்து வெளியாகும் மூன்று மொழி (ஆங்கிலம், சிங்களம், தமிழ்) நாளிதழ்களும் ஏப்ரல் மாத இறுதியிலிருந்தே தொடர்ச்சியாகச் செய்திகளை வெளியிட்ட வண்ணம் இருந்தன. இலங்கைக்குப் புறப்படுவதற்கு முன்பாக இந்தப் பயணத்தின் நோக்கம் குறித்து அவர் கருத்து தெரிவிக்கையில், 'இலங்கையிலிருந்து ஒன்றுக்கு மேற்பட்ட தடவை சாந்திநிகேதனுக்கு வந்த விருந்தாளிகள் அதன் பண்பாட்டின் சில அம்சங்களைத் தமது தீவினருக்கும் அறிமுகம் செய்ய வேண்டுமென விரும்பினர். அதற்காக எனக்கு அழைப்பு விடுக்கப்பட்டது. நானும் அதை உடனடியாக ஏற்றுக் கொண்டேன். ஏனெனில் கலையினால் ஏற்படும் மகிழ்ச்சியை பரந்துபட்ட

வகையில் விரிவாக்குவது ஒரு கலைஞனாக எனது கடமையாகும்' என்று குறிப்பிட்டிருந்ததை இலங்கையிலிருந்து வெளிவரும் சிலோன் அப்சர்வர் நாளிதழ் மறுபிரசுரம் செய்திருந்தது.

மே 9ஆம் தேதியன்று கொழும்பு துறைமுகத்தில் அவர் வந்திறங்கிய காட்சியை ஈழகேசரி நாளிதழ் கீழ்கண்டவாறு விவரித்திருந்தது:

'சாந்தியும் அமைதியும் குடிகொண்ட வதனத்துடன் நீண்ட வெள்ளிக் கம்பிகள் போன்ற மயிருள்ள தாடி கீழ்நோக்கிச் செல்லும் புகைபோல் மிளிர, கபிலமுள்ள நீண்ட அங்கியும் தலையில் கறுத்த ஒரு குல்லாயும் அணிந்தவராய் வங்கம் பயந்த கவியரசர் கப்பலில் காணப்பட்டார். சாந்திநிகேதனம் உருவெடுத்து வந்ததுபோல் அவர் நினைவுடன் செம்மயமாய்க் காணப்பட்டார். வேதகாலத்து மகரிஷி போன்ற வயதால் முதிர்ந்து காணப்பட்டாலும், அவருடைய வாக்கியங்கள் மூவா இளமை உடையனவாயிருந்தன. ஒரு காலின்மீது மற்றக் காலைப் போட்டுக் கொண்டு இருந்த கவியரசருடைய விரல்கள் வீணையில் நரம்புகளைத் தடவுவனபோல் அசைந்தன.'

மே 10ஆம் தேதி நண்பகலில் கிராண்ட் ஓரியண்ட் ஓட்டலில் நடைபெற்ற ரோட்டரி கழக நிகழ்வில் 'இந்திய பல்கலைக் கழகங்களின் லட்சியம்' என்ற தலைப்பில் ரவீந்திரர் இந்தப் பயணத்தின் முதல் உரையை நிகழ்த்தினார். அவரது உரை ஒலிபெருக்கிகள் மூலம் நகரெங்கும் ஒலிபரப்பானது.

'சபர்மதி முனிவர் வாய்திறந்தால் மக்கள் மீதுள்ள அன்பு ஊற்றெடுப்பது போல் கவி தாகூர் பேசியபோது விவேகம் ஊற்றெடுத்தது' என ஈழகேசரி நாளிதழின் நிருபர் குறிப்பிட்டிருந்தார்.

ரவீந்திரரின் இலங்கைப் பயணம் சாந்திநிகேதனுக்கு நிதி திரட்டுவதையும் நோக்கமாகக் கொண்டிருந்தது. மே 12 முதல் மூன்று நாட்கள் தொடர்ந்து கொழும்பு ரீகல் தியேட்டரில் அவரது 'சாப விமோசனம்' நாடகம் நிகழ்த்தப்பட்டது. பின்னாளில் இலங்கையின் பிரதமராக இருந்த எஸ். டபிள்யூ. ஆர். டி. பண்டாரநாயகா இந்த நிகழ்வு குறித்து சிலோன் டெய்லி நியூஸ் நாளிதழில் எழுதுகையில், 'காதல், கோபம், துயரம், மகிழ்ச்சி, வீரம் என்ற அனைத்து மனித உணர்வுகளும் இந்த நாடகத்தில் தமக்கே உரிய இடத்தைப் பெற்றிருந்தன. அத்துடன் அவை இசையினதும், நாட்டியத்தினதும் லாவகமான மற்றும் தீர்க்கமான கையாள்கையுடன் உயரிய கலை வெளிப்பாடாக அமைந்திருந்தன' என்று குறிப்பிட்டிருந்தார்.

மே 13 அன்று வெளியான சிலோன் அப்சர்வர் நாளிதழ் பட்டுத்துணியின் மேல் மை கொண்டு வரையப்பட்ட கவுதமரும் ஆட்டுக்குட்டியும் என்ற நந்தலால் போஸின் கோட்டோவியத்தையும், அவரால் எழுதப்பட்ட 'சாந்திநிகேதனில் கலை இயக்கம்' என்ற கட்டுரையையும் வெளியிட்டது.

இலங்கை கலைச்சங்கத்தின் ஏற்பாட்டில் ரவீந்திரர் மற்றும் சாந்திநிகேதன் மாணவர்களின் ஓவிய – கைவினை காட்சியை மே 14ஆம் தேதி கிரஹாம் ரைரல் கொழும்பு கலைக்கூடத்தில் திறந்து வைத்தார். இதில் காட்சிப் படுத்தப்பட்ட 150 ஓவியங்களில் 56 ஓவியங்கள் ரவீந்திரர் வரைந்ததாகும்.

மே 16 அன்று கொழும்பு நகராட்சி அளித்த வரவேற்பில் பேசிய ரவீந்திரர் மேல்நாட்டு நாகரிகம் கீழை நாடுகளை எவ்வாறு அடிமைப்படுத்தி அவர்களின் சுயமரியாதைக்குத் தீங்கினை உண்டாக்கியிருக்கிறது என்பதைக் குறிப்பிட்டார்.

ரவீந்திரரும் அவரது குழுவினரும் மே 22ஆம் தேதி காலிக்கும் மாத்தரைக்கும் பயணம் மேற்கொண்டனர். அங்கு முகமூடி நடனங்களைக் கண்டு களித்தனர். மே 26 கொழும்பு திரும்பிய இந்தக் குழு மே 28-29 தேதிகளில் 'சாப விமோசனம்' நாடகத்தை மீண்டும் நிகழ்த்தியது.

ஜூன் 3ஆம் தேதி கண்டிக்குச் சென்ற ரவீந்திரர் அங்கு அப்போது தொடங்கியிருந்த நாவலான 'சார் அத்யாயா' (நான்கு அத்தியாயங்கள்) என்ற நாவலின் இறுதிப்பகுதியை எழுதி முடித்தார். (இதுதான் அவர் எழுதிய கடைசி நாவல்). அன்றைய வங்காளத்தில் தலைமறைவாக இருந்தபடி பிரிட்டிஷ் ஆட்சிக்கு எதிராக வன்முறையில் ஈடுபட்டு வந்த இளைஞர்கள் குறித்த இந்த நாவல் வங்காளத்தில் கடுமையான விமர்சனத்திற்கு ஆளானது.

பின்னர் அங்கிருந்து அனுராதபுரம் வழியாக ஜூன் 11 அன்று ரயில் பயணமாக யாழ்ப்பாணம் வந்து சேர்ந்த ரவீந்திரருக்கும் அவரது குழுவினருக்கும் ரயில் நிலையத்தில் கோலாகலமான வரவேற்பு அளிக்கப்பட்டது. மாலை 5 மணிக்கு யாழ்ப்பாண முற்றவெளியில் பொதுமக்கள் சார்பாக அளிக்கப்பட்ட வரவேற்பில் 5,000 பேர் பங்கேற்றனர். இந்த நிகழ்விற்கு ஐசக் தம்பையா தலைமை வகித்தார். அவருக்கு ஒரு வரவேற்புப் பத்திரம் வாசித்து வழங்கப்பட்டது.

இதற்கான ரவீந்திரரின் பதிலுரை 'ராமச்சந்திரரின் நிலத்திலிருந்தான செய்தி' என்ற தலைப்பில் அமைந்திருந்தது. இந்த உரையை

ஈழகேசரி நாளிதழும், சிலோன் அப்சர்வர் நாளிதழும் விரிவாக வெளியிட்டு நாடு முழுவதிலும் பரப்புரை செய்தன.

'இராமபிரானின் தூதனாக இங்கு வந்து ஒரு பாலத்தைக் கட்டலாமென எண்ணுகிறேன். அது அழகான கவிதைகளாலும் பாட்டுக்களாலும் நாட்டியத்தாலும் ஆனது. இந்தியா – இலங்கை ஆகிய இரு நாடுகளிலும் வசிப்போரை ஒன்றுபடச் செய்யக்கூடிய வழி அது ஒன்றே ஆகும். இவ்விரு நாடுகளுக்கும் இடையிலுள்ள பழைய ஒற்றுமையையும் உறவையும் மீண்டும் நிலைபெறச் செய்வதே கவிஞனாகிய என்னுடைய முயற்சியாகும்.'

ரவீந்திரரின் நிகழ்ச்சிகளில் கலந்துகொண்ட யாழ்ப்பாண கல்லூரியைச் சேர்ந்த அமெரிக்கரான பிக்னெல் பாதிரியார் தன் நேரடி அனுபவத்தை இவ்வாறு விவரித்திருந்தார்:

'எமது விருந்தாளியின் வயது, பலவீனம் என்பவற்றின்மீது அதிக அழுத்தம் தரப்பட்ட நிலையில், இந்தக் கூடலில் வரவேற்புரைக்கு அவர் அளித்த பதிலை மிக எளிதாகக் கேட்க முடிந்தது பெரியதொரு ஆச்சரியமே. எந்தத் தடைகளுமற்று அவர் முற்றாகத் தன்னை முழு நிகழ்ச்சிக்குள்ளும் ஈடுபடுத்திக் கொண்டார். குரல் கணீரென மணி போல் ஒலித்ததுடன் அழகான சொற்களாலும் அது கோர்க்கப்பட்டிருந்தது. 'மனம் எங்கே அச்சமின்றி உள்ளதோ...' என்ற இந்தப் பரிச்சயமான வரிகள் அதன் படைப்பாளியால் உச்சரிக்கப்படுகையில் புதியதொரு முக்கியத்துவத்தைப் பெற்றன' என்கிறார் பிக்னெல்.

அடுத்தநாள் மாணவர்களிடையே தனது கவிதைகளை படித்துக் காட்டிவிட்டு ஆற்றிய சிறியதொரு உரையையும் பிக்னெல் சுட்டிக் காட்டினார்: 'சிங்களவர்கள் வெளிநாட்டவரைப் பார்த்துப் பாசாங்கு செய்வதைப் போல, தமிழ் மக்கள் இறந்த கால பக்தியிலும் தமது மூதாதையர்களை வழிபடுவதிலும் தொலைந்து போயுள்ளனர். இந்த மூதாதையர்கள் அவர்களது வேலைகளை ஆற்றிவிட்டு மறைந்தனர். இந்த உன்னதமான மரபுகள் அவர்கள் உருவாக்கியவைதான். நீங்கள் அவர்களின் வம்சாவளியினர் என்றால், உங்களுக்கேயான சொந்த மரபுகளை உருவாக்குவீர்கள். அவற்றைப் போலச் செய்ய மாட்டீர்கள்.'

யாழ்ப்பாணத்தில் தொடர்ந்து மூன்று நாட்கள் ரவீந்திரர் குழுவினர் 'சாப விமோசனம்' நாடகத்தை நிகழ்த்திக் காட்டினர். அன்றிருந்த யாழ்ப்பாண மக்களின் நினைவைவிட்டு என்றும் நீங்காத இடம்பிடித்தது இந்த நாடகம் என்று பத்திரிக்கைகள் குறிப்பிட்டன.

கருத்துகளைத் தாய்மொழியிலேயே வெளிப்படுத்துவதன் அவசியம் குறித்து அவர் தனது உரைகளில் தொடர்ந்து வலியுறுத்தி வந்ததும் மக்களின் மனதில் ஆழப் பதிந்தன.

ரவீந்திரரின் அடியொற்றி 1956இல் பண்டிதர் வீரகத்தி, வாணி கலைக்கழகத்தை கரவெட்டியில் நிறுவினார். இங்கு இசை, நடனம், நாடகம், ஓவியம் ஆகியன கற்றுக் கொடுக்கப்பட்டன. வாணி கலைக்கழகத்தின் ஆறாண்டு நினைவு மலர் இந்நிறுவனத்தை 'ஈழத்தின் இலட்சிய சாந்தி நிகேதன்' என்று குறிப்பிட்டது.

இந்த இலங்கைப் பயணத்தின்போது ரவீந்திரர் வெளியிட்ட கருத்துகள் இந்தியா – இலங்கை என்ற அரசியல்ரீதியான, புவியியல்ரீதியான கட்டமைப்புகளைத் தாண்டி ஆன்மிகம், வரலாறு, பண்பாடு, இனம் ஆகிய விஷயங்களில் நிலவி வரும் உறவுகள், தாய்மொழிக் கல்வி ஆகியவற்றுக்கு அழுத்தம் தருவதாக அமைந்திருந்தன.

எனினும், ரவீந்திரரின் பயணத்தைத் தொடர்ந்து வந்த நவீன இலங்கையின் வரலாறானது இனம், மதம் மற்றும் மொழி சார்ந்த வன்முறை நிரம்பிய கதையாடல்களால் எழுதப்பட்டது என்று இலங்கையைச் சேர்ந்த ஆய்வாளர்கள் கருதுகின்றனர்.

யாழ்ப்பாண நிகழ்வுகளுக்குப் பின்னர் ரவீந்திரரும் அவர்தம் குழுவினரும் ஜூன் 15 அன்று யாழ்ப்பாணத்திலிருந்து தனுஷ்கோடி வழியாக சென்னை வந்து, பின்னர் ரயில்மூலம் கல்கத்தாவிற்குப் புறப்பட்டனர்.

கல்கத்தாவில் சில நாட்கள் தங்கியிருந்துவிட்டு ஜூன் 28ஆம் தேதி சாந்திநிகேதனுக்குத் திரும்பிய ரவீந்திரர் அதன் நிர்வாகப் பொறுப்புகளில் பல மாற்றங்களைச் செய்தார். இதனாலோ அல்லது வேறு காரணங்களாலோ ரவீந்திரரின் மூத்த அண்ணன் த்விஜேந்திரநாத் தாகூரின் பேரனும், ரவீந்திரரின் இசைப்பாடல் களின் பாதுகாப்புப் பெட்டகம் என்று பெயரெடுத்தவரும், சங்கீத் பவனத்தின் முதல் முதல்வருமான தினேந்திரநாத் தாகூர், தான் பிறந்து வளர்ந்த சாந்திநிகேதனைவிட்டு ஜூலை மாதத்தில் வெளியேறினார். சரியாக ஓராண்டுக்குப் பிறகு 1935 ஜூலையில் அவர் உயிர் நீத்தார்.

ஜூலை 14ஆம் தேதி கல்கத்தா சென்ற ரவீந்திரர் 16ஆம் தேதியன்று கல்கத்தா பல்கலைக்கழகத்தில் 'இலக்கியம்: ஒரு விளக்கம்' என்ற தலைப்பில் உரையாற்றினார். 19ஆம் தேதி மகாத்மா காந்தியுடனான

ஒரு சந்திப்பிற்குப் பிறகு அவர் மீண்டும் சாந்திநிகேதனுக்குத் திரும்பினார்.

ஆகஸ்ட் 19ஆம் தேதியன்று சாந்திநிகேதனுக்கு வருகை தந்த சீன அறிஞர் பேராசிரியர் டான் யுன் – ஷானுக்கு வரவேற்பு நல்கிய ரவீந்திரர் இந்திய-சீன கலாசாரக் கழகத்தின் தலைமையகத்திற்கு இடமளிக்க சாந்திநிகேதன் தயாராக இருப்பதாகத் தெரிவித்தார்.

அதே மாத இறுதியில் எல்லை காந்தி என்று அழைக்கப்படும் புகழ்பெற்ற காந்தியவாதியான கான் அப்துல் கஃபார் கான் சிறையிலிருந்து விடுதலை பெற்று சாந்திநிகேதனுக்கு வருகை தந்தார். ரவீந்திரர் அவரை அன்போடு வரவேற்றார். அத்தருணத்தில் எல்லை காந்தியின் மகன் கலா பவனில் மாணவராக இருந்தார் என்பது குறிப்பிடத்தக்கது.

ஆகஸ்ட் மாதத்தில் பிரிட்டிஷ் அறிஞரும் மனிதநேயருமான கில்பர்ட் மர்ரே, கிழக்கு – மேற்கு நாடுகளைச் சேர்ந்த அறிஞர்களிடையே நல்லதொரு புரிதலை வளர்த்தெடுக்க தாம் மேற்கொள்ளும் முயற்சிக்கு உதவ வேண்டுமெனக் கோரி ரவீந்திரருக்கு கடிதம் எழுதியிருந்தார். இதைவிட விருப்பமான விஷயம் வேறேதும் அவருக்கு உண்டா என்ன?

'தங்களது செயலாலும் வார்த்தைகளாலும் மனிதர்களை இயக்குபவர்களும், கலைஞர்களும், சிந்தனையாளர்களும் ஒருவரையொருவர் அறிந்து கொண்டவர்களாக, ஒருவரை யொருவர் புரிந்து கொண்டவர்களாக இருக்க வேண்டும். மேலும் எல்லைகள், சுங்க வரிகள், அரசின் கட்டுப்பாடுகள் ஆகியவற்றி லிருந்து விடுபட்ட வகையில் மனம் அல்லது சிந்தனைக்கான மகத்தானதொரு கழகத்தினை உருவாக்குவதிலும் அவர்கள் இணைந்து செயல்பட வேண்டும். அழகையும் உண்மையையும் மனித சகோதரத்துவத்தையும் வென்றடைவதை நோக்கமாகக் கொண்டு, கலை அல்லது அறிவியலின் பல்வேறுபட்ட வழிமுறைகளின் மூலம் அறிவார்ந்த வாழ்க்கையை வாழ்வோர் ஒன்றிணைந்த ஒரு கழகமாகத் திகழ வேண்டும்.'

கில்பர்ட் மர்ரே எழுதிய கடிதத்திற்கு செப்டெம்பர் 16ஆம் தேதியன்று எழுதிய பதில் கடிதத்தில் மர்ரேயின் முன்வைப்பை ஏற்றுக்கொண்ட வகையில் ரவீந்திரர் கீழ்க்கண்டவாறு எழுதியிருந்தார்:

'எனது வாழ்க்கைப் பாதையின் இறுதித் தருணத்தில், அந்திமச் சூரியனைப் பார்த்தபடியே மனித இனத்தின் பொற்பாதங்களில்

அறிவெனும் தூய ஒளிவிளக்கை ஏற்றிவரும் அந்த இளமை நிரம்பிய ஆத்மாக்களுக்கும் ஒவ்வொரு நாட்டையும் இனத்தையும் சேர்ந்த இந்தத் தனிநபர்களுக்கும் எனது பணிவான வணக்கங்களைத் தெரிவித்துக் கொள்கிறேன். இந்த மகத்தான யுகத்தில் பிறந்தமைக்காக நான் மிகுந்த பெருமிதம் கொள்கிறேன். பழையனவற்றுக்குக் கிட்டத்தட்ட நேர் எதிரான ஒரு நிலைமைக்கு ஏற்ப நமது மனங்களைச் சரிசெய்துகொள்ள சிறிது காலம் பிடிக்கும் என்பது உண்மைதான். விடியலின் ஒளிக்கீற்று வெளிப்பட்டு விட்டது என்று உலகிற்கு அறிவிப்போமாக! எல்லைகளுக்குப் பின்னால் நம்மை அடைத்துக் கொண்டுவிடாமல், பரஸ்பர புரிதல், நம்பிக்கை ஆகிய உணர்வுகளோடு, ஒத்துழைப்பு என்ற பொதுத்தளத்தில் ஒருவரையொருவர் சந்திப்போமாக! புறக்கணிப்பு என்ற உணர்வை வளர்த்தெடுக்காமல் ஒருவரை யொருவர் மகிழ்ச்சியோடு ஏற்றுக் கொள்வோமாக! நம்மிடம் இருக்கும் சிறந்தனவற்றை வழங்குவதை மேலும் மேலும் முன்னெடுத்துச் செல்வோமாக!'

இந்த இருவரின் கடிதங்களும் லீக் ஆஃப் நேஷன்ஸ் அமைப்பின் முன்னெடுப்பில் 'கிழக்கும் மேற்கும்' என்ற தனிப் பிரசுரமாக 1935ஆம் ஆண்டு பாரீஸ் நகரிலிருந்து செயல்பட்டு வந்த அறிவுசார் ஒத்துழைப்பிற்கான சர்வதேச நிலையத்தினால் வெளியிடப்பட்டது.

அத்தியாயம் 35

தென்னிந்தியாவில் இறுதிப் பயணம்

1934 அக்டோபர் இறுதியில் தென்னிந்தியாவிற்கு தன் இறுதிப் பயணத்தை ரவீந்திரர் மேற்கொண்டார். அவரது ரயில் பயணத்தின்போது அனகபள்ளியில் உள்ள சோதர சமிதி என்ற அமைப்பின் உறுப்பினர்கள் ரயில் நிலையத்தில் அவருக்கு வரவேற்பு அளித்தனர். அத்தருணத்தில் அவர்களின் வரவேற்புரை அவரது இந்தப் பயணம் தென்னிந்திய மக்களுக்கும் நாட்டின் இதரபகுதி மக்களுக்கும் இடையே நெருக்கமான உறவை ஏற்படுத்தி, அவர்கள் இணைந்து செயல்படுவதற்கான ஊக்கத்தை அளிக்கட்டும்! இந்த மண்ணிலிருந்து தீண்டாமை என்ற மனிதத்தன்மையற்ற வழக்கத்தை துடைத்தெறியட்டும்! என்று குறிப்பிட்டதோடு, ‘சர்வதேச அமைதியையும் இணக்கத்தையும் நிறுவுவதற்கான அவரது புனிதமான முயற்சிகள் உலகின் மூலைமுடுக்கெங்கும் பரவுவதாக!’ என்றும் குறிப்பிட்டது.

அக்டோபர் 21 அன்று காலை கல்கத்தா மெயிலில் சென்னை வந்தடைந்த ரவீந்திரருக்கு சென்ட்ரல் ரயில் நிலையத்தில் மாபெரும் வரவேற்பு அளிக்கப்பட்டது. மதராஸ் மாகாணத்தின் அன்றைய பிரதமரான பொப்பிலி அரசர் தலைமையிலான வரவேற்புக் குழுவினரோடு கூடவே அன்றைய சென்னை நகர மாணவர்களும் நடைமேடையில் பெருந்திரளாகக் குழுமியிருந்தனர். வரவேற்புக் குழுவின் சார்பில் பொப்பிலி அரசரும் திருமதி தாதாபாயும் ரவீந்திரர் இருந்த ரயில்பெட்டிக்குச் சென்று அவரை முறைப்படி வரவேற்றனர்.

பெருந்திரளான மக்கள் கூடியிருந்த நிலையில் முறைப்படி வரவேற்புரை நிகழ்த்த இயலாமல் வரவேற்புப் பத்திரத்தை ரவீந்திரரின் கைகளில் ஒப்படைக்க வேண்டியதாயிற்று. இந்த வரவேற்புப் பத்திரம் இந்தியாவிற்கு அவர் ஆற்றிவரும் பணிகளைக் குறிப்பிட்டிருந்தது. இதன்பின்னர், ரயில் பெட்டியின் வாயிற்பகுதியில் நின்றபடி அங்கு கூடியிருந்தவர்களின் வாழ்த்துகளுக்கு நன்றி தெரிவித்த ரவீந்திரர், சென்னை நகரத்தில் பின்னர் நடைபெறவுள்ள நிகழ்ச்சிகளில் அவர்களை மீண்டும் சந்திக்க மிகுந்த ஆவலோடு உள்ளதாகத் தெரிவித்து விடைபெற்றுக் கொண்டார். இந்தப் பயணத்தின்போது அவர் அடையாரில் இருந்த தியாசாஃபிகல் சொசைட்டி வளாகத்தில் ஓர் இல்லத்தில் தங்கியிருந்தார். வழக்கம்போலவே ரவீந்திரரின் இந்தப் பயணமும் விஸ்வபாரதிக்கான நிதி திரட்டுவதற்கான முயற்சியே ஆகும்.

அன்று மாலை 'இந்து' நாளிதழுக்கு அளித்த ஒரு பேட்டியில் ரவீந்திரர் இவ்வாறு கூறியிருந்தார்: 'வாழ்க்கையை வெளிப்படுத்துவதற்கு இரண்டு வழிகள் உள்ளன. ஒன்று வீர-தீரச் செயல்களின் மூலம் வெளிப்படுத்துவது; மற்றொன்று மகிழ்ச்சியை வெளிப்படுத்துவது. வாழ்க்கை தரும் மகிழ்ச்சியான தருணங்களை நமது மனம் ஒதுக்கித் தள்ளுமானால் பொதுவாக வாழ்க்கை சோகமயமாகி விடுகிறது. இதன் விளைவாக உண்மையிலேயே அழகியல் மதிப்புடைய அனைத்தையும் தரம் தாழ்ந்தவகையில் பார்க்கும் மோசமான விருப்பம் நமக்குள் புகுந்து விடுகிறது. எனவேதான் பெரும்பாலான மக்கள் வசித்துவரும் கிராமங்களில் ஒரு மாற்றத்தைக் கொண்டுவரும் இலக்கோடு எனது மற்றொரு முயற்சியை நான் மேற்கொண்டு வருகிறேன். கிராம மக்களிடையே நிலவும் அவநம்பிக்கையை அகற்றி அவர்கள் மனதில் மகிழ்ச்சிகரமான உணர்வை ஏற்படுத்துவதுதான் கிராம மேம்பாட்டுத் திட்டத்தின் நோக்கமாகும். மற்றவர்கள் எவரும் இதைப் பற்றி நினைப்பதற்கு நீண்ட நாட்களுக்கு முன்பாகவே, இன்னும் சொல்லப்போனால், மகாத்மா காந்தி இத்தகைய முயற்சியை கையிலெடுப்பதற்கு முன்பாகவே, நான் இதை செயல்படுத்தி வருகிறேன்.'

அக்டோபர் 22 அன்று சென்னை நகராட்சியின் சார்பில் அவருக்கு வரவேற்பு அளிக்கப்பட்டது. மதராஸ் மாகாண பிரதமர் பொப்பிலி அரசர் உள்ளிட்டு நகரின் முக்கிய பிரமுகர்கள் அனைவரும் இந்நிகழ்வில் பங்கேற்றனர். அதற்கு மறுநாள், ராயப்பேட்டை மிட்லண்ட் தியேட்டரில் 'நானும் வங்காள மறுமலர்ச்சியும்' என்ற தலைப்பில் உரை நிகழ்த்தியபோது சென்னை மாணவர்கள் சார்பில்

அவருக்கு வரவேற்பு அளிக்கப்பட்டது. இந்த உரை கிட்டத்தட்ட அவரது வாழ்க்கைப் பயணத்தை எடுத்துக் கூறுவதாகவே அமைந்திருந்ததால், மாணவர்கள் மத்தியில் பெரும் வரவேற்பு கிடைத்தது. நுழைவுக் கட்டணமாக ரூ. 1/- கொடுத்து பெருந்திரளான மாணவர்கள் இந்த நிகழ்ச்சியில் பங்கேற்றனர். இந்தக் கூட்டத்திற்கு மூத்த காங்கிரஸ் தலைவர் சத்தியமூர்த்தி தலைமை தாங்கினார். அதே நாளன்று ராணி மேரி கல்லூரி மாணவிகளின் வரவேற்பிலும் அவர் கலந்து கொண்டு உரையாற்றினார்.

அக்டோபர் 26ஆம் தேதியன்று காங்கிரஸ் இல்லத்தில் ரவீந்திரரின் ஓவியங்கள் அடங்கிய கண்காட்சி தொடங்கியது. இது அக்டோபர் 31வரை தொடர்ந்து நடைபெற்றது. அக்டோபர் 27 முதல் 31ஆம் தேதி வரை சாந்திநிகேதன் கலைஞர்கள் பங்கேற்ற ‘சாபவிமோசனம்’ நாடகம் தொடர்ந்து தினம்தோறும் எழும்பூர் மியூசியம் தியேட்டரில் நடத்தப்பெற்றது.

அக்டோபர் 30ஆம் தேதியன்று சென்னை ஒய்எம்சிஏவின் நுண்கலைப் பிரிவின் மாணவர்கள் ரவீந்திரரைப் பேட்டி கண்டனர். கலை பயிலும் மாணவர்களிடையே உரையாடுகையில் எத்தகைய பிரிவைச் சேர்ந்த கலையாக இருந்தாலும் ஒருவரது உள்மனதிலிருந்து வெளிப்படுவதே கலையாகும் என்று அவர் குறிப்பிட்டார். தன்னைப் பொறுத்தவரையில் நல்லதொரு கலைவடிவம், மோசமான கலைவடிவம் என்பதைத் தவிர வேறெந்த வகையிலும் கலைவிமர்சகர்களைப் போல தான் கலையைக் காண்பதில்லை என்றும் அவர் தெரிவித்தார்.

அவர் மாணவர்களிடையே எடுத்துக்கூறிய மற்றொரு முக்கியமான விஷயம், தான் பார்த்தவரையில் தென்னிந்தியாவில் தேவைக்கும் அதிகமான அளவில் ஆங்கிலத்தைப் பயன்படுத்தும் போக்கு இருக்கிறது; இது தாய்மொழிக்குத் தீங்கு விளைவிப்பதாகும். வங்காளத்தில் ஆங்கிலேய நாகரீகத்தைப் பின்பற்றுபவர்களும், தங்களின் ஆங்கில அறிவு குறித்துப் பெருமை கொள்பவர்களும் கூட எழுத்தில் மட்டுமே ஆங்கிலத்தைப் பயன்படுத்துகிறார்கள். மற்றவர்களுடனான உரையாடலுக்கு வங்காள மொழியை மட்டுமே பயன்படுத்துகிறார்கள். கட்டாயமாக ஆங்கிலத்தில் பேச வேண்டிய தருணத்தில் மட்டுமே அவர்கள் ஆங்கிலத்தில் பேசுகின்றனர் என்று குறிப்பிட்டார். ‘உங்களுடன் ஆங்கிலத்தில் தானே பேச வேண்டியிருக்கிறது?’ என்று ஒரு மாணவர் கேட்ட போது, ‘என்னோடு பேசுவது சரி. உங்களுக்குள் பேசும்போது ஏன்

உங்கள் மொழியிலேயே பேசக் கூடாது? என்றுதான் நான் கேட்கிறேன்' என்று ரவீந்திரர் பதிலளித்தார்.

இறுதியாக நாட்டின் விடுதலைக்கான அறைகூவலை ஏற்று இளைஞர்கள் பொதுவாழ்க்கையில் இறங்கலாமா? என்ற கேள்வி எழுப்பியபோது, 'முதலில் அது நீடித்த உணர்வாக இருக்கிறதா, அல்லது அந்தக் கணத்து உந்துதலா என்பதைப் பிரித்தறிய வேண்டும். அது நீடித்த உணர்வாக இருக்குமானால், அதற்குத் தன்னைத் தயார்ப்படுத்திக் கொள்ள வேண்டும். என் சொந்த அனுபவத்தில் கல்வியை புறக்கணித்துவிட்டு கிராம மக்களுக்கு உதவி செய்ய இளைஞர்கள் வந்தபோது, கிராமங்களில் நிலவும் பிரச்சனைகள் பற்றியோ, அந்த மக்களோடு எவ்வாறு உரையாட வேண்டும் என்றோ, தங்கள் செயல்கள் மூலம் அந்த மக்களின் நம்பிக்கையை பெறுவது எப்படி என்றோ தெரியாதவர்களாக அவர்கள் இருந்தனர். இதனால் படிப்பையும் அவர்கள் இழக்க நேர்ந்தது' என்று குறிப்பிட்டார். இவ்வாறு தன்னைத் தயார்ப்படுத்திக் கொண்டே பொதுவாழ்வில் இறங்கினால்தான் வெற்றி பெற முடியும் என்றும் அவர் குறிப்பிட்டார்.

மாணவர்கள் அனைவரும் அவரிடம் கையெழுத்து பெற்றனர். அதில் ஒரு மாணவர் மட்டும் 'வங்காள மொழியிலும், ஆங்கிலத்திலும் கையெழுத்திட்டுத் தருமாறு' அவரிடம் கேட்டுக் கொண்டபோது, குறும்புச் சிரிப்புடன் அந்த வேண்டுகோளையும் ரவீந்திரர் நிறைவேற்றினார்.

அக்டோபர் 31 அன்று மாலை சென்னை நுங்கம்பாக்கத்தில் உள்ள வித்யோதயா பெண்கள் பள்ளிக்கு ரவீந்திரர் வருகை தந்தார். பள்ளியின் செயலாளர் திருமதி பால் அப்பாசாமி அவரை வரவேற்றார். பள்ளியின் சார்பில் தமிழில் கவிதை வடிவில் அவருக்கு வரவேற்புப் பத்திரம் வாசித்து அளிக்கப்பட்டது.

வரவேற்புரை ஆற்றிய திருமதி அப்பாசாமி சாந்திநிகேதனின் உயரிய குறிக்கோள்களை இந்தப் பள்ளி தனக்கேயுரிய வகையில் உள்வாங்கிக் கொண்டு செயல்பட முயல்கிறது என்று குறிப்பிட்டார். கல்வி என்பது தகவல்களை குழந்தைகளின் மூளைக்குள் திணிப்பதாக இல்லாமல் அவர்களின் அறிவுரீதியான, உடல்ரீதியான, நெறிமுறைரீதியான, அழகியல்ரீதியான, இறையியல்ரீதியான முழுசக்தியையும் வளர்த்தெடுப்பதாக இருக்க வேண்டும் என்பதை நமக்கு முன்னுதாரணமாக இருந்து வழிகாட்டி வரும் ஒரு ஞானத்தந்தையாக ரவீந்திரர் விளங்குகிறார் என்றும் அவர் குறிப்பிட்டார்.

ரவீந்திரர் தனது ஏற்புரையில், சென்னையில் தான் தங்கியிருந்த ஒரு சில நாட்களில் இறுதிக் கட்டத்தில் பள்ளிக்குழந்தைகளை சந்திக்க நேர்ந்தமைக்கு தான் மிகவும் வருந்துவதாகக் குறிப்பிட்டதோடு, பெண்களின் கல்விக்காக இந்தப் பள்ளி எடுத்துவரும் முன்முயற்சி குறித்த தன் மகிழ்ச்சியை தெரிவித்துக் கொண்டார். இந்தியப் பெண்களின் அன்பு, சேவை, தியாகம் போன்ற குணங்கள் அவர்களுக்கு மிக நெருக்கமாக இருப்பவர்களுக்கு மட்டுமின்றி, நாடு முழுவதற்குமானதாகவே உள்ளது. நாட்டு சேவை என்பது ஆண்களுக்கு மட்டுமேயான ஒரு தலைப்பட்சமாக உள்ளது. இதில் பெண்களும் தங்கள் பொறுப்புகளை ஏற்றுக் கொள்ள முன்வர வேண்டும்.

இயற்கையாகவே பெண்களிடம் பொதிந்துள்ள இனிமையும் பொறுமையும் இதன் மூலம் நாட்டு வாழ்வை மேலும் அழகாக்கும். எவ்வித அநீதியையும் அவர்கள் நீடிக்க அனுமதிக்கலாகாது. பெண்கள் தங்களின் மென்மையான தன்மையை மட்டுமின்றி, தங்களின் ‘சக்தி’யையும் பயன்படுத்தி அனைத்து வகையான தவறுகளையும் எதிர்த்துப் போராட வேண்டும் என்று மிகுந்த கரவொலிக்கிடையே அவர் கேட்டுக் கொண்டார்.

சென்னையில் அவர் தங்கியிருந்த இறுதிநாளன்று கோகலே ஹாலில் அவருக்கு வழியனுப்புவிழா நடைபெற்றது. நகரத்தின் முக்கிய பிரமுகர்கள் மட்டுமின்றி ஏராளமான மாணவர்களும் இளைஞர்களும் இந்த நிகழ்ச்சியில் பங்கேற்றனர்.

சென்னை நகர மக்களின் கனிவான உபசரிப்பிற்கு தனது மனமார்ந்த நன்றியை தெரிவித்துக் கொண்ட ரவீந்திரர் மேலும் உரையாற்றுகையில்,

> ‘புதியதான எதையும் ஏற்றுக் கொள்வதில் தயக்கம் காட்டும் முதியவர்களை விட இளைஞர்களிடம் எனது கருத்துக்களை எடுத்துக் கூறுவது மிகவும் எளிது என்று கருதுகிறேன். எனவேதான் எனது நாட்டின் இளம்தலைமுறையினரிடம் நான் அதிகம் பேச விரும்புகிறேன்.
>
> மேற்கு வானில் இன்று நாம் காணும் ஒளி, சூரியனின் ஒளியோ அல்லது புதியதொரு விண்மீனின் பிறப்பையோ சுட்டுவது அல்ல; அது ஒரு பெருவெடிப்பு. மற்றவர்களை தனது எல்லைகளுக்கு வெளியே நிறுத்திவைத்துவிட்டு, இன்று எந்தவொரு நாடும் தன்னந்தனியாக முன்னேற்றத்தை நோக்கிச் சென்றுவிட முடியாது. எனவே மேற்கத்திய நாடுகளின் சிறந்த

அம்சங்களோடு உறவை ஏற்படுத்திக் கொள்ளும் வகையிலானதாக மேற்கத்திய நாடுகளுடனான நம் உறவு அமைய நாம் முயற்சிக்க வேண்டும்.

ஐரோப்பாவை வரவேற்கத் தயாராக ஆசியா இருக்கவில்லை; ஏனென்றால் தன்னிடமிருந்த சிறந்தவற்றைக் கொடுப்பதற்காக அது ஆசியாவை நோக்கி வரவில்லை. மாறாக, தனது பொருளாதார லாபத்திற்காக ஆசியாவைச் சுரண்டுவதற்காகவே வந்தது. விடுதலை குறித்த செய்தி, மனித குலத்திற்கு அதன் சேவைகள் ஆகியவற்றைக் கண்டு வியப்படைந்ததால் மட்டுமே ஐரோப்பா ஆசியாவை வெற்றி கொள்ளவில்லை. மாறாக, அவமதிக்கத்தக்க அளவுகடந்த பேராசை, இனப்பெருமிதம் ஆகியவற்றின் மூலமே ஐரோப்பா ஆசியாவை வெற்றி கொண்டது. அவ்வகையில் ஆசியாவும் ஐரோப்பாவும் சமமான தகுதியுள்ளவர்களாக சந்திக்கவில்லை. இதன் விளைவு என்னவெனில், மேலதிகாரிக்கும் அவரது கடைநிலை ஊழியருக்கும் இடையேயான உறவைப் போன்ற ஒன்றுதான் உருவானது. அதிலிருந்தே ஆசியா தன்னை நிராதரவான ஒன்றாகவும், தன்னம்பிக்கை அற்றதாகவும் இருந்து வருகிறது.

எனவே இந்த வலைகளிலிருந்து நம்மை விடுவித்துக் கொள்வோம். நாம் பிச்சைக்காரர்கள் அல்ல என்பதை நிரூபிப்போம். விலைமதிப்பற்ற நிலையில் நம் வீட்டிற் குள்ளேயே இருப்பதை மீட்டெடுப்போம். அதுவே நம்மைக் காக்கும். அதன் மூலமே நம்மால் மனித இனத்தையும் காக்க முடியும். மேற்கத்திய நாடுகளைப் பார்த்து அவற்றைப் போல நாம் நடந்துகொள்ளக் கூடாது. வாழ்க்கை என்பது எப்போதுமே ஒன்றைப் பார்த்து அதைப் போலச் செய்வதல்ல; மாறாக, வாழ்க்கையானது வெளியிலிருப்பதை தனக்குள் இணைத்துக் கொள்கிறது. ஒன்றை நாம் கவனத்தில் கொள்ள வேண்டும்: மேற்கத்திய நாடுகள் தங்கள் நாடுகளுக்கு உரியவற்றையே உற்பத்தி செய்கின்றன.

எனவே எனதருமை இளவரசர்களே! உங்கள் இதயங்களில் உற்சாகமெனும் தீப்பந்தத்தை ஏந்தியபடி, சங்கிலியான பிணைக்கப்பட்டிருக்கும் இடைவிடாத பேராசை எனும் கொடுங்கோன்மையிலிருந்து மனித மனத்தை விடுவிக்கப் புறப்படுவீர்களாக! உலகத்தை ஒளிமயமாக்கும் மகத்தான தீபத்திருநாளில் ஒன்றிணைக்கும் வகையில் உங்களில் ஒவ்வொருவரும் தங்கள் எளிய தீச்சுடரைக் கொண்டுவரட்டும்!

எளிமையே அழகாகத் திகழும் மகத்தானதொரு மாற்றத்திற்காக மனித நாகரீகம் காத்துக் கொண்டிருக்கிறது. இதுதான் உலகத்திற்கு நமது பங்களிப்பாகும். இந்தப் பூமிப்பந்தில் நிலைத்திருக்க மனித குலம் வேறு எதைத்தான் விலையாக வழங்கமுடியும்?

நான் மிகவும் சோர்வுற்றிருக்கிறேன். வயதும் ஆகிவிட்டது. இதுவே உங்களை நான் காணும் கடைசி சந்திப்பாகவும் கூட இருக்கலாம். என்றாலும் என் மனதின் வலு அனைத்தையும் திரட்டிக் கொண்டு நான் உங்களை வேண்டிக் கொள்வதெல்லாம் இதுதான்: அறிவியலின் மகத்தான வலிமையோ, எவ்வித பொருளுமற்றுப் பெருகிக் கொண்டே போகும் உணர்வோ உங்களைச் சாதகமாகப் பயன்படுத்திக் கொள்ள அனுமதிக்காதீர்கள்!

பாரம்பரியத்தில் மிகச் சிறந்தவற்றைப் போற்றிப் பாராட்டும் அதே நேரத்தில், உங்கள் செயலுக்கும் இயக்கத்திற்கும் அது பொருந்திப் போகிறதா என்பதையும் பாருங்கள். அப்போது உலகில் சிறந்தவை என்று நீங்கள் விரும்பும் எதுவும் உங்களுக்குத் தீங்கு விளைவிப்பதாக இருக்காது.'

இவ்வாறு தன் உரையை முடித்துக் கொண்ட ரவீந்திரர், பார்வையாளர்களின் வேண்டுகோளுக்கு இணங்க 'கீதாஞ்சலி', 'க்ரெசெண்ட் மூன்' போன்ற கவிதை நூல்களிலிருந்து சில கவிதைகளை ஆங்கிலத்திலும் சில கவிதைகளை வங்காளிமூலம் அதன் ஆங்கில மொழியாக்கம் என்ற வகையில் வாசித்தார்.

தாகூர் வரவேற்புக் குழுவின் சார்பில் நன்றியுரை ஆற்றிய திரு. சஞ்சீவா காமத், சென்னை நகரத்தின் பல்வேறு இடங்களிலும் ரவீந்திரர் ஆற்றிய உரைகள் மக்களுக்கு உத்வேகத்தை ஊட்டின எனில், எழும்பூர் மியூசியம் தியேட்டரில் சாந்திநிகேதன் குழுவினர் அரங்கேற்றிய அவரது நாட்டிய நாடகமானது இந்திய நடனக் கலைக்குப் புத்துயிர் ஊட்டுவதாக இருந்தது என்று குறிப்பிட்டார். விஸ்வபாரதிக்கான நிதியுதவியை அந்த மாத இறுதிவரை செலுத்தலாம் என்றும் இத்தருணத்தில் அவர் அறிவித்தார்.

நவம்பர் 2 அன்று வால்டேர் நகரைச் சென்றடைந்த ரவீந்திரர் அங்கு விஜயநகர அரசியின் விருந்தினராகத் தங்கினார். 5ஆம் தேதியன்று ஆந்திர பல்கலைக்கழக மாணவர்களிடையே அவர் உரையாற்றினார். பின்னர் தென்னிந்தியப் பயணத்தை முடித்துக்கொண்டு நவம்பர் 7ஆம் தேதியன்று ரவீந்திரர் சாந்திநிகேதன் திரும்பினார்.

‘மாடர்ன் ரிவ்யூ’வில் வெளியான அவரது ரஷ்ய கடிதங்களின் ஆங்கில மொழிபெயர்ப்பைத் தணிக்கைக்கு உட்படுத்த வேண்டுமா? என்ற விவாதம் நவம்பர் 12 அன்று பிரிட்டிஷ் நாடாளுமன்றத்தின் மக்களவையில் நடைபெற்றது.

நவம்பர் 22 அன்று வெளியான கூட்டு நாடாளுமன்றக் குழுவின் அறிக்கை குறித்து தனது கருத்தை வெளியிட்ட ரவீந்திரர், ‘சுயராஜ்யம் என்பதை வாக்குகளாகவோ, தொகுதிகளாகவோ பிரிப்பது என்பதல்ல; மரணித்துப் போயிருக்கும் கிராமங்களுக்குப் புத்துயிர் ஊட்டாத வரையில் சுயராஜ்யம் என்பது பொருளற்றதே. இதனை நம்மால் மட்டுமே செய்ய முடியும்’ என்று குறிப்பிட்டார்.

டிசம்பர் 27 அன்று வெளிமாநிலங்களில் வாழும் வங்காளிகளின் இலக்கிய மாநாட்டினை தொடங்கி வைத்து ரவீந்திரர் உரையாற்றினார். அன்று மாலையே கல்கத்தா செனட் ஹாலில் நடைபெற்ற நிகில் பங்க சங்கீத் சம்மேளனத்தை தொடங்கி வைத்தும் அவர் உரையாற்றினார்.

அத்தியாயம் 36

பிச்சை புகினும்...

1935ஆம் ஆண்டு ஜனவரி 6ஆம் தேதியன்று அப்போது கல்கத்தாவில் நடைபெற்ற இந்திய அறிவியல் காங்கிரஸில் பங்கேற்ற பிரதிநிதிகளும் அழைப்பாளர்களும் ஒன்றுதிரண்டு சாந்திநிகேதனுக்கு வருகை தந்தனர். ரவீந்திரர் அவர்களை அன்புடன் வரவேற்று உரையாடினார்.

இதே மாதத்தில் கடந்த ஆண்டு இலங்கைப் பயணத்தின்போது தொடங்கி பல்வேறு தருணங்களுக்குப் பிறகு நிறைவு செய்த 'சார் அத்யாய்' (நான்கு இயல்கள்) என்ற அவரது இறுதி நாவல் வெளியானது.

ஸ்ரீநிகேதனின் ஆண்டுவிழா நாளான பிப்ரவரி 6 அன்று வங்காளத்தின் அன்றைய கவர்னரான சர் ஜான் ஆண்டர்சன் சாந்திநிகேதனுக்கு வருகை தரவிருந்தபோது பாதுகாப்புக் காரணங்களுக்காக அப்போது சாந்திநிகேதனில் இருந்த ஆசிரியர்களும் மாணவர்களும் ஸ்ரீநிகேதனில் தஞ்சம் புக வேண்டியிருந்தது. பிப்ரவரி 8ஆம் தேதியன்று பனாரஸ் இந்து பல்கலைக்கழகத்தின் பட்டமளிப்பு விழா உரையை ரவீந்திரர் நிகழ்த்தினார். அத்தருணத்தில் அவருக்கு கவுரவ டி.லிட். பட்டம் அளிக்கப்பட்டது. பிப்ரவரி 12 அன்று அலகாபாத் பல்கலைக் கழகத்தின் செனட் ஹாலில் ரவீந்திரர் பல்கலைக்கழக மாணவர்களிடையே உரையாற்றினார். பிப்ரவரி 15 அன்று

லாகூருக்குச் சென்ற அவர் பஞ்சாப் மாணவர்களின் ஆண்டு மாநாட்டில் 15-17 தேதிகளில் பங்கேற்று மாணவர்களிடையே உரையாற்றினார். 17ஆம் தேதியன்று லாகூர் ஒய்.எம்.சி.ஏ. அமைப்பு அவருக்கு வரவேற்பு அளித்தபோது, ரவீந்திரர் தனது கவிதைகளைப் படித்துக் காட்டினார். பின்பு அங்குள்ள குருத்வாராவிற்குச் சென்று சீக்கிய மதத் தலைவர்களை சந்தித்து உரையாடினார். பிப்ரவரி 28 அன்று லக்னோ வந்த ரவீந்திரர் மார்ச் 1-2 தேதிகளில் லக்னோ பல்கலைக்கழக மாணவர்களிடையே உரையாற்றினார்.

ஏப்ரல் 16 அன்று சாந்திநிகேதனுக்கு அருகாமையில் வசித்து வந்த சந்தால் பழங்குடி மக்களின் பயன்பாட்டிற்கென ஒரு கூட்டுறவு பண்டகசாலையை அவர் தொடங்கி வைத்தார்.

மே 7ஆம் தேதி அவரது பிறந்தநாளன்று, சந்தால் பழங்குடிகளால் களிமண்ணால் உருவாக்கப்பட்டு 'சியாமளி' என்று அவரால் பெயரிட்டப்பட்ட குடிசையில் ரவீந்திரர் குடியேறினார். இதே நாளில் அவரது கவிதை நூலான 'சேஷ் சப்தக்' வெளியானது. மே 12 அன்று கல்கத்தாவில் நடைபெற்ற வங்க சாகித்ய பரிஷத்தின் ஆண்டு மாநாட்டில் ரவீந்திரருக்குப் பாராட்டுரை வழங்கப்பட்டது. 1931ஆம் ஆண்டிலிருந்து நின்று போயிருந்த விஸ்வபாரதி காலாண்டிதழ் இதே மாதத்தில் கிருஷ்ணா கிருபளானியை ஆசிரியராகக் கொண்டு மீண்டும் வெளிவரத் தொடங்கியது. இதே மாதத்தில் புத்தரின் பிறந்தநாளைக் கொண்டாடும் வகையில், கல்கத்தா மகாபோதி கழகம் ஏற்பாடு செய்திருந்த நிகழ்ச்சியில் ரவீந்திரர் கலந்து கொண்டு உரையாற்றினார்.

ஜூன் மாதம் முழுவதும் அப்போது பிரெஞ்சுக் காலனியாக இருந்த சந்தர்நாகூரில் அவரது மிகுந்த விருப்பத்திற்குரிய படகுவீடான 'பத்மா'வில் தங்கியபடி கழித்தார். இத்தருணத்தில் அவர் எழுதிய கவிதைகளின் தொகுப்பு பின்னர் 'பிதிகா' என்ற தலைப்பில் நூலாக வெளியானது.

ஜூலை 21ஆம் தேதியன்று 'ரவீந்திர சங்கீதம்' என்று அழைக்கப்படும் அவரது இசைப்பாடல்களின் கருவூலம் என்று ரவீந்திரர் உள்ளிட்டு அனைவராலும் போற்றப்பட்டு வந்தவரும் அவரது மூத்த அண்ணனின் பேரனுமான தினேந்திரநாத் தாகூர் உடல்நலக் குறைவால் கல்கத்தாவில் காலமானார்.

விஸ்வபாரதியின் நிதிநிலைமையோ நாளுக்குநாள் மோசமாகிக் கொண்டே போனது. நாட்டின் மூலை முடுக்கெங்கும் பயணம் செய்து உரை நிகழ்த்தி, கலைநிகழ்ச்சிகளை நடத்தி அவர்

நிதிதிரட்டிய போதிலும், அவை அன்றாடச் செலவுகளுக்கே போதுமானதாக இல்லை. இந்த நேரத்தில்தான் தீனபந்து ஆண்ட்ரூஸின் ஆலோசனையின் பேரில், தனது தற்பெருமையை எல்லாம் மூட்டைக் கட்டி வைத்துவிட்டு, ரவீந்திரர் உதவி கோரி காந்திஜிக்குக் கடிதம் எழுதினார்.

1935ஆம் ஆண்டின் நடுப்பகுதியில் எழுதிய இக்கடிதத்தில், 'என்னிடமுள்ள ஏதோவொரு குறையினால் விஸ்வபாரதியின் நிதிக்கான எனது கோரிக்கை மக்களின் மனதைத் தொடுவதாக இல்லை என்றே கருதுகிறேன். இவ்வாறு பிச்சையெடுப்பதற்காக நான் மேற்கொள்ளும் பயணங்களால் பெரிதும் பலன் விளைவதில்லை என்பதோடு, என் உடல்நலமும் இதனால் சீரழிந்து விடுகிறது' என்று குறிப்பிட்டிருந்தார். ரவீந்திரரின் இக்கடிதம் கண்டு பெரிதும் நெகிழ்ச்சியுற்ற காந்திஜி அவருக்கு அனுப்பிய பதிலில் 'உங்களின் இந்தச் சீரிய முயற்சிக்குத் தேவைப்படும் நிதியைத் திரட்டுவதற்கு என்னால் ஆன முயற்சிகள் அனைத்தையும் செய்வேன் என்று நீங்கள் உறுதியாக நம்பலாம். உங்களின் இந்த வயதில் நிதிதிரட்டுவதற்கான பயணத்தை இனியும் மேற்கொள்வது பொருத்தமானதல்ல. சாந்திநிகேதனை விட்டு நீங்கள் அகலாதவகையில் தேவையான பணம் உங்களை விரைவில் வந்தடையும். என்றாலும் இதற்கு சிறிது காலம் பிடிக்கும் என்பதையும் தெரிவித்துக் கொள்கிறேன்' என்று கூறியிருந்தார்.

1935ஆம் ஆண்டில் ஜவாகர்லால் நேருவிற்கு எழுதிய ஒரு கடிதத்திலும் ரவீந்திரர் தனது நிலை குறித்து இவ்வாறு குறிப்பிட்டிருந்தார்: 'விஸ்வபாரதி எவ்வளவு வசதிக்குறைவு களுடன் செயல்படுகிறது என்பதை ஒவ்வொரு குளிர்காலமும் எனக்கு எடுத்துக் காட்டுகிறது. இந்தக் காரணம்தான் விஸ்வபாரதிக்கு நிதி திரட்ட என்னைத் தூண்டுகிறது. வெறுக்கத்தக்கதொரு சோதனையாகவே இது எனக்கு அமைகிறது. மக்களுக்கு முன்பாக கலைநிகழ்ச்சிகளை நடத்துவது என்ற பெயரிலோ, அல்லது எந்தவகையிலும் இரக்கமென்பதே இல்லாதவர்களிடம் தாராள மனதோடு நிதி தருமாறு கோருவது என்ற இந்தப் பிச்சைக்காரத் தொழிலை நான் மேற்கொள்கிறேன். எவ்வகையிலும் சலித்துக் கொள்ளாமல் இந்த அவமானகரமான முள்கிரீடத்தை சுமப்பதன் மூலம் நான் தியாகம் செய்வதாக எனக்கு நானே சமாதானம் செய்து கொள்கிறேன். சொந்த வாழ்க்கை, தனிப்பட்ட சுதந்திரம் ஆகியவற்றைவிட மேலானதொரு லட்சியத்திற்காகவே இதை நான் மேற்கொள்கிறேன் என்பதையும் நான் மனதிலிருத்திக் கொள்ளத்தானே வேண்டும்?'

இத்தகைய நிதிதிரட்டல் குறித்து ரவீந்திரரின் மூத்தமகன் ரதீந்திரநாத் தனது நினைவலைகளில் குறிப்பிட்டுள்ளதும் மனதை உருக்குவதாக உள்ளது: 'விஸ்வபாரதிக்காக நிதி திரட்ட வேண்டிய கட்டாயம் ஏற்பட்ட போதிலும், பணம் படைத்தோரிடமிருந்து நிதியுதவிக்காக இரைஞ்சுவது என்பது, அதிலும் குறிப்பாக சாந்திநிகேதனில் அவர் மேற்கொண்டுவரும் பணிகளைப் பாராட்டத் தயாராக இல்லாதவர்களிடமிருந்து, இத்தகைய உதவியைக் கோரி நிற்பதென்பது என் தந்தைக்கு மிகுந்த துன்பத்தைத் தருவதாய் இருந்தது. இத்தகைய கோரிக்கைகளை எழுப்பும் தருணத்தில் அவர் பெரிதும் நடுக்கமுற்றார்.'

அக்டோபரில் தனது பதிப்பாளரான ராமானந்த சாட்டர்ஜியிடம் 'மலஞ்சா', 'துயி போன்' ஆகிய இரு நூல்களை சுரேந்திரநாத் தாகூரிடம் ஆங்கிலத்தில் மொழிபெயர்க்கச் சொல்லி வெளியிடுமாறு ரவீந்திரர் கேட்டுக் கொண்டார். அதேநேரத்தில் கிருஷ்ணா கிருபளானி அவரது 'சேஷேர் கவிதா' நூலை ஆங்கிலத்தில் மொழியாக்கம் செய்யத் தொடங்கியிருந்தார்.

நவம்பரில் அமெரிக்காவைச் சேர்ந்த கிறித்துவ இளம்பெண்களின் கழகத்தின் பிரதிநிதியான செல்வி. ஈத்தல் கட்லர் மற்றும் ஜப்பானிய கவிஞர் யோனே நெகிச்சி ஆகியோர் சாந்திநிகேதனுக்கு வருகை தந்தபோது, அவர்களுக்கு அன்பான வரவேற்பு தரப்பட்டது.

டிசம்பர் 5ஆம் தேதியன்று ரவீந்திரரைப் பேட்டி காண வந்திருந்த ஆய்வாளரான மார்கரெட் சாங்கரிடம் இந்தியாவின் மக்கள்தொகைப் பெருக்கம் தொடர்பான பிரச்சனைகளை அவர் அறிவியல்பூர்வமாக விரிவாக விளக்கினார். இதே மாதத்தில் ராமகிருஷ்ண பரமஹம்சரின் நூற்றாண்டை முன்னிட்டு ஒரு கவிதையை எழுதிய ரவீந்திரர், அப்போது பொன்விழா காணும் இந்திய தேசிய காங்கிரசை வாழ்த்தி அன்றைய தலைவர் ராஜேந்திர பிரசாத்திற்கு வாழ்த்துச் செய்தி ஒன்றையும் அனுப்பி வைத்தார்.

1936ஆம் ஆண்டு ஜனவரியில் மத்திய விவசாய ஆய்வுக் கழகத்தின் தலைமை நிதி ஆலோசகரான டாக்டர் டி.கே. கபூர், ஹாமில்டன் பிரபுவின் மனைவி, பேராசிரியர் ஹோவார்ட் தார்மன், லெஃப்டினெண்ட் கர்னல் எஃப்.பி.ஈட்ஸ் ப்ரவுன் ஆகியோர் சாந்திநிகேதனுக்கு வருகை தந்தனர். பிப்ரவரியில் வங்காள அரசு ஏற்பாடு செய்திருந்த கல்வி வார விழாவில் 'கல்வியின் இலக்குகள்', 'கல்வியில் இசையின் இடம்', 'இயல்பானதாக ஆக்கப்பட்ட கல்வி' ஆகிய தலைப்புகளில் ரவீந்திரர் உரை

நிகழ்த்தினார். இதில், இறுதி உரையானது வீட்டிலிருந்தபடியே கல்வியை, குறிப்பாகப் பெண்கள், மேற்கொள்வதற்கான ஏற்பாடுகள் குறித்து (அதாவது, இன்றைய தொலைதூரக் கல்வி) விரிவாக அவர் விளக்கியிருந்தார் என்பது குறிப்பிடத் தக்கதாகும். இத்தருணத்தில் அவருடைய 'சித்ராங்கதா' என்ற நாடகத்தினை ஓர் இசை நாடகமாக மாற்றியமைக்கும் பணியிலும் அவர் ஈடுபட்டு வந்தார்.

மார்ச் மாதத்தில் சாந்திநிகேதனில் நடைபெற்ற வசந்தவிழாவில் உரையாற்றுகையில், 'புதுயுகத்தின் கதாநாயகர் ஜவாகர்லால் நேரு' என்று பாராட்டிக் கூறினார். மார்ச் 11-12-13 தேதிகளில் சித்ராங்கதா இசைநாடகம் கல்கத்தாவில் அரங்கேற்றப்பட்டு மக்களின் பாராட்டுதல்களைப் பெற்றது.

மார்ச் 16ஆம் தேதி ரவீந்திரர் தொடங்கிய வட இந்தியப் பயணத்தின்போது சித்ராங்கதா இசை நாடகம் 16-17 தேதிகளில் பாட்னா நகரிலும், 19இல் அலகாபாத் நகரிலும், 22-23 தேதிகளில் லாகூர் நகரிலும் நிகழ்த்தப்பெற்றது. இதற்கென ரவீந்திரர் லாகூர் நகரை வந்தடைந்தபோது, அங்கே வசித்து வந்த புகழ்பெற்ற உருதுமொழிக் கவிஞரும், தத்துவஞானியும், கல்வியாளரும், அறிஞருமான முகமது இக்பால் 'ஒரே நகரில் ஒரே நேரத்தில் இரண்டு கவிஞர்கள் தங்கியிருப்பது சரியல்ல' என்று கூறி மார்ச் 21 முதல் 24 வரை லாகூர் நகரை விட்டு வெளியேறியிருந்தார்.

மார்ச் 25 அன்று தில்லியில் உள்ள மாடல் பள்ளியின் பிரார்த்தனை மண்டபத்திற்கு ரவீந்திரர் அடிக்கல் நாட்டினார். மார்ச் 26-27 தேதிகளில் சித்ராங்கதா இசைநாடகம் தில்லியில் நிகழ்த்தப் பட்டது. இத்தருணத்தில் தில்லியில் இருந்த காந்திஜி, விஸ்வ பாரதிக்கு நிதி சேகரிக்க இந்தத் தள்ளாத வயதிலும் ரவீந்திரர் இவ்வாறு பயணம் மேற்கொள்வதைக் கண்டு மனம் பொறுக் காமல், தனது சீடரும் புகழ்பெற்ற செல்வந்தருமான ஜி.டி. பிர்லாவிடம் அழுத்தமான வேண்டுகோள் விடுத்ததைத் தொடர்ந்து, விஸ்வபாரதிக்கு அதுவரை இருந்த கடன் நிலுவையான ரூ. 60,000/-ஐ செலுத்தும் வகையில் ஒரே காசோலையாக ரவீந்திரரிடம் வழங்கப்பட்டது. இதனோடு காந்திஜி ரவீந்திரருக்கு ஒரு கடிதமும் அனுப்பியிருந்தார்:

'அன்பிற்குரிய குருதேவ்,

எனது எளிய முயற்சிக்கு இறைவன் செவிசாய்த்து விட்டான். உங்களுக்குத் தேவையான பணத்தை அனுப்பியிருக்கிறேன்.

மீதமுள்ள நிகழ்ச்சிகளை ரத்து செய்வதாக அறிவித்து, எங்களைப் போன்ற மக்களின் மனதைக் குளிர்விக்க வேண்டுகிறேன். இன்னும் பல ஆண்டுகள் நீங்கள் நலமுடன் வாழ இறைவன் அருள் புரிவானாக!

அன்புடன்

மோ.க. காந்தி'

ஆனால் இதனோடு விஷயம் முடிந்துவிடவில்லை. விஸ்வபாரதியை தொடர்ந்து நடத்திச் செல்ல பணமும் தொடர்ந்து வேண்டியிருந்தது. இந்த விஷயத்தில் காந்திஜியை நம்பியிருக்க வேண்டியிருந்தது குறித்தும் ரவீந்திரர் பெரிதும் வெட்கமடைந்தார். இதே ரவீந்திரர், 1905 வங்காளப் பிரிவினையின்போது ஒரு தேசபக்தராக ஏற்பாடு செய்த பொதுக்கூட்டம் ஒன்றில், தேச நிவாரண நிதிக்கு ரவீந்திரர் அறைகூவல் விடுத்தபோது, கிட்டத்தட்ட இதே அளவுத் தொகை அந்த ஒரே கூட்டத்தில் மக்களிடமிருந்து வசூலானது. 1905ஆம் ஆண்டின் ரூ. 60,000 என்பது 1936இல் அதைவிடப் பலமடங்கு மதிப்புடையதாகும். தன்னையும் ஒரு 'தேசப் பற்றாளனாக' காட்டிக் கொள்ள ரவீந்திரர் முன்வருவாரானால், அவரால் இதைவிடப் பலமடங்குத் தொகையை திரட்டிவிட முடியும் என்பதுதான் உண்மை. ஆனால் எதிர்காலத் தலைமுறையின் கல்வி பற்றியே, கிராம மக்களின் மேம்பாடு பற்றியே சிந்தித்து வந்த அவருக்கு 'தேசப்பற்று' என்ற வேடமிட்டு இயங்க ஒருபோதும் மனம் வரவில்லை என்பதே உண்மை. இந்த நிதிதிரட்டல் தொடர்பாக காந்திஜியோடு அவருக்குப் பின்னாளில் மோதலும் ஏற்பட்டது.

தில்லி நிகழ்விற்குப் பிறகு ராணி பூங்காவில் அவருக்கு பொதுவரவேற்பு அளிக்கப்பட்டது. அருணா ஆசஃப் அலி, தேசபந்து குப்தா ஆகியோர் இதற்கான ஏற்பாடுகளை செய்திருந்தனர். மார்ச் 29 அன்று மீரட் நகரில் சித்ராங்கதா இசைநாடகம் நிகழ்த்தப்பட்டது. இத்தருணத்தில் நகராட்சி மற்றும் மாவட்ட வாரியம் அளித்த வரவேற்பு நிகழ்விலும் அவர் உரையாற்றினார். மார்ச் 30 அன்று தில்லி திரும்பிய அவர் தில்லி வானொலியில் தனது கவிதைகளை வாசித்தார்.

ஏப்ரல் 25 அன்று அவரது ஒரே பேத்தியான நந்திதா (இவர் ரவீந்திரரின் மூன்றாவது மகள் மீராவின் ஒரே மகள்) – கிருஷ்ணா கிருபளானி திருமணம் மிக எளிமையாக சாந்திநிகேதனில் நடைபெற்றது. இதையொட்டி 'பத்ராபுட்' என்ற தனது கவிதைத்

தொகுப்பினை ரவீந்திரர் இந்தப் புதுமணத் தம்பதியினருக்கு அர்ப்பணம் செய்தார்.

ஜூலை 29 அன்று டாக்கா பல்கலைக்கழகத்தில் நடைபெற்ற ஒரு நிகழ்வில் ரவீந்திரருக்கு கவுரவ டி.லிட். பட்டம் வழங்கப்பட்டது.

ஆகஸ்ட் மாதத்தில் மக்கள் கல்விக்கான லோகசிக்ஷா சம்சாத் என்ற அமைப்பு உருவாக்கப்பட்டது. இதற்கு ரவீந்திரரின் மூத்த மகன் ரதீந்திரநாத் செயலாளராகவும், ரவீந்திரரின் தொடக்க கால வாழ்க்கை வரலாற்றை முதன்முதலாக வங்காள மொழியில் மிகச் சிறப்பாக எழுதிய பிரபாத் குமார் முகோபாத்யாய் உதவிச் செயலாளராகவும் செயல்பட்டனர்.

செப்டெம்பரில் பிரஸ்ஸெல்ஸ் நகரில் இருந்து செயல்பட்டு வந்த அமைதிக்கும் சுதந்திரத்திற்குமான சர்வதேச பெண்கள் லீகிற்கு அனுப்பிய செய்தியில் 'அதற்கான முழு விலையைத் தராத வரையில் நம்மால் அமைதியைப் பெற முடியாது. வலுவானவர்கள் தங்கள் பேராசையை விட்டுவிடுவதும், வலுக்குறைந்தவர்கள் துணிவாக இருக்கக் கற்றுக் கொள்வதுமே அதற்கான விலையாகும்' என்று ரவீந்திரர் கூறியிருந்தார்.

அக்டோபர் மாதத்தில் 1899ஆம் ஆண்டு அக்டோபர் மாதம் 9ஆம் தேதியன்று அவர் எழுதிய பரிஷோத் (பழிவாங்கல்) என்ற கவிதையை மையமாகக் கொண்டு ஒரு நாடகத்தை உருவாக்கி அதற்கு இசையும் அமைத்தார் ரவீந்திரர். அக்டோபர் 10-11 தேதிகளில் கல்கத்தா அசுதோஷ் கல்லூரியில் இந்த நாடகம் அரங்கேற்றமானது. அக்டோபர் 10ஆம் தேதியன்று வங்காள மொழியின் மிகச் சிறந்த நாவலாசிரியரான சரத் சந்திர சாட்டர்ஜியின் மணிவிழாவிலும் ரவீந்திரர் கலந்து கொண்டார்.

அக்டோபர் 12 அன்று கல்கத்தா ஆல்பர்ட் ஹாலில் நடைபெற்ற வங்காள பெண் தொழிலாளர் மாநாட்டில் ரவீந்திரர் பங்கேற்று உரையாற்றினார். நவம்பரில் ஜவகர்லால் நேரு சாந்திநிகேதனுக்கு வருகை தந்தார்.

அத்தியாயம் 37

மரணத்தின் எல்லை

1937ஆம் ஆண்டு தொடக்கத்தில் கல்கத்தா பல்கலைக்கழக நிர்வாகம் தனது நிறுவன தினத்திற்கென தனிப்பாடல் ஒன்றை எழுதித் தருமாறு ரவீந்திரரைக் கேட்டுக் கொண்டது. இதற்கு இணங்க ஜனவரி 24 அன்று அவர் எழுதிய இரண்டு பாடல்களில் 'சலோ ஜெய்! சலோ ஜெய்!' (வெற்றியோடு நடைபோடு! வெற்றியோடு நடைபோடு!) என்ற பாடலை பல்கலைக்கழகம் தேர்வு செய்து ஏற்றுக் கொண்டது.

பிப்ரவரியில் இத்தாலியின் பாசிச சர்வாதிகாரியான முசோலினி எத்தியோப்பியாமீது படையெடுத்ததைக் கண்டித்து 'ஆப்ரிக்கா' என்ற புகழ்பெற்ற கவிதையை ரவீந்திரர் எழுதினார். பிப்ரவரி 17 அன்று கல்கத்தா பல்கலைக்கழகத்தின் பட்டமளிப்புவிழா உரை நிகழ்த்த ரவீந்திரருக்கு அழைப்பு விடுக்கப்பட்டது. இந்திய நவீன கல்வி வரலாற்றிலேயே முதன்முறையாக ரவீந்திரரின் பட்ட மளிப்புவிழா சிறப்புரை வங்காள மொழியில் அமைந்திருந்தது மட்டுமின்றி, அரசுப்பதவி எதையும் வகிக்காத ஒருவர் பட்டமளிப்புவிழா சிறப்புரை நிகழ்த்தியதும் அதுவே முதன்முறை ஆகும். வரலாற்றுச் சிறப்புமிக்க இந்த உரையின் இறுதியில் ரவீந்திரர் கீழ்க்கண்ட பிரார்த்தனை கீதத்தையும் இயற்றிப் பாடினார்:

ஆண்டவரே!
சாத்தியமில்லாதவற்றை, தாங்கவொண்ணாத துயரத்தை
எதிர்கொள்ளும் பெருமிதத்தை எமக்களிப்பீராக!

உணர்ச்சிமிக்க மயக்க நிலையிலிருந்து விடுவிப்பீராக!
சிறுமையெனும் புழுதியில் புரள்வதையே பெருமையென
எண்ணுவதிலிருந்து எங்களை மீட்பீராக!
அடிமைத்தனம் மிக்க மனமெனும் விலங்கிலிருந்து,
விதியெனும் நிரந்தர இயலாமையிலிருந்து அகற்றுவீராக!
தகுதியற்றோரின் காலடியில் மனித கண்ணியத்தைத்
தியாகம் செய்யும் முட்டாள்தனத்திற்கு முற்றுப்புள்ளி வைப்பீராக!
காலம் காலமாகக் குவிந்திருக்கும் வெட்கக்கேடான
முட்டாள்தனங்களை இரக்கமேதுமின்றி நசுக்குவீராக!
எல்லையற்ற வானத்தின்கீழ்
அற்புதமான ஒளியின்கீழ்
சுதந்திரமான காற்றின்கீழ்
பயமேதுமின்றி தலைநிமிர்ந்து நிற்போமாக!

பிப்ரவரி 18 அன்று இந்தி இலக்கியத்தை நேசிப்பவர்களான ராம்பகதூர் சொக்கானி, சீத்தாராம் சக்சேரியா, பகீரத் கனோரியா ஆகியோர் ரவீந்திரரைச் சந்தித்து ராஜஸ்தானின் புராதன இலக்கியங்களின் தொகுப்பினை வழங்கினர். மேலும் சாந்திநிகேதனில் இந்தி மொழிக்கென ஒரு பிரிவினை தொடங்க வேண்டும் என்று கேட்டுக் கொண்டதோடு, அதற்கான நிதியைத் திரட்டித் தருவதாகவும் உறுதியளித்தனர்.

பிப்ரவரி இறுதியில், விஸ்வபாரதியின் அறங்காவலராக இருக்க வேண்டுமென்று கோரி ரவீந்திரர் காந்திக்குக் கடிதம் எழுதினார். பதிலளித்த காந்தி, இதற்கென போதுமான நேரத்தை ஒதுக்க முடியாத தன் நிலையை சுட்டிக் காட்டியதோடு, தில்லியில் தனக்குக் கொடுத்த வாக்குறுதியைமீறி (காந்தியின் சொந்த பூமியான) அகமதாபாத் நகருக்கு ‘பிச்சையெடுக்க’ ரவீந்திரர் வரவிருப்பதாகத் தமக்குத் தெரிய வந்துள்ளது என்றும் குறிப்பிட்டிருந்தார்.

‘பிச்சையெடுப்பது’ என்ற வார்த்தையை இதற்கு முன்பு இந்த இருவருமே கடிதங்களில் பரிமாறிக் கொண்டிருந்தபோதிலும், இந்தத் தருணத்தில் காந்தி இந்த வார்த்தையைப் பயன்படுத்தியதைக் கண்டதும் ரவீந்திரர் வெகுண்டெழுந்து காந்திக்குப் பதிலெழுதினார்:

‘கொஞ்சம் வெளிப்படையாகவே கூறிவிடுகிறேன்... என்னுடைய தென்று நான் மகிழ்ச்சியோடு தெரிவித்துக் கொள்ளும் இயக்கத்தின் பெருமையைப் புரிந்து கொள்ள உங்களுக்கேயான இயல்பு தடுத்து நிறுத்துகிறது என்றுதான் நான் இங்கு கூற விரும்புகிறேன். எனது இந்த இயக்கமானது இந்தியாவின் பொருளாதாரப் பிரச்சனைகள் குறித்தோ அல்லது அதன் பிளவுவாதப் போக்கு கொண்ட

மதங்களைப் பற்றியதோ அல்ல; மாறாக, மனித மனத்தின் கலாசாரத்தை, அதன் விரிவான பொருளில் மக்களைப் புரிந்து கொள்ளச் செய்வதற்கான ஒரு முயற்சியே ஆகும். அழகின் நிரந்தரத் தன்மையை தனக்குள் பொதிந்து வைத்திருப்பதாக நான் கருதும் என் கவிதைப் படைப்பினை வெளியே அனுப்புவதற்கான உந்துதலை நான் பெறும்போது, பொருளுதவியையோ அல்லது எவரின் தயவையோ நான் எதிர்பார்ப்பதில்லை.

'மாறாக, அதற்குப் பிரதிபலிப்பு செய்யும் வகையில் மென்மையான மனம் கொண்டோரிடமிருந்து என் கலைக்கான, படைப்பிற்கான நன்றிகலந்த பாராட்டுக்களையே நான் எதிர்பார்க்கிறேன். பார்வையாளர்களிடமிருந்து நுழைவுக் கட்டணம் என்ற வகையில் பங்களிப்பினை நான் பெறுவேனேயானால், அவர்களுக்கு நான் அளிக்கும் இந்த அரிதான வாய்ப்பிற்கு எனக்குக் கிடைக்க வேண்டிய பிரதிபலனை விட குறைவானதாகவே அது இருக்கிறது என்றுதான் நான் கருதுகிறேன். எனவே, உங்கள் பேனாவில் இருந்து வெளிப்பட்டிருக்கும் 'பிச்சைக்கான பயணம்' என்ற வார்த்தையை ஏற்றுக் கொள்ள நான் மறுக்கிறேன்.'

கல்வி குறித்த காந்தியின் அணுகுமுறையை எப்படி ரவீந்திரர் ஒருபோதும் பாராட்டவில்லையோ, அதைப் போன்றே காந்தியும் ரவீந்திரரின் கலைநயம் மிக்க படைப்புகளை ஒருபோதும் பொருட்படுத்தியதே இல்லை. கிட்டத்தட்ட ஒவ்வொரு துறையிலுமே அவர்கள் மிக ஆழமான வகையில் கருத்து வேறுபாடு கொண்டவர்களாகவே இருந்தனர். இருந்தபோதிலும், இவ்விரு பெருமகன்களுமே அன்றைய காலத்தின் கடமையான தேசப்பற்று என்பதைவிட அதிகமான அளவில் அனைவருக்குமான மனித நேயத்தைப் போற்றுவது என்ற வகையில் ஒன்றுபட்டவர் களாக இருந்தனர். இதுவே அவர்களின் உள்ளார்ந்த வேறு பாடுகளை எல்லாம் கடந்து அவர்களைச் செயல்படத் தூண்டியது எனலாம்.

ரவீந்திரரின் இந்தக் கடிதத்தைப் பெற்ற ஒரு சில வாரங்களிலேயே இவர்களின் பிணக்கு தணிந்துவிட்டது. 1937ஆம் ஆண்டின் இறுதிப்பகுதியில் விஸ்வபாரதிக்கென மேலும் கூடுதலான நிதியை காந்தி வசூலித்துத் தந்தார் என்பதும் குறிப்பிடத்தக்கது.

மார்ச் 3ஆம் தேதியன்று ராமகிருஷ்ண பரமஹம்சரின் பிறந்த தின நூற்றாண்டுக் கொண்டாட்டங்களின் ஒரு பகுதியாக கல்கத்தாவின் டவுன்ஹாலில் உலக மதங்களின் நாடாளுமன்றக் கூட்டம் நடைபெற்றது. இந்த நிகழ்வில் 'ஆன்மாவின் மதமும் எல்லையற்ற மதவெறியும்' என்ற தலைப்பில் ரவீந்திரர் உரை நிகழ்த்தினார்.

அதேநாளில் ஸ்பெயினில் அப்போது நடைபெற்றுவந்த சர்வாதிகாரத்திற்கு எதிரான உள்நாட்டுப் போர் குறித்து அவர் வெளியிட்டிருந்த அறிக்கையை ஸ்டேட்ஸ்மென் நாளிதழ் வெளியிட்டிருந்தது. 'ஸ்பெயின் நாட்டு மக்கள் கடுமையான சோதனையையும் துயரத்தையும் எதிர்கொண்டுவரும் இத்தருணத்தில் மனித குலத்தின் மனசாட்சிக்கு நான் வேண்டுகோள் விடுக்கிறேன். ஸ்பெயின் நாட்டின் மக்கள் முன்னணிக்கு உதவிடுங்கள்! மக்கள் நல அரசுக்கு உதவிடுங்கள்! உரக்கக் குரலெழுப்பி பிற்போக்குத் தனத்தைத் தடுத்து நிறுத்துங்கள்! ஜனநாயகத்தைப் பாதுகாக்க, நாகரீகமும் பண்பாடும் வெற்றிபெற, அலைகடலென அணிதிரண்டு வாரீர்!' என்று அந்த அறிக்கையில் ரவீந்திரர் குறிப்பிட்டிருந்தார்.

இதைத் தொடர்ந்து, ரவீந்திரரைத் தலைவராகக் கொண்டு பாசிசம் மற்றும் யுத்தத்திற்கு எதிரான முன்னணி என்ற ஓர் அமைப்பு, ரவீந்திரரின் மூத்த அண்ணன் த்விஜேந்திரநாத் தாகூரின் பேரனும் கம்யூனிஸ்ட் தலைவருமான செளம்யேந்திரநாத் தாகூரின் முன்முயற்சியில் உருவானது. இந்த அமைப்பில் ஜவாகர்லால் நேரு, ஜெயப்ரகாஷ் நாராயண், எஸ்.ஏ. டாங்கே ஆகியோரும் அங்கம் வகித்துச் செயல்பட்டனர். சர்வாதிகாரத்திற்கு எதிரான இந்த உணர்வை 'சல்தி சாபி' என்ற கவிதையின் மூலம் ரவீந்திரர் சிறப்பாக வெளிப்படுத்தியிருந்தார்.

மார்ச் 14 அன்று வங்க இலக்கியத்தின் மூத்த எழுத்தாளர்களைக் கொண்ட ரவிவாசர் என்ற இலக்கிய அமைப்பின் உறுப்பினர்கள் சாந்திநிகேதனுக்கு வருகை தந்தனர். ரவீந்திரர் அவர்களை வரவேற்று உரையாடினார். (இந்த அமைப்பில் பின்னாளில் ஓர் உறுப்பினராகவும், இறுதியில் அந்த அமைப்பின் செயற்குழு உறுப்பினராகவும் செயல்பட்ட, வங்காளி அல்லாத ஒரே எழுத்தாளர் கல்கத்தா கிருஷ்ணமூர்த்தி என்று அறியப்படும் சு. கிருஷ்ணமூர்த்தி ஆவார்).

ஏப்ரல் 14 வங்காளி வருடப்பிறப்பன்று சாந்திநிகேதனில் சீன பவனம் தொடங்கப்பட்டது. இத்தருணத்தில் 'சீனாவும் இந்தியாவும்' என்ற தலைப்பில் ரவீந்திரர் உரையாற்றினார். இந்த நிகழ்விற்கென ஜவாகர்லால் நேரு எழுதி அனுப்பியிருந்த கட்டுரை வாசிக்கப்பட்டது. 'வரலாற்றின் தொடக்கத்திலிருந்தே சீனாவும் இந்தியாவும் சகோதர நாடுகள். அவை தங்களை ஆழமாக ஈடுபடுத்தி வரும் உலக ரீதியான செயல்பாட்டில் முன்னணிப் பாத்திரத்தை வகிக்க வேண்டும்' என்று நேரு குறிப்பிட்டிருந்தார். இந்த நிகழ்விற்கு காந்திஜியும் ஒரு வாழ்த்துச் செய்தியை

அனுப்பியிருந்தார். இந்தியாவிலேயே முதன்முறையாக உருவாக்கப்பட்ட இந்த சீன பவனம் இன்றும் சீன மொழி – பண்பாடு குறித்த ஆய்வுகளுக்கான மையமாகத் திகழ்கிறது.

கோடை காலத்தைக் கழிப்பதற்காக இமாலய மலைச்சரிவில் அமைந்திருக்கும் அல்மோராவிற்குச் சென்ற ரவீந்திரர், வங்காளி வாசகர்களுக்கு நவீன அறிவியலை அறிமுகப்படுத்தும் வகையில் 'விஸ்வ பரிச்சய' (பேரண்டத்தின் அறிமுகம்) என்ற நூலை எழுதத் தொடங்கினார். அறிவியலில் முறையான கல்வியைப் பெறாதிருந்தபோதிலும், தன் தந்தையோடு இதே இமயமலைப் பகுதிக்கு சிறுவயதில் வந்திருந்தபோது அவரிடமிருந்து வானியல் தொடர்பாகப் பெற்ற அறிவை மையமாகக் கொண்டு, பேரண்டத்தின் அதிசயங்கள் குறித்த நூல்களை தொடர்ந்து பயில்வதன் மூலம் அதை விசாலமாக்கிக் கொண்டிருந்தார். இந்தப் பட்டறிவுடன் அவர் எழுதிய 'விஸ்வ பரிச்சய' நூல் இன்றளவும் நவீன அறிவியலுக்கான எளிமையான ஓர் அறிமுகமாகத் திகழ்கிறது. இந்த நூலை அன்றைய மகத்தான அறிவியல் வித்தகர்களில் ஒருவரான பேராசிரியர் சத்யேந்திரநாத் போஸ்-க்கு அவர் அர்ப்பணித்திருந்தார்.

இந்த நூலிற்கான முன்னுரையில் 'அறிவியலின் பக்தனாக நான் இல்லாவிட்டாலும், சிறுவயதிலிருந்தே அறிவியல்மீது ஆர்வம் கொண்டவனாகவும், அதிலிருந்து எல்லையற்ற இன்பம் பெறுபவனாகவும் இருந்தேன். ஒரு விஞ்ஞானியாக ஆவதற்கான பயிற்சியைப் பெறும் வாய்ப்புதான் எனக்குக் கிடைக்கவில்லையே தவிர, அதற்கான உத்வேகம் என்னிடம் எப்போதும் உள்ளது என எனது நண்பரும் விஞ்ஞானியுமான ஜகதீஷ் சந்திர போஸ் அடிக்கடி கூறி வந்ததும் என் நினைவிற்கு வருகிறது' என்று குறிப்பிட்டிருந்தார்.

அல்மோராவிலிருந்து திரும்பி வந்தவுடன், அந்தமானில் அடைக்கப்பட்டிருக்கும் அரசியல் கைதிகள் மிக மோசமான வகையில் கொடுமைப்படுத்தப்படுவதைக் கண்டித்து கல்கத்தாவில் நடைபெற்ற ஒரு பொதுக்கூட்டத்தில் ரவீந்திரர் உரையாற்றினார். 1937 ஆகஸ்டில் மழைப் பருவத்தைக் கொண்டாடும் வகையில் 'வர்ஷ மங்கள்' என்ற இசை- நடன நாடகத்தை எழுதி, அதை கல்கத்தாவில் அரங்கேற்றினார். இந்த நிகழ்வின்போது அவர் மேடையின் ஓரத்தில் நாற்காலியில் அமர்ந்தபடி, நிகழ்ச்சியை ரசித்துக் கொண்டிருந்தார்.

செப்டெம்பர் 10ஆம்தேதியன்று மாலை வழக்கமான வகையில் தன் நாற்காலியில் அமர்ந்தபடி இருந்த ரவீந்திரருக்கு திடீரென்று

நினைவற்றுப் போனது. அத்தருணத்தில் சாந்திநிகேதனில் தொலைபேசி வசதி ஏதும் கிடையாது. கல்கத்தாவிற்குச் சென்று மருத்துவர்களை அழைத்து வருவதற்கு இடைப்பட்ட 48 மணி நேரத்தில் எந்தவித அவசர மருத்துவ உதவி ஏதுமின்றி ரவீந்திரர் 'கோமா' நிலையில் அசைவற்றுக் கிடந்தார். மரணத்திற்கும் வாழ்க்கைக்கும் இடையே அவர் போராடிக் கொண்டிருந்தார்.

கல்கத்தாவிலிருந்து வந்த மருத்துவர் குழுவின் தீவிர சிகிச்சைக்குப் பிறகு அவருக்கு நினைவு திரும்பி, படிப்படியாக உடல் நலமும் தேறியது. அவரது நண்பரும் புகழ்பெற்ற மருத்துவருமான நீல் ரத்தன் சர்க்காரும் அவருக்கு உதவியாக வந்த மருத்துவ நிபுணர்கள் குழு ஒன்றும் பல நாட்கள் அவரது படுக்கைக்குக் அருகிலேயே காத்திருந்து ரவீந்திரரின் உடல்நிலை தேறுவதற்குப் பெரிதும் உதவினர்.

இவ்வாறு நினைவற்றுக் கிடந்த 48 மணி நேரத்தில் ரவீந்திரரின் ஆழ்மனது துடிப்போடு செயல்பட்டுக் கொண்டிருந்திருக்க வேண்டும். வாழ்விற்கும் சாவிற்கும் இடையே ஊசலாடிக் கொண்டிருந்த அந்தத் தருணத்தில், வாழ்விற்கும் சாவிற்கும் இடைப்பட்ட எல்லைப்பகுதியில் தான் பெற்ற தனித்துவமான அனுபவத்தினை எழுத்தில் வடிக்கும் திறன் பெற்றவராகவும் ரவீந்திரர் இருந்தார். இது குறித்து அவர் எழுதிய 18 கவிதைகளும் அளவில் மிகச் சிறியவை என்றபோதிலும், அவரது கவிதை எனும் சாதனைப் பயணத்தின் சிகரங்களில் ஒன்றாகத் திகழ்கின்றன.

இந்த அனுபவம் குறித்த அவரது எழுத்துக்கள் நலிவுற்ற ஒரு மனதைக் குறிப்பதாக இருக்கவில்லை. அதுபோலவே அச்சமோ, வலியோ அல்லது குறையோ அவற்றில் தென்படவில்லை. அபாயகரமான, அதேநேரத்தில் வியப்பூட்டும் வகையிலான, இந்த சாகசப் பயணத்தில், அவரது வழக்கமான உலகம் கண்ணிலிருந்து முற்றிலுமாக மறைந்து போயிருந்தது. வாழ்விற்கு அப்பால் தென்பட்ட ஒரு வெளி – அது ஒரே நேரத்தில் இருட்டாகவும் ஒளிமிக்கதாகவும் இருந்தது; இரவு-பகல் என்ற எந்த வேறுபாடும் உணரப்படவில்லை – தந்த அனுபவத்தை வெளிப்படுத்திய இந்தப் பாடல்கள் தனியொரு தொகுப்பாக 1938ஆம் ஆண்டில் 'பிராந்திக்' (எல்லைப்புறம்) என்ற மிகப் பொருத்தமான தலைப்புடன் வெளியானது.

இந்தப் பாடல்களை ரவீந்திரரே ஆங்கிலத்தில் மொழி பெயர்த்துள்ளார். உலக இலக்கியத்தில் மரணம் பற்றியும் இறப்பிற்குப் பிந்தைய நிலைகுறித்துமான ஆழ்நிலை சிந்தனை களை வெளிப்படுத்தும் மிகச் சிறந்த பாடல்களின் ஒரு பகுதியாக

அவை விளங்குகின்றன. இந்தப் பாடல்களை மையமாகக் கொண்டு, இதுவரை பல மனநல மருத்துவர்களும் ஆய்வு செய்துள்ளனர் என்பதும் குறிப்பிடத்தக்கது.

செப்டெம்பர் 15 அன்று அவருக்கு மீண்டும் நினைவு திரும்பியபோது, படுத்திருந்த படுக்கையில் தலையணைகளின்மீது சாய்ந்தபடி, ஓவியம் வரைவதற்கான வண்ணக் குப்பிகளையும் தூரிகையையும் கொண்டுவரும்படிக் கேட்டார். அந்த அறையிலேயே கிடந்த ஒரு ப்ளைவுட் துண்டின் மேல் அவர் வரைந்த சித்திரம், காட்டிற்குள் இருள்கவிந்த ஒரு பின்னணியில் மெல்லியதாக வெளிச்சம் பரவும் காட்சியை விவரிப்பதாக இருந்தது. 'இந்தச் சித்திரம் தனித்துவமானதாகவும், அதேவேளை யில் அவரது நிலையை மிகச் சிறப்பாக வெளிக் கொண்டுவருவதாக வும் இருந்தது' என அவரது வாழ்க்கை வரலாற்றாசிரியர்கள் பலரும் குறிப்பிட்டுள்ளனர். இதன் பிறகே, அந்த ஆண்டு டிசம்பர் மாதம் கிறிஸ்துமஸ் தினம் வரை, இந்த அனுபவம் குறித்துப் பல்வேறு தருணங்களில் அவர் எழுதிய கவிதைகள் பதினெட்டும் தொகுக்கப்பட்டு நூலாக வெளியானது.

அக்டோபர் 12 அன்று மருத்துவ சிகிச்சையை தொடர்வதற்கென ரவீந்திரர் கல்கத்தாவிற்கு அழைத்துச் செல்லப்பட்டார். அத்தருணத்தில் அகில இந்திய காங்கிரஸ் கமிட்டியின் ஒரு கூட்டம் கல்கத்தாவில் நடைபெற்றுக் கொண்டிருந்தது. இதில் பங்கேற்பதற்காக வந்திருந்த காங்கிரஸ் தலைவர்களான சுபாஷ் சந்திர போஸ், ஜவாகர்லால் நேரு மற்றும் பல தலைவர்கள் ரவீந்திரரை நேரில் சந்தித்து அவரது உடல்நலம் குறித்து விசாரித்தனர். அந்த நேரத்தில் காந்திஜி உடல்நலம் குன்றிய நிலையில் இருந்ததால், ரவீந்திரரே நேரடியாகச் சென்று அவரது உடல்நலம் குறித்து விசாரித்தார்.

நடைபெற்றுக் கொண்டிருந்த காங்கிரஸ் கமிட்டிக் கூட்டம், ரவீந்திரர் உடல்நலம் பெற்று மீண்டெழுந்து வந்தது குறித்த தன் மகிழ்ச்சியை வெளிப்படுத்தி ஒரு தீர்மானத்தை நிறைவேற்றியது. மேலும் இந்தியாவின் தேசிய கீதமாக ஏற்பதற்கு காங்கிரஸால் திட்டமிடப்பட்டிருந்த, பங்கிம் சந்திரர் எழுதிய 'வந்தே மாதரம்' பாடல் குறித்து ரவீந்திரர் தெரிவித்த கருத்தை முழுமையாக ஏற்றுக கொள்வதாகவும் தெரிவித்தது. (இந்தப் பாடலின் முதல் இரண்டு சரணங்களை மட்டுமே பயன்படுத்திக் கொள்ளலாம் என்பதே ரவீந்திரர் முன்வைத்த கருத்தாகும்.)

அத்தியாயம் 38

வருத்தமளித்த உலக நிகழ்வுகள்

மருத்துவ சோதனைகளை எல்லாம் முடித்துக் கொண்டு ரவீந்திரர் நவம்பர் 4ஆம் தேதியன்று சாந்திநிகேதன் திரும்பினார். அங்கிருந்தபோது, நவம்பர் 23ஆம் தேதியன்று ரவீந்திரரின் உற்ற நண்பரும் மிகச்சிறந்த அறிவியல் அறிஞருமான ஜகதீஷ் சந்திர போஸ் (தாவரங்களுக்கும் உணர்ச்சி உண்டு என்பதை அறிவியல்ரீதியாக நிரூபித்தவர்) அன்றைய பீகாரில் இருந்த கிரித் நகரில் தனது 79வது வயதில் காலமானார் என்ற செய்தி வந்தது.

அவரது ஆய்வுகளின் தொடக்க காலத்திலிருந்தே, போஸ் வெளிநாடுகளில் பயிலவும், ஆய்வுகளை மேற்கொள்ளவும் தேவையான நிதியுதவிற்கு ஏற்பாடு செய்தவர் ரவீந்திரர். 1901ஆம் ஆண்டிலேயே திரிபுரா மகாராஜா ராதாகிஷோர் மாணிக்யாவிடம் தமக்கிருந்த செல்வாக்கைப் பயன்படுத்தி அவரது ஆய்விற்கென ரூ. 20,000 நன்கொடை பெற்றுத் தந்தார். உற்ற நண்பரின் மறைவு குறித்து வெளியிட்ட இரங்கல் செய்தியில் ரவீந்திரர் இவ்வாறு குறிப்பிட்டிருந்தார்:

> ‘பல ஆண்டுகளுக்கு முன்பாக தனது முயற்சிகளுக்கு ஏற்பட்ட தடைகளை எல்லாம் இளமையின் தீவிரத்தோடு புறமொதுக்கி விட்டு, அவர் முன்னேறத் தலைப்பட்ட தருணத்தில்தான் நான் அவருடன் நெருங்கிப் பழகத் தொடங்கினேன். அவரது தீவிரமான தன்னம்பிக்கை என்னையும் தொற்றிக் கொண்டது.

எனது கற்பனைகளில் இருந்த வெற்றுத் தன்மையை என்னை உணரச் செய்து, என்னை அச்சத்துடன் தள்ளி நிற்கச் செய்வதற்கான வாய்ப்புகளும் அவருக்கு இருந்தன என்றாலும், அவரும் என்னைப் போலவே கனவும் காண்பவர்தான் என்பதை உணர்ந்தபோது, எனக்கு பெரும் நிம்மதி ஏற்பட்டது. தனது கற்பனையின் உதவியோடு இயற்கையின் ரகசியங்களை வெளிக்கொண்டு வந்து, உலகையே அதிர வைத்தவர் அவர். என்னைப் பொறுத்தவரையில் ஒரு விஞ்ஞானி தன் இறுதி வெற்றிக்காகக் காத்திருக்கும் உண்மைகள் நிரம்பிய அந்த அறிவியல் உலகத்தில் ஒரு கவிஞராகவே அவர் எனக்குத் தோன்றினார். என் இளமைக் காலத்தில் இந்த மகத்தான மனிதரின் ஆளுமையால் நான் கவரப்பட்டேன். எனக்கே உரித்தானதென்று நான் கருதிக் கொண்டிருந்த கவிதைச் சூழலை விரும்பிப் பருகும் உணர்வு கொண்டதாக அவரது மனம் இருந்தது.'

டிசம்பர் 22 அன்று சாந்திநிகேதனில் பிரார்த்தனை மண்டபத்தில் நடைபெற்ற ஏழாவது பவுஷ் ஆண்டுவிழாவில் அவர் நிகழ்த்திய உரை 'குழப்பங்களின் உற்பத்தி' என்ற தலைப்பில் பின்னர் பிரசுரமாக வெளியானது. இந்த உரையில் சீனாவின் மீது ஜப்பான் மேற்கொண்ட படையெடுப்பு குறித்த தனது மனவருத்தத்தை அவர் வெளிப்படுத்தியிருந்தார்.

கல்கத்தாவில் புதிய கல்வியுதவிக்கான மாநாட்டிற்கு அனுப்பிய செய்தியில் அடிப்படை தேசியக் கல்வி என்ற காந்திஜி முன்வைத்த திட்டத்தின் குறிப்பிட்ட சில அம்சங்கள் கல்விப்புலத்திற்குப் பொருந்துவனவாக இல்லை என்று தமக்குத் தோன்றுவதாக ரவீந்திரர் குறிப்பிட்டிருந்தார்.

1938ஆம் ஆண்டு தொடக்கத்தில் புதிய கல்வி உதவிக்கான குழுவின் பிரதிநிதிகளான லோத்தியன் பிரபு, ப்ரபோர்ன் பிரபு மற்றும் அவரது மனைவி ஆகியோர் அடுத்தடுத்து சாந்தி நிகேதனுக்கு வருகைதந்து ரவீந்திரருடன் இந்தக் கல்விப்புலம் குறித்து உரையாடினர். ஜனவரி 16 அன்று சாந்திநிகேதனில் உருவாகவிருந்த இந்தி பவனத்திற்கு ஆண்ட்ரூஸ் அடிக்கல் நாட்டினார்.

1937ஆம் ஆண்டு ஏப்ரல் முதல் நடைமுறைக்கு வந்த 1935ஆம் ஆண்டின் இந்திய அரசுச் சட்டம் குறித்து ரவீந்திரர் எழுதிய வெளிப்படையான கடிதத்தை மான்செஸ்டர் கார்டியன் நாளிதழ் பிப்ரவரி 28ஆம் தேதி பதிப்பித்தது. இக்கடிதத்தில் அவர்

கூறியதாவது: ‘இந்தச் சட்டம் அரசியல்வாதிகளாலும் அதிகாரிகளாலும் உருவாக்கப்பட்டது. எவ்வளவு நாட்களுக்கு எங்களை உங்கள் பிடிக்குள் வைத்திருக்கிறீர்களோ, அதுவரை எங்கள் நம்பிக்கையையோ அல்லது எங்கள் நட்பையோ உங்களால் பெற முடியாது. ஒரு மனிதனால் மற்றொரு மனிதனும், ஒரு நாட்டால் மற்றொரு நாடும் சுரண்டப்படுவதற்கு முற்றிலுமாக முடிவுகட்ட விரும்பும், உலகெங்கும் உள்ள மனித சக்தியோடு நம்மை இணைத்துக் கொள்வதில்தான் நமது எதிர்காலம் அடங்கியிருக்கிறது.’

மார்ச் 1ஆம் தேதி ஹைதராபாத் நகரிலுள்ள உஸ்மானியா பல்கலைக்கழகம் ரவீந்திரருக்கு கவுரவ டாக்டர் பட்டம் வழங்கிச் சிறப்பித்தது. எனினும் உடல்நிலை காரணமாக அவர் இந்த நிகழ்ச்சிக்கு நேரில் செல்ல இயலவில்லை. மார்ச் 19 அன்று சாந்திநிகேதன் ஆசிரியர்களும் மாணவர்களும் இணைந்து புதிதாக உருவாக்கியிருந்த சண்டாளிகா நாட்டிய நாடகம் கல்கத்தாவில் அரங்கேறியது. வழக்கம்போலவே மேடையின் ஒருபகுதியில் அமர்ந்தபடி ரவீந்திரர் இந்த நாடகத்தைக் கண்டு களித்தார். மார்ச் 22ஆம் தேதியன்று வங்காள அரசியல் கைதிகளை விடுவிப்பது தொடர்பாக அப்போது கல்கத்தாவில் இருந்த காந்திஜியை அவர் சந்தித்துப் பேசினார்.

ஏப்ரல் 25 அன்று கோடைக்கால ஓய்விற்கென ரவீந்திரர் கலிம்பாங்கிற்குப் புறப்பட்டார். அங்கு மே 7ஆம் தேதி கொண்டாடப்படவிருக்கும் அவரது பிறந்தநாளை ஒட்டி ஒலிபரப்புவதற்கென புதியதொரு கவிதை எழுதி வானொலியில் பதிவு செய்தார். மே 21 அன்று அங்கிருந்து அவர் முங்க்போ சென்றார். அங்கு சிங்கோனா திட்ட அதிகாரியான டாக்டர் சென் தம்பதியினரின் விருந்தினராக ஜூன் 9 வரை தங்கியிருந்தார். மீண்டும் கலிம்பாங்கிற்குத் திரும்பினார். அங்கு கிட்டத்தட்ட ஒரு மாதகாலம் தங்கியிருந்துவிட்டு ஜூலை 6ஆம் தேதி ரவீந்திரர் சாந்திநிகேதனுக்குத் திரும்பினார்.

சீனாவின் நலன்களைப் புறக்கணித்து, அதை சீரழிக்கும் வகையில் ஜப்பான் மேற்கொண்டுவரும் ஏகாதிபத்திய அத்துமீறல்கள் தன் மனதை மிகுந்த துயரத்திற்கு ஆளாக்குகிறது என தனது நண்பரும் ஜப்பானிய கவிஞருமான யோனே நொகுச்சிக்கு எழுதிய கடிதத்தைத் தொடர்ந்து, இருவருக்கும் இடையே கடிதங்கள் மூலம் வாக்குவாதம் நடைபெற்றது. நொகுச்சிக்கு எழுதிய கடைசி கடிதத்தை ரவீந்திரர் இவ்வாறு நிறைவு செய்திருந்தார்: ‘நான்

பெரிதும் நேசிக்கும் உங்கள் நாட்டு மக்களுக்கு வெற்றியல்ல; மனவருத்தமே கிட்டட்டும்!'

செப்டெம்பர் 4 அன்று சாந்திநிகேதனுக்கு வருகைதந்த பேராசிரியர் சர்வபள்ளி ராதாகிருஷ்ணனை ரவீந்திரர் வரவேற்றுப் பேசினார். அக்டோபர் 2 அன்று காந்தியின் பிறந்தநாளை ஒட்டி ரவீந்திரர் தெரிவித்த வாழ்த்துச் செய்தியில் அவர் இவ்வாறு குறிப்பிட்டிருந்தார்: 'ஒரு வறியவரின் உருவில் நம்மிடையே காட்சியளிக்கும் இந்த மகத்தான மனிதருக்கு அவரது பிறந்தநாளில் வாழ்த்து கூறும் வாய்ப்பு கிடைத்துள்ளதே நமக்கெல்லாம் பெருமையானதாகும்.'

அக்டோபர் 16 அன்று ஹிட்லரின் நாஜிப் படைகள் செக்கோஸ்லோவாகியா நாட்டின்மீது படையெடுத்துக் கைப்பற்றியதை அறிந்த ரவீந்திரர் தனது நண்பர் லென்சிக்கு எழுதிய கடிதத்தில் இவ்வாறு குறிப்பிட்டிருந்தார்:

> 'வெறிபிடித்தவர்களைத் தடுத்து நிறுத்துவதற்கான வலிமை என் வார்த்தைகளுக்கு இல்லை; அல்லது மனித இனத்தின் பாதுகாவலர்களைப் போல் முன்பு வேடமிட்டுக் கொண்டிருந் தவர்கள் இப்போது ஓடிப்போவதைக் கேள்வி கேட்பதற்கான வலிமையும் அவற்றுக்கில்லை.... மிகுந்த அவமானகரமாக... நாதியற்றவனாக... நான் உணர்கிறேன்.'

நவம்பர் 13 அன்று புகழ்பெற்ற விஞ்ஞானியான மேக்நாத் சாஹா சாந்திநிகேதனில் பங்கேற்ற ஒரு கூட்டத்தில் ரவீந்திரரும் கலந்து கொண்டார். நவம்பர் 15ஆம் தேதியன்று பிரம்மசமாஜ சிந்தனையை விரிவாகப் பரப்புவதில் பெரும்பங்கு வகித்தவரான கேசவ் சந்திர சென்னின் பிறந்த நூற்றாண்டை ஒட்டி ரவீந்திரர் அனுப்பிவைத்த செய்தியில் இந்த மகத்தான சீர்திருத்தவாதிக்குத் தான் எந்த அளவிற்குக் கடமைப்பட்டு இருக்கிறேன் என்பதை அவர் சுட்டிக் காட்டியிருந்தார். துருக்கியில் புதிய பாதையைச் சமைத்த கெமால் அட்டாதுர்க்கைப் பாராட்டும் வகையில் நவம்பர் 18இல் சாந்திநிகேதன் மாணவர்கள் ஏற்பாடு செய்திருந்த கூட்டத்திலும் அவர் பங்கேற்று உரையாற்றினார்.

டிசம்பர் 9ஆம் தேதி லண்டனில் உள்ள கால்மான் கலைக்கூடத்தில் ரவீந்திரரின் ஓவியக் கண்காட்சியை ஜெட்லாண்ட் பிரபு தொடங்கி வைத்தார். டிசம்பர் 11 அன்று சாந்திநிகேதனில் உள்ள கலா பவனத்தில் ஹாவெல் அரங்கைத் திறந்து வைத்துப் பேசுகையில் இந்தியக் கலையின் மறுமலர்ச்சிக்கு ஹாவெல்லின் பங்களிப்பு

குறித்து விரிவாக எடுத்துக் கூறினார். டிசம்பர் 19 அன்று வைஸ்ராய் லின்லித்கோவின் மனைவி, மகள் மற்றும் சீமாட்டி ஆன் ஹோப் ஆகியோர் சாந்திநிகேதனுக்கு வந்து ரவீந்திரரைச் சந்தித்தனர். மிக நீண்ட இடைவெளிக்குப் பிறகு, ஸ்ரீநிகேதனின் முதல் இயக்குநரும் சாந்திநிகேதனின் நிதிச் சுமையில் கணிசமான பகுதியை மிக நீண்ட காலமாக ஏற்று தொடர்ந்து நிதியுதவி செய்து வந்தவரும், ரவீந்திரரின் மிக நெருங்கிய நண்பருமான எல்மிர்ஸ்ட் வருகை தந்தது இந்த ஆண்டின் முக்கிய நிகழ்வாக சாந்திநிகேதனுக்கு அமைந்தது.

1939 ஜனவரியில் திரிபுரா மகாராஜா வீர்விக்ரம் கிஷோர் மாணிக்யா சாந்திநிகேதனுக்கு வருகை தந்தார். அவரை முறைப்படி வரவேற்ற ரவீந்திரர், திரிபுரா அரச குடும்பத்துடனான தன் நீண்ட கால நட்புறவை, அக்குடும்பத்திடமிருந்து தான் இடையறாது பெற்று வந்த அன்பைச் சுட்டிக் காட்டி உரையாற்றினார். ஜனவரி 21 அன்று காங்கிரஸின் மூத்த தலைவர்களின் உத்தரவையும் விருப்பத்தையும் மீறி, இரண்டாவது முறையாக காங்கிரஸ் தலைவராகத் தேர்ந்தெடுக்கப்பட்ட சுபாஷ் சந்திர போஸ் சாந்திநிகேதனுக்கு வந்து ரவீந்திரருடன் உரையாடினார். அவருக்கு உரிய வரவேற்பும் அளிக்கப்பட்டது.

ஜனவரி 31 அன்று இந்தி மொழி ஆய்விற்கென சாந்திநிகேதனில் உருவாக்கப்பட்ட இந்தி பவனத்தை ஜவாகர்லால் நேரு முறைப்படி தொடங்கி வைத்தார். இந்த நிகழ்வில் ரவீந்திரர், தீனபந்து ஆண்ட்ரூஸ் ஆகியோரும் பங்கேற்றனர். சாந்திநிகேதனில் நேரு தங்கியிருந்த இந்தத் தருணத்தில் சுபாஷ் சந்திர போஸ் மீண்டும் பிப்ரவரி 2ஆம் தேதி அங்கு வருகை தந்தார். ரவீந்திரரின் முன்னிலையில் இந்த இரு காங்கிரஸ் தலைவர்களும் கலந்துரையாடினர். பிப்ரவரி 6 அன்று நடைபெற்ற ஸ்ரீநிகேதனின் ஆண்டுவிழாவிற்கு காங்கிரஸ் தலைவர் ராஜேந்திர பிரசாத் தலைமை தாங்கினார். மறுநாள் ரவீந்திரர் கல்கத்தாவிற்குப் புறப்பட்டார். சாந்திநிகேதனில் இலக்கிய-பண்பாட்டு மையமாகச் செயல்பட்டு வந்த விசித்ரா என்ற அமைப்பினைப் போலவே, கல்கத்தாவிலும் செயல்படுவதற்கென விஸ்வபாரதி சம்மிலானி என்ற அமைப்பினை ரவீந்திரர் முறைப்படி தொடங்கி வைத்தார்.

கல்கத்தாவில் தங்கியிருந்த இத்தருணத்தில் ஷ்யாமா, சண்டாளிகா, தாசேர் தேஷ் ஆகிய அவரது நாடகங்களைக் கண்டு ரசிக்கும் வாய்ப்பும் அவருக்குக் கிடைத்தது. பிப்ரவரி 13 அன்று சாந்திநிகேதனுக்குத் திரும்பிய ரவீந்திரர், விஸ்வபாரதியின் நலம்

விரும்பியும் அவகார் ராஜாவும் ஆன சூர்யபால் சிங்கை வரவேற்று உபசரித்தார். மார்ச் 14 அன்று கேரள மாநிலத்தின் முன்னோடிக் கவிஞரும் கேரள கலாமண்டலத்தின் நிறுவனருமான மகாகவி வள்ளத்தோல் தனது கலைஞர்களுடன் சாந்திநிகேதனுக்கு வந்து கதகளி நிகழ்ச்சியை நடத்தி ரவீந்திரரை மகிழ்வித்தார்.

ஏப்ரல் 1ஆம் தேதியன்று கனடா நாட்டிற்கு எடுத்துச் சொல்லும் வகையில் அறைகூவல் (அவான்) என்ற கவிதையை அவர் எழுதியதோடு, அதனை ஆங்கிலத்திலும் தானே மொழிபெயர்த்து, தன் சொந்தக் குரலில் அதைப் பதிவு செய்தார். இந்த ஒலிப்பதிவை ஒட்டாவா நகர வானொலி நிலையம் மே 29 அன்று ஒலிபரப்பியது. ஏப்ரல் 14 அன்று வங்காளி வருடப் பிறப்போடு கூடவே அவரது பிறந்தநாளும் சாந்திநிகேதனில் கொண்டாடப்பட்டது. இத்தருணத்தில் ஆசிரியர்களின் தேநீர்க்கழகம் ஒன்றையும் அவர் தொடங்கி வைத்தார். சாந்திநிகேதனின் முன்னோடி ஆசிரியர்களில் ஒருவரும், இசைப் பிரிவின் முதல் முதல்வரும், அவரது மூத்த அண்ணன் த்விஜேந்திரநாத் தாகூரின் பேரனுமான தினேந்திரநாத் தாகூரின் நினைவாக இந்தக் கழகத்திற்கு ‘தினந்திகா’ என்று ரவீந்திரர் பெயர் சூட்டினார்.

ஏப்ரல் 19 அன்று அன்றைய ஒரிசா மாநிலத்தில் ஆட்சி செய்து வந்த காங்கிரஸ் அரசின் அழைப்பினை ஏற்று பூரி நகருக்குச் சென்று அங்கு மூன்று வாரங்கள் தங்கினார். இத்தருணத்தில் மே 7ஆம் நாளன்று பூரி நகரம் ரவீந்திரரின் பிறந்த நாளை மிகச் சிறப்பாகக் கொண்டாடியது. இதையொட்டி பூரி அரசர் ரவீந்திரருக்கு ‘பரமகுரு’ என்ற பட்டத்தினை வழங்கிச் சிறப்பித்தார்.

மே 17 முதல் ஜூன் 17 வரையிலான கோடை காலத்தை ரவீந்திரர் முங்போவிலும் கலிம்பாங்கிலும் கழித்துவிட்டு ஜூன் 19 அன்று சாந்திநிகேதனுக்குத் திரும்பினார். ஜூன் 25லிருந்து ஜூலை 17 வரை ஸ்ரீநிகேதனில் அவர் தங்கியிருந்த நேரத்தில் போஸ்ட் ஆபிஸ் என்ற நாடகத்திற்கான ஒத்திகையையும் அவர் மேற்கொண்டார். இந்த நாடகத்தில் தாகுர் தா என்ற பாத்திரத்தை ரவீந்திரர் ஏற்றிருந்தார். எனினும் இறுதியில் இந்த நாடகம் அவர் மறையும்வரை நிகழ்த்தப்படவில்லை என்பது குறிப்பிடத்தக்கதாகும். இந்த முயற்சி இவ்வாறு கைவிடப்பட்ட பிறகு, இதற்கென அவர் எழுதியிருந்த சிறப்பான ஒரு கவிதையைத் தன் மறைவிற்குப் பிறகு பயன்படுத்திக் கொள்ள வேண்டும் என்று பிறிதொரு தருணத்தில் அவர் கூறியிருந்தார்.

ஆகஸ்ட் 4ஆம் தேதி சீன பவனத்தில் நடைபெற்ற மரம்நடுவிழாவில் அவர் பங்கேற்றார். ஆகஸ்ட் 19 அன்று சுபாஷ் சந்திரபோஸின் அழைப்பிற்கு இணங்க கல்கத்தாவில் உருவாகவிருந்த மகாஜதி சதன் என்ற கலையரங்கிற்கு ரவீந்திரர் அடிக்கல் நாட்டினார். மறுநாள் சீனாவிற்குப் போகும் வழியில் ஜவாகர்லால் நேரு ஜொரசங்கோ இல்லத்தில் ரவீந்திரரைச் சந்தித்து உரையாடிச் சென்றார்.

செப்டெம்பர் 12 முதல் நவம்பர் 9 வரையிலான இலையுதிர் காலத்தை ரவீந்திரர் முங்போவில் கழித்தார். ரவீந்திரரின் அனைத்து எழுத்துக்களின் தொகுப்பான ரவீந்திர ரச்சனாவளியின் முதல் தொகுதியை விஸ்வபாரதி செப்டெம்பரில் வெளியிட்டது. நவம்பர் 11 அன்று சாந்திநிகேதனுக்குத் திரும்பிய ரவீந்திரர் டிசம்பர் 16 அன்று மிதுனபூருக்குப் புறப்பட்டார். அங்கு உருவாக்கப்பட்டிருந்த வித்யாசாகர் நினைவரங்கினை அவர் திறந்து வைத்தார். கிறிஸ்துமஸ் பிரார்த்தனைக்கென இயேசுவின் தியாகம் குறித்த ஒரு பாடலை ரவீந்திரர் இயற்றினார். கிறிஸ்துமஸ் தினத்தின் ஆராதனையை ஆண்ட்ரூஸ் நடத்திய பிறகு, இந்தப் பாடல் பிரார்த்தனையின்போது பாடப்பட்டது. சாந்திநிகேதனில் தீனபந்து ஆண்ட்ரூஸ் கலந்து கொண்ட கடைசி கிறிஸ்துமஸ் விழா இதுவேயாகும்.

அத்தியாயம் 39

தூய நண்பரின் இழப்பும் ஆக்ஸ்ஃபோர்ட் விருதும்

1940ஆம் ஆண்டு ஜனவரி 17 அன்று சீன அறிஞரான போதகர் டாய் ஹ’சுவை ரவீந்திரர் வரவேற்று உபசரித்தார். பிரம்ம சமாஜத்தின் ஆண்டுவிழா தினத்தன்று (ஜனவரி 25) சாந்திநிகேதனில் நடைபெற்ற கூட்டத்தில் ‘முழுமைக்கான முயற்சி’ என்ற தலைப்பில் உரையாற்றினார். பிப்ரவரி 6 அன்று நடைபெற்ற ஸ்ரீநிகேதன் ஆண்டுவிழாவில் பங்கேற்று கிராமங்களுக்கான சேவை குறித்து உரையாற்றினார்.

பிப்ரவரி 17 அன்று காந்தியும் கஸ்தூர்பாவும் சாந்திநிகேதனுக்கு வருகை தந்தனர். அதற்கு அடுத்த நாள் மாந்தோப்பில் அவர்களை வரவேற்று ஆற்றிய உரையில் ‘மனித குலம் அனைத்திற்கும் சொந்தமான உங்களை எங்களில் ஒருவராகவும் ஏற்றுக் கொண்டுள்ளோம் என்பதைத் தெரிவிக்க விரும்புகிறோம்’ என்று குறிப்பிட்டார். இதற்கு நன்றி தெரிவித்துப் பேசிய காந்தி, ‘இதை ஒரு புனிதப் பயணமாகவே மேற்கொண்டு நாங்கள் இங்கே வந்துள்ளோம். இந்த இடத்திற்கு நான் புதியவனல்ல. எனது சொந்த வீட்டிற்கு வந்துள்ளதாகவே நான் கருதுகிறேன். குருதேவின் ஆசிகள் எனக்குக் கிடைத்துள்ளது. எனது உள்ளம் மகிழ்ச்சியால் ததும்புகிறது’ என்று குறிப்பிட்டார்.

காந்தி சாந்திநிகேதனிலிருந்து புறப்படுவதற்கு முன்பாக பிப்ரவரி 19 அன்று ரவீந்திரர் அவரிடம் ஒரு கடிதத்தைக் கொடுத்தார். அந்தக்

கடிதத்தில் 'இந்த நிறுவனத்தை உங்கள் பாதுகாப்பில் எடுத்துக்கொண்டு, அதை நிலைத்திருக்கச் செய்வதற்கான உறுதியை மேற்கொள்ளுமாறு கேட்டுக் கொள்கிறேன். விஸ்வபாரதி என் வாழ்க்கையில் மிகச் சிறந்த பொக்கிஷங்களை ஏற்றிச் செல்லும் ஒரு வாகனத்தைப் போன்றது' என்று ரவீந்திரர் குறிப்பிட்டிருந்தார். இந்த இருபெருமகன்களும் நேரடியாகச் சந்தித்துப் பேசிய கடைசி தருணம் இதுவேயாகும்.

மார்ச் 1-3 தேதிகளில் பங்குரா மாவட்டத்திற்குப் பயணம் மேற்கொண்ட அவர், அங்கு நடைபெற்ற பங்குரா கண்காட்சியைத் திறந்து வைத்ததோடு, பங்குராவில் மகப்பேறு மற்றும் குழந்தைகள் நல மையத்திற்கான அடிக்கல்லையும் நாட்டினார். இங்கிலாந்தில் உள்ள எச்.டபிள்யூ. நெவின்சன் எழுதிய கடிதத்தை அடுத்து, மனித உரிமைகளுக்கான தேசிய கவுன்சிலின் உதவித் தலைவர் என்ற பொறுப்பைத் தான் ஏற்றுக் கொள்வதாக சம்மதம் தெரிவித்து மார்ச் 31 அன்று ரவீந்திரர் கடிதம் எழுதினார்.

1940 ஏப்ரல் 5ஆம் தேதியன்று ரவீந்திரர் தன் வாழ்வில் மற்றுமொரு இழப்பை எதிர்கொள்ள நேரிட்டது. கிட்டத்தட்ட 30 ஆண்டுகளுக்கும் மேலாக அவரது உற்ற நண்பராக அனைத்துத் தருணங்களிலும் செயல்பட்ட தீனபந்து ஆண்ட்ரூஸ் சிறிது காலம் உடல்நலமின்றி இருந்து கல்கத்தாவில் உள்ள ரியோர்டன் மருத்துவமனையில் உயிர்நீத்தார். 20ஆம் நூற்றாண்டின் மகத்தான ஆளுமைகளான ரவீந்திரர்–காந்தி ஆகிய இருவருடனும் உயரிய நட்புறவைப் பேணி, இந்திய மக்களின் மேன்மைக்காகவே பாடுபட்டு வந்த ஓர் ஆங்கிலேயர் என்ற வகையில் தீனபந்துவின் மறைவு இந்த இரு பெருமகன்களுக்குமே பேரிழப்பாக இருந்தது.

அன்று மாலை சாந்திநிகேதனில் ஏற்பாடு செய்திருந்த இரங்கல் கூட்டத்தில் பேசும்போது, 'கிறித்துவத்தின் அடிப்படை நெறியான மனிதநேயம் வேறெந்த நபரிடமும் இவ்வளவு சிறப்பாக வெளிப்பட்டதில்லை. அவரது தியாகம், மனிதநேயத்திற்காகத் தன்னை முழுமையாக அர்ப்பணித்துக் கொள்ளும் உணர்வு ஆகிய அனைத்துமே நம் மனங்களில் பொக்கிஷமாகப் பாதுகாக்கப்பட்டு வரும் என்பதில் எவ்வித ஐயமும் இல்லை' என்று ரவீந்திரர் குறிப்பிட்டார்.

அது மட்டுமல்ல; 1941ஆம் ஆண்டு அவர் எழுதிய இறுதிக் கட்டுரையான 'நாகரீகத்தின் நெருக்கடி' ஏகாதிபத்தியச் செருக்குடன் நடக்கும் ஆங்கிலேயர்களைக் கடுமையாகச் சாடுவதற்கு முன்பாக, ஆண்ட்ரூஸை முன்வைத்து ஒரு விஷயத்தைக் குறிப்பிட்டிருந்தது: 'மிகப்பரந்த மனப்பாங்குடைய

ஆங்கிலேயர்களோடு பழகும் வாய்ப்பை நான் பெற்றிருந்தேன். இவர்கள் உவமை கூறமுடியாத நற்பண்பினராக இருந்ததால், அவர்களின் காரணமாகவே, அவர்களோடு சேர்ந்த இதர ஆங்கிலேய மக்களிடமும் நான் நம்பிக்கையை இழக்கவில்லை. உதாரணமாக, உண்மையிலேயே மிகச் சிறந்த கிறித்துவரும் பெருமகனுமாகிய ஆண்ட்ரூஸுடன், அவர் ஓர் ஆங்கிலேயராக இருப்பினும், மிகச் சிறந்த நட்பை நான் பெற்றிருந்தேன். இன்று அவரது மரணத்திற்குப் பிறகு நின்று பார்க்கையில், சற்றும் சுயநலமில்லாத, துணிவோடு கூடிய அவரது பெருமை மேலும் ஒளிவீசுகிறது. அன்பாலும் பக்தியாலும் தூண்டப்பட்டு, ஆண்ட்ரூஸ் செய்த நற்செயல்களுக்கு இந்தியர்களாகிய நாம் பெரிதும் கடமைப்பட்டுள்ளோம்.

'தனிப்பட்ட வகையில் கூறுவதெனில், கீழ்கண்ட காரணத்திற்காக அவருக்கு நான் பெரிதும் கடமைப்பட்டுள்ளேன். ஆங்கில இலக்கியத்தைப் படித்துவிட்டு, பிரிட்டிஷ் மக்களிடம் இளமைக்காலத்தில் நான் கொண்டிருந்த மதிப்பை, என் முதுமைக்காலத்தில் இழந்துவிட்டேன் என்றாலும், அந்த இழந்த பகுதிகளுள் ஒரு சிலவற்றை மீட்பதற்கு அவர் எனக்கு உதவியுள்ளார். பிரிட்டிஷ் மக்களின் இதயங்களிலுள்ள பெருந்தன்மையை நாம் ஓயாமல் நினைப்பதற்கு ஆண்ட்ரூஸின் நினைவு உதவுகிறது. அவரை ஒத்த மனிதர்களையே மிக நெருங்கிய நண்பர்களாக நான் கொண்டிருந்தேன். மேலும் அவர்கள் மனித சமூகம் முழுவதற்குமே நண்பர்களாக இருந்தனர். அத்தகைய மனிதர்களை நண்பர்களாகப் பெற்றிருந்தது என் வாழ்வை வளப்படுத்தப் பெரிதும் உதவியது. பிரிட்டிஷாரின் தற்பெருமை பாறையில் தாக்கி மோதி விடாமல் காப்பவர்கள் ஆண்ட்ரூஸ் போன்றவர்களே! எவ்வாறிருப்பினும், அவரைப் போன்றவர்களை நான் காணாமலும் அறியாமலும் இருந்திருப்பின், மேலை நாகரிகத்தின்மீது எனக்கு ஏற்பட்ட ஏமாற்றம் எவ்வித மாற்றமுமின்றியே தொடர்ந்திருக்கும்.'

தீனபந்துவின் மற்றொரு நெருங்கிய நண்பரான காந்தி தனது இரங்கல் உரையில் இவ்வாறு எழுதியிருந்தார்: 'ஆங்கிலேயர்கள் இந்தியாவில் நடத்திய எண்ணற்ற தவறுகள் மறக்கப்படும் அதேநேரத்தில், தீனபந்துவின் வீரஞ்செறிந்த செயல்கள் ஒவ்வொன்றுமே இங்கிலாந்தும் இந்தியாவும் இருக்கும் வரையில் தொடர்ந்து நினைவுகூரப்பட்டு வரும். ஆங்கிலேயர்கள்மீது நமக்கு எவ்வித வெறுப்பும் இல்லை; அவர்களில் தீனபந்து மிகச் சிறந்தவரும் புனிதமானவரும் ஆவார். மிகச்சிறந்த ஆங்கிலேயர்களும் மிகச்சிறந்த இந்தியர்களும் ஒன்றுகூடி,

இருவரும் ஏற்றுக்கொள்ளக்கூடிய ஒரு வழியை நிச்சயமாக உருவாக்க முடியும்வரையில் இந்த இருபிரிவினரும் பிரிந்திருக்க வேண்டியதில்லை. தீனபந்து விட்டுச் சென்றுள்ள பாரம்பரியம் அத்தகைய மிகச்சிறந்ததொரு முயற்சியாகும். தீனபந்துவின் சாந்தமான முகத்தை நினைவுகூரும்போது, உலகிலுள்ள நாடுகள் மத்தியில் இந்தியா தனது சுதந்திரமான இடத்தைப் பெறுவதற்காக, அன்போடு அவர் மேற்கொண்ட எண்ணற்ற செயல்கள்தான் என் நினைவில் நிரம்பி நிற்கிறது.'

ஏப்ரல் 17 முதல் 20 வரை கல்கத்தாவில் தங்கியிருந்தபோது அவர் அளித்த பேட்டியொன்றில் அன்றைய அரசியல் நிலைமைகள் குறித்தத் தன் கருத்தை விரிவாக எடுத்துக் கூறியிருந்தார். பின்பு கோடைக்காலத்தைக் கழிக்க முங்போவிற்குச் சென்ற ரவீந்திரர் டாக்டர் சென் தம்பதியினரின் விருந்தினராகத் தங்கியிருந்தார். மே 7ஆம் தேதியன்று முங்போவில் ரவீந்திரரின் பிறந்தநாள் மிக எளிமையாகக் கொண்டாடப்பட்டது. பின்பு மே 8ஆம் தேதியன்று அவர் கலிம்பாங் சென்றார். அங்கிருந்த தருணத்தில் ஜூன் 15 அன்று அமெரிக்க அதிபர் ரூஸ்வெல்ட் அவர்களுக்கு எழுதிய ஒரு கடிதத்தில் அப்போது நடைபெற்று வந்த உலகப் போரில் ஒரு காலனி நாடு என்ற வகையில் இந்தியாவின் நிலை மிகவும் சிக்கலானதாக உள்ளது என்று குறிப்பிட்டிருந்தார்.

ஜூன் 29ஆம் நாள் சாந்திநிகேதனுக்குத் திரும்பிய அவர் இசையைப் பரப்புவதற்கான 'கீதாலி' என்ற ஓர்அமைப்பினைத் தொடங்கி வைத்தார். ஜூலை 24 அன்று போல்பூரில் புதிதாக அமைக்கப்பட்டிருந்த தொலைபேசி இணைப்பகத்தை ரவீந்திரர் தொடங்கி வைத்தார்.

ரவீந்திரரின் பரம ரசிகரான ஏ.எச். ஃபாக்ஸ் ஸ்ட்ராங்வேஸ் (இந்திய இசையில் ஆர்வம் கொண்டவர்; பின்னாளில் ரவீந்திர சங்கீதத்தை உலகின் விரிவான கவனத்திற்குக் கொண்டு சென்றவர்) ஆங்கிலேய இசை விற்பன்னரும், இசை விமர்சகரும், இதழாசிரியரும், மொழிபெயர்ப்பாளரும் ஆவார். 1913ஆம் ஆண்டிலேயே (ரவீந்திரருக்கு நோபல் பரிசு கிடைப்பதற்கு முன்பாகவே) ஆக்ஸ்ஃபோர்ட் அல்லது கேம்ப்ரிட்ஜ் பல்கலைக்கழகம் ரவீந்திரருக்கு கவுரவ டாக்டர் பட்டம் ஒன்றை வழங்கி பெருமைப்படுத்த வேண்டும் என்று இவர் கோரிக்கை வைத்திருந்தார். அத்தருணத்தில், இந்தியாவில் வைஸ்ராயாக இருந்து, பின்னர் இங்கிலாந்தில் ஓய்வெடுத்து வந்த கர்சான் பிரபு (இவர்தான் வங்காளத்தை இரண்டாகப் பிரித்தவர்) அதற்கு மாறான கருத்தை பல்கலைக்கழகத்திற்குத் தெரிவித்ததால் அது நிறைவேறவில்லை.

நீண்ட நாட்களுக்குப் பிறகு ஆக்ஸ்ஃபோர்ட் பல்கலைக்கழகம் விழித்துக் கொண்டு, ரவீந்திரருக்கு கவுரவ டாக்டர் (டி. லிட்.) பட்டம் வழங்க முன்வந்தபோது, முதுமையின் காரணமாக ரவீந்திரரால் முன்பு போல் வெளிநாட்டுப் பயணத்தை மேற்கொள்ள இயலவில்லை. இந்நிலையில், இனியும் தாமதிக்கலாகாது என்று கருதிய ஆக்ஸ்ஃபோர்ட் பல்கலைக்கழக நிர்வாகக் குழு கூடி, சாந்திநிகேதனிலேயே அவருக்கு இப்பட்டத்தை முறைப்படி வழங்குவது என்று முடிவு செய்தது. இதன்படி இந்தியாவின் தலைமை நீதிபதியான சர். மவுரிஸ் கவ்யர், ஆக்ஸ்ஃபோர்ட் பல்கலைக்கழக முன்னாள் பேராசிரியரான சர்வபள்ளி ராதாகிருஷ்ணன், கல்கத்தா உயர்நீதி மன்றத்தின் நீதிபதி ஹெண்டர்சன் ஆகியோரைக் கொண்ட ஒரு குழுவைத் தேர்வு செய்து, இவர்கள் ஆக்ஸ்ஃபோர்ட் பல்கலைக்கழகத்தின் பிரதிநிதிகளாக இருந்து ரவீந்திரருக்கு டி. லிட். பட்டத்தை வழங்குவார்கள் என முடிவு செய்தது.

இதன்படி, 1940ஆம் ஆண்டு ஆகஸ்ட் 7ஆம் தேதி ஆக்ஸ்ஃபோர்ட் பல்கலைக்கழகத்தின் சிறப்புப் பட்டமளிப்பு விழா சாந்திநிகேதனில் நடைபெற்றது. மேற்குறிப்பிட்ட பிரமுகர்கள் பல்கலைக்கழகத்தின் பிரதிநிதிகளாக இருந்து ரவீந்திரருக்கு கவுரவ டாக்டர் பட்டத்தை வழங்கினர். இக்குழுவின் தலைவராக இருந்த இந்தியத் தலைமை நீதிபதி மவுரிஸ் கவ்யர் உரையாற்றுகையில், 'ஆக்ஸ்ஃபோர்ட் பல்கலைக்கழகத்தின் பிரதிநிதியாக இருந்து இந்தப் பட்டத்தினை நான் உங்களுக்கு வழங்குவதன் மூலம், உண்மையில் ஆக்ஸ்ஃபோர்ட் பல்கலைக்கழகம்தான் பெருமை பெறுகிறது' என்று குறிப்பிட்டார்.

எட்டு ஆண்டுகளுக்கு முன்னால் இதே ஆகஸ்ட் 7ஆம் தேதியன்றுதான் அவரது ஒரே பேரனான (மூன்றாவது மகள் மீராவின் மகன்) நிதீந்திரநாத் ஜெர்மனியில் உடல்நலமின்றி இறந்து போனார். அதேபோன்று ஓராண்டிற்குப் பிறகு, இதே நாளில்தான் ரவீந்திரரும் மறைந்தார் என்பதும் குறிப்பிடத்தக்கது.

ஆகஸ்ட் 10ஆம் தேதியன்று துளசிதாஸின் பிறந்தநாள் கொண்டாட்டத்தில் பேசிய ரவீந்திரர் துளசிதாஸ் எழுதிய ராமாயணத்தின் கலாச்சார முக்கியத்துவம் குறித்து உரையாற்றினார்.

செப்டெம்பர் 17 அன்று கல்கத்தாவில் மருத்துவ பரிசோதனையை மேற்கொண்டுவிட்டு, மருத்துவர்களின் ஆலோசனையையும் மீறி, ரவீந்திரர் 19ஆம் தேதியன்று கலிம்பாங் புறப்பட்டுச் சென்றார். மருமகள் பிரதிமா தேவியுடன் அவர் தங்கியிருந்த நேரத்தில் செப்டெம்பர் 26 அன்று திடீரென மீண்டும் மயக்கமுற்றார்.

முங்போவில் இருந்து திருமதி மைத்ரேயி சென் மருத்துவருடன் விரைந்தார். க்ளூகோஸ் செலுத்தியவுடன் மீண்டும் சுயநினைவிற்கு வந்த ரவீந்திரரைச் சோதித்த அந்த ஆங்கிலேய மருத்துவர் உடனடியாக அவர் அறுவை சிகிச்சை மேற்கொள்ள வேண்டுமென வற்புறுத்தினார்.

இதற்கிடையே அந்த நேரத்தில் படிசார் அருகில் ஏதோவொரு கிராமத்தில் பண்ணை வேலைகளைப் பார்த்துக் கொண்டிருந்த மூத்த மகன் ரதீந்திரநாத்திற்கு இந்தத் தகவலைத் தெரிவிக்கும் வகையில் வானொலியில் ரவீந்திரரின் உடல்நிலை மோசமானது குறித்த செய்தி ஒலிபரப்பப்பட்டது. அவரது மகனை ஆலோசிக்காமல் எந்த முடிவையும் எடுக்கலாகாது என்று உறுதி கொண்ட மருமகள் பிரதிமா தேவியும், மைத்ரேயி தேவியும் அந்த ஆங்கிலேய மருத்துவரின் வற்புறுத்தலுக்கு ஒப்புக்கொள்ளவில்லை.

இதற்கிடையில் தகவல் தெரிந்து கல்கத்தாவிலிருந்து விரைந்து வந்த மருத்துவக் குழு அவரை உரிய ஏற்பாட்டுடன் கல்கத்தாவிற்குக் கொண்டுவந்து சிகிச்சையைத் தொடர்ந்தது. ஒருவாறு நெருக்கடி தீர்ந்தது. இத்தருணத்தில் இரண்டு மாதங்களுக்கு மேலாக அவர் கல்கத்தாவில் படுக்கையிலேயே இருக்க நேரிட்டது.

கலிம்பாங்கில் செப்டெம்பரில் அவர் உடல்நலம் மோசமடைந்ததில் இருந்து அடுத்த ஆண்டு ஆகஸ்டில் அவர் மறையும்வரையிலான 11 மாத காலத்தில் அவருக்கு இரவு-பகல் பாராது பணிவிடை செய்து வந்த பலருள் பிரதிமா தேவி (மருமகள்), ராணி சந்தா (தனிச்செயலாளரின் மனைவி), மைத்ரேயி தேவி (நண்பரது மனைவி), நிர்மல்குமாரி மகலனாபிஸ் (நண்பரது மனைவி), அமிதா தாகூர் (ஒன்றுவிட்ட பேரனின் மனைவி) ஆகியோர் ரவீந்திரரின் மனைவிற்குப் பிறகு பல்வேறு இதழ்களில் எழுதிய நினைவலைகள், சிறு நூல்கள் ஆகியவை இக்காலப் பகுதியில் எவ்வாறு அவர் சிந்தனைத் தெளிவோடு செயல்பட்டு வந்தார் என்பதை வலுவாக எடுத்துக் கூறுகின்றன. அறுவை சிகிச்சைக்கு அழைத்துச் செல்லப்பட்ட தருணத்திலும்கூட அவர் ஒரு கவிதையைச் சொல்லச் சொல்ல எழுதிக் கொள்ளப்பட்டது.

நவம்பர் 18 அன்று சாந்திநிகேதன் திரும்பிய அவர் டிசம்பர் 9 அன்று அமைச்சர் டாய் சி டாவோ தலைமையிலான சீன அறிஞர் குழுவைச் சந்தித்தார். டிசம்பர் 22 அன்று சாந்திநிகேதனில் நடைபெற்ற விழா ஒன்றிற்காக, நோய்வாய்ப்பட்ட உலகம் மெதுவாக முழுமையாகிக் கொண்டு வருகிறது என்ற கருத்துருவின் அடிப்படையில்

அன்றைய உலகச் சிக்கல்கள் குறித்து அவர் உருவாக்கிய 'மீட்சி' என்ற கட்டுரை கூடியிருந்தவர்களிடையே படிக்கப்பட்டது. பின்னர் இது பிரசுரமாகவும் வெளியிடப்பட்டது.

இவ்வாறு படுத்த படுக்கையாக இருந்தபோதிலும், அவரது சிந்தனை தொடர்ந்து புதிய விஷயங்களை கவிதைகளாகவும் பாடல்களாகவும் உருவாக்கிக் கொண்டேயிருந்தது.

1941 ஜனவரி 24 அன்று பிரம்ம சமாஜத்தின் ஆண்டுவிழா சாந்திநிகேதனின் பிரார்த்தனை மண்டபத்தில் கொண்டாடப் பட்டது. இத்தருணத்திற்கென ராஜா ராம்மோகன் ராய் பற்றி அவர் எழுதிய கட்டுரை வாசிக்கப்பட்டது. வழக்கம்போலவே ஏப்ரல் 14 வங்காளி வருடப்பிறப்பன்று சாந்திநிகேதனில் ரவீந்திரரின் பிறந்தநாளும் கொண்டாடப்பட்டது. 80 ஆண்டுகளை நிறைவு செய்திருந்த இத்தருணத்தில், அவர் உருவாக்கி உலகிற்கு வழங்கிய செய்திதான் 'நாகரீகத்தின் நெருக்கடி' என்ற புகழ்பெற்ற கட்டுரையாகும். உடல்நிலை காரணமாக இந்த உரையை அவரால் ஆற்ற முடியவில்லை. அவரது இந்த கட்டுரை விரிவாக பல இடங்களிலும் மறுபதிப்பு செய்யப்பட்டதோடு, அதைப் படித்தவர்கள் மீது பெரும் தாக்கத்தை ஏற்படுத்துவதாகவும் இருந்தது.

மே 8ஆம் தேதியன்று இந்தியா முழுவதிலும் பல்வேறு நகரங்களிலும் ரவீந்திரரின் பிறந்தநாள் விமரிசையாகக் கொண்டாடப்பட்டது. அதே நாளில் சாந்திநிகேதனில் இருந்த ஆசிரியர்களும் மாணவர்களும் இணைந்து அவரது நாடகம் ஒன்றை அவர் முன்னிலையில் நிகழ்த்திக் காட்டினார். மே 13 அன்று திரிபுரா அரசர் ஒரு சிறப்புத் தூதுவர் மூலம் பாரத் பாஸ்கர் (இந்தியாவின் சூரியன்) என்ற பட்டத்தை அவருக்கு வழங்கினார்.

ஓரளவிற்கு ரவீந்திரரின் உடல்நிலை தேறிக்கொண்டு வந்தபோதிலும் அவருக்கு உரிய சிகிச்சையை மேற்கொள்ள கல்கத்தாவிற்கு இடமாற்றம் செய்ய வேண்டுமென்று மருத்துவர்கள் தொடர்ந்து வற்புறுத்தி வந்தனர். இதன்படி, ஜூலை 25 அன்று ரவீந்திரர் சாந்திநிகேதனில் இருந்து புறப்பட்டுச் சென்றபோது, சாந்திநிகேதனின் ஆசிரியர்களும் மாணவர்களும் ஒருசேர நின்று 'அமாதேர் சாந்திநிகேதன்...' என்ற பள்ளி பிரார்த்தனை கீதத்தைப் பாடியபடியே அவருக்கு விடை கொடுத்தனர். அவர்களது உள்ளங்களிலோ ரவீந்திரரை மீண்டும் காண்போமா என்ற ஐயம் ஆட்கொண்டிருந்தது.

அத்தியாயம் 40

காற்றில் கலந்த கீதம்

சாந்திநிகேதனில் இருந்து ரவீந்திரர் புறப்படுவதற்கு ஒரு வாரத்திற்கு முன்பு ரதீந்திரநாத் தந்தையிடம் பேசுவதற்கு வந்தார்.

'அப்பா! இன்னும் எவ்வளவு நாளைக்குத்தான் இந்த வைத்தியரின் பேச்சை நம்பிக்கொண்டு இருப்பீர்கள்?'

'ஆயுர்வேத சிகிச்சை பல நூறு ஆண்டுகளாக இந்த நாட்டில் இருந்து வருவதுதானே?'

'இருக்கலாம். ஆனால் அது உங்களுக்குப் பலனளிக்கவில்லை என்று நன்றாகவே தெரிகிறது. இப்போது இருக்கும் ஒரே வழி அறுவை சிகிச்சைதான். இனியும் தாமதிக்க வேண்டாம் அப்பா...'

'யார் செய்யப் போகிறார்கள்?' ரவீந்திரர் சற்றுநேரம் கழித்து மெதுவாகக் கேட்டார்.

'டாக்டர் லலித் மோகன் பந்தோபாத்யாயா. இன்றைக்கு கல்கத்தாவில் உள்ள சிறந்த அறுவைசிகிச்சை நிபுணர் அவர்தான்...'

'அவர்தானே சரத் சந்திரருக்கு அறுவைசிகிச்சை செய்தவர்?'

'சரத்பாபுவிற்கு புற்றுநோய். அவரது கல்லீரல் முற்றிலுமாக சீர்குலைந்து இருந்தது.'

'அப்படியிருக்கும்போது லலித்பாபு ஏன் அவருக்கு சிகிச்சை செய்ய ஒப்புக் கொண்டார்?'

'வயிற்றைத் திறக்கும்வரை இவ்வளவு மோசமாக இருக்கும் என்று அவருக்குத் தெரிந்திருக்கவில்லை...'

'நல்லது' ரவீந்திரர் சிரித்துக் கொண்டே சொன்னார்: 'சரத் சந்திர சாட்டர்ஜியை மேலுலகிற்கு அனுப்பும் பெருமையை டாக்டர் லலித் மோகன் பெற்றிருக்கிறார். இப்போது அவரை விட புகழ்பெற்ற ஒருவரை மேலே அனுப்பிவைக்கும் வாய்ப்பும் கிடைக்கும்.'

'இப்படியெல்லாம் பேசாதீர்கள் அப்பா... உங்கள் உடல் நல்ல நிலையில் இருப்பதாகத்தான் டாக்டர்கள் சொல்கிறார்கள். எந்தவித ஆபத்தும் இல்லை. சிறுநீர் சுரப்பியை அகற்றுவது என்பது மிகவும் எளிதான அறுவை சிகிச்சை. இதை லலித் பாபு சொல்லவில்லை. டாக்டர் பிதான் சந்திர ராய்தான் சொன்னார். அவரது வார்த்தையை நம்புவீர்கள்தானே? இதை முடித்துவிட்டால், இன்னும் பத்து ஆண்டுகளுக்கு எந்தப் பிரச்சனையும் இருக்காது என்றும் சொன்னார். குறைந்தது பத்து ஆண்டுகளுக்கு...'

'அந்தப் பத்து ஆண்டுகளை வைத்துக் கொண்டு நான் என்ன செய்யப் போகிறேன்?'
'உலகத்தைக் கேளுங்கள்... பதில் கிடைக்கும்.'
'வலிக்குமா?' மெதுவாகக் கேட்டார் ரவீந்திரர்.
'கொஞ்சம் கூட வலிக்காது. மயக்க மருந்து தருவார்கள்.'

ரவீந்திரர் சற்றுநேரம் மவுனமாக இருந்தார். பின்பு, சோர்வுடன் தலையை உயர்த்தியபடி மகனிடம் கேட்டார். 'உண்மையிலேயே நான் இதைச் செய்து கொள்ளவேண்டும் என்று நினைக்கிறாயா?'

ரதீந்திரநாத்திற்கு உதடுகள் நடுங்கின. கண்ணீர் துளிர்த்தது. 'எனக்காகவாவது செய்து கொள்ளுங்கள் அப்பா...' சிறுவயதில் பயமுற்றாலோ, துக்கம் ஏற்பட்டாலோ செய்வது போலவே, தந்தையின் அருகே வந்து அவர் மடியில் முகம் புதைத்து அழுதார்.

அவரது கண்ணீர், அணிந்திருந்த வேட்டியைத் தாண்டி தொடையில் சூடாக வந்திறங்குவதை உணர்ந்த ரவீந்திரர் பெருமூச்செறிந்தார். பெற்ற ஐந்து குழந்தைகளில் இப்போது உயிரோடு இருக்கும் ஒரே மகன். இருந்தாலும், தன் முயற்சிகளை எல்லாம் சிதறடித்து, கிடைத்த வாய்ப்புகளை எல்லாம் வீணாக்கிவிட்டு, எதற்கும் கட்டுப்படாமல், கஷ்டப்பட்டு சம்பாதித்த பணத்தை எல்லாம் வீணாக்கிவிட்டு நிற்கும் மகன். அன்பான, அறிவான மனைவியை அலட்சியமாக நடத்தும் மகன். பலவகையிலும் தனக்கு தொந்தரவை மட்டுமே தந்து வரும் மூன்றாவது மருமகன்

நாகேந்திரநாத் கங்குலியின் நெருங்கிய தோழன். இருப்பினும் மடியில் தலைவைத்து அழும் மகனின் தலையைப் பற்றிக் கொண்டபோது, மனதிற்குள்ளே புதைந்திருந்த அனைத்து மனக்கசப்புகளும் மறைந்துபோயின. பழையதை எல்லாம் மறந்துவிட்டு 'பிதான் பாபுவிடம் போய்ச் சொல்! நான் தயாராக இருக்கிறேன்!' என்றார் ரவீந்திரர்.

ரயில்நிலையத்திலும் வீட்டிலும் அவரைக் காண மக்கள் திரண்டு விடுவார்கள் என்பதால், ரவீந்திரர் சிகிச்சைக்காக கல்கத்தாவிற்கு அழைத்து வரப்படும் செய்தி ரகசியமாகவே வைக்கப்பட்டிருந்தது. அவரை கல்கத்தாவிலுள்ள பெரிய ஒரு மருத்துவமனையில் சேர்த்தால் தகவலறிந்து கூட்டம் திரண்டுவிடும் என்பதால், ஜொரசங்கோவின் கிழக்குப் பகுதியில் இருக்கும் வரவேற்பு அறையையே அறுவை சிகிச்சைக்கான அறையாக மாற்ற ஏற்பாடுகளை செய்யுமாறு, பிதான் ராய், டாக்டர் லலித் மோகனிடம் கூறியிருந்தார். ரதீந்திரநாத் உடனிருந்து இதற்கான ஏற்பாடுகளை செய்தார்.

ஜொரசங்கோவின் கிழக்குப் பகுதியில் இருந்த அந்தப் பெரிய வரவேற்பறையில் இருந்த அறைகலன்கள் அனைத்தும் அகற்றப்பட்டன. அங்கு சுவரில் மாட்டப்பட்டிருந்த 'பிரின்ஸ்' துவாரகநாத் தாகூர், 'மகரிஷி' தேவேந்திரநாத் தாகூர் ஆகியோரின் ஆளுயர ஓவியங்களும் அங்கிருந்து அகற்றப்பட்டன. கிருமி நாசினி கொண்டு நன்கு சுத்தம் செய்யப்பட்டு, அறுவை சிகிச்சைக்கான அறை அது என்பதை உணர்த்தும் வகையில், பச்சைநிற திரைச்சீலைகள் அறையின் நான்கு பக்கங்களிலும் தொங்க விடப்பட்டு தயார் செய்யப்பட்டிருந்தது.

ஜூலை 25 அன்று மதியம் ரவீந்திரரை ஏற்றிவந்த அந்தச் சிறப்பு ரயில் ஹவுரா ரயில்நிலையத்திற்கு வந்து சேர்ந்தது. நியூ தியேட்டர்ஸ் நிறுவனத்திற்குச் சொந்தமான பேருந்தில் ஒரு ஸ்ட்ரெச்சரில் ஏற்றப்பட்டு, அவர் பிறந்து, வளர்ந்து, சில காலம் வாழ்ந்த மாளிகையான ஜொரசங்கோவிற்கு அழைத்து வரப்பட்டார். அவரது வருகை ரகசியமாக வைக்கப் பட்டிருந்ததால், ரயில்நிலையத்திலும் வீட்டிலும் கூட்டம் ஏதும் கூடவில்லை. அவர் தங்கவேண்டிய பளிங்கு அறைக்கு அழைத்துச் செல்லப்பட்டார். சற்றுநேர ஓய்விற்குப் பிறகு, அருகிலுள்ள உறவினர்கள், நண்பர்கள் ஒவ்வொருவராக அவரைப் பார்க்க வந்தபோது, வழக்கப்படியே அவர் கேலியாகப் பேசி சிரித்தபடி இருந்தார். இரவு சற்று முன்னதாகவே உறங்கச் சென்றுவிட்டார்.

ஜூலை 26 அன்று மருத்துவர் வந்து பார்த்துவிட்டு, ஊசியில் க்ளூகோஸ் செலுத்தினார். சற்று நேரத்திற்குப் பிறகு அதன் எதிரொலிப்பாக மலேரியா நோயால் பீடிக்கப்பட்டவரைப் போல அவருக்கு உடல் நடுக்கம் தொடங்கியது. உடலின் வெப்பநிலையும் அதிகரித்தது. சற்று நேரத்திற்குப் பிறகு அது தணிந்து மெதுவாக உறங்கத் தொடங்கினார் ரவீந்திரர்.

ஜூலை 27 அன்று காலையில் ரவீந்திரர் சொல்லச் சொல்ல, அவரது பேத்தி நந்திதா ஒரு கவிதையை எழுதிக் கொண்டார்:

முதல் நாளில் உதித்த சூரியன்
புதிதாக உயிர்த்தெழுந்த உயிரைப் பார்த்துக் கேட்டது:
'யார் நீ?'
பதிலேதும் இல்லை.
இறுதிநாளில் சூரியன்
மேற்குக் கடலின் கரையருகே
அமைதியானதோர் அந்திப் பொழுதில்
மீண்டும் அதே கேள்வியைக் கேட்டது:
'யார் நீ?'
பதிலேதும் இல்லை.

ஜூலை 29 அன்று மதியமும் ரவீந்திரர் மற்றொரு கவிதையை இயற்றி இருந்தார். இந்தக் கவிதையை வழக்கப்படி அவர் மீண்டும் கேட்டு, திருத்துவதற்கான வாய்ப்பு கிடைக்கவில்லை. அவர் முதலில் சொன்னபடி, திருத்தமேதுமின்றி நமக்குக் கிடைத்த ரவீந்திரரின் இறுதிக் கவிதை இது:

மந்திரக்காரியே! படைப்பின் பாதையெங்கும்
விதவிதமான உன் தந்திரங்களை இறைத்து வைக்கிறாய்...
அப்பாவிகளைப் பிடிக்க உன் கைகள்
ஏமாற்று வலைகளை வீசியெறிகின்றன...
இருந்தாலும், உன் பெருமை என்னவெனில்,
வெளியே நீ மோசமானவளாகத் தோன்றினாலும்
உன் உள்ளம் மிகவும் வெளிப்படையானது...
உன் பலவகையான ஏமாற்றுகளுக்கு
எளிதாக ஆட்பட்டவர்களுக்கு
என்றும் குலையாத அமைதி
உன்னிடமிருந்து கிடைக்கிறது.

(புகழ்பெற்ற வங்காள அறிஞரான நீரத் சவுதரியினால் சுருக்கப்பட்ட வடிவம்).

இதற்கு 60 ஆண்டுகளுக்கு முன்பு, தன் அண்ணன் மகள் இந்திரா தேவிக்கு எழுதியிருந்த ஒரு கடிதத்தில் ரவீந்திரர் இவ்வாறு குறிப்பிட்டிருந்தார்: 'என் வாழ்க்கையில் தெரிந்தோ, தெரியாமலோ, தகுதியற்ற பல செயல்களை நான் செய்திருக்கக் கூடும். ஆனால் என் கவிதையில் நான் எவ்விதப் பொய்யையும் சொல்வதில்லை; நான் அறிந்த ஆழமான உண்மைகளின் சரணாலயமாகவே அது எப்போதும் இருக்கிறது.'

ஜூலை 30ஆம் தேதியன்று காலை 10.30 மணிக்கு அவர் சிகிச்சைக்கு அழைத்துச் செல்லப்பட்டார். அதற்கு முன்பாக மகன் ரதீந்திரநாத்தை அழைத்த ரவீந்திரர் சொன்னார்: 'நான் இறந்தபிறகு எனது உடலை சாந்திநிகேதனுக்கு எடுத்துச் செல்ல வேண்டும்.'

'இப்போது ஏன் மரணத்தைப் பற்றிப் பேசுகிறீர்கள் அப்பா? நீங்கள் ஒன்றும் இறக்கப்போவதில்லை!' என்று அதற்குப் பதிலளித்த ரதீந்திரநாத் தொண்டையில் ஏதோ அடைத்துக் கொண்டதைப் போல உணர்ந்தார்.

இந்தப் பதில் காதில் விழாததைப் போல் ரவீந்திரர் மேலும் தொடர்ந்தார்: 'என் உடலை 'ரவீந்திரநாத்திற்கு ஜே!' என்ற முழக்கத்துடன் நீம்தலாவிற்கு (கல்கத்தாவில் ஹூக்ளி ஆற்றங்கரையில் உள்ள புகழ்பெற்ற சுடுகாடு) ஊர்வலமாக எடுத்துச் செல்வதை நான் விரும்பவில்லை. சாந்திநிகேதனுக்குப் பக்கத்தில் உள்ள கோபாய் நதிக்கரையில் என் ஈமக்கிரியை அமைதியாக நடக்க வேண்டும். என் உடல் எரிக்கப்பட்ட பிறகு, மீதமாகும் சாம்பல் கோபாய் நதியிலேயே கரைக்கப்பட வேண்டும். இதற்கெல்லாம் முன்பாக, நூறாண்டுகளுக்கு முன்பு, என் தந்தைக்கு அமைதியை வழங்கிய, அந்த ஏழிலைப்பாலை மர நிழலில் என் உடலைச் சற்றுநேரம் வைத்திருக்க வேண்டும்.'

ரவீந்திரரின் இந்தப் பேச்சைக் கேட்டதும், ஏற்கனவே தொண்டையடைத்துப் போயிருந்த ரதீந்திரநாத் மூச்சு பேச்சற்றுப் போனார். பதில் பேச முயன்றபோதிலும் குரல் எழவில்லை. வெறித்த விழிகளுடன் வராந்தா வழியாக ஸ்ட்ரெச்சரில் சென்றுகொண்டிருந்த தன் தந்தையையே அவர் பார்த்துக் கொண்டிருந்தார்.

அறுவை சிகிச்சைக்குப் பிறகு அறைக்குத் திரும்பிய ரவீந்திரர் அன்று மட்டும் சற்றே நினைவோடு, அதுவும் வலியுணர்வோடு, இருந்தார். மறுநாளிலிருந்து அவரது உடல்நிலை மெதுவாக மோசமடையத் தொடங்கியது. டாக்டர் பிதான் ராய், அறுவை

சிகிச்சை செய்த லலித் மோகன் ஆகிய மருத்துவர்கள் வந்து பார்த்துவிட்டு, தங்கள் இயலாமையை வெளிப்படுத்திவிட்டுச் சென்றனர். நிலைமையை அறிந்த உறவினர்களும், நண்பர்களும் மெதுவாக வந்து அவரைப் பார்த்துவிட்டுப் போகத் தொடங்கினர்.

தொடர்ந்துவந்த ஐந்தாறு நாட்களிலும் ரவீந்திரரின் உடல்நிலையில் எவ்வித மாற்றமும் இல்லை. நினைவற்ற நிலையில் இருந்த அவருக்கு அங்கிருந்த மருத்துவர்கள் முனைந்த எவ்வித சிகிச்சையும் பலனளிப்பதாகத் தோன்றவில்லை. கிட்டத்தட்ட ஒரு வாரம் நீடித்த இந்த நிலைக்குப் பிறகு, ஆகஸ்ட் 7ஆம் நாள் மதியம் 12.10க்கு ரவீந்திரர் தன் மூச்சை நிறுத்திக் கொண்டார். அப்போது அவர் 80 ஆண்டுகளைக் கடந்து மூன்று மாதங்களை இவ்வுலகில் நிறைவு செய்திருந்தார்.

எல்லாம் முடிந்துவிட்டது என்று ரதீந்திரநாத்திற்குத் தெரியவந்த போது, அவர் அறைக்குள்ளே வந்து, மூச்சு நின்றுபோயிருந்த ரவீந்திரரின் உடலை வெறித்துப் பார்த்துவிட்டு, அங்கிருந்த மற்றவர்களின் முகங்களைப் பார்த்தபோது, அவரது பார்வையில் ஒருவித வெறுமை தென்பட்டது. அவர் பக்கத்து அறைக்குச் சென்று படுத்துக் கொண்டார். பின்பு, சுரேந்திரநாத் தாகூரின் மகன் சுபிரேந்திரநாத்தை அழைத்து 'என்னால் ஒன்றும் செய்ய இயலாது. நீ போய் தாத்தாவிற்குக் கொள்ளி வைத்துவிடு!' என்று அவரிடம் கூறினார்.

அவரது உடல்நிலை மோசமடைகிறது என்பதை அறிந்த மக்கள் கூட்டம் ஜொரசங்கோ முன்பாக ஏற்கெனவே திரளத் தொடங்கியிருந்தது. நிமிடத்திற்கு நிமிடம் கூட்டம் அதிகரித்துக் கொண்டேயிருந்தது. குவிந்து கொண்டிருந்த மக்கள் வெள்ளத்தை அந்தக் கட்டடத்தின் முகப்பிலிருந்த நீண்ட நெடிய இரும்புக் கதவுகளால் தடுத்து நிறுத்த முடியவில்லை. அவர் தங்கியிருந்த முதல்மாடிக்குச் செல்லும் கதவு அடைக்கப்பட்டது. எனினும், இளைஞர்கள் பலரும் குழாய்களைப் பிடித்தபடியே ஏறி, மாடிவராந்தாவில் குதிப்பதைக் கண்டு, கீழேயிருந்த கூட்டம் சீட்டியடித்து உற்சாகப்படுத்தியது.

இத்தகையதொரு நெருக்கடியான நிலையில், ரவீந்திரரின் நண்பரும் கலாபவன் முதல்வருமான நந்தலால் போஸ் அவரது உடலை எடுத்துச் செல்வதற்கான கட்டிலைத் தச்சர்களுடன் சேர்ந்து உருவாக்கிக் கொண்டிருந்தார். மறுபுறம் ரவீந்திரரின் அறையில் நெருங்கிய உறவினர்களும் சேவகிகளும் அவரது உடலை குளிப்பாட்டி, காசிப் பட்டு உடுத்தி, இரு தோள்களிலும் புரளும்

வகையில் அழகானதொரு சால்வையை தொங்கவிட்டு, நெற்றியில் சந்தனமிட்டு, மணம் கமழும் மாலைகளை அணிவித்து, அவரை அழகுபடுத்திக் கொண்டிருந்தனர்.

அந்த அறையின் மூடியிருந்த கதவிற்கு முன்னால், அழுதுச் சிவந்த கண்களுடன், வெளிறிய முகத்துடன், யாரும் அறைக்குள் வராமல் தடுத்தபடி நின்றிருந்த ரதீந்திரநாத், வராந்தாவில் ஏறிவந்த இளைஞர்களுடன் மன்றாடிக் கொண்டிருந்தார். தன் தந்தையின் இறுதிவிருப்பம், அவரது இறுதிச் சடங்கை, சாந்திநிகேதனில், கோபாய் நதிக்கரையில் செய்ய வேண்டும் என்பதாகத்தான் இருந்தது என்று மீண்டும் மீண்டும் அவர்களிடம் கூறிக் கொண்டிருந்தார். உணர்ச்சிப் பிழம்பென நின்றிருந்த இளைஞர் கூட்டமோ அவரது வேண்டுதல்களை செவிமடுக்கத் தயாராக இல்லை.

ஒருவழியாக, ஜொரசங்கோ மாளிகையின் திறந்தவெளி அரங்கில் தயாராக இருந்த கட்டிலில் அலங்கரிக்கப்பட்ட ரவீந்திரரின் உடல் வைக்கப்பட்டது. ஒரு கட்டத்தில் கூட்டம் கட்டுக்கடங்காத ஒன்றாக மாறியது. அங்கு கூடியிருந்த இளைஞர்கள் 'ரவீந்திரநாத்திற்கு ஜே! விஸ்வ கவிக்கு ஜே! வந்தேமாதரம்!' என்று முழக்கமிட்டபடியே, அவரது உடல் வைக்கப்பட்டிருந்த கட்டிலை அப்படியே தூக்கிக்கொண்டு, நீம்தலாவை நோக்கி நகரத் தொடங்கினர். ரவீந்திரரின் உறவினர்கள், நண்பர்களின் வேண்டுகோளைக் காது கொடுத்துக் கேட்க யாரும் அங்கு தயாராக இல்லை.

கரைபுரண்ட மக்கள் வெள்ளத்திற்கிடையே மெதுவாக அசைந்து சென்றுகொண்டிருந்த இந்த இறுதி ஊர்வலத்தில், ரவீந்திரரின் தலையில் இருந்தும், முகத்திலிருந்தும் முடிக்கற்றைகளை பலரும் பிடுங்கி நினைவுச்சின்னமாக வைத்துக் கொண்ட மிகக்கொடூரமான நிகழ்வுகளும் நடந்தேறின. நீம்தலாவில் அவரது உடல் வந்தடைந்தபோது, பின்னால் காரில் வந்த மகன் ரதீந்திரநாத் மயானத்தின் உள்ளே நுழைய முடியாதபடி கூடியிருந்த பெருங்கூட்டம் அவரைத் தடுத்துவிட்டது. இறுதியில், ஏற்கெனவே ரதீந்திரநாத் சொன்னதற்கிணங்க, ஹூக்ளி ஆற்றின் வழியாக முன்னதாகவே படகில் நீம்தலா மயானத்திற்கு வந்து சேர்ந்திருந்த ரவீந்திரரின் அண்ணன் சத்யேந்திரநாத் தாகூரின் பேரன் சுபிரேந்திரநாத் அவரது உடலுக்கு இறுதி மரியாதைகளை செலுத்தி தீமூட்டினார்.

இத்தகைய கும்பல் வெறியாட்டத்திற்கெல்லாம் மேலாக, நீம்தலா மயானத்தில் அவரது உடல் முழுமையாக எரிந்து சாம்பலாவதற்கு முன்பாகவே, கூடியிருந்த கூட்டத்தினரின் வெறி உச்சம் தொட்டது. எரிந்து சாம்பலாகிக் கொண்டிருந்த உடலில் இருந்து எலும்புகளைப் பறிக்க, ஒருவரை ஒருவர் பார்த்துக் கத்தியபடியே போட்டியிட்டனர். இந்தக் கோரமான காட்சியை நேரடியாகப் பார்த்துக் கொண்டிருந்த சாந்திநிகேதன் ஆசிரியரும் யூத அகதியுமான அலெக்ஸ் ஆரன்சன் 'அந்தக் காட்சி எனக்குள் குலைநடுக்கத்தை ஏற்படுத்தியது; உண்மையிலேயே மயக்கத்தை ஏற்படுத்துவதாகவும் இருந்தது' என்று பின்னாளில் குறிப்பிட்டிருந்தார்.

கிட்டத்தட்ட ஓராண்டுக்காலம் உடல்நலம் குன்றியிருந்த ரவீந்திரருக்கு இடையறாது சேவை செய்த மருமகள் பிரதிமா தேவி, அவரது தனிச்செயலாளரின் மனைவி ராணி சந்தா, நண்பரின் மகள் மைத்ரேயி தேவி, மற்றொரு நண்பரின் மனைவி நிர்மல்குமாரி மகலனாபிஸ், ஒன்றுவிட்ட பேரனின் மனைவி அமிதா தாகூர் ஆகியோர் நெருக்கடியான இந்தக் காலப்பகுதி குறித்த தங்கள் நினைவலைகளை எழுதியுள்ளனர். ரவீந்திரர் இறுதி மூச்சை நிறுத்திய பிறகு, ஜொரசங்கோவில் நடைபெற்ற துயர சம்பவங்களைப் பற்றிய மனதை நெகிழவைக்கும் சித்தரிப்பு, மேற்கூறிய ஐந்து பேரில் அமிதா தாகூரின் எழுத்துக்களில் மிகவும் கூர்மையாக வெளிப்பட்டிருந்தது. 'பொறுமைமிக்க ரவீந்திரநாத்' என்ற தலைப்பில் அமிதா தாகூர் எழுதிய ஒரு கட்டுரையில் இவ்வாறு குறிப்பிட்டிருந்தார்:

'அவர் நம்மிடமிருந்து மறைந்த அந்த நாளை நினைப்பதற்குக்கூட நான் விரும்புவதில்லை. எவ்வளவு சலசலப்பு, எவ்வளவு குழப்பம், எத்தகையதொரு பைத்தியக்காரத்தனம் அப்போது அங்கே ஆக்கிரமித்திருந்தது தெரியுமா? ஆனாலும், இந்தக் களேபரத்தில், அங்கே ஒரு துளிகூட துயரம் கண்ணுக்குத் தென்படவில்லை. அங்கு திரளாகக் குவிந்தவர்கள், உயிரற்ற அவரது உடலுக்கு கொஞ்சம்கூட மரியாதை தரவில்லை. எத்தகையதொரு துரதிர்ஷ்டம் பிடித்த ஒரு நாட்டில் அவர் பிறந்திருந்தார்! நாமெல்லாம் எவ்வளவு அதிர்ஷ்டம் கெட்டவர்கள்!' (அமிதா தாகூரின் எழுத்துக் குவியல் பக்.73)

மேற்கூறிய இந்தக் கட்டுரை, ரவீந்திரர் மறைந்து 21ஆண்டுகளுக்குப் பிறகு எழுதப்பட்டதாகும். இவ்வளவு காலம் கடந்தும்கூட, அன்றைய நிகழ்வுகள் அவர் மனதில் எவ்வாறு அழியாத ஒரு

வடுவாக பதிந்து போயிருந்தது என்பதையே இந்த உணர்ச்சிமிகு வரிகள் நமக்கு எடுத்துக் கூறுகின்றன.

கட்டுக்கடங்காத கூட்டம், இதுவரை அடைத்துவைத்திருந்த துயரத்தையெல்லாம் வெளிப்படுத்துவதற்கான ஒரு தருணத்தை எதிர்பார்த்துக் காத்திருந்ததைப் போல வெடித்துக் கிளம்பியது. இவ்வாறு வெடித்தெழுந்த பேரலையை ஒரேநேரத்தில் கூட்டாக வெளிப்பட்ட ஒரு மனக்கோளாறு என்றே நான்கு மாதங்களுக்குப் பிறகு ஒரு தருணத்தில் ரதீந்திரநாத் நினைவுகூர்ந்தார்: 'அசாதாரணமான, இதுவரை கேள்விப்பட்டிராத ஓர் அனுபவமாகவே அது இருந்தது. தங்களின் பேரன்பிற்குரியவரை இறுதியாக ஒரு முறையாவது பார்த்துவிட வேண்டும் என்ற வெறித்தனமான உந்துதலுக்கு ஆட்பட்ட பல லட்சக்கணக்கானோர், அதேநேரத்தில் மனதின் சமநிலை தவறியவர்களைப் போல, முற்றிலும் பகுத்தறிவற்றவர்களைப் போல அப்போது நடந்து கொண்டனர்.'

பின்னாளில் வங்காளத்தின் மிகச்சிறந்த திரை இயக்குநர்களில் ஒருவராக வெளிப்பட்ட மிருணாள் சென் அப்போது கல்கத்தா நகரத்திற்குப் புதியவர். பரீத்பூர் பகுதியை (இன்றைய வங்கதேசத்தில் உள்ளது) பிறப்பிடமாகக் கொண்ட அவர், கல்கத்தாவிலிருக்கும் ஸ்காட்டிஷ் சர்ச் கல்லூரியில் மாணவராக சேர்ந்திருந்தார். ரவீந்திரரின் மறைவுச் செய்தியை அறிந்த கல்கத்தா நகரத்தின் கல்லூரிகள் அனைத்தும் உடனடியாக மூடப்பட்டன. கல்லூரி ஆசிரியர்களும் மாணவர்களும் பெருந்திரளாக ஜொரசங்கோவை நோக்கிப் படையெடுத்தனர். ஊர்வலத்தை நன்றாகப் பார்க்க வேண்டும் என்ற எண்ணத்தில் மிருணாள் சென் நேரடியாக நீம்தலா மயானத்திற்கு வந்து சேர்ந்திருந்தார். எனினும், அங்கு பணியில் இருந்த காவலர் படை மயானத்தின் முகப்பின் இருபுறமும் தடுப்புகளை வைத்து, இறுதி ஊர்வலம் எளிதாக மயானத்தில் நுழைய வசதி செய்யும் வகையில் மக்களை இருபுறமும் வரிசையில் நிற்குமாறு ஒழுங்குபடுத்திக் கொண்டிருந்தனர்.

இதுகுறித்து அவர் பின்னர் எழுதிய ஒரு கட்டுரையில், தான் நின்றிருந்த தடுப்புக்கு எதிர்ப்புறத்தில் வேட்டியணிந்த ஓர் இளைஞன் நின்று கொண்டிருப்பதைக் கண்டதாகக் குறிப்பிட்டிருந்தார்: 'கைகளில் ஒரு குழந்தையை வைத்துக் கொண்டு அவர் நின்று கொண்டிருந்தார். அது அவரது குழந்தையாகவும் கூட இருக்கலாம். அந்தக் குழந்தை ஒரு வெள்ளைத் துவாலையில்

சுற்றப்பட்டிருந்தது. இறந்துபோயிருந்த அந்தக் குழந்தைக்கு இறுதிச் சடங்கு செய்வதற்காக அவர் எடுத்து வந்திருக்கக் கூடும். ஆனால் இந்த இக்கட்டான நேரத்தில் அவர் ஏன் இங்கு வந்து மாட்டிக் கொண்டிருக்கிறார்? வேறெந்த சுடுகாட்டிற்காவது அவர் குழந்தையை எடுத்துப் போயிருக்கலாமே! என்று நான் அப்போது நினைத்துக் கொண்டிருந்தேன். திடீரென்று ஒரு பெருங்கூட்டம் வந்திறங்கியது. அதுவும் பல்வேறு திசைகளிலிருந்து... அந்தச் சின்னஞ்சிறு மயானத்தின் மீது தாக்குதல் தொடுக்கப் பெரும்படை புறப்பட்டதுபோலத் தோன்றியது. அவ்வளவுதான். காவல்துறையின் தடுப்புகள் எல்லாம் சின்னாபின்னமாகிப் போயின. எல்லாமே கட்டுக்கடங்காமல் போனது... அந்த நெரிசலில் யாராவது இறந்து போயிருப்பார்களா? யாருக்குத் தெரியும்? அது சரி, அந்தக் குழந்தை என்னவாயிற்று? திடீரென்று வெள்ளமெனப் பாய்ந்து வந்த அந்த மனித வெள்ளத்தில் அந்தக் குழந்தை மட்டுமல்ல; அந்த இளைஞனும் என் பார்வையிலிருந்து காணாமல் போயிருந்தார்.'

பின்னாளில் 1943ஆம் ஆண்டின் வங்காளப் பஞ்சம் குறித்த ஒரு திரைப்படத்தை அவர் எடுத்தார். அதற்கு 'பைஷே ஷ்ராவண்' என்று அவர் தலைப்பு சூட்டியிருந்தார். வங்காளிகளின் ஆண்டு நிகழ்ச்சி நிரலில் 'பைஷே ஷ்ராவண்' என்று குறிப்பிடப்படும் ஷ்ராவண மாதத்தின் 22ஆம் நாள் என்பது ரவீந்திரரின் நினைவு தினத்தை மட்டுமே குறிப்பதாக மாறியிருந்த அத்தருணத்தில், அவரது இந்தத் தலைப்பினை எல்லாப் பிரிவினரும் எதிர்த்துக் குரல் கொடுத்தனர். எனினும், மிருணாள் சென் படத்தின் தலைப்பை மாற்ற ஒப்புக் கொள்ளவில்லை. அவரைப் பொறுத்தவரையில், வங்காளப் பஞ்சம் எவ்வாறு மனிதனைத் தலைகீழாக மாற்றுகிறது என்பதை தெரிவிக்கும் வகையில் அமைந்த இந்தக் கதையின்

அந்தக் குறிப்பிட்ட நாளானது கதாநாயகியின் திருமண நாள். வங்கப் பஞ்சத்தின் பின்னணியில், தன் திருமண நாளிலேயே அவள் தற்கொலை செய்து கொள்கிறாள் என்ற வகையில், அந்தப் பெயர் மிகுந்த முக்கியத்துவமானது. அதற்கும் ரவீந்திரருக்கும் எவ்வித தொடர்பும் இல்லை என்ற நிலையில், திரைப்படத்தின் தலைப்பை மாற்ற முடியாது என்று சென் உறுதியோடு இருந்தார்.

நான் மேற்கு வங்க அரசில் பணியாற்றிக் கொண்டிருந்தபோது, கல்கத்தாவில் பவானிபூரில் இருந்த என் சக அலுவலர் அசீஸ் பிரசாத் சக்ரவர்த்தியின் வீட்டிற்குச் செல்வது வழக்கம். அவரது தந்தை குலேஷ் பிரசாத் சக்ரவர்த்தி ஓர் இந்திய ஆட்சிப் பணி

அதிகாரி. அவர் அப்போது திரிபுராவில் பணிபுரிந்து வந்தார். அவருடன் பேசிக் கொண்டிருக்கும்போது கல்கத்தாவின் பழைய வரலாற்று நிகழ்வுகளை என்னிடம் நினைவு கூர்வது வழக்கமாக இருந்தது.

ரவீந்திரர் மறைந்த அன்று நடந்த நிகழ்வுகளையும் அவர் என்னிடம் சொல்லியிருக்கிறார். ரவீந்திரரின் இறுதிக் கணங்களைச் சித்தரிக்கும் இந்த இயலை நான் எழுதத் தொடங்கியபோது, அவர் என் நினைவிற்கு வந்தார். உடனேயே என் நண்பர் அசீஸ் சக்ரவர்த்தியிடம் அவரது தந்தையிடம் மீண்டும் விசாரித்து அன்றைய நினைவுகளை எழுதியனுப்ப முடியுமா என்று கேட்டிருந்தேன். தற்போது 99 வயதைக் கடந்து நூறாண்டை எட்டிப் பிடித்துக் கொண்டிருக்கும் திரு. குலேஷ் சக்ரவர்த்தி எனது வேண்டுகோளுக்கிணங்க தன் நினைவுகளைக் கீழ்கண்டவாறு பதிவுசெய்து அனுப்பியிருந்தார்:

'அந்த நாள் 1941 ஆகஸ்ட் 7 (பைஷே ஷ்ராவண்) கல்கத்தா பவானிபூரில் இருந்த அசுதோஷ் கல்லூரியில் வகுப்புகள் வழக்கம்போல் காலை 9 மணிக்குத் தொடங்கின. என்றாலும் அன்றைய தினம் சற்று அமைதியற்ற நிலையில்தான் இருந்தது. அதற்கு முந்தைய நாள்தான் ஜொரசங்கோ தாகூர் இல்லத்தில் மிகவும் மோசமான உடல்நிலையோடு ரவீந்திரர் போராடிக் கொண்டிருக்கிறார் என்ற தகவல் பொதுவெளியில் உலவத் தொடங்கியிருந்தது. கல்லூரியில் இருந்த ஆசிரியர்கள், மாணவர்கள் என அனைவருமே ஒருவித அமைதியற்ற மனநிலையில்தான் இருந்தனர். அந்தக் கல்லூரியில் ஐஎஸ்சி பிரிவில் முதலாண்டு மாணவராக இருந்த குலேஷ் பிரசாத் சக்ரவர்த்தியின் மனநிலையும் அவ்வாறேதான் இருந்தது.

காலையில் சுமார் 10.30 மணிக்கு ரவீந்திரர் மறைந்துவிட்டதாகச் செய்தி பரவியது. உடனேயே அவருக்கு அஞ்சலி செலுத்தும் வகையில் கல்லூரி மூடப்பட்டது. மாணவர்களும் ஆசிரியர்களுமாக ஊர்வலமாக ஜொரசங்கோவை நோக்கிக் கிளம்பினர். குலேஷ் பிரசாத்தும் அவர்களோடு இருந்தார். இந்த ஊர்வலம் சென்றடைவதற்கு முன்பாகவே, ஜொரசங்கோவின் முன்பாக ஏராளமான பேர் மறைந்த கவிகுருவிற்கு அஞ்சலி செலுத்த திரண்டிருந்தனர். அன்று காலையிலிருந்தே அனைவரின் கண்களும் கண்ணீரால் நிரம்பியிருந்தன. திரண்டு வந்த கூட்டம் கட்டுக்கடங்காத நிலைக்குச் செல்வதைக் கண்ட தாகூர் இல்லத்தைச் சேர்ந்தவர்கள் வீட்டிற்குள்ளே மக்கள் வருவதைத்

தடுக்க முயன்றனர். வாக்குவாதம் முற்றியது. 'கவிகுரு உங்கள் குடும்பத்திற்கு மட்டும் உரியவரல்ல! அனைத்து மக்களுக்குமானவர்!' என்று கூடியிருந்தவர்கள் உரக்கக் குரலெழுப்பினர்.

மறுபுறத்தில் அந்த வீட்டின் முன்புறப் பகுதியில் இருந்த விரிந்து பரந்த இடத்தில் அபனீந்திரநாத் தாகூரும் நந்தலால் போஸும் ரவீந்திரரின் உடலை நீம்தலா சுடுகாட்டிற்கு எடுத்துச் செல்வதற்கென ஒரு கட்டிலை தச்சர்களின் உதவியுடன் செய்து கொண்டிருந்தனர். இதற்கு நடுவே, திரண்டிருந்த மக்கள் வெள்ளத்திற்கிடையே மெதுவாக நகர்ந்து குலேஷ் பிரசாத் முதல் மாடிக்குச் சென்றார். ஒரு பெரிய அறையின் முன்வராந்தாவில் வைக்கப்பட்டிருந்த ரவீந்திரரின் உயிரற்ற உடலைக் கண்டு மரியாதை செலுத்தினார். படிப்படியாக கும்பல் அதிகரித்துக் கொண்டே வந்தது. குலேஷ் பிரசாத் வீட்டின் முன்பகுதிக்கு வரும்போது, திரண்ட கும்பலின் அழுத்தம் தாளாமல் ஜொரசங்கோ வீட்டின் முன்புறம் இருந்த இரும்பினாலான வாயிற்கதவு உடைந்து போனது. மக்கள் திரள் வீட்டிற்குள்ளே வரத்தொடங்கியது. இந்த நிலையில் ஒருவழியாக குலேஷ் பிரசாத் ஜொரசங்கோவை விட்டு வெளியே வந்து, பவானிபூரில் உள்ள தன் வீட்டிற்கு கால்நடையாகவே வந்து சேர்ந்தார்.' (இந்தச் செய்திப் பரிமாற்றத்திற்குப் பின்பு, திரு. குலேஷ் பிரசாத் சக்ரவர்த்தி 2023 ஆகஸ்ட் 14 அன்று மறைந்தார். வங்கதேசத்தின் விடுதலைப் போராட்டக் காலத்தில் அண்டை மாநிலமான திரிபுராவில் வந்திறங்கிய எண்ணற்ற அகதிகளின் நலனில் பெரிதும் அக்கறை செலுத்தி அதன் மூலம் புகழ்பெற்றவராகவும் அவர் திகழ்ந்தார்)

எல்லைகளைக் கடந்த ஓர் உலகத்தை ஒன்றிணைக்கப் பாடுபட்ட, மனித குலத்தின் மேன்மையை உயர்த்த விரும்பிய, இந்தியாவின் பெருமையை உலகெங்கும் பறைசாற்றிய, நம் மண்ணின் மைந்தரான ரவீந்திரர் தன் மூச்சை நிறுத்திய பிறகு, அவரது பங்களிப்பு பற்றியோ, சிந்தனைகள் பற்றியோ சற்றும் புரிதல் இல்லாத ஒரு பெருங்கூட்டத்தின் கரங்களில் சிக்கி சின்னாபின்னமாக்கப்பட்டார் என்பதை அறிந்துகொள்ளும்போது, அவரது வாழ்நாள் தவம் முழுவதும் வீணாகிப் போனதோ என்ற எண்ணமே நமக்குள் எழுகிறது. ஒரு கவியரசருக்கே உரிய மரியாதையுடனும் மாண்புடனும் நடக்க வேண்டிய அவரது இறுதிப்பயணம் இவ்வாறு ஓர் அவக்கேடாக முடிந்தது என்பது அவரை நன்கறிந்த அனைவருக்குமே மிகப்பெரும் அவமானம்தான்.

வெகு காலத்திற்கு முன்பு அவர் எழுதிய ஒரு கவிதைதான் இத்தருணத்தில் நினைவிற்கு வருகிறது:

இந்தப் பேரழகான உலகத்தில் நான் இறக்க விரும்பவில்லை;
மனித இனத்திடையே வாழ்ந்திருக்கவே நான் விரும்புகிறேன்...
சூரியனின் ஒளிக்கற்றைகளிடையே, பூத்துக் குலுங்கும்
இந்தப் பூங்காவனத்திலே
வாழும் ஓர் இதயத்திற்குள் எனக்கோர் இடம் கிடைத்தால்... (இந்தப் பேரழகான...)
....
மனிதனின் மகிழ்ச்சியை, துயரத்தைத் தெரிவிக்கும் பாடல்களை
புனைந்துகொண்டே இருப்பதன் மூலம்
நிரந்தரமானதோர் இல்லத்தை என்னால்
உருவாக்க முடியுமானால்... (இந்தப் பேரழகான...)

ரவீந்திரரின் இந்த விருப்பம் ஒருவகையில் நிறைவேறியிருக்கிறது என்றுதான் சொல்லவேண்டும். அவர் உண்மையிலேயே நம்மிடையே வாழ்ந்து கொண்டிருக்கிறார். அனைத்து மக்களிடையேயும், வாழும் இதயங்களிலும் அவர் வாழ்ந்து கொண்டிருக்கிறார். மக்களின் மகிழ்ச்சியும், துயரமும் நிரம்பிய அவரது பாடல்கள் அவரை ஒரு சிரஞ்சீவியாக மாற்றியுள்ளன.

அவரது எழுத்தை, கருத்தை அறிந்து நாம் வாழும் வரையிலும், அவரும் தன் இதயத்தின் இனிமையால் உருவாக்கியுள்ள இந்த பூமியில் என்றும் உயிர்த்திருப்பார்!

அத்தியாயம் 41

பகலவன் மறைந்த பின்னே...

தாகூரின் ஆழ்ந்த விருப்பங்கள் எப்படி நிறைவேறவில்லையோ, அதைப் போன்றே, தான் பெரிதும் நேசித்த சாந்திநிகேதனின் திறந்தவெளியில், பரந்து விரிந்த மரங்களின் குளிர்ந்த காற்றில் மிதந்தபடி இப்பூவுலகைக் கடக்க வேண்டும் என்ற அவரது இறுதி விருப்பமும்கூட நிறைவேறாமலே போனது.

எனினும், ரவீந்திரரின் பத்தாவது நாள் நீத்தார் கடன் ஆகஸ்ட் 17 அன்று சாந்திநிகேதனில் மிக அமைதியாக நடைபெற்றது. அன்றைய தினத்தை அவரவர் வீடுகளிலேயே அனுசரிக்குமாறும், எவரும் சாந்திநிகேதனுக்கு அன்றைய தினம் வரவேண்டாம் என்றும், ரதீந்திரநாத் மக்களுக்கு வேண்டுகோள் விடுத்தார். சுமார் 80 ஆண்டுகளுக்கு முன்னால் 'மகரிஷி' தேவேந்திரநாத்திற்கு மன அமைதியை வழங்கிய ஏழிலைப்பாலை மரங்களுக்குக் கீழே அமைக்கப்பட்ட மூங்கில் பந்தலில் தாமரை இலைகளும் பூக்களும் கொண்டு அலங்கரிக்கப்பட்ட இருக்கைகளில் அமர்ந்தபடி மிக நெருங்கிய நண்பர்களாலும் உறவினர்களாலும் ரவீந்திரருக்கு எளிமையாக அஞ்சலி செலுத்தப்பட்டது.

வழக்கம்போலவே, இந்த அஞ்சலி நிகழ்வும் ரவீந்திரர் எழுதிய ஒரு பாடலுடன் தொடங்கியது. இதன் சிறப்பு என்னவெனில், தாகூரின் விருப்பத்திற்கேற்ப இந்தப் பாடல் இப்போதுதான் முதன் முறையாக பொதுவெளியில் பாடப்படுகிறது. அவர் ஏற்கெனவே

எழுதி, உலகப்புகழ் பெற்ற 'அஞ்சல் நிலையம்' என்ற நாடகத்தை புத்தாக்கம் செய்யும் முயற்சியில் 1939 டிசம்பரில் ரவீந்திரர் ஈடுபட்டு வந்தார். (உலகின் பல நாடுகளிலும் நிகழ்த்தப்பெற்ற இந்த நாடகம் பற்றிய மேல் விவரங்களை ரவீந்திரரின் நாடகங்கள் குறித்த இயலில் காணலாம்). இதில் அனைத்தும் துறந்த ஒரு முனிவர் (ஃபக்கீர்) வேடத்தில் அவர் நடிப்பதாக இருந்தது.

நாடகத்தின் நாயகனான அமல் என்ற சிறுவன் இறந்தபிறகு, மரணமெனும் அனுபவத்தின் தனிச்சிறப்பை எடுத்துக் கூறும் வகையில் அந்த முனிவர் பாடுவதற்கென புதியதொரு பாடலையும் ரவீந்திரர் அப்போது இயற்றியிருந்தார். எனினும் இந்த நாடகத்தின் புதுவடிவம் பல்வேறு காரணங்களால் அரங்கேறவியலாத சூழ்நிலை உருவானது. அதைத் தொடர்ந்து, இந்தக் குறிப்பிட்ட பாடலைத் தனது மறைவிற்குப் பிறகான அஞ்சலி நிகழ்வில் பாடவேண்டும் என்று ரவீந்திரர் கூறியிருந்தார். அவரது வேண்டுகோளுக்கு இணங்கவே இந்தப் பாடல் இந்த அஞ்சலி நிகழ்வில் முதன்முதலாகப் பாடப்பட்டது. அந்தப் பாடல் இதுதான்:

அமைதிப் பெருங்கடல் என் முன்னே
படகைச் செலுத்துவாய் மீகாமனே!
இப்போதுதான் நீ என் இணைபிரியாத் தோழன்
உன் மடியில் என்னை ஏற்றுக் கொள்!
முடிவேயில்லாத நமது பயணத்தில்
துருவ விண்மீன் மட்டுமே ஒளிர்ந்து கொண்டிருக்கிறது!
விடுதலையைத் தருபவரே, என்னை விடுவிப்பீராக!
உந்தன் கருணையும் பொறுத்தருளலுமே
இந்தப் பயணத்தில் எந்தன் உணவாகட்டும்!
உறவின் பிடிகள் தெறித்து விழட்டும்!
விரிந்தகன்ற இந்தப் பேரண்டம் என்னைத்
தழுவிக் கொள்ளட்டும்!
துணிவற்ற இந்த இதயம்
எவருமறியாத மகத்தானவரை கண்டுணரட்டும்!

ரவீந்திரர் மறைந்த தருணத்தில் ஜவாகர்லால் நேரு சிறையிலிருந்தார். அவரது மறைவுச் செய்தியை மகள் இந்திராதான் நேருவிடம் கொண்டு சென்றார். அன்று இரவு (ஆகஸ்ட் 7) தன் நாட்குறிப்பில் நேரு இவ்வாறு எழுதியிருந்தார்:

'குருதேவ் மறைந்து போனார். ஒரு யுகம் முடிந்துபோனதாகவே தோன்றுகிறது. அவர் இப்போது மறைந்தது ஒருவகையில் நல்லதும்கூட. உலகின்மீதும், இந்தியாவின்மீதும்,

கவியவிருக்கின்ற கொடூரங்கள் பலவற்றையும் அவர் காணாதிருப்பார். போதுமான அளவிற்கு அவர் பார்த்துவிட்டார்; முடிவற்ற சோகத்தையும் உணர்ந்து, நெகிழ்ந்து, மகிழ்ச்சியற்ற வராகவும் அவர் மாறியிருந்தார். 80 வயது என்பது மரியாதைக்குரிய ஒரு மரணத்திற்கான வயதுதான். அதுவும் முழுமையான படைப்பூக்கம் நிரம்பிய ஒரு வாழ்க்கையை அவர் வாழ்ந்து சென்றிருக்கிறார். செயலற்று, முடங்கி, ஒடுங்கிப் போவதை விட, தன் இறுதித் தருணம் வரை கவிதைகளை இயற்றும் திறனோடு மறைந்துபோவது மிகவும் மேலானது...

காந்தியும் தாகூரும் ஒருவருக்கொருவர் முற்றிலும் மாறுபட்ட வர்களாக இருந்தபோதிலும், இந்தியாவிற்கேயுரிய தனித் தன்மையைத் தம்மிடத்தில் கொண்டவர்களாக அவர்கள் இருவருமே இருந்தனர். இந்தியாவின் மகத்தான மனிதர்களின் மிகநீண்ட வரிசையில் அவர்களின் இடம் தனித்துவமானது. ஒரே தலைமுறையில் இத்தகைய மாமனிதர்களை – அதுவும் நாடே அந்நிய ஆளுகைக்குக் கீழடங்கி நிற்கும் ஒரு தருணத்தில், அதை மேலெடுத்துச் செல்லும் திறமைமிக்க இரு மாமனிதர்களை – இந்தியாவினால் உருவாக்க முடிந்துள்ளது என்பது, இத்தருணத்தில் வாழும் நம் அனைவருக்கும் பெருமிதம் தரும் ஒரு நிகழ்வே ஆகும். இவர்கள் இருவருமே இன்றைய உலகத்தின் மிகச் சிறந்த முன்னுதாரணமாகத் திகழ்பவர்கள் என்று மிக நீண்ட நாட்களாகவே நான் கருதி வந்திருக்கிறேன். உண்மையில், அதே வரிசையில், அவர்களைவிடத் திறமை வாய்ந்த, அவர்களைவிட அறிவுக் கூர்மை மிக்கவர்களும் உள்ளனர். உதாரணமாக, ஐன்ஸ்டைன். தாகூரைவிடச் சிறந்த கவிஞர்களும் எழுத்தாளர்களும் இருக்கக்கூடும். ஆனால் முழுமையான ஒரு கண்ணோட்டத்தில் பார்க்கும்போது, இன்று உலகத்திலுள்ள மகத்தான மனிதர் களிடையே காந்தியும் தாகூரும் மனித உணர்வுகளில் தலைசிறந்த மனிதர்களாகத் திகழ்கின்றனர். இவ்விரு மாமனிதர்களோடு செயல்படுவதற்கு எனக்குக் கிடைத்த வாய்ப்பு எத்தகையதொரு பேரதிர்ஷ்டம்!'

ரவீந்திரரின் பேரன்பிற்குப் பாத்திரமானவரும் ரவீந்திரரின் இசைப்பாடல்களை வேறெவருக்கும் முன்பாக வங்கத்தின் மூலைமுடுக்கெங்கும் எடுத்துச்சென்ற இசைவிற்பன்னரும், அவரது காலத்திலேயே 'கலகக் கவிஞர்' என்று புகழ்பெற்ற வருமான காஜி நஸ்ருல் இஸ்லாம் அவரது மரணச்செய்தி அறிந்து பேரதிர்ச்சி அடைந்தார்.

அயர்ந்துபோன அவர் உறங்கட்டும்!
யாரும் குரலெழுப்பாதீர்!
வாழ்நாளெல்லாம் வெளிச்சம் தந்த
அந்தக் கதிரவன் சற்றே உறங்கட்டும்!
அழாதீர்கள்! அழுது, அவரை எழுப்பிவிடாதீர்கள்!
அயர்ந்து போன அந்தச் சூரியன் சற்றே உறங்கட்டும்!'

என்ற கவிதையை அவர் உடனேயே எழுதினார். பின்னர், 'ரவீந்திரர் இல்லாத உலகம்' (ரொபி ஹரா) என்ற புகழ்பெற்ற பாடலை இயற்றி அவரே பாடிய வகையில் அவர் பணிபுரிந்துவந்த அகில இந்திய வானொலியில் ஒலிபரப்பானது. இந்தப் பதிவு பின்னர் தனி ஒலித்தட்டாகவும் வெளியானது. ரவீந்திரரின் மறைவு குறித்து 'அஸ்தமிக்கும் சூரியனை வணங்குகிறேன்!' 'மரணமில்லா ரவீந்திரர்!' என்ற மேலும் இரண்டு கவிதைகளையும் அவர் எழுதினார். நகர மாந்தர்களின் சார்பாக நடைபெற்ற ரவீந்திரரின் அஞ்சலிக் கூட்டத்திற்கும் அவர் தலைமை வகித்தார். எனினும், இந்த மாபெரும் கவிஞரும்கூட, ரவீந்திரரின் மறைவிற்குப் பிறகு, ஒரு சில மாதங்களிலேயே உடல்நலம் குன்றி, பேச்சற்றவராய், பச்சிளம் குழந்தையைப் போல, இன்னும் சொல்லப் போனால், அருகிலுள்ள எவரையும் உணரமுடியாத நிலையில், அடுத்த 35 ஆண்டுகளை கழிக்க நேர்ந்தது மிகப்பெரிய சோகம் என்றே கூறவேண்டும்.

உணர்ச்சிகளைக் கட்டுப்படுத்திக் கொள்ள இயலாத நிலையில் கவிஞர் ஜதீந்திரநாத் சென்குப்தா இவ்வாறு எழுதியிருந்தார்:

அந்த மாபெரும் தோல்வியைக் கண்டு
தூரத்தே வெற்றிக் களிப்பில் எழுந்த
அந்த மட்டற்ற மகிழ்ச்சிக் குரல்
என் காதுகளில் விழுந்தது.
திடீரென்று பூக்களால் நிரம்பிய அந்த வாகனம்,
மரணத்தின் வெற்றித் தேர், என் கண்ணில் பட்டது.
மரணமே! உந்தன் அழகுதான் எவ்வளவு விசித்திரம்!
உந்தன் அலங்காரங்களும்கூட எந்தன் பார்வையில்
விசித்திரமாகத்தான் இருக்கிறது!

ரவீந்திரரின் மறைவு பற்றிய செய்தி, அப்போது பதின்பருவத்திலிருந்த, பின்னாளில் புகழ்பெற்ற குஜராத்தி கவிஞராக உருவெடுத்த நிரஞ்சன் பகத்தைத் (1926-2018) (தாகூரைப் பற்றி) தன் முதல் கவிதையை எழுத வைத்தது. அதைப் போன்றே,

‘மீராஜி’ என்ற புனைபெயரில் எழுதிவந்த உருதுக் கவிஞரான சனாவுல்லா சானி தர், ‘நவ்ஹா’ என்று அழைக்கப்படும், பாரம்பரியமான முஸ்லீம் ஒப்பாரிப் பாடல் ஒன்றை உருது மொழியில் இயற்றினார். இதில் அவர் ரவீந்திரரை விஷ்ணுவின் அவதாரம் என்று உருவகப்படுத்தியிருந்தார்.

ரவீந்திரரின் மறைவை அறிந்து இந்தியாவிலும் உலகின் பல நாடுகளிலும் இருந்த பெருமக்கள் பலரும் தங்கள் அஞ்சலியை தெரிவித்தனர். அவர்களில் குறிப்பிட்ட ஒரு சிலரின் அஞ்சலி செய்தி மட்டுமே இங்கு தரப்படுகிறது.

‘ரவீந்திரநாத் தாகூரின் மறைவின் மூலம் நம் காலத்தின் மகத்தான கவிஞரை மட்டும் நாம் இழக்கவில்லை; மிகச் சிறந்த தேசிய வாதியை, மகத்தான மனிதநேயரை இழந்து நிற்கிறோம். தன் வலுவான ஆளுமையை அவர் பதிவு செய்யாத எந்தவொரு பொது நடவடிக்கையும் இல்லை என்றே கூறவேண்டும். சாந்திநிகேதன், ஸ்ரீநிகேதன் ஆகியவற்றின்மூலம் நம் நாடு முழுவதற்குமே, இன்னும் சொல்லப்போனால் உலகம் முழுவதற்குமே, மகத்தானதொரு பாரம்பரியத்தை அவர் விட்டுச் சென்றிருக்கிறார்’ என்று மகாத்மா காந்தி கூறியிருந்தார்.

எல்லை காந்தி என்று அழைக்கப்பட்ட கான் அப்துல் கஃபார் கான் தன் அஞ்சலி செய்தியில் ‘மகத்தானதொரு தத்துவஞானியை, கவிஞரை, தேசியவாதியை இந்தியா உண்மையிலேயே இழந்து நிற்கிறது’ என்று கூறினார்.

‘அவரது ஞானம், அழகு, அறிவுக்கூர்மை, கேலி-கிண்டல், கவர்ச்சி, கருணைமிக்க ஆளுமை ஆகியவற்றின் மூலம் வாழ்நாள் முழுவதுமே நேசிக்கத்தக்க, தனிச்சிறப்பானதோர் ஆளுமையாக ரவீந்திரர் திகழ்ந்தார். அவரது மறைவைத் தொடர்ந்து, நேர்த்தியானதொரு தொன்மமாக, ஒரு தேவதைக் கதையைப் போல, வருங்காலத் தலைமுறையினரிடையே அவர் மாறுவார். எனினும், அவரது பாடல்களோ, வசந்தகாலத்தின் முதல் பூக்களைப் போன்று புத்தம்புதியதாக, நிலவொளியினூடே காற்றில் எழுந்துவரும் கவர்ச்சிகரமான இசையைப் போன்று, எண்ணற்ற தலைமுறைகளை கடந்து, தொடர்ந்து நீடிக்கும்’ என்று கவிக்குயில் சரோஜினி நாயுடு குறிப்பிட்டார்.

இந்தியாவின் அன்றைய வைஸ்ராய் லின்லித்தோ பிரபு தனது இரங்கல் செய்தியில் இவ்வாறு குறிப்பிட்டிருந்தார்: ‘புனிதமான வகையில் உருவாக்கப்பட்ட உயரிய இலக்குகளால் உந்தப்பட்ட

நீண்ட, நெடியதொரு வாழ்க்கை இப்போது முடிவுக்கு வந்துள்ளது. வரவிருக்கும் பலப்பல தலைமுறைகளுக்கும் உத்வேகமூட்டும் உதாரணமாக அவரது வாழ்க்கை திகழும். தனது பன்முகத் திறமையின் மூலம், சாதனைகளின் மூலம், உலகத்தின் கண்களுக்கு முன்னால் தனது பெருமையை உயர்த்திய, தனது மகத்தான மகன்களில் ஒருவரை இந்தியத்தாய் இழந்து நிற்கிறாள்.'

இந்தியாவின் தலைமை நீதிபதியும் மிகச்சரியாக ஓராண்டிற்கு முன்னால் ஆக்ஸ்ஃபோர்ட் பல்கலைக்கழகத்தின் சார்பில் ரவீந்திரருக்கு டி.லிட். பட்டத்தை வழங்கியவருமான சர் மவுரிஸ் கவ்யர் தனது இரங்கல் செய்தியில் இவ்வாறு கூறியிருந்தார்: 'பெருமைகள் நிரம்பிய ஆண்டுகளை நிறைவாகக் கழித்துவிட்டு அவர் நம்மிடமிருந்து விடைபெற்றுச் சென்றிருக்கிறார். மக்கள் அனைவருமே அவரது மறைவினால் துக்கமுற்றுள்ளனர். என்றாலும் தனது எழுத்துக்களின் மூலம் அவர் நம்மிடையே இப்போதும் வாழ்கிறார். தனது மறைவிற்காக யாரும் கண்ணீர் வடிப்பதை அவர் விரும்பமாட்டார் என்றே நான் கருதுகிறேன். அவரது வாழ்க்கைக்கும் போதனைகளுக்கும் சற்றும் பொருந்தாத தாகவே அது இருக்கும். மனிதகுலத்தின் சிக்கல்களையும் பிரச்சனைகளையும் நன்கறிந்த, மனிதநேயம் மிக்கவராகவே அவர் விளங்கினார். கடைசியாக அவரைச் சந்தித்த தருணத்தில் உலக நடப்புகள் குறித்த மனவலியும் வருத்தமும் அவரை ஆட்கொண்டிருந்தது. எனினும் இறுதியில் வாய்மையே வெல்லும் என்பதில் சற்றேனும் ஐயமற்றவராக, துணிவுமிக்கவராக அவர் இருந்தார் என்பதையும் இங்கே குறிப்பிட வேண்டும்...'

வங்காள ஆளுநரான சர் ஜான் ஆர்தர் ஹெர்பர்ட் தன் இரங்கல் செய்தியில் 'சக மனிதர்களுக்கான சேவையின்மூலம் மிக நீண்ட, தனிச்சிறப்பான செயல்பாட்டை மேற்கொண்டு வந்த மகனை வங்காளம் இழந்து நிற்கிறது. ஒரு கவிஞராகவும் எழுத்தாளராகவும் வங்காளி இலக்கியத்திற்கு செறிவூட்டியதோடு, அவரது எழுத்துக்கள் அவருக்கும், அவர் பிறந்த நாட்டிற்கும் உலகப் புகழைப் பெற்றுத் தந்தன. அவரது உன்னத லட்சியங்கள் எவ்வகையிலும் அவரது இலக்கிய சாதனைகளுக்குக் குறைந்த வையல்ல. வரும் தலைமுறையினருக்கான மகத்தானதொரு முன்னுதாரணமாக அவர் என்றும் வாழ்வார்' என்று கூறியிருந்தார்.

வங்காள பிரதமரான ஃபஸ்லுல் ஹேக் தன் இரங்கல் செய்தியில் 'சந்தேகத்திற்கிடமின்றி நவீன காலத்தின் மிகச்சிறந்த கவிஞர்களில் ஒருவரான தாகூரின் இழப்பினை வங்காள இலக்கிய உலகம் அவ்வளவு விரைவில் நிரப்ப இயலாது' என்று குறிப்பிட்டிருந்தார்.

‘இந்தியாவின் சூரியனான (பாரத் பாஸ்கர்) ரவீந்திரநாத்தின் மறைவின் மூலம் இந்தியா தனது மகத்தான, உன்னதமான மகனை இழந்து நிற்கிறது. அவரது உன்னத லட்சியங்களும் செறிவான பங்களிப்புகளும் என்றும் நிலைத்துநின்று நாட்டிற்கு வழிகாட்டும்’ என்று திரிபுரா மகாராஜா கிஷோர் மாணிக்ய தேவ்பர்மன் குறிப்பிட்டார்.

‘எனது பெருமதிப்பிற்குரிய நண்பரின் இழப்பின்மூலம் இந்தியா தனது தலைசிறந்த மகனை இழந்து நிற்கிறது. உலகமோ கணக்கிடவொண்ணாத இழப்பிற்கு ஆளாகியுள்ளது’ என்று பீதாபுரம் மகாராஜா ராவ் வேங்கட குமார மகிபதி சூர்யா ராவ் தனது இரங்கல் செய்தியில் தெரிவித்திருந்தார்.

‘கண்ணீரில் இருவகை உண்டு. ஒன்று, வாழ்க்கையின் பொதுவான போக்கில் எவராலும் சிந்தக்கூடிய கண்ணீர். மற்றொன்று, கடவுளிடமிருந்து வரும் கண்ணீர். இது ஒருவரது நெஞ்சின் அடியாழத்திலிருந்து, ஆத்மாவின் உயிர்ப்பிலிருந்து வெளிப்படுவதாகும். மனித இனத்தை மேம்படச் செய்வதற்காகவே வெளிப்படும் இந்தக் கண்ணீர் அனுமதிக்கத்தக்கது. இந்தத் தருணத்தில் நான் அத்தகைய கண்ணீரைத்தான் சிந்திக் கொண்டிருக்கிறேன்’ என்று குழந்தைக் கல்வியில் புதியதொரு பாதையை உலகிற்கு அறிமுகப்படுத்திய மரியா மாண்ட்டிசோரி குறிப்பிட்டிருந்தார்.

‘சமூகத்தில் பெண்களுக்குரிய இடத்தை நிலைபெறச் செய்ய, அவரது இடைவிடாத முயற்சிகளை இத்தருணத்தில் நாங்கள் மிகுந்த நன்றியுடன் நினைவுகூர்கிறோம். எழுத்துக்களில் மட்டுமே அவர் பெண்களை பெருமைப்படுத்தவில்லை. அவர்களின் உயர்வு, முன்னேற்றம் ஆகியவற்றுக்கான அவரது முயற்சிகள்தான் எங்களை முன்னேற்றப்பாதையை நோக்கி உத்வேகமூட்டி, வலுப்படுத்தின. விஸ்வபாரதியின் இலக்குகளில் அதுவும் ஒன்றாகவே இருந்தது. மகத்தான அறிஞரும், செயலூக்கமிக்க உழைப்பாளியும், இந்த நூற்றாண்டின் தலைவருமான நமது ரவீந்திரருக்கு எமது மரியாதைக்குரிய அஞ்சலியை இன்று தெரிவித்துக் கொள்கிறோம்’ என வங்காளப் பெண்கள் அமைப்பு கூறியிருந்தது.

‘கவிகுருவை உலகம் என்றும் இழக்க முடியாது. நாகரிகமும் பண்பாடும் நீடித்திருக்கும் வரையில், இந்திய நாடு என்ற ஒன்று இருக்கும்வரையில், அவர் தொடர்ந்து வாழ்வார்’ என அலிப்பூர் சிறையில் இருந்த விடுதலைப் போராட்ட வீரர்கள் தங்களது இரங்கல் செய்தியில் கூறியிருந்தனர்.

தனது சிறப்பிதழில் ரவீந்திரரின் மறைவுச் செய்தியை வெளியிட்ட வடக்கு கர்நாடக நகரமான தார்வார் நகரின் இலக்கியக் கழகம் கீழ்வருமாறு குறிப்பிட்டிருந்தது:

'கிழக்கில் உதித்த சூரியன் வெகுவிரைவிலேயே தன் ஒளிக் கிரணங்களை விரிந்து, பரந்து வீசியதில் பல நூற்றாண்டுகளாக நாட்டில் தேங்கிக் கிடந்த இருள் சிதறி ஓடியது.

'இந்தியாவின் பண்டைக் காலத்து முனிவர்களைப் போல, மகத்தான கவிஞர்கள், ஞானிகளைப் போல, ரவீந்திரருக்கும் முழுமையானதொரு வாழ்க்கையை இயற்கை வழங்கியிருந்தது. முற்றிலும் மதிப்பிற்குரிய, களங்கமற்றதொரு வாழ்க்கை அது. தன் 81வது வயதில் மறைந்த அவர், இத்தனை ஆண்டுகளுக்குள்ளாகவே, கேள்வியெழுப்பவியலாத அளவிற்குச் சாதனைகளைப் படைத்திருந்தார். ஏனெனில், அவரது விருப்பங்கள் அனைத்துமே புனிதமானவையாக இருந்தன. கவிஞர், பாடலாசிரியர், நாவலாசிரியர், இலக்கிய விமர்சகர், தத்துவஞானி, இசை வல்லுநர், நாடக ஆசிரியர், நடிகர், ஓவியர், கல்வியாளர், தேசபக்தர், மனிதநேயர், சர்வதேசவாதி, தீர்க்கதரிசி, வழிகாட்டி என அனைத்து வகையான செயல்பாடுகளையும் வெற்றிகரமாக நிறைவேற்றிய ஒருவராக அவர் திகழ்ந்தார். பன்முகத் தன்மையிலோ அல்லது கணக்கிடவொண்ணாத சாதனைகளிலோ, அவருக்குச் சமதையாக, இன்னும் பலப்பல ஆண்டுகளுக்கு நாம் எவரையும் கண்டறிய முடியாது என்பது திண்ணம்.'

சென்னையிலிருந்து வெளிவரும் 'தி இந்து' ஆங்கில நாளிதழ் ரவீந்திரரின் மறைவு குறித்தும், பல்வேறு பிரமுகர்களின் இரங்கல் செய்திகளையும் மறுநாள் விரிவாக வெளியிட்டிருந்ததோடு, 'கவிஞரும் தீர்க்கதரிசியும்' என்ற தலைப்பில் ரவீந்திரரின் வாழ்க்கைச் சுருக்கத்தையும், பல்வேறு துறைகளில் அவரது பங்களிப்புகளையும் எடுத்துக்கூறிய ஒரு நீண்ட கட்டுரையையும், அவர் மறைந்த அடுத்த நாளே (ஆகஸ்ட் 8) வெளியிட்டிருந்தது. 1941 ஆகஸ்ட் 9 அன்று எழுதிய மிக நீண்ட, கவித்துவமானதொரு தலையங்கத்தில் 'தி இந்து' ஆங்கில நாளிதழ் இவ்வாறு குறிப்பிட்டிருந்தது: 'கவிஞரான தாகூர் உலகின் உடைமை; இந்தியா தன் வலிமையை உணர்ந்து கொண்டால், அதனால் என்ன செய்ய முடியும் என்பதற்கான அறிகுறியாகவும் உத்தரவாதமாகவும் அவர் இருந்ததோடு, தனித்தன்மை மிக்க அன்பு, நம்பிக்கை, தயாள குணம் ஆகியவற்றிற்கான புதியதொரு பாதையை நோக்கி உலகை வழிநடத்திச் செல்லுகின்ற தத்துவஞானியாகவும்,

செயல்வீரராகவும் தாகூர் விளங்கினார். நிமிர்ந்து நின்று, உலகத்தை நேருக்கு நேராக எதிர்கொள்வதற்கு இன்றைய இந்தியாவிற்கு கற்றுத் தந்த பெருமையையும் அவர் அண்ணல் காந்திஜியோடு பகிர்ந்து கொள்கிறார்.'

அதைப்போலவே, லண்டனிலிருந்து வெளிவரும் தி நியூஸ் க்ரானிகிள், டைம்ஸ், ராய்ட்டர் செய்தி நிறுவனம், தி அப்சர்வர், டெய்லி டெலிகிராஃப், மார்னிங் போஸ்ட், டெய்லி ஹெரால்ட், நியூயார்க் நகரிலிருந்து வெளிவரும் ஜுவிஷ் டெலிகிராஃபிக் ஏஜென்சி போன்ற பல பத்திரிக்கைகளும் ரவீந்திரரின் மறைவு குறித்த செய்திகளையும் அவரது சிறப்புகளை நினைவுகூர்ந்த தலையங்கங்களையும் வெளியிட்டன.

ரவீந்திரரின் மறைவுச் செய்தியை கல்கத்தா வானொலி நிலையம் பொதுமக்களுக்கு அறிவித்ததோடு, அவரது பாடல்களையும் தொடர்ந்து ஒலிபரப்பத் தொடங்கியது. கல்கத்தாவிலிருந்து வெளிவரும் ஸ்டேட்ஸ்மன், அமிர்த பஜார் பத்திரிகா போன்ற பல நாளிதழ்களும் ரவீந்திரரின் மறைவு குறித்த சிறப்புப் பதிப்புகளை வெளியிட்டதோடு, அடுத்தநாளன்று இறுதி ஊர்வலத்தின் ஏராளமான படங்களுடன் ரவீந்திரரின் மறைவுச் செய்தியையும் விரிவாக வெளியிட்டன.

அவரது கிராமப்புற மேம்பாட்டிற்கான முயற்சியின் அடையாளமான ஸ்ரீநிகேதனின் முதல் இயக்குநரும் நெருங்கிய நண்பருமான லியனார்ட் எல்மிர்ஸ்ட் தம்பதிகள், மேற்குலக இலக்கியவாதிகளிடம் அவரை அறிமுகம் செய்து, நோபல் பரிசு பெறுவதற்கு வழிகோலிய ஓவியரும் நண்பருமான வில்லியம் ரொதென்ஸ்டைன், தென் அமெரிக்காவில் அவரது புகழைப் பரப்பிவந்த விக்டோரியா ஓகாம்போ, சீனாவின் சியாங் கை ஷேக் தம்பதிகள், முகமது அலி ஜின்னா போன்ற எண்ணற்றவர்கள் அவரது மறைவிற்கு இரங்கல் தெரிவித்தும், மனித குலத்திற்கு அவர் ஆற்றிய பங்களிப்புகளை நினைவுகூர்ந்தும் செய்திகளை அனுப்பியிருந்தனர்.

அன்றைய மதராஸ்மாகாணத்தின் தலைமை வழக்கறிஞர் அல்லாடி கிருஷ்ணசாமி அய்யர், தியோசோஃபிகல் சொசைட்டியின் தலைவர் டாக்டர் ஜி.எஸ். அருண்டேல், கலாஷேத்ரா நிறுவனர் ருக்மணி தேவி ஆகியோரும் தங்களது இரங்கல் செய்திகளைத் தெரிவித்திருந்தனர். மதராஸ் உயர்நீதிமன்றத்திற்கு எதிரே இருந்த கடற்கரையில் அன்றைய தினம் மாலையில் நடைபெற்ற இரங்கல் கூட்டத்தில் பெருந்திரளான மாணவர்களும் இளைஞர்களும்

கலந்து கொண்டனர். இந்தக் கூட்டத்தில் இரங்கல் தீர்மானம் ஒன்றும் நிறைவேற்றப்பட்டது. அதைப்போன்றே, நகரத்தின் பல்வேறு கலாச்சார அமைப்புகளும் இரங்கல் தீர்மானங்களை நிறைவேற்றின. நகரின் பல்வேறு கல்வி நிறுவனங்களும், வணிக நிறுவனங்களும் ரவீந்திரருக்கு அஞ்சலி செலுத்தும் வகையில் அன்றைய தினம் தங்களது செயல்பாடுகளை நிறுத்திக் கொண்டன.

1961ஆம் ஆண்டு ரவீந்திரநாத் தாகூரின் நூற்றாண்டைக் கொண்டாடும் வகையில், இந்திய அரசு கேட்டுக் கொண்டதற்கிணங்க, வங்காள திரை உலகத்தின் முன்னோடி இயக்குநரான சத்யஜித் ரே உருவாக்கிய ஆவணப் படம், ரவீந்திரநாத் தாகூரின் பூதவுடல் இறுதிச் சடங்கிற்காக ஊர்வலமாக எடுத்துச் செல்லப்பட்டு, எரியூட்டப்படும் காட்சியுடன் தொடங்கியது. கல்கத்தா நகரமே திரண்டு வந்து அவருக்கு அஞ்சலி செலுத்திய காட்சியை நாம் அதில் காணலாம். இந்தக் காட்சியின் பின்னணியில், சத்யஜித் ரே, தனக்கேயுரிய ஆழமான குரலில், ஆங்கிலத்தில், அந்தக் காட்சியை கீழ்கண்டவாறு விவரித்திருப்பார்:

> ‘1941 ஆகஸ்ட் 7ஆம் நாள். கல்கத்தா நகரத்தில் மகத்தான ஒரு மனிதர் உயிர் நீத்தார். இப்போது அவரது பூதவுடல் காற்றில் கலந்துவிட்டது. என்றாலும், அவர் விட்டுச் சென்ற பாரம்பரியத்தை, எந்தவொரு தீயினாலும் அழித்துவிட முடியாது. வார்த்தைகளாலும், இசையாலும், கவிதைகளாலும், கருத்துக்களாலும், புனிதமான நோக்கங்களாலும் நிரம்பி வழியும் அந்தப் பாரம்பரியம்தான் நம்மை வழிநடத்திச் செல்கிறது; நமக்கு இன்றளவும் உத்வேகம் அளிக்கிறது; வரும் நாட்களிலும் அவ்வாறேதான் இருக்கும். நாம் அனைவரும் பெரிதும் கடன் பட்டுள்ள அவரது நினைவிற்கு வணக்கம் செலுத்துவோம்.’

அத்தியாயம் 42

இறுதியில் எழுந்த உறுதியான குரல்

ரவீந்திரரின் 80வது ஆண்டு நிறைவை ஒட்டி 1941 ஆம் ஆண்டு ஏப்ரல் 14 அன்று (வங்காள வருடப்பிறப்பன்று) சாந்திநிகேதனில் அவரது பிறந்தநாள் கொண்டாடப்பட்டது. அவரது உடல்நிலை காரணமாக, வழக்கமாக உரையாற்றுவதுபோல, அன்று உரையாற்ற முடியாத நிலையில், அவர் சொல்லச் சொல்ல முன்பே உருவாக்கப்பட்ட கட்டுரை அன்றைய நிகழ்வில் குழுமியிருந்த மக்களிடையே படிக்கப்பட்டது. வாழ்வின் இறுதிக் கட்டத்தில் புற உலகு குறித்த அவரது சிந்தனை எப்படி இருந்தது என்பதை எடுத்துக் காட்டிய இந்த உரை தனித்துவம் வாய்ந்த ஒன்றாகும்.

நாகரீகத்தில் நிலவும் நெருக்கடி

இன்றோடு என்னுடைய வாழ்க்கையின் 80வது ஆண்டு நிறைவடைகின்றது. கடந்து சென்ற இந்த நீண்ட நாட்களை திரும்பிப் பார்த்து, தெளிவானதொரு கண்ணோட்டத்தில் அதைக் காணும்போது,என்னுடைய வாழ்க்கையிலும் என்னுடைய நாட்டு மக்களின் மனப்போக்கிலும் ஏற்பட்டுள்ள மாற்றத்தைக் கண்டு நான் வியப்படைகிறேன். இந்த மாற்றம் வருத்தத்திற்குரிய ஓர் அவலநிலையாகவே இருக்கிறது.

விரிந்து பரந்த உலகுடனான நமது நேரடித் தொடர்பு என்பது பிரிட்டிஷ் இனத்தவருடனான நமது தொடர்பு என்ற வரலாற்றிலிருந்து வெளிப்பட்டது. அவர்களை உள்ளது உள்ளபடி

காட்டுகின்ற மகத்தான இலக்கியப் பாரம்பரியத்துடன் அவர்கள் நம்மிடம் வந்தார்கள். அந்த நாட்களில் நாம் பெற்ற கல்வி பன்முகத்தன்மை கொண்டதாக இல்லாமல் இருந்ததோடு, மிக மிகக் குறைவானதாகவும் இருந்தது. அறிவியல் என்பது நம்முடைய கைகளுக்கு எட்டாத ஒன்றாகவே இருந்தது. ஆங்கில இலக்கியத்தையே நாம் பெருமளவிற்குச் சார்ந்து இருந்தோம். அந்த இலக்கியத்தைப் பாராட்டுவதென்பது பண்பாட்டின் ஓர் அடையாளமாகவே மாறியது.

பர்கேவின் ஆற்றொழுக்கு மிக்க சொல்லாற்றலையும், மெக்காலேவின் அபரிமிதமான வாதத் திறனையும் நாம் முடிவேயின்றி எதிரொலித்துக் கொண்டிருந்தோம். ஷேக்ஸ்பியரை யும் பைரனையும் அந்நாட்களின் மனிதத்தன்மைமிக்க அரசியல் தத்துவத்தையும் நாம் மிகுந்த ஆர்வத்தோடு விவாதித்தோம். நம் நாட்டின் விடுதலையைப் பெற்றே தீருவது என்று நாம் ஏற்கனவே உறுதி பூண்டிருந்தோம் என்பது உண்மைதான். என்றாலும் நம் உள்ளத்தின் அடியாழத்தில் பிரிட்டிஷாரின் தாராளவாதத்தின்மீது மிகுந்த நம்பிக்கை கொண்டிருந்தோம்.

வெற்றி பெற்றவர்களாலேயே விடுதலைப் பாதையை நோக்கி தாங்கள் அழைத்துச் செல்லப்படுவோம் என்று தோற்கடிப் பட்டவர்கள் உறுதியாக நம்பினார்கள். தங்கள் நாடுகளின் நலன்களுக்காகப் போராடியதால் துயருற்றவர்களுக்கு, அரசியல் அகதிகளுக்கு இடமளித்துக் காப்பாற்றிய நாடாக இங்கிலாந்து இருந்ததல்லவா? பிரிட்டிஷ் நாட்டு மக்களின் இந்த மனிதத்தன்மை நம்மிடையே மிகுந்த மரியாதையைப் பெற்றது. இத்தருணத்தில் எனது இளமையின் தொடக்க காலத்தின்போது, முதன்முதலாக நான் பிரிட்டனுக்குச் சென்றிருந்தபோது, நாடாளுமன்றத்திற்கு உள்ளேயும் வெளியேயும் ஜான் பிரைடின் உரைகளைக் கேட்கும் வாய்ப்பு எனக்குக் கிடைத்தது. அனைத்துத் தேசியவாத சார்பு நிலையிலிருந்து வெகுதூரத்திற்கு விலகியிருந்த, பரந்த மனப்பாங்கோடு கூடிய, அவருடைய தீவிரமான கருத்துகள் என் மனதில் ஆழப்பதிந்துவிட்டன. எனக்குப் பெரிதும் ஏமாற்றத்தைத் தந்துவரும் இந்தத் துயரமான நாட்களிலும்கூட, அது இன்னமும் என்னுள் ரீங்காரமிட்டுக் கொண்டிருக்கிறது.

நம்மை ஆள்வோரின் கருணையை எதிர்பார்த்துக் காத்திருப்பது என்பது பெருமைக்குரியதொரு விஷயமல்ல. என்றாலும், ஒரு விஷயம் மட்டும் பாராட்டுக்குரியதாகும்: ஓர் அந்நிய இனத்தவரிடையே காணப்படும் நல்ல மனிதப்பண்பைக் காண்பதற்குரிய கண்களை நாம் பெற்றிருந்ததோடு, அதைப்

பாராட்டுவதற்கும் நாம் சற்றும் தயங்காதவர்களாகவும் இருந்தோம். மானிடச் சமூகம் பெற்றுள்ள இந்த மதிப்பிற்குரிய குணநலன்கள் ஒரு குறிப்பிட்ட நாடு அல்லது மக்களின் ஏகபோக உரிமையாக எப்போதும் இருந்துவிட முடியாது. எவ்விதத்திலும் செல்வம் குறையாத வகையில் ஒரு கருமியின் ரகசிய வளையையும் அவை உருவாக்குவதில்லை. எனவே உண்மையான வாழ்வாதாரத்தை நமக்களித்த ஆங்கில இலக்கியம் இன்றும் கூட நமக்குள் ஆழமான கிளர்ச்சியை ஏற்படுத்துவதாகவே இருக்கிறது.

நாகரிகம் (Civilisation) என்ற ஆங்கில வார்த்தைக்கு இணையான, மிகப் பொருத்தமானதொரு வார்த்தையை வங்காள மொழியில் கண்டறிவது மிகவும் கடினம். நமது பண்டைய நாகரிகத்தை மநு 'சடாச்சார்' (முறையான நடத்தை அல்லது ஏற்கத்தக்க நடத்தை) என்று குறிப்பிட்டிருந்தார். மரபுகளை உள்ளடக்கிய ஒரு தொகுதியாக இருந்த அது, பின்னாளில் சமூகத்தின் நடைமுறை விதிகளாக மாறிவிட்டன. சுதந்திரமான சிந்தனையைத் தடை செய்தவாறே வளர்ந்த இந்தச் சடங்குமுறை பெரும்பாலான நேரங்களில் நியாயமற்றதாகவும், கொடுங்கோன்மைத் தன்மை கொண்டதாகவுமே இருந்து வந்துள்ளது. நடத்தைக்கான கோட்பாடுகளாக மநு உருவாக்கிய இவை அனைவராலும் போற்றப்படவேண்டிய மரபுகளாக காலப்போக்கில் கெட்டிப்பட்டது.

நான் சிறுபையனாக இருந்த காலத்தில், நமது மக்களில் ஆங்கிலக் கல்வியைப் பெற்றிருந்தோர் இந்தக் கடுமையான நடைமுறை விதிகளுக்கு எதிராகக் கிளர்ந்தெழ வேண்டும் என்ற உணர்வைப் பெற்றவர்களாக இருந்தனர். அந்தக் காலத்தைச் சேர்ந்த வங்காள இலக்கியம் அத்தகைய கிளர்ச்சி உணர்வுகளைச் சித்தரிப்பதாக இருந்தது. இந்த நடைமுறை விதிகளுக்குப் பதிலாக ஆங்கிலேயர்கள் எதை 'நாகரிகம்' என்று கூறினார்களோ, எதை தங்கள் குணநலன்களால் எடுத்துக் காட்டினார்களோ, அதை நாம் ஏற்றுக்கொள்ளத் தொடங்கினோம்.

என்னுடைய சொந்த வீட்டிலும்கூட பகுத்தறிவின் துணையோடு இந்த மாற்றமானது முழுமனதோடு வரவேற்கப்பட்டது. கொள்கையளவிலும், நடைமுறையிலும் அதை நாங்கள் ஏற்றுக் கொண்டோம். இத்தகையதொரு சூழ்நிலையில் பிறந்ததாலும், இயற்கையாகவே இலக்கியத்தின்மீது எனக்கிருந்த ஆர்வத்தின் விளைவாகவும், ஆங்கிலேயர்கள் போற்றத்தகுந்ததொரு நிலையில் இருப்பதைக் கண்ணுற்றேன்.

என் வாழ்க்கையின் அந்தத் தொடக்க காலம் ஏமாற்றம் தரும் துயரத்தில் முடிந்தது. வாழ்க்கையின் மிக உயர்ந்த நாகரிகமான

மதிப்பீடுகளை உச்சரிப்போர் தங்கள் நாட்டின் நலன்களுக்கு அச்சுறுத்தல் ஏற்படும்போதெல்லாம் எவ்விதத் தயக்கமுமின்றி அந்த மதிப்பீடுகளைப் புறங்கையால் உதறித்தள்ளி விடுகிறார்கள் என்பதை மேலும் மேலும் அதிகமான அளவில் கண்டறியத் தொடங்கினேன்.

இலக்கியத்தின் மீதான ஈடுபாட்டிலிருந்து என்னை வெளியே இழுத்துக் கொள்ள வேண்டிய ஒரு தருணம் வந்தது. ஏனெனில், இந்திய மக்களின் மிகக் கொடூரமான வறுமை தப்பித்துச் செல்ல முடியாதபடி என் கண்ணில் தென்பட்டது. வாழ்க்கை, உணவு, உடை, கல்வி, சுகாதார வசதிகள் போன்ற அடிப்படைத் தேவைகளைக்கூட முற்றிலுமாக மறுதலிக்கின்ற ஒரு நாடாக, நவீன நாடுகளில் வேறெந்த நாடும் இருக்க முடியாது என்பதை நான் உணர்ந்தேன். நிலைமை இவ்வாறு இருந்தபோதிலும் ஆண்டுக்காண்டு இந்த நாட்டின் ஆதார வளங்களைச் சுரண்டி எடுத்துச் சென்றதன் விளைவாகவே பிரிட்டிஷ் இனத்தவரின் செல்வ வளம் மேலும் மேலும் அதிகரித்தது.

பிரிட்டிஷ் பண்பாட்டின் மிக அழகான அம்சங்களில் என்னையே பறிகொடுத்திருந்த நிலையில், நீண்ட காலமாகப் போற்றிப் பாதுகாக்கப்பட்டு வந்த மதிப்பீடுகள் இவ்வளவு கொடூரமான வகையில் சீர்குலைக்கப்படும் என்று நான் எப்போதுமே நினைத்ததில்லை. எண்ணற்ற நமது மக்கள் மீதான வெறுப்பு மற்றும் அக்கறையற்ற போக்கு ஆகியவையே நாகரிகமானதொரு நாட்டின் அடையாளம் என்பதை நான் இறுதியில் அறிந்து கொண்டேன்.

இயந்திரத்தின் மீதான திறமையை வைத்துக் கொண்டு நாங்கள் உலகத்தின் வல்லரசுகளில் ஒன்று என்று பெருமை பீற்றிக் கொண்ட பிரிட்டிஷார், அந்தத் திறன், நிராதரவான இந்த நாட்டிற்குக் கிடைப்பதை மறுதலித்து வந்தனர். இதற்கிடையே, இதே காலப்பகுதியில் தனது பொருளாதாரத்தைத் துரிதமாக விரிவுபடுத்த இதே திறமையை ஜப்பான் பயன்படுத்திக்கொண்டு வந்தது. ஜப்பானின் செழிப்பும் தேசிய முன்னேற்றமும் எந்த அளவிற்கு உள்ளது என்பதை என் இரு கண்களால் நேரடியாகவே நான் கண்டேன். அதேநேரத்தில் மாஸ்கோவில் ருஷ்ய மக்கள், நோய், கல்வியறிவின்மை, அறியாமை, வறுமை மற்றும் அவமானத்திற்குரிய புறச்சின்னங்கள் அனைத்தையும் தங்கள் நாட்டிலிருந்து துடைத்தெறிய, ஓய்வே இல்லாத உத்வேகத்துடன் செயல்படுகிறார்கள் என்பதையும் நான் கண்டேன். இன ரீதியான வேற்றுமை உணர்விலிருந்து விடுபட்டிருந்த நிலையில், சோவியத்

மக்கள் தங்களுடைய நாடு முழுவதிலும் மானுட சகோதரத்துவத்தின் வலிமையைப் பறைசாற்றி வருகின்றனர். மிகத் துரிதமாகவும், வியப்படையும் வகையிலும் அவர்கள் அடைந்துள்ள முன்னேற்றம் எனக்குள் மகிழ்ச்சியை மட்டுமின்றிப் பொறாமையையும் ஏற்படுத்தியது.

மாஸ்கோவில், சோவியத் வாழ்க்கையில் என்னை மிகவும் கவர்ந்த, வழக்கத்தில் இல்லாத ஓர் அம்சம் என்னவெனில், அனைவருக்கும் பொதுவான தேவைகளின் இணைப்பின் விளைவாக உருவான மகத்தானதொரு கூட்டு முயற்சியே ஆகும். அது வகுப்புவாத ரீதியான வேறுபாடுகள், அரசியல்ரீதியான மோதல்களாகப் பரிணமிப்பதைத் தடுத்து நிறுத்தியது. உலகில் இன்று இரண்டு மிகப்பெரிய சக்திகள் உள்ளன. அவை, உலகில் பெரும் எண்ணிக்கையிலான தேசிய இனங்களை மேலாதிக்கம் செய்துவரும் பிரிட்டனும் ருஷ்யாவுமே ஆகும். பிரிட்டிஷார் தங்கள் ஆளுகைக்கு உட்பட்ட மக்களின் துணிவை மிதித்து நசுக்கி, அவர்களை அடிமைகளாகவே இன்னமும் வைத்துள்ளனர். இதற்கு நேர் எதிராக, ருஷ்யா தனது எல்லைக்கு உட்பட்ட பல முஸ்லீம் இன மக்களை அரசியல்ரீதியாக இணைத்து வைத்திருக்கிறது. அந்நாட்டு அரசு அந்த மக்களின் நலனையே நாடியவகையில், அனைவரின் நலன்களையும் ஒன்றுபடுத்தத் தீவிரமாகவும் இடையறாத வகையிலும் முயற்சித்து வருகிறது.

இரண்டு ஐரோப்பிய சக்திகளுக்கு இடையே சிக்கிக்கொண்டு, நீண்ட நாட்களாக அவதிப்பட்டு வந்த ஈரானையும் நான் சமீபத்தில் சென்று பார்த்தேன். இப்போது அது விடுதலை பெற்று தனது எதிர்காலத்தை நிறைவேற்றுவதில் தீவிரமாகச் செயல்பட்டு வருகிறது. சமீபத்தில் நான் அந்த நாட்டிற்குச் சென்றிருந்தபோது, எனக்கு மகிழ்ச்சியளித்த ஒரு விஷயத்தை அங்கே நான் கண்டறிந்தேன். ஒரு காலத்தில் பெரும்பான்மை இனத்தவரின் கருணையை நம்பியே வாழவேண்டியிருந்த ஜொராஷ்ட்ரிய இனத்தவர் (பார்சிக்கள்) இப்போது ஒடுக்குமுறையினால் பாதிக்கப்படுவதில்லை. ஐரோப்பிய தூதரக முறைப்பட்ட சதிவலைகளிலிருந்து தன்னை விடுவித்துக் கொண்டதிலிருந்தே ஈரானின் புதிய வாழ்க்கை தொடங்கிவிட்டது. மனப்பூர்வமாக நான் ஈரானை வாழ்த்துகிறேன்.

நமக்கு அண்டைநாடாக இருக்கும் ஆப்கானிஸ்தானைப் பார்க்கையில் அங்கு கல்வி, சமூக மேம்பாடு ஆகிய துறைகளில் இன்னமும் செய்ய வேண்டிய பலவும் இருந்தபோதிலும், தொடர்ச்சியான முன்னேற்றத்திற்கான உண்மையான வாய்ப்புகள்

அங்குள்ளன. ஏனெனில், எந்தவொரு ஐரோப்பிய வல்லரசும் தனது கிடுக்கிப் பிடிக்குள் ஆப்கானிஸ்தானைக் கொண்டுவருவதில் வெற்றிபெற முடியவில்லை. (82 ஆண்டுகளுக்குப் பிறகும் அதுவே இன்றும் உண்மையாக நீடிக்கிறது)

எனினும், இந்தியா, பிரிட்டிஷ் ஆட்சி என்ற பாறாங்கல்லைக் கழுத்தில் கட்டிக் கொண்டு எவ்வித முயற்சியுமின்றி ஆழ்ந்த உறக்கத்தில் கிடக்கிறது. இத்தருணத்தில் மகத்தான, புராதன நாகரிகத்தைக் கொண்ட மற்றொரு நாட்டின் துயரம் நிரம்பிய வரலாற்றை நான் இங்கு நினைவுபடுத்திக் கொள்கிறேன். அதுதான் சீனா. பிரிட்டிஷார் சீன மக்களுக்குக் கஞ்சாவைக் கொடுத்து மயக்கமூட்டி, அதைத் தொடர்ந்து அந்நாட்டின் பகுதிகளை ஆக்கிரமிக்கத் தொடங்கினர். இந்தக் கொடூரமான நிகழ்வுகள் பொதுவாக நம் நினைவிலிருந்து மங்குவதற்கு முன்பாகவே மற்றொரு கொடுமை நிகழ்ந்தது. சீனாவின் வடக்குப் பகுதியை ஜப்பான் விழுங்கத் தொடங்கியது. ஜப்பானின் இந்தத் தரங்கெட்ட செயலை ஏதோவொரு சாதாரணமான நிகழ்ச்சி என்பதைப் போல பிரிட்டிஷ் அரசியல்வாதிகள் ஒதுக்கித் தள்ளினர். எனினும், சிறிது காலத்திற்குப் பிறகு இதே நபர்கள்தான் ஸ்பெயின் நாட்டுக் குடியரசை உடைத்து நொறுக்குவதற்கு மறைமுகமாக உதவி புரிந்தனர்.

இதற்கு முற்றிலும் மாறான வகையில், எவ்வாறு துணிவுமிக்க ஒரு பிரிட்டிஷ் குழுவினர் ஸ்பெயினின் விடுதலைக்காகப் போராடி தங்கள் இன்னுயிரை ஈந்தனர் என்பதையும் நான் கண்டேன். இருந்தபோதிலும், சீனாவைப் போன்றதோர் ஆசிய நாடு அழிவை எதிர்நோக்கிக் கொண்டு இருந்தபோது, ஆங்கிலேயர்களின் இதயங்களில் அதேபோன்ற கருணை உணர்ச்சி எழவில்லை என்பதும் உண்மைதான். எனினும், ஓர் ஐரோப்பிய குடியரசின் நலனுக்காக வீரஞ்செறிந்த வகையில் தங்களையே தியாகம் செய்து கொண்ட அந்த ஆங்கிலேயர்களின் தூய்மையான ஆன்மா, எந்தவொரு பண்பாட்டிற்காக நான் முன்பு மரியாதை செலுத்தினேனோ, அந்தப் பண்பாட்டையே சுட்டிக் காட்டுகிறது. இவை இரண்டிற்கும் இடையே உள்ள வேறுபாடு மிகுந்த வேகத்துடன் என்னைத் தாக்கியது. எனவேதான் மேலை நாட்டு நாகரிகத்தின்மீது நான் கொண்டிருந்த நம்பிக்கையைப் படிப்படியாக இழந்த சோகக் கதையை நான் சொல்ல வேண்டியதாயிற்று.

இங்கே இந்தியாவில் வாழ்க்கையின் குறைந்தபட்ச தேவைகளான உணவு, உடை, கல்வி மற்றும் சுகாதார வசதிகள் போன்றவை மோசமான அளவிற்கு இல்லாதது மட்டுமின்றி, வருந்தத்தக்க

வகையில் இந்த நாட்டையே ஒன்றுக்கொன்று எதிராகப் பிளந்து வைத்திருக்கும் நிலையிலும் நாகரிக ஆட்சியின் பேரிடர் மிகவும் வெளிப்படையாகவே தென்படுகிறது. இந்த நிலையை மேலும் மோசமாக்கும் வகையில், நிர்வாகத்தின் உயர்மட்டங்களில் இருந்து மறைமுகமான ஆதரவில்லாமல் இந்தத் தீமையானது இத்தகைய வடிவத்தை எடுத்திருக்க முடியாது என்ற போதிலும், இத்தகைய படுமோசமான நிலைக்கு நமது சமூக நிலைமைகள் மட்டுமே காரணம் என்று கூறப்படுகிறது.

அறிவுத்திறனில் இந்தியர்கள் எந்தவகையிலும் ஜப்பானியர்களுக்குக் குறைந்தவர்கள் என்று நான் நம்பவில்லை. இவ்விரு கீழை நாட்டு மக்களின் தலைவிதியில் இவ்வளவு கூர்மையான வேறுபாடு நிலவுவதற்குக் காரணம், பிரிட்டிஷ் ஆட்சியின் கருணையைச் சார்ந்தே இந்தியா இன்னும் இருக்கும் நிலையில், ஜப்பான் எந்தவொரு நேரத்திலும் வெளிநாட்டவரின் மேலாதிக்கத்திற்கு ஆட்படவில்லை என்பதே ஆகும். உண்மையில் எது நம்மிடமிருந்து கொள்ளையடிக்கப்பட்டது என்று நமக்குத் தெரியும். நாகரிகமானது என்று சொல்லப்படுகிற இந்த ஆட்சி நமக்குத் தந்ததெல்லாம் ‘சட்டம்-ஒழுங்கு’ மற்றும் போலீஸ் ஆட்சிக்கான கருவிகள் ஆகியவற்றைத்தான். அப்பட்டமான வலிமை காட்சிப்படுத்தப்பட்ட போது விடுதலைக்கான உணர்வு அதற்கு அடிபணிந்து போனது. மனித உறவுகளில் மிகவும் விலைமதிப்பற்ற அம்சங்கள் நம்மிடமிருந்து விலக்கிக் கொள்ளப்பட்டபோது, அது ஒட்டுமொத்தத்தில் நமது முன்னேற்றப் பாதையைத் தடுத்துவிட்டது.

இருந்தபோதிலும், மிகப்பரந்த மனப்போக்குடைய ஆங்கிலேயர்களோடு பழகுவதற்கான வாய்ப்பும் எனக்குக் கிடைத்தது. அதனால்தான் அவர்களைச் சார்ந்த மக்கள் மீதான நம்பிக்கையை நான் இன்னும் இழக்கவில்லை. உதாரணமாக, ஆண்ட்ரூஸ் இருக்கிறார். ஆங்கிலேயராக இருப்பினும், உண்மையானதொரு கிறிஸ்தவராகவும், நாகரிகமான ஒரு மனிதருமான அவர் எனது நெருங்கிய நண்பராக இருந்தார். இன்று, இறப்பின் கண்ணோட்டத்தில் இருந்து பார்க்கும்போது, அவரது முழுமையான, தன்னலமற்ற போக்கு, துணிவான பெருந்தன்மை ஆகியவை மேலும் மேலும் ஒளிவீசுகின்றன. அன்பினாலும் பக்தியாலும் தூண்டப்பட்டு, ஆண்ட்ரூஸ் செய்த பல நற்செயல்களுக்காக இந்தியாவிலுள்ள நாம் அவருக்கு நன்றிக்கடன் பட்டிருக்கிறோம். தனிப்பட்ட முறையில் பேசுவதெனில், இந்தவொரு காரணத்திற்காகவே நான் குறிப்பாக அவருக்கு நன்றிக்கடன் பட்டவனாக இருக்கிறேன்.

என் இளமைப் பருவத்தில் ஆங்கில இலக்கியத்தைப் படித்துவிட்டு, அதன் வலிமையால் பிரிட்டிஷ் மக்கள் மீது நான் கொண்டிருந்த தீவிரமான மதிப்பில் ஒரு சிறு பகுதியை எனது முதுமைப்பருவத்தில் மீண்டும் பெறுவதற்கு அவர் எனக்கு உதவி செய்துள்ளார். ஆண்ட்ரூஸ் குறித்த நினைவே பிரிட்டிஷ் இதயத்தின் பெருந்தன்மையை எனக்குள் நிலைக்கச் செய்கிறது. அவரைப் போன்ற மனிதர்களை எனது நெருங்கிய நண்பர்களாகவே கருதி வந்துள்ளேன். அவர்கள் ஒட்டுமொத்த மனித குலத்திற்கும் நண்பர்கள் ஆவர். அத்தகைய மனிதர்களை நான் நண்பர்களாகப் பெற்றிருந்தது எனது வாழ்க்கையை மேலும் செறிவுள்ளதாக ஆக்கியது. பிரிட்டிஷாரின் நற்பெயர் பாறையில் மோதி சுக்குநூறாகிவிடாமல் காக்கின்றவர்கள் அவர்களே. எப்படி இருந்தபோதிலும், அவர்களைக் காணாமல், அவர்களை அறியாமல் நான் இருந்திருந்தால், மேற்கத்திய நாட்டு மக்கள் குறித்த எனது ஏமாற்றம் எவ்வித மாற்றமுமின்றித் தொடர்ந்திருக்கும் என்பதே உண்மை.

இதற்கிடையே, அகலத்திறந்த வாயின் கோரப்பற்களையும் கூர்மையான நகங்களையும் காட்டியபடி காட்டுமிராண்டித்தனம் என்ற புதியதொரு பூதம் ஐரோப்பா முழுவதிலும் இப்போது நடைபோட்டு வருகிறது. ஒளிவுமறைவற்ற பயங்கர வெறியாட்டத்தை அது அரங்கேற்றி வருகிறது. அந்தக் கண்டத்தின் ஒரு மூலையிலிருந்து மறுமூலை வரை வெளிப்படுகின்ற ஒடுக்குமுறையின் நச்சுக்காற்று அதன் சுற்றுச்சூழலை நாசமாக்கி வருகிறது. மேற்கு நாட்டவரின் மனப்போக்கில் இதுவரை அடங்கிக் கிடந்த வன்முறை உணர்வு இப்போது கிளர்ந்தெழுந்து மனித உணர்வையே இழிவுபடுத்தத் தயாராக நிற்கிறது.

அதிர்ஷ்ட சக்கரத்தின் சுழற்சியால், என்றாவது ஒரு நாள், தங்களின் இந்தியப் பேரரசைக் கைவிடும்படியான கட்டாயத்திற்கு பிரிட்டிஷார் ஆளாகலாம். ஆனால், எத்தகைய இந்தியாவை, எத்தகைய அப்பட்டமான துயரத்தை, அவர்கள் விட்டுச் செல்வார்கள்? அவர்களது இரு நூற்றாண்டு ஆட்சியின் நீரோட்டம் ஒருவழியாக வறண்டு போகும்போது, எவ்வளவு மோசமான சேறும் சகதியும் குப்பையும் நிரம்பிய ஒரு பூமியை அது வெளிப்படுத்தும்? அதனோடு கூடவே மிகப்பெரும் ஆற்றல் வீணாகிப்போன வரலாற்றையும் அது எடுத்துரைக்கும்! உண்மையான ஒரு நாகரிகத்தின் நீரூற்று ஐரோப்பாவின் இதயத்திலிருந்து வெடித்துக் கிளம்பும் என்று நான் நம்பி வந்த ஒரு காலமும் இருந்தது. உலகத்திடம் இருந்து விடைபெற்றுக் கொள்ள வேண்டிய தருணத்தில், இன்று அந்த நம்பிக்கை பொய்யாய், பழங்கதையாய், கனவாய் மாறிவிட்டது.

நம்மைக் காக்கும் ஒரு ரட்சகர் வருவார்; வறுமையினால் அவமானத்திற்கு ஆளாகியிருக்கும் இந்த இந்தியா என்றழைக்கப்படும் பூமியில் அவர் நமக்கிடையே தோன்றுவார்; கேட்பவர்கள் அனைவருக்கும் நம்பிக்கையையும் வலிமையையும் தரும் வகையில் இந்தக் கீழ்த்திசையின் தொடுவானத்திலிருந்து வரும் மனிதனிடம் வாக்குறுதி நல்கும் அந்த உயரிய வார்த்தையை அவர் பேசுகையில், தன்னோடு அவர் கொண்டுவரவிருக்கும் செய்தியைக் கேட்பதற்காக நான் காத்திருப்பேன்.

நீண்ட நெடிய கடந்த காலத்தை நான் திரும்பிப் பார்க்கையில் பெருமைமிக்கதொரு நாகரிகத்தின் உடைந்து நொறுங்கிப்போன இடிபாடுகள் வரலாற்றின் குப்பையாக குவிந்து கிடப்பதை நான் காண்கிறேன். இருந்தபோதிலும், அவனது தற்போதைய தோல்வியை இறுதியானது என்று ஏற்றுக் கொண்டு, மனிதனின் மீதான நம்பிக்கையை இழப்பது என்ற மோசமான பாவத்தை நான் செய்ய மாட்டேன். இந்தப் பெருங்குழப்பம் எல்லாம் முடிந்து, வானம் மீண்டும் வேட்கையுணர்வற்றதாக, சுமையற்றதாக மாறி, வரலாற்றில் ஒரு திருப்பம் ஏற்படுவதை நான் மிகுந்த ஆவலோடு எதிர்பார்த்துக் காத்திருப்பேன்.

சூரியன் விழித்தெழுகின்ற கிழக்குத் திசையிலிருந்தே, இந்தத் தொடுவானத்திலிருந்தே, இந்தப் புதிய விடியல் வெளிப்படவும் கூடும். அப்போது, தோல்வியே கண்டிராத மனிதன், தன் முன்னால் உள்ள அனைத்துத் தடைகளையும் முறியடித்து, தான் இழந்த அந்தப் பாரம்பரியத்தை மீண்டும் வென்றெடுப்பதற்காக, வெற்றிப்பாதையில் மீண்டும் நடைபோடக் கூடும்.

வலிமை கொண்டோரின் அவமதிப்பு மாபெரும் பேரழிவையும் தன்னுள் அடக்கியது என்பதை வெளிப்படுத்தும் நேரம் நெருங்கிக் கொண்டிருக்கிறது. பண்டைய காலத்திய ஞானிகள் உலகிற்கு எடுத்துக் கூறிய கீழ்க்கண்ட உண்மை எவ்வளவு சத்தியமானது என்பதை, அந்த நேரம் நமக்கு விளக்கிக் காட்டும்:

> ‘நியாயமற்ற வழிகள் மூலம் மனிதன் வளம்பெறலாம்;
> விரும்பியதை எல்லாம் பெறலாம்;
> எதிரிகளை வெல்லலாம்; ஆனால், அதே நேரத்தில்,
> அவன் ஆணிவேரோடு அழிந்தும் போகிறான்.’

பின்னுரை

நண்பர் மருதன் புதிதாகத் தொடங்கியுள்ள இணைய இதழைப் பற்றி எடுத்துச் சொல்லி, தாகூரைப் பற்றி ஒரு தொடர் எழுத முடியுமா என்று கேட்டபோது, சற்று விக்கித்துத்தான் போனேன். இருந்தாலும் சற்றே சுதாரித்துக் கொண்டு, அவரது கோரிக்கையை ஏற்றுக்கொண்டேன். முதல் இயலில் குறிப்பிட்டது போல, 1983ஆம் ஆண்டு இறுதியில் மேற்குவங்க அரசுப் பணியில் சேரும்வரை, தாகூர் மீது எனக்குப் பெரிய அளவிற்கு ஈர்ப்பு எதுவும் இருந்ததில்லை. எனினும், சிறுகதைகள், நாவல்கள், கட்டுரைகள் என்று தமிழில் அவரது படைப்புகள் பல்வேறு தருணங்களில் வெளிவந்திருந்த போதிலும், அவரது வாழ்க்கையை முழுமையாக அறிமுகம் செய்யும் வகையில் நூல் எதுவும் தமிழில் வெளிவந்திருக்கவில்லை. எனவே, அவரது வாழ்க்கைத் தருணங்களோடு கூடவே, அவரது பல்வேறு வகையான படைப்புகளையும் தொடர்ச்சியாக அறிமுகம் செய்வது என்ற வகையில் திட்டமிட்டுக் கொண்டேன்.

1985ஆம் ஆண்டில் தாகூரின் 124வது பிறந்தநாளை சென்னையில் சிறிய அளவில் நடத்தியபோது, தாகூரின் பல எழுத்துகளைத் தமிழில் மொழிபெயர்த்திருந்த த.நா. சகோதரர்களில் ஒருவரான த.நா. சேனாபதி அவர்களின்மூலம் அவரது சாந்திநிகேதன் அனுபவத்தைக் கேட்டறிய முடிந்தது. இந்த முன்முயற்சிதான் அடுத்த ஆண்டில் தாகூரின் 125வது பிறந்தநாளை வெகுசிறப்பாக நாடுமுழுவதிலும் நடத்த மேற்கு வங்க அரசு முடிவு செய்தபோது, எனக்கும் அதில் பங்கு கிடைக்க உதவி செய்தது.

1986ஆம் ஆண்டில் கல்கத்தாவில் நடைபெற இருந்த தொடக்க நிகழ்ச்சியில் பங்கேற்க, ‘ஆந்திரா தாகூர்’ என்று அறியப்பட்ட பெஜவாடா கோபால ரெட்டி அவர்களை நேரில் சந்தித்து, மேற்குவங்க அரசின் சார்பில் அழைக்கும் பொறுப்பு எனக்கு வழங்கப்பட்டது. நெல்லூரில் வசித்து வந்த அவரை இதற்காகச் சந்தித்தபோது, அப்போது 79 வயதான அவர் என்னை ஒரு பேரனைப் போன்ற வாத்சல்யத்துடன் அணைத்துக் கொண்டார்.

பெஜவாடா கோபால ரெட்டி (1907-1997) அவர்கள் 1927இல் சாந்திநிகேதனில் படித்தார். தன் வருங்கால மனைவியான லஷ்மி காந்தம்மாவைத் தன் சக மாணவியாக அவர் அங்கேதான் சந்தித்தார். தாகூரின் ‘கீதாஞ்சலி’யை தெலுங்கில் மொழிபெயர்த்தது மட்டுமின்றி, அவரது மற்ற எழுத்துகளைத் தெலுங்கில் கொண்டுவரவும் முன்முயற்சி எடுத்தார். மாநில சாகித்ய அகாதெமியின் நீண்ட நாள் தலைவர் என்ற வகையில் தாகூருக்கு தெலுங்கு மொழியில் உயரிய அந்தஸ்து கிடைக்கப் பாடுபட்டார். தாகூரின் நூற்றாண்டுவிழா தருணத்தில் மத்திய அமைச்சரவையில் செய்தி-ஒலிபரப்புத் துறை அமைச்சராக இருந்தார். அந்த நேரத்தில் இந்தியாவிலுள்ள அனைத்து மாநிலத் தலைநகரங்களிலும் தாகூரின் நினைவாக ஒரு கலையரங்கம் உருவாக வேண்டும் என்ற யோசனையை முன்வைத்து, அதற்கென அனைத்து மாநிலங்களுக்கும் துணைநிலை மாநிலப் பகுதிகளுக்கும் தலா இரண்டு லட்சம் ரூபாய் நிதியையும் மத்திய அரசின் சார்பில் அவர் வழங்கினார்.

மேற்கு வங்க அரசின் இந்த நிகழ்வுகளுக்கு அவரை அழைப்பதற்காகப் பலமுறை சந்திக்கும் வாய்ப்புக் கிடைத்தது. அத்தருணங்களில் என்னிடம் சாந்திநிகேதனைப் பற்றிய, தாகூரைப் பற்றிய செய்திகளைப் பகிர்ந்து கொண்டதோடு, என்னிடம் ஒரு வேண்டுகோளையும் விடுத்தார். தன் மனதில் நீண்ட நாள் ஏக்கமாக தேங்கிக் கிடக்கும் ஒரு விஷயத்தை மேற்கு வங்க அரசின் ஓர் அலுவலர் என்ற வகையிலும், தமிழ்நாட்டைச் சேர்ந்தவன் என்ற வகையிலும் நான் நிறைவேற்ற வேண்டும் என்று அவர் என்னை கேட்டுக் கொண்டார்.

நாட்டின் தலைநகர் தில்லியிலிருந்து தொடங்கி தெற்கே கேரள மாநிலம் வரை, மேற்கே குஜராத்திலிருந்து வடக்கே காஷ்மீர் வரை, மகாராஷ்ட்ராவில் இருந்து வடகிழக்கே திரிபுரா வரை அனைத்து மாநிலங்களின், அன்றிருந்த துணைநிலை மாநிலங்களின் தலைநகரங்களில் மத்திய அரசின் இந்த வேண்டுகோளுக்கு

இணங்க ரவீந்திரரின் பெயரால் கலையரங்குகள் உருவாகியுள்ளன. இந்த முயற்சியில் ஒரே ஒரு விதிவிலக்காக இருப்பது தமிழ்நாடு மட்டுமே. இங்கு மட்டுமே தாகூரின் பெயரில் தலைநகர் சென்னையில் கலையரங்கு எதுவும் இன்றுவரை உருவாகவில்லை. ஒன்றிணைந்த மதராஸ் மாகாணத்தின் உள்ளாட்சித்துறை அமைச்சர், நிதியமைச்சர், ஆந்திர மாநிலத்தின் இரண்டாவது முதலமைச்சர், மத்திய அமைச்சர், உத்திரப் பிரதேச மாநிலத்தின் ஆளுநர் என பல நிலைகளில் நான் செயல்பட்டு வந்தபோதிலும் நான் பிறந்த மாகாணம் என்ற வகையில், தமிழ்நாட்டோடு இருக்கும் நெருங்கிய உறவை நினைக்கும்போது, இந்த விடுபடல் எனக்கு மிகுந்த அவமானத்திற்கு உரியதாக இன்றுவரை நீடித்து வருகிறது என்று அவர் என்னிடம் சொன்னார்.

சென்னையில் உள்ள மேற்கு வங்க அரசின் அலுவலர் என்ற வகையில் இவ்வாறு தாகூருக்கான கலையரங்கு உருவாகாமல் போனதற்கான காரணத்தைக் கண்டறிந்து, அவரது பெயரால் சிறிய அளவிலாவது ஒரு கலையரங்கை உருவாக்குவதற்கு உனது முன்முயற்சி தேவை என்று அவர் என்னிடம் கேட்டுக் கொண்டார். உனக்கு இப்போது சிறிய வயதுதான். முயற்சி செய்தால் வெற்றி பெறலாம் என்றும் கூறினார்.

திரு. கோபால ரெட்டி அவர்கள் குறிப்பிட்டது 1960-61ஆம் ஆண்டுகளில் நடந்த நிகழ்வு. அப்போது தமிழ்நாடு இந்தி எதிர்ப்புப் போராட்டம், உணவுப் பஞ்சம் என்று பெரும் குழப்பத்தில் இருந்தது. இந்நிலையில், எங்கிருந்து இதுகுறித்த ஆய்வினைத் தொடங்குவது என்று மனதிற்குள்ளாக மலைத்துப் போயிருந்த நேரத்தில், ஒரு நண்பரின் இல்லத்தில் நாடக ஆசிரியர் கோமல் சுவாமிநாதன் அவர்களைச் சந்திக்கும் வாய்ப்புக் கிட்டியது. எனது மேற்கு வங்க தொடர்பினை அறிமுகப்படுத்திக் கொண்டு, இந்த விஷயம் குறித்த எனது புலம்பலை வெளிப்படுத்தினேன். தான் தாகூரின் கலையரங்கிற்கான அடிக்கல்நாட்டு விழா நிகழ்ச்சிக்குச் சென்றதாகவும், அந்த நிகழ்ச்சியில் அன்றைய கல்வி அமைச்சர் திரு. சி. சுப்ரமணியம் அவர்கள் பங்கேற்றார் என்றும், இப்போதைய வருமான வரி அலுவலக வளாகத்தின் பின்புறத்தில்தான் அந்த நிகழ்வு நடந்தது என்றும் அவர் என்னிடம் தெரிவித்தார். அந்த அலுவலகத் தோழர்கள் உதவியுடன் வளாகம் முழுவதும் சல்லடை போட்டுத் தேடியபோதிலும் எவ்விதத் தடயமும் கிடைக்கவில்லை.

பின்னர் அப்போது மகாராஷ்ட்ரா ஆளுநராக இருந்த திரு. சி. சுப்ரமணியம் அவர்கள் சென்னை வரும்போது தொடர்பு கொண்டு

இதுபற்றி விசாரித்தேன். கிரீம்ஸ் சாலையில் இருந்த ஓரிசா மகாராணிக்குச் சொந்தமான இடத்தை இதற்காகத் தேர்வு செய்ததாகவும், தாகூர் மட்டுமின்றி, பாரதிக்கும் அதே வளாகத்தில் ஒரு கலையரங்கு கட்டுவதென்றும், கூடவே லலித் கலா அகாதெமிக்கு இடம் ஒதுக்குவதென்றும் முடிவானதாகவும், ஓரிசா மகாராணி கூடுதல் பணம் கேட்டு வழக்குத் தொடுத்தபோது, அந்தத் தொகையையும் கொடுத்து அந்த நிலத்தை சென்னை ஆட்சியர் கையகப்படுத்தியதாகவும் மேலும் விவரங்களைத் தெரிவித்தார். அதன்பிறகு ஏற்பட்ட தீவிர அரசியல் நிகழ்வுகளால் இந்த விஷயத்தில் தன்னால் தொடர்ந்து தலையிட இயலவில்லை என்றும் அவர் கூறினார்.

இதை வைத்துக் கொண்டு எழும்பூர் வட்டாட்சியர் அலுவலகத்தில் இருந்த வருவாய்ப் பதிவேடுகளில் தேடியபோது குறிப்பிட்ட புலம் எண் கொண்ட நிலம் ஓரிசா மகாராணியின் பெயரில் இருந்து சென்னை ஆட்சியரின் பெயரில் மாற்றப்பட்ட விவரம் கிடைத்தது. கூடவே எழும்பூர் அரசு ஆவணக் காப்பகத்திலும் சென்று தேடியபோது, இது தொடர்பான கல்வித்துறையின் கோப்பும், இந்த நிலம் தொடர்பான வழக்கு குறித்த விவரங்களும் தெரிய வந்தது. இவ்வாறு தாகூர் கலையரங்கிற்காக அரசால் கையகப்படுத்தப்பட்ட நிலத்தின் விவரத்தைத் தெரிந்து கொண்டதும், அதன் தற்போதைய நிலையைத் தெரிந்து கொள்ளச் சென்றேன். அந்தக் குறிப்பிட்ட நிலப்பகுதி அடையாளம் தெரியாமல் மாறியிருந்தது. திரு. சி. சுப்ரமணியம் கூறிய விவரப்படி லலித் கலா அகாதெமியின் காட்சியரங்கம் மட்டுமே அங்கு செயல்பட்டுக் கொண்டிருந்தது.

நிலம் கையகப்படுத்தப்பட்ட பிறகு அரசால் உரிய கட்டட ஏற்பாடுகள் தொடங்கப்படாத நிலையில், அந்தப் பகுதி அடித்தட்டு மக்கள் குடியிருக்கும் குடிசைப் பகுதியாக மாறி, சுதந்திரா நகர் என்ற பெயரில் செயல்பட்டு வந்தது. பின்னர் இந்தக் குடியிருப்புப் பகுதியில் ஒரு பகுதியில் மட்டும் அவர்கள் தொடர்ந்து வசிக்க அனுமதிக்கப்பட்டு, கணிசமான இடத்தை மீண்டும் அரசு எடுத்துக்கொண்டு, அங்கு அறிஞர் அண்ணா பவளவிழா நினைவுக் கட்டடம் கட்டப்பட்டது. தற்போது மாநில அரசின் வணிக வரித் துறை அலுவலகங்கள் அங்கு செயல்பட்டு வருகின்றன. அரசால் மீட்கப்பட்ட இந்த நிலத்தில் ஒரு சிறு பகுதி அன்றைய காவல்துறையின் வேண்டுகோளுக்கிணங்க சென்னை காவல் ஆணையரிடம் ஒப்படைக்கப்பட்டது.

இவ்வகையில் தாகூர்-பாரதி பெயரில் கலையரங்குகளை உருவாக்க, ஒரிசா மகாராணியிடமிருந்து கையகப்படுத்தப்பட்ட நிலம், காலப்போக்கில் பல்வேறு மாற்றங்களுக்கு ஆளாகிப் போனது. ஒரு புறம் சுதந்திரா நகர். அதையொட்டி அறிஞர் அண்ணா பவளவிழா நினைவுக் கட்டடம், அதையொட்டி காவல் துறைக்கு உரிய சிறு காலி நிலம் (இப்போது அங்கு ஒரு கட்டடம் கட்டப்பட்டுள்ளது). அதையொட்டி லலித் கலா அகாதெமியின் காட்சியரங்கு என அந்த இடம் இப்போது மாற்றம் பெற்றிருந்தது.

இந்த விவரங்களை எல்லாம் ஒவ்வொன்றாகக் கண்டறிய எனக்குப் பல ஆண்டுகள் ஆனது. அடுத்து என்ன செய்வது என்ற யோசனை. அப்போது மேற்குவங்கத்தில் நான் பணிபுரிந்த செய்தி-கலாசாரத் துறையின் அமைச்சராக இருந்த திரு. புத்ததேவ் பட்டாச்சார்யாவிடம் (பின்னாளில் மேற்குவங்க மாநில முதல்வர் ஆனார்) தாகூர் கலையரங்கு குறித்து நான் சேகரித்த விவரங்களை எல்லாம் எடுத்துக் கூறினேன். இந்த விவரங்களை தமிழ்நாடு மாநில அரசுக்குத் தெரிவித்து, தாகூர் கலையரங்கை உருவாக்க ஒரு கோரிக்கையை மாநில அரசின் சார்பில் அனுப்பி வைக்கலாம் என்று கூறினேன். அதற்கு அவர், அவ்வாறு செய்வது நீங்கள் இந்தச் செயலை செய்யவில்லை என்று அவர்களைக் குற்றம் சாட்டுவதுபோல் இருக்கும் என்றும், இரு மாநிலங்களுக்கு இடையிலான உறவுக்கு அது சரியாக இருக்காது என்றும் கூறி, என் கோரிக்கையை உடனடியாக நிராகரித்து விட்டார்.

நானும் தமிழ்நாடு மாநில அரசின் துறைச்செயலாளர் அந்தஸ்தில் இருக்கும் பல்வேறு உயர் அலுவலர்களை சந்திக்க வாய்ப்பு கிடைக்கும்போதெல்லாம் இதுபற்றிக் கூறி, எப்படியாவது சென்னையில் தாகூருக்கு ஒரு கலையரங்கினை உருவாக்க முடியாதா என்று ஏக்கத்துடன் விவாதித்திருக்கிறேன். ஒருமுறை தமிழ் வளர்ச்சி மற்றும் பண்பாட்டுத் துறையின் செயலாளர் திரு. ராமகிருஷ்ணன் அவர்களுடன் இவ்வாறு பேசிக் கொண்டிருந்தபோது, அவர் என்னைப் பாராட்டியதோடு, அன்றைய தமிழ்வளர்ச்சித் துறை அமைச்சர் திரு. தமிழ்க்குடிமகன் அவர்களிடம் அழைத்துச் சென்று, அவரிடம் விவரங்களை எல்லாம் எடுத்துரைக்கச் செய்தார். நான் கூறிய விவரங்களைக் கேட்டபின்பு, இப்போது பழைய விஷயங்களை எல்லாம் கிளற வேண்டாம். அதற்கான நிலத்திற்கு, கட்டடம் கட்டுவதற்கு என மற்ற துறைகளை நம்பினால், அதுவும் நிறைவேறாமல் போய்விடும். அதற்குப் பதிலாக சென்னையில் நமது துறையின் பொறுப்பில் ஏதாவது இடம் இருந்தால், சிறிய அளவிலாவது ஓர்

அரங்கை நமது செலவிலேயே உருவாக்கலாம் என்று கூறி செயலரை ஆவன செய்யுமாறு பணித்தார்.

அதன்படியே, கிரீன்வேஸ் சாலையில் அத்துறையின் கட்டுப்பாட்டில் உள்ள தமிழ்நாடு இசைக் கல்லூரி இருக்கும் வளாகத்தில், ஒரு சிறிய இடம் அடையாளம் காணப்பட்டு, அங்கு கோபால ரெட்டி அவர்கள் நீண்ட நாள் கனவு கண்ட அரங்கு, தமிழ்வளர்ச்சி மற்றும் பண்பாட்டுத் துறையின் சார்பில், தாகூர் தியேட்டர் என்ற பெயரில் உருவானது. (இது தற்போது தேசிய திரைப்பட வளர்ச்சிக் கழகத்தின் (NFDC) மேற்பார்வையில் செயல்பட்டு வருகிறது) இந்த அரங்கின் உள்புறத்தில் அலங்கரிக்க எனது தொடர்புகளைப் பயன்படுத்தி பல்வேறு ஓவியங்களை மேற்குவங்கத்தில் இருந்து தருவித்துத் தந்தேன். சிறிய அளவில் திரைப்பட விழாக்கள், கலைநிகழ்வுகள் இந்த அரங்கில் இன்றும் நடைபெற்று வருகின்றன. ஒருவகையில் 'ஆந்திரா தாகூர்' கோபால ரெட்டி அவர்கள் என்னிடம் வைத்த வேண்டுகோளை நிறைவேற்றி முடித்த திருப்தி எனக்கு இன்றளவும் உண்டு. எனினும் கல்கத்தா, கவுஹாத்தி, ஹைதராபாத், பெங்களூரு, திருவனந்தபுரம் ஆகிய பெருநகரங்களில் ரவீந்திரரின் பெயரில் உருவாகியுள்ள விசாலமான அரங்குகளை நேரடியாகப் பார்த்தவன் என்ற முறையில் யோசிக்கும்போது, அவரது பெயருக்குப் பெருமை சேர்க்கும் வகையில் ரவீந்திரரின் பெயரால் ஒரு கலையரங்கம் அவருக்கு ஆளுமைக்குத் தகுந்த வகையில் பெரிய அளவில் உருவாகவில்லையே என்ற ஏக்கமும் என்னுள் நீடிக்கிறது.

1986ஆம் ஆண்டில் கல்கத்தாவில் மிகச் சிறப்பாக நடைபெற்ற ரவீந்திரரின் 125வது பிறந்ததின விழாவில் கோபால ரெட்டி அவர்கள் பங்கேற்றுச் சிறப்பு செய்ததோடு, சென்னையில் கலைவாணர் அரங்கில் நடைபெற்ற விழாவிலும் பங்கேற்றார். தமிழக அரசின் சார்பில் அன்றைய கல்வி அமைச்சர் திரு. அரங்கநாயகம் பங்கேற்றார். ஹைதராபாத் நகரில் ரவீந்திர பாரதி கலையரங்கில் இந்த நிகழ்வு நடைபெற்றபோது, அன்றைய முதல்வர் என்.டி. ராமராவ், முதலில் ஆந்திர அரசின் சார்பில் சிறப்பு விருந்தினராகப் பங்கேற்க, சமூக நலத்துறை அமைச்சர் திருமதி. பிரதிபா பாரதியைத்தான் தேர்வு செய்திருந்தார். அதன்படி அழைப்பிதழ் எல்லாம் அச்சடித்து விநியோகித்த பிறகு, நிகழ்ச்சிக்கு முதல் நாள், தானே வருவதாக திடீரென அவர் அறிவித்தவுடன், அவசர அவசரமாக பத்திரிக்கைகளில் மட்டும் விளம்பரத்தை மாற்றினோம்.

கொண்டாட்ட நிகழ்ச்சிகளைத் தொடங்கிவைத்து உரையாற்றிய திரு. என். டி. ராமராவ் அவர்கள், மிக அருமையாக, ராஜாராம் மோகன்ராய், ஈஸ்வர சந்திர வித்யாசாகர், ராமகிருஷ்ண பரமஹம்சர், விவேகானந்தர், அரவிந்தர், பங்கிம் சந்திரர் என்று தொடங்கி, ரவீந்திரரின் தனிச்சிறப்பினை, வங்கத்தின் இலக்கிய, அரசியல் வரலாற்றையே சுமார் ஒரு மணிநேரத்திற்கும் மேலாக, சுந்தரத் தெலுங்கில், அவருக்கேயுரிய பாணியில், ஏற்ற இறக்கங்களோடு ஒரு கதாகாலட்சேப விற்பன்னரைப் போல எடுத்துரைத்தார். அன்றிரவு, மேற்கு வங்க அரசின் சார்பில் வந்திருந்த எங்கள் அனைவருக்கும் அவர் சிறப்பு விருந்து ஒன்றையும் அளித்தார். என்றும் மறக்க முடியாத ஒரு நாள் அது.

அடுத்து, ரவீந்திரரின் வாழ்க்கையோடு இயைந்த வகையில் அவரது எழுத்துகளை அறிமுகம் செய்யும் விதமாக இத்தொடரை எழுதி வருகையில் ஒரு சிறு சந்தேகம் எழுந்தது. ரவீந்திரர் சென்னைக்குப் பலமுறை வந்திருக்கிறார். அப்போது ஒரு முறை தமிழ்த்தாத்தா உ.வே. சாமிநாதையர் அவர்களை திருவல்லிக்கேணியில் உள்ள தியாகராஜ விலாசம் என்ற பெயர் கொண்ட அவரது இல்லத்தில் 1919ஆம் ஆண்டு ஏப்ரல் மாதம் முதல் நாள் சந்தித்தார் என்று தமிழ்த்தாத்தாவின் தலைமைச் சீடரான கி.வா. ஜகன்னாதன் அவர்கள் ‘எனது ஆசிரியர் பிரான்’ என்ற நூலில் எழுதியிருந்தார்.

எனினும், 2012ஆம் ஆண்டில் தமிழ்த்தாத்தாவின் திருவல்லிக்கேணி வீட்டை இடிப்பதற்கான முயற்சிகள் நடைபெற்றபோது, அதைக் கண்டித்து இந்து (ஆங்கிலம்), டைம்ஸ் ஆஃப் இந்தியா போன்ற நாளிதழ்களில் வெளியான செய்திகளில், இந்த இருவருக்கு மிடையிலான சந்திப்பு குறித்த கட்டுரைகளில், அசோகமித்திரன், கே. ஆர். ஏ. நரசய்யா, பி. கோலப்பன் ஆகியோர் 1926ஆம் ஆண்டில் இந்தச் சந்திப்பு நிகழ்ந்ததாக எழுதியிருந்தனர். தமிழ்த்தாத்தாவின் மகன் கல்யாணசுந்தரம் முன்னர் குமரி மலர் இதழில் எழுதியிருந்த ஒரு கட்டுரையில் குறிப்பான நாளைத் தெரிவிக்காமல் 1925-27 ஆம் ஆண்டு வாக்கில் இந்த சந்திப்பு நிகழ்ந்தது என்று பொதுவாகக் குறிப்பிட்டிருந்தார். இதுபற்றி மேலும் ஏதாவது தகவலை திரட்டலாம் என தி இந்து (ஆங்கிலம்) நாளிதழின் ஆவணப் பிரிவை அணுகியபோது, ரவீந்திரர் சென்னை வந்திருந்தபோது வெளியான செய்திகள் 1919 முதல் 1934 வரை கிடைக்கப்பெற்ற போதிலும், இந்த இருவரின் சந்திப்பு குறித்த செய்தி எதுவும் இந்து நாளிதழில் வெளியாகவில்லை என்று உறுதிபடத் தெரிவித்து விட்டனர்.

அந்த நேரத்தில் சென்னையில் வெளிவந்து கொண்டிருந்த தி மெயில் மற்றும் சுதேசமித்திரன் ஆகிய இரண்டு நாளிதழ்கள் ஒருவேளை இந்தச் சந்திப்பு குறித்து எழுதியிருக்கலாம் என்ற எண்ணத்தில் அவை இரண்டும் எங்கேயாவது ஆவணப்படுத்தப் பட்டுள்ளதா என்று உ.வே.சா. பற்றி ஆய்வு செய்த, செய்துவரும் பலரிடமும் விசாரித்தேன். இன்றுவரை எவ்விதத் தகவலும் இல்லை. இதற்கிடையே அவர் சென்னையில் தங்கியிருந்த ராமசாமி அய்யர் என்ற வழக்கறிஞர் தன் இறுதிக் காலத்தில் அழைத்து காண்பித்த ஒரு கவிதை ரவீந்திரர் எழுதியதென்று கூறி, அதை மொழிபெயர்த்த திரு. த.நா. சேனாபதி அவர்களின் கவிதை மற்றும் கட்டுரை இளந்தமிழன் என்ற இதழில் *1990*ஆம் ஆண்டு செப்டெம்பரில் வெளியான செய்தி அறிந்து, அந்த இதழின் ஆசிரியரும் எனது கல்லூரி ஆசிரியருமான பேராசிரியர் தி.வா. மெய்கண்டார் அவர்களை நேரில் சந்தித்து விசாரித்தபோதும் இருவரும் சந்தித்த ஆண்டு, தேதி விவரம் எதுவும் கிடைக்காத நிலையே இன்றுவரை நீடிக்கிறது.

*1919*ஆம் ஆண்டு முதல் *1934*ஆம் ஆண்டு வரை ரவீந்திரர் சென்னைக்கு வருகை தந்த நாட்களில் செயல்பாட்டில் இருந்த நாளிதழ்களில் தேடி, இந்தச் சந்திப்பு குறித்த விவரத்தை முழுமைப்படுத்த வேண்டியுள்ளது. எனது முயற்சியில் இதுவரை வெற்றி கிட்டவில்லை. இனி இலக்கிய ஆய்வாளர் எவரேனும் இதற்கு முயற்சிக்க வேண்டும் என்பதே இந்த விஷயத்தில் எனது வேண்டுகோள். அதன்மூலம் ரவீந்திரரின் தென் இந்தியப் பயணங்களில் இன்றுவரை நீடித்து வரும் ஒரு வெற்றிடத்தை நிரப்ப முடியும். அதே நேரத்தில் நமது சங்க இலக்கியங்களை ஊர் ஊராகத் தேடிக் கண்டுபிடித்து, தமிழர்களின் கடந்த காலத்தை நமக்கு மீட்டுத் தந்த தமிழ்த்தாத்தா உ.வே.சா. அவர்களின் வாழ்க்கையில் நிகழ்ந்த வரலாற்றுச்சிறப்புமிக்க, முக்கியமானதொரு நிகழ்வை மீட்டெடுப்பதாகவும் அது அமையும் என்றும் கருதுகிறேன்.

இந்தத் தொடரை எழுதுவதற்காக என்னிடமிருந்த நூல்கள் தவிர, நூல் பிடித்துப் பிடித்து வேறு பல நூல்களையும் படிக்கும் வாய்ப்பு இதன் மூலம் எனக்குக் கிடைத்தது. ரவீந்திரரைப் பற்றிய பல்வேறு கோணங்களை அறிந்து கொள்ள முடிந்தது. பாரதியின் மீது எனக்கிருந்த ஆதூரமான பற்றின் காரணமாக, வசதிபடைத்த ஒரு ஜமீன்தார் ஆன ரவீந்திரர் மிக எளிதாகப் புகழைப் பெற்றார் என்றதோர் எண்ணமும், அதைப் போன்றே வங்காளிகள் அவர்மீது அதீதமான பக்தியை செலுத்துகிறார்கள் என்ற எண்ணமும் எனக்குப் பொதுவாக இருந்து வந்தது. ஆனால் இந்தத் தொடர் எழுதத்

தொடங்கிய சில காலத்திற்குப் பிறகு, அந்த எண்ணங்கள் படிப்படியாக என்னிடமிருந்து அகன்றன.

ரவீந்திரரின் காப்புரிமை விஸ்வபாரதியிடமிருந்து விலக்கிக் கொள்ளப்பட்ட (2002) பிறகு வெளிவந்த நூல்கள் ஏராளம். அவரது எழுத்துகள் மட்டுமின்றி, அவற்றின் அடிப்படையில் அவரது பன்முகத் தன்மையை வெளிக்கொண்டு வரும் வகையில், இன்றுவரை தொடர்ச்சியாக நூல்கள் வெளிவந்து கொண்டிருக் கின்றன. பாடல்கள் நவீன பாணியில் முன்வைக்கப்படுகின்றன. நாடகங்கள், நாட்டிய நாடகங்கள் புதிய கோணத்தில் வழங்கப் படுகின்றன. அவற்றில் சில நூல்களைப் (இத்தொடருக்காக) படித்தபோதுதான், அன்றைய வங்காள சமூகத்தில், அரசியலிலும் சரி, இலக்கியத்திலும் சரி, சாதி-மத ரீதியான பொதுச் சமூகத்திலும் சரி, பெரும்பாலானோரின் எதிர்ப்பினை சேகரித்துக் கொண்டு, தனது ஒவ்வொரு முயற்சிக்குமே எண்ணற்ற இடர்களை அவர் எதிர்கொண்டார் என்பதையும், குடும்பத்தில் ஒரு மகன், ஒரு மகளைத் தவிர வேறு எவருமில்லாத ஒரு தனிமையில் இருந்தபடியே அவர் எவ்வாறு தன் இலக்கை நோக்கியே பயணித்து வந்தார் என்பதையும் அறிந்து கொண்ட தருணத்தில் தான், அவரது தனித்துவமான ஆளுமையை என்னால் புரிந்து கொள்ள முடிந்தது. இருக்கும்வரை அவரைக் கரித்துக் கொட்டிய வங்காளி சமூகம், எவ்வாறு அவரது மறைவிற்குப் பிறகு, அவரது புகழை தனக்கு சாதகமாக மாற்றிக் கொண்டது என்பதையும் என்னால் உணர முடிந்தது.

அவ்வகையில், இந்திய இலக்கியத்தின் இணைப்புச் சங்கிலியாகத் திகழும் ரவீந்திரரின் வாழ்க்கைச் சித்திரத்தை, அதனோடு கூடவே ஓரளவிற்கு அவரது எழுத்துகளை அறிமுகம் செய்யும் வகையில் தமிழ் இலக்கிய உலகிற்கு வழங்குவதற்குக் கிடைத்த இந்த வாய்ப்பு மிகவும் பெருமைக்குரிய ஒன்றே ஆகும். எனது இந்த முயற்சி முழுமை பெறுவதற்கு உதவிய அனைவருக்கும் எனது மனமார்ந்த நன்றியைத் தெரிவித்துக் கொள்கிறேன். இந்நூல் குறித்த உங்கள் மேலான கருத்துக்களை வழங்கி என்னை மேலும் செழுமைப்படுத்த வேண்டுகிறேன்.

உசாத்துணை நூல்கள்

- கிருஷ்ணமூர்த்தி, சு., (வங்காளியிலிருந்து) ரவீந்திரரின் ரஷியக் கடிதங்கள், பாரதி புத்தகாலயம்
- கிருஷ்ணமூர்த்தி, சு., நஜ்ருல் என்றொரு மானுடன், பாரதி புத்தகாலயம்
- குமாரசாமி, த.நா., தாகூர் சிறுகதைகள், (வங்காளியிலிருந்து) தொகுப்பு: சா. கந்தசாமி, பாரதி புத்தகாலயம்
- கைலாசபதி, க., இரு மகாகவிகள், குமரன் பப்ளிஷர்ஸ்
- சனாதனன், தா., தாகூரின் யாழ்ப்பாண வருகை – கலை, அடையாளம், கருத்தாடல், குமரன் புத்தக இல்லம்
- ஞாலன் சுப்பிரமணியன், (தொகுப்பாசிரியர்) தாகூர் கல்விச் சிந்தனைகள், பாரதி புத்தகாலயம்
- மாஸ்தி வெங்கடேச அய்யங்கார், மகாகவி தாகூர் வாழ்வும் கலையும், வ.உ.சி. நூலகம்
- ரகுநாதன், தொ.மு.சி., கங்கையும் காவிரியும், மீனாட்சி புத்தக நிலையம், மதுரை
- Aruna Chakravarti, Jorasanko, Harper Collins
- Aruna Chakravarti, The Daughters of Jorasanko, Harper Collins
- Fakrul Alam and Radha Chakravarty, The Essential Tagore, The Belknap Press of Harvard University Press
- Gangeya Mukherjee, Gandhi and Tagore – Politics, Truth and Conscience, Routledge
- Ghulam Murshid, Bengali Culture Over A Thousand Years, Niyogi Books
- Krishna Kripalani, Rabindranath Tagore – A Biography, Visva-Bharati, Kolkata
- Krishna Dutta and Andrew Robinson, Rabindranath Tagore – The Myriad-Minded Man, St. Martin's Press, New York

- Mary Lago and Ronald Warwick, Rabindranath Tagore – Perspectives in Time, Macmillan
- Prasanta Kumar Pal, Ravi Jivani, Visva-Bharati, Kolkata
- Rabindra Bharati University – Rabindranath For All
- Rabindranath Tagore and America – Overtures and Responses, Jadavpur University Society for American Studies and Birujatio Sahitya Sammiloni
- Remembering Rabindranath Tagore – 150th Birth Anniversary Commemorative Volume, University of Colombo
- Rudrangshu Mukherjee, Tagore - Gandhi – Walking Alone, Walking Together, Aleph
- Sukanta Chaudhuri, Editor, Bichitra: The Making of an Online Tagore Variorum, Springer
- Sukanta Chaudhuri, Editor, The Cambridge Companion to Rabindranath Tagore, Cambridge University Press
- Sabyasachi Bhattacharya, Rabindranath Tagore – An Interpretation, Penguin
- Sabyasachi Bhattacharya, The Mahatma and The Poet, Letters and Debates between Gandhi and Tagore 1915-1941, National Book Trust
- Sahitya Akademi, Rabindranath Tagore, A Centenary Volume (1961)
- Somdatta Mandal, The Last Days of Rabindranath Tagore in Memoirs – Translated and Edited – Birujatio Sahitya Sammiloni
- Uma Das Gupta, A History of Sriniketan, Niyogi Books
- Uma Das Gupta, Rabindranath Tagore – A Biography, Oxford University Press
- Uma Das Gupta, Rabindranath Tagore – My Life in My Words, Selected and Edited with an Introduction, Penguin

நீங்கள் விரும்பும் புத்தகம் உங்கள்
வீடு தேடி வர அழையுங்கள்

Dial for Books

94459 01234 | 9445 97 97 97

WhatsApp No: 95000 45609

dialforbooks.in | amazon.in | flipkart.com

கிழக்கு டுடே

KizhakkuToday.in

ஒரு புதிய இணைய இதழ்

www.ingramcontent.com/pod-product-compliance
Lightning Source LLC
LaVergne TN
LVHW100636051026
849519LV00001B/236
* 9 7 8 9 3 9 0 9 5 8 9 3 1 *